உயிர் [illegible]
எந்தன் வரம்
நீயடி

விஷாலினி பிரதாப்

ISBN 979-888530544-0

பொருளடக்கம்

பொருளடக்கம்

அத்தியாயம் 1

ஆளரவமற்ற பகுதியில் உள்ள பாழடைந்த கட்டிடம். அம்மாவாசை இருளை மிஞ்சும் கும்மிருட்டு. அந்த கட்டிடத்தின் நடுக்கூடத்தில் ஊசலாடிக்கொண்டே விட்டு விட்டு எரியும் ஒற்றை ஒளிவிளக்கு. அந்த விளக்கின் கீழ் ஒரு மேசையை போட்டு அதில் ஒரு தார்ப்பாய்யை விரித்து அதன் மீது முழுமைப்பெறதா துப்பாக்கி பாகங்களை போட்டு அவற்றை சரியாக பொருத்தும் வேளையில் மூழ்கி இருந்தான் ஒரு வெள்ளைக்கார ஒட்டரைக்குச்சி. திடீரென உள்ளே நுழைந்த சில தடியர்கள் அந்த வெள்ளைக்காரனை ஏதோ கேட்க அவன் ஒரு அறையைக் காட்டினான். அங்கு ஒருவன் கைகளும் கால்களும் கட்டப்பட்டு அந்தரத்தில் முகம் முழுதும் ரத்தம் வழிய... மயங்கியநிலையில் அடித்து தொங்கவிடப்பட்டிருந்தான். வந்த தடியர்களில் ஒருவன் கட்டி வைக்கப்பட்ட கயிற்றை துப்பாக்கியால் சுட... அந்தரத்தில் தொங்கியவன் பொத்தென கீழே விழுந்தேன். விழுந்தவனின் தலை முடியை கொத்தாய் பிடித்து தூக்கினான் ஒரு ஆப்ரிக்ககாரன் (பாக்க அப்டித்தான் இருக்கான்). அவனை அப்படியே தூக்கி ஒரு நாற்காலியில் அமரவைத்து கன்னத்தில் ஓங்கி அடித்தான். அடி வாங்கியவன் அரைமயக்கத்தில் பாதி கண்களை திறந்து பார்க்க முடியாமல் எதிரில் நிற்பவனை பார்த்தான்.

“சொல்லு.... யார் நீ... உனக்கு தகவல் சொன்னது யாரு... உனக்கு இங்க என்ன வேல... பதில் சொல்லு”

ஒவ்வொரு கேள்விக்கும் ஒரு அடி என அவன் கன்னத்தில் அடி விழுந்துகொண்டே இருந்தது. வாயிலிருந்து ரத்தம் வழிந்ததே தவிர ஒரு வார்த்தைக்கூட வரவில்லை. இதில் கடுப்பான அந்த தடி தாண்டவராயன்களில் ஒருவன் துப்பாக்கியை எடுத்து அவன் நெற்றிப்பொட்டில் வைக்க அவன் அப்பொழுதும் அசரவில்லை. அப்பொழுது அங்கு வந்த ஒரு மொட்டயன் (ப்பா.... பாக்க பத்து பீமனை ஒன்ன சேத்த மாதிரி இருக்கான். இவன் மனிஷனா மாடா) மற்ற

அனைவரையும் வெளியில் போக சொல்லி சைகை செய்துவிட்டு. இவனிடம் வந்தான். ஒரு கத்தியை எடுத்து அவன் உள்ளங்கையில் குத்த இவன் வலியில் கத்தினான்.

அப்போது திடீரென அங்கு வந்த ஒரு பெண் அவன் கையில் இருந்த கத்தியை பிடுங்கி கண்ணிமைக்கும் நேரத்தில் அந்த மொட்டையனின் கழுத்தில் ஒரு சொருகு நெஞ்சில் ஒரு சொருகு தொடையில் ஒரு சொருகு வயிற்றில் ஒரு சொருகு என நொடிதனில் அந்த மாமிச மலையை சாய்த்தாள். அவன் வலியில் கத்த வாயில் ஒரு சொருகு. அவன் கதை முடிந்தது.

சத்தம் கேட்டு உள்ளே வந்தவர்கள் மொட்டையன் சரிந்து கிடப்பதைப் பார்த்து துப்பாக்கியை கையில் எடுத்துக்கொண்டனர். நாற்காலியில் கட்டப்பட்டவன் அப்படியே அரைமயக்கத்தில் தலை தொங்கியநிலையிலேயே இருந்தான். ஒரு பரட்டை தலையன் வேகமாய் வந்து ஆக்ரோஷமாய் அவன் முடியை பற்றி தலையை தூக்கி முகத்தில் ஒன்று விட்டு,

“உன் கை கட்டி இருக்கு அப்போ நீ அடிக்கல... அப்டினா இவன யார் அடிச்சது? இங்க யார் வந்தது? உன்கூட இன்னும் எத்தன பேர் வந்திருக்காங்க? சொல்லு... சொல்லு...”

என்று அவன் மண்டையை பிடித்து ஆட்டி வயிற்றில் குத்தினான். அவனிடம் பதில் எதுவும் இல்லை. கண்கள் மட்டும் திறந்து திறந்து மூடினான். பாவம் அடித்து அடித்து பேச முடியாத அளவுக்கு வாய் வீங்கி இருந்தது. இது வேலைக்கு ஆகாது என நினைத்தவன். அவனை அந்த கட்டிடத்தின் வெளியில் நாற்காலியோடு வைத்துவிட்டு தூரத்தில் ஒரு காரை நிறுத்தி வைத்துவிட்டு

“டேய்.... நீ இங்க தான் எங்கையோ இருக்கன்னு எங்களுக்கு தெரியும்... நீயே வெளில வந்துட்டா இவன் பொழச்சான். இல்ல அங்க நிக்கிற கார் வேகமா வந்து இவன இந்த சேரோட செத்து நசுக்கி கொழ கொழன்னு ஆக்கிடும். நீயா வந்துடு...”

கார் அங்கு உரும்பிக்கொண்டு நின்றது... எப்படி எப்படியோ அழைத்தும் யாரும் வெளி வருவதாய் தெரியவில்லை. அந்த பரட்டை, தலையசைக்க அந்த கார் காற்றை கிழித்துக்கொண்டு வந்தது. அந்த காரின் லைட் வெளிச்சம் இவனின் கண்களை கூசச் செய்தது. அந்த கார் இவனை இடிக்க சிறு இடைவெளி இருக்கும் தருணத்தில் எங்கிருந்தோ வந்த அந்த பெண் அவனை சேரோடு சேர்த்து தள்ளிவிட்டு தான் அந்த காரில் மாட்டிக்கொண்டாள். கார் இடித்த வேகத்தில் அந்த கட்டிட சுவரில் அடித்து பொத்தென கீழே விழுந்தாள். அது வரை அரைமயக்கத்தில் இருந்தவனின் கண்கள் இந்த காட்சியைப் பார்த்து விழி விரிய முதல் முறையாக வாய் திறந்து கத்தினான்.

“ஸ்மித்தி.......”

அப்படியே கண்கள் இருட்டிக்கொண்டு வர முற்றிலும் நினைவிழந்தான். யாரோ அவன் கன்னத்தில் தட்ட... பட்டென கண் விழித்தான். முகம் வியர்த்திருந்தது. கைகள் நடுங்கியது. கண்கள் கலங்கி இருந்தது. சுற்றும் முற்றும் பார்த்தான். அது அவனது அண்ணன் சஞ்சய்யின் அறை. சஞ்சய் தான் அவன் அருகில் இருந்து அவனை எழுப்பிக்கொண்டிருந்தான்.

“டேய்... என்ன இன்னைக்கும் அதே ஆக்சிடென்ட் தானா?”

அவன் எதுவும் பேசாமல் அமைதியாக இருக்க...

“நீ ஃபிசிகலா குணமாகிட்ட மெண்டலா எப்ப குணமாகபோறியோ? அதுவரைக்கும் உனக்கு மெடிக்கல் லீவு தான். நியாபகம் இருக்குல்ல?”

“அதெல்லாம் ஒன்னும் இல்ல சஞ்சய் நா நல்லா தான் இருக்கேன். அது ஏதோ கெட்ட கனவு, அதான் பயந்து எழுந்துட்டேன்”

“யாரு நீ? கெட்ட கனவுக்கு... பயந்து? நம்பிட்டேன். சரி சரி சீக்ரம் ஃபிரெஷ் ஆகிட்டு கீழ வா அப்பா உன்கிட்ட ஏதோ பேசணுமாம். அப்றம் உன்ன பாக்க ரமணன் அங்கிள் கூட வந்திருக்காரு டா. எந்திரி எந்திரிச்சி போயி மூஞ்சிய கழுவிட்டு பல்லு வெளக்கு. நா கௌம்புறேன் எனக்கு டைம் ஆகிடுச்சி”

“சஞ்சய்....”

“யார் கிட்டயும் சொல்ல மாட்டேன். நீ சீக்ரமா அந்த இன்சிடெண்ட மறக்க ட்ரை பண்ணுடா. உன் நல்லதுக்கு தான் சொல்றேன்”

அவன் சரி என தலையாட்ட.. சஞ்சய் அந்த அறையை விட்டு வெளியே சென்றான். இவன் நேரே வாஷ் ரூமிர்க்கு சென்று பைப்பை திறந்து தண்ணீரை அள்ளி தூக்கம் கலையுமளவுக்கு வேகமாய் வாரி முகத்தில் அடித்துவிட்டு அப்படியே நிற்க மூடிய கண்களின் திரையில் சில நினைவுகள் காட்சிகளாய் வேகமாய் ஓடியது. சட்டென கண் திறந்தவன், தண்ணீர் சொட்ட சொட்ட அங்கிருந்த கண்ணாடியில் தன் முகத்தைப் பார்த்தான். கண்கள் சிவந்து இருந்தது. தண்ணீரோடு கண்ணீரும் சேர்ந்து வழிந்து கன்னத்தை நிரப்பியது. வேகமாய் பக்கத்தில் தொங்கிக்கொண்டிருந்த (டவல்) துண்டை எடுத்து முகத்தை அழுந்த துடைத்தவன் வெளியில் வந்து டேபிள் மீது இருந்த தனது பர்ஸ்ஸை எடுத்து அதில் இருந்த ஒரு ஃபோட்டோவை பார்த்தான்.

முட்டை கண்ணு, குண்டு கன்னம், முயல் குட்டி போன்ற முகம், முன்னே தெரியும் இரண்டு எலிப்பல், இரண்டு கரு நிற வானவில் சேர்ந்தது போன்ற புருவம், ரோஜா பூ இதழ்கள், குட்டி வெற்றிலை காதுகள் அந்த காதில் குட்டி நட்சத்திர கம்மல், நெற்றியின் ஓரத்தில் ஒரு திருஷ்டிப்பொட்டு என அழகாய்ப் புன்னகைக்கும் அந்த குட்டி தேவதையின் போட்டோவை பார்க்க இவனது முகத்திலும் சிறு வலி நிறைந்த புன்னகை எட்டிப்பார்த்தது. அந்த போட்டோ-

விற்கு ஒரு முத்தத்தை கொடுத்தவன் மீண்டும் அதனை தான் பர்ஸ்ஸுக்குள் பத்திரப்படுத்தினான்.

வீட்டின் நடுக்கூடத்தில் சோபாவில் சஞ்சய்யின் அப்பா ராம மூர்த்தியும் சிட்டி கமிஷனர் ரமணனும் பேசிக்கொண்டிருந்தனர். சஞ்சய் தனது அம்மா அந்திமதி-யிடம் திட்டு வாங்கிக்கொண்டு அவசர அவசரமாக ஒரு இட்லியை நான்காக புட்டு சாப்பிட்டுக்கொண்டிருந்தான். இல்லை இல்லை மாத்திரை விழுங்குவது போல விழுங்கிக்கொண்டிருந்தான்.

சஞ்சய்,

இந்தியாவின் மிகப்பிரபலமான யுனிவெர்ஸ் ஹாஸ்பிடலில் பணிபுரியும் தி பெஸ்ட் சீஃப் டாக்டர்களில் ஒருவன். அப்பா அம்மாவின் செல்லப்பிள்ளை. தம்-பியின் சிறந்த நண்பன். அக்கா தங்கைகளின் முதல் தோழன். பெண்களின் மீது இவனுக்கு இருக்கும் மரியாதையின் காரணமாக எந்த பெண் பேச வந்தாலும் சகோதரி என்றே அன்பொழுக பேச ஆரமிப்பான் அதனால் இப்பொழுது வரை எவரையும் காதலிக்கவில்லை. இல்லை இல்லை எவரது காதல் வலையிலும் சிக்கவில்லை என்பதே சரி. சஞ்சய் அமைதியானவன் அதிர்ந்து பேசாதவன். பார்ப்பதற்க்கு தெலுங்கு ஹீரோ நானி போலவே இருப்பான்.

சரியாக அதே நேரம் ராம மூர்த்தியின் அண்ணன் கிருஷ்ண மூர்த்தியும் அங்கே வந்தார்.

“வாங்க அண்ணா!” என அழைத்தார் ராமமூர்த்தி

“அந்த ராஸ்கல் இங்க தான இருக்கான் இல்ல காலையிலையே ஊர் வம்பு வாங்க போய்டனா?” கோபமாய் கேட்டார் கிருஷ்ண மூர்த்தி

“மேல தூங்கிட்டு இருக்கான் ண்ணா”

“ஓ... தொறைக்கு இன்னும் விடியலயா? சஞ்சய் அவன எழுப்பி இழுத்துட்டு வாப்பா”

“அல்ரெடி எழுப்பிட்டேன் பெரிப்பா. ஃபிரெஷ் ஆகிட்டு வருவான். சரி நா கெளம்புறேன் பெரிப்பா ஹாஸ்பிடல்க்கு டைம் ஆகிடுச்சி”

“சரிபா சஞ்சய் பாத்து பத்திரமா”

“சரிங்க பெரிப்பா... வரேன் ப்பா.. வரேன் அங்கிள்... கெளம்புறேன் ம்மா”

“டேய்.... போகும்போது அப்டியே... அந்த வாலுங்களையும் கூப்ட்டு போ டா” என்றார் அந்தி.

“வாய்பில்லாமா ரொம்ப டைம் ஆகிடுச்சி”

சஞ்சய் கிளம்பிவிட்டான்.

“என்னடா கிருஷ்ணா... எதுக்கு இப்ப காலையிலே கடுகு பொறியிறாப்ல பொறியிற?” கேட்டார் ரமணன்.

“எல்லாம் நா பெத்த உருப்படாததுனால தான்டா. எனக்குன்னு வந்து பொறந்திருக்கு பாரு...” சிடுசிடுத்தார் கிருஷ்ணமூர்த்தி.

“சும்மா பிள்ளைய கொற சொல்லலனா உங்களுக்கு தூக்கமே வராதா மாமா?” பிள்ளைக்கு ஆதரவாய் நின்றார் அந்திமதி.

“எல்லா நீயும் இந்த ராமனும் குடுக்குற செல்லம் தான். போதாகொறைக்கு அவன் அம்மா வேற.... அவன் ‘ம்ம்’ ன்னு சொல்லிட்டா உடனே அது நடக்கனும். இல்லன என்கிட்ட சண்டைக்கு வருவா. நீங்க குடுக்குற ஓவர் செல்லத்துக்கு அவன் என்னைய காசுக்கு கூட மதிக்க மாட்டேங்குறான்.” தனது ஆதங்கத்தை கூறினார் கிருஷ்ணமூர்த்தி.

“என்னடா இப்டி சொல்ற.... அவன் இந்த வீட்டுல பயப்படுறதே உன் ஒரு ஆளுக்கு தான் வேற யார் பேச்சும் கேக்கமாட்டான். நீ என்னடான்னா இப்டி பொலம்புற” ரமணனும் அவனுக்கு ஆதரவாய் பேசினார்.

“எது.... பயமா? அவனுக்கா....? எல்லாம் நடிப்பு டா... இப்டி தான் உங்க எல்லாரையும் ஏமாத்தி வச்சிருக்கான்.” என உறும்பினார் கிருஷ்ணா.

“அப்டி என்ன பண்ணிட்டான்னு இப்டி காலைலேயே அவன கரிச்சிக்கொட்டுறீங்க அண்ணா?” இதுவரை அமைதியாக இருந்த ராமனும் கேட்டுவிட்டார்.

“என்ன பண்ணானா? நேத்து ஒருத்தன போட்டு நடு ரோட்டுல பொரட்டி எடுத்துருக்கான். உரம் வாங்க வரவன்லாம் கேள்வியா கேக்குறானுங்க... என்ன தான் தொற போலீஸ்னாலும் இப்டி பொது இடத்துல பொறுக்கி மாதிரியா சண்ட போடுறது? அதுவும் டியூட்டில இருந்தாலும் பரவால்ல மெடிக்கல் லீவுல தான இருக்கான் இதெல்லாம் இவனுக்கு தேவையா?” தனது கோபதிற்கான காரணத்தை கூறினார் கிருஷ்ணா.

ஆம். கிருஷ்ணமூர்த்தி சொந்தமாக உரம் தயாரிக்கும் கம்பனி வைத்து நடத்திக்கொண்டிருக்கிறார். சுத்தமான கலப்படம் இல்லாத இயற்கை உரம். இவரது உரம் அங்குள்ள விவசாயிகளின் வரம். அதனால் நிறைய செயற்கை உர கம்பனிகளின் எதிர்ப்பையும் அந்த கம்பனி முதலாளிகளின் பகையையும் மெடல் போல வாங்கி குவித்துள்ளார். எனினும் அவர் எதைபற்றியும் கவலைப்பட்டதில்லை. எத்தனை எதிர்ப்பு வந்தாலும் தன் பணியில் விடாப்பிடியாய் இருந்ததால் தான் இத்தனை உயரத்திற்கு வந்துள்ளார். எத்தனை உயரத்துக்கு வந்தாலும் அதை நினைத்து அவர் பெருமைப்பட்டதே இல்லை. அவரது பெருமை, கர்வம் எல்லாம் அவரது ஐந்து பிள்ளைகள் தான். ஆம் தம்பி பிள்ளையும் தன் பிள்ளை என்றே நினைப்பவர். அவர்களின் வீட்டிற்கு நடுவில் வேண்டுமானால் ஒரு சுவர் இருக்கலாம். அவர்களின் மனங்களில் நூல் அளவுக்கு கூட இடைவெளி இல்லை. இவர்கள் மட்டுமல்ல இவர்களின் வீட்டுக்கு வந்த மகாலக்ஷிமிகளும் சகோதரிகள் தான். அதனால் தானோ என்னவோ இவர்களிடம்

எந்த பாகுபடும் இருந்ததில்லை.

ராமனும் ரமணனும் ஒருவரை ஒருவர் பார்த்து முழித்தனர். ரமணனும் இதை பற்றி பேசத்தான் காலையிலேயே கிளம்பி வந்திருந்தார். ராமகிருஷ்ணனிடம் இவ்வளவு நேரம் இதைத்தான் சொல்லிக்கொண்டிருந்தார்.

“ராமா தம்பிக்கிட்ட கொஞ்ச நாளைக்கு ஜாக்ரதையா இருக்கு சொல்லுப்பா” என்றார் ரமணன்.

“ஏன்ணே? என்ன ஆச்சி?” சற்று அதிர்ச்சியாய் கேட்டார் ராம்.

“நேத்து தம்பி அடிச்சி ஸ்டேஷன்ல ஒப்படச்ச ஆளு பெரிய இடம். வந்த ரெண்டு நிமிஷத்துல வக்கீல் வந்து கூப்ட்டு போயிட்டாராம். ஸ்டேஷன் எஸ்ஜ சொன்னாரு.... அதான் தம்பிய கொஞ்சம் யூனிஃபார்ம் போடுறவரைக்கும் எந்த வம்புக்கும் போகாம ரெஸ்ட் எடுக்க சொல்லுப்பா”

“சரிங்கன்னே நா பாத்துக்குறேன் இந்த விஷயம் அண்ணனுக்கு தெரியமா பாத்துக்கோங்க தெரிஞ்சா ரொம்ப பயப்படுவாரு.... அதோட அவருக்கு இருக்குற பிரஷர் இன்னும் அதிகமாய்டும்.”

“அதுனால தான் உன் கிட்ட வந்தேன் ராமா.” இப்படி இவர்கள் பேசிக்-கொண்டிருக்கும் போதுதான் கிருஷ்ணமூர்த்தி வந்துவிட்டார். அதனால் தான் கிருஷ்ணனுக்கு உண்மை தெரிந்திருக்குமோ என இருவரும் முழித்துக்கொண்டி-ருந்தனர். ஆனால் கிருஷ்ணன் அவரது அர்ச்சனையை நிறுத்தியபடில்லை.

இதற்கெல்லாம் காரணமானவனோ குளித்து முடித்துவிட்டு சஞ்சய்யின் சட்-டையை எடுத்து போட்டுக்கொண்டு, கிருஷ்ணமூர்த்தி வரும்போதே மெதுவாக மறைந்து மறைந்து மாடிக்கு சென்று அங்கிருந்து அடுத்த வீட்டிக்குள் படியிறங்கி சென்றான். இரு வீட்டிற்கும் ஒரே மாடிதான். வந்தவன் நேராய் கிச்சனுக்குள் சென்று சமையல் மேடையின் மீது அமர்ந்துகொண்டு

“ம்மா.... ஏலக்கா டீ...”

டீயை வெல்லம் போட்டு கலக்கிக்கொண்டே.... “டேய்... உங்கப்பா உன்ன தேடி அங்க வந்தாரு நீ இங்க இருக்க... உன்ன பாத்தாறா இல்லையா?”

“இல்ல. ஆமா இப்ப எதுக்கு இவ்ளோ காலைலேயே இவ்ளோ தடபுடலா சமைக்கிற...?”

“ம்ம்.... இன்னைக்கு உங்க பெரிய அத்தையும் பாட்டியும் வராங்க, அதான்.”

“அதுக்கு ஏன் உனக்கு மூஞ்சி மூணார் வரைக்கும் போகுது.”

“போகதா பின்ன உங்கத்தை எதுக்கு வராங்க தெரியுமா?”

“எதுக்காம்?”

“சாலிகாவ நம்ம குடும்பத்துல சம்பந்தம் பேச...”

“யாருக்கு?... எனக்கா? சஞ்சய்க்கா?” ரொம்ப சாதாரணமாய் டீயை ருசித்-துக்கொண்டே கேட்டான்.

“அது தெரில வந்தா தான் தெரியும்”

“ம்ம்ம்...”

“என்னடா ம்ம் னு சொல்ற... அப்போ உனக்கு சாலிகா ஓகேவா?”

“அவளுக்கென்ன பாக்க நல்லா அழகா தான இருப்பா... நல்ல பொண்ணு வேற... என்ன வாயி தான் கொஞ்சம் அதிகம்... எந்நேரமும் தின்னுக்கிட்டே இருப்பா... பரவால்ல நா அட்ஜஸ்ட் பண்ணிக்கிறேன் எனக்கு ஓகே... அத்தை உன்கிட்ட கேட்டா யோசிக்காம சரின்னு சொல்லிடுமா....”

“டேய்.... அவ உண்ணாவிட மூனு மாசம் பெரியவ டா”

“இருந்துட்டு போகட்டுமா மூனு மாசம் தான?”

“எதே.... அதெல்லாம் முடியாது... நா இதுக்கு சம்மதிக்க மாட்டேன். என் பையனுக்கு பொண்டாட்டியா வரபோறவ அவனவிட வயசுல பெரிய பொண்ணா?.... முடியாது முடியாது”

“இதப்பாரா.... உண்மைய சொல்லு உனக்கு சாலிகாவும் பிரச்சன இல்ல அவ வயசும் பிரச்சன இல்ல... பிரச்சனயெல்லாம் தமயந்தி அத்தைதான...”

“ஆமடா அதுக்கென்ன இப்ப... இந்த வீட்ட விட்டு போனாலும் இங்க உங்க அத்த ராஜியம் தான். எங்க பேச்சால்லாம் யாரு கேக்குறா? நானும் என் தங்-கச்சியும் ஒப்புக்கு தான இங்க இருக்கோம். பொறந்த வீட்டுளையும் மதிப்பில்ல புகுந்த வீட்டுளையும் மரியாதையில்ல”

‘அய்யோ தெரியாத்தனமா இந்த டாபிக்க ஆரமிச்சிட்டேனே’ என நினைத்-தவன்

“சரி சரி சாரி சகி காலைலே மூட்ஆஃப் ஆகாத... என் செல்லமால... (அவன் அம்மாவை கொஞ்சிக்கொண்டே வாசலைப்பார்க்க கிருஷ்ணா வந்து-கொண்டிருந்தார்) அய்யய்யோ...”

“என்ன ஆச்சி?”

“உங்க காதல் கணவர் கடுப்புடன் வருகிறார். நா கெளம்புறேன்... வீட்டுக்கு வர நைட் ஆகிடும் நானும் சுமோவும் வெளில போறோம். ஃபோன் எங்கேஜ்டா தான் இருக்கும் ட்ரை பண்ணி டைம் வேஸ்ட் பண்ணாதீங்க... நைட் வழக்கம் போல வீட்டுக்கு வந்துடுவேன் மறக்காம நைட் சாப்பாடு எடுத்து வைம்மா... டாட்டா”

“சரிடா என்ன பண்ணாலும் எங்க இருந்தாலும் ஒரு ஃபோன் பண்ணி சொல்லிடு சரியா?”

“ட்ரை பண்றேன் ம்மா”

அவன் அங்கிருந்து தெறித்து ஓடினான்.

“டேய்... இந்த டீய முழுசா குடிச்சிட்டு போடா... அதுக்குள்ள போயிட்-டானா?”

‘என்ன குழாயடி சண்ட மாதிரி இவ்ளோ சத்தம் கேக்குது. இந்தா வரேன்... இவளுங்களா....’

சகுந்தலா யார தேடி போறாங்க... ஓ.... இவங்களா? அங்க அடிச்சி முடிய பிச்சி சண்ட போட்டுகிட்டு இருக்காங்களே.. அவங்க தான் சஞ்சய்யின் இரட்டை சகோதரிகள். வானிஷா!, மோனிஷா!. இப்போதான் பிஎஸ்சி கம்ப்யூட்-டர் சயின்ஸ் செகண்ட் இயர் படிக்குறாங்க. எப்போதும் இவங்களுக்குள்ள சண்ட தான். இப்ப எதுக்காக அடிச்சிக்கிறாங்க தெரில. அது எதுக்கு நமக்கு அக்கா தங்கசிங்களுக்குள்ள ஆயிரம் இருக்கும் கொறஞ்சது ஐநூறாவது இருக்கும்.

“அம்மா...... என் பேக்ல 1000 ரூபா வச்சிருந்தேன். இப்ப 500 தான் இருக்கு. கேட்டா நா எடுக்கலன்னு பொய் சொல்றா இந்த மோகினி” கத்தினாள் வானிஷா.

“ம்மா சத்தியமா நா எடுக்கல எல்லாதுக்கும் சும்மா சும்மா என்னையே சந்-தேகப்படுறா இந்த நாகினி” பதிலுக்கு சண்டைக்கு நின்றாள் மோனிஷா.

அட கொடுமையே... சண்டையே 1000, 500னால தானா? சிறப்பு... சரி வாங்க வேடிக்கை பாப்போம்.

“பொய் சொல்லாத நேத்து நீ தானடி என் பேக் எடுத்து ஆராஞ்சிக்கிட்டு இருந்த?”

“எது.... அது என் பேக் டி நாகினி உன் முண்ட கண்ண நல்ல தொறந்து பாரு”

“ஏன்டி ஆளு தான் பாக்க ரெண்டுபேரும் ஒரே மாதிரி இருக்கீங்க வாங்குற பொருள் கூட ஒரே மாதிரி தான் வாங்குவிங்களா?” என கூறிக்கொண்டே வந்-தார் சகி.

“அது தான் டிவின்ஸ் கோல் மம்மி தெரியாதா?” என்றாள் மோனி

“அதெல்லாம் எனக்கு தெரியாது எனக்கு என் 500 ரூபா வந்தே ஆகணும். மரியாதையா குடுடி”

“நா எடுக்கலடி... வீணா என்ன கொலகாரி ஆக்காத”

“உங்களோட இதே ரோதனையா போச்சி டி... இப்ப என்ன 500 ரூபா தான நா குடுக்குறேன். ரெண்டுபேரும் சண்டைய நிறுத்திட்டு காலேஜ் கௌம்-புங்க டி...” ஒருவழியாக சண்டையை முடித்தார் சகுந்தலா.

அவர்கள் இருவரும் கட்டைவிரலை உயர்த்தி தலையசைத்துக் கொண்டனர்.

அடிப்பாவிகளா எல்லாம் பிளானா.... ரொம்ப டேஞ்சரான பொண்ணுங்களா இருப்பாங்க போல மக்களே... சரி வாங்க இங்க என்ன நடக்குது பாப்போம்.

கோவமாக வந்த கிருஷ்ணா

"என்ன சகி உன் பையன் என்கிட்ட கண்ணம்பூச்சி ஆடுறானா? இங்க வந்தா அங்க போறான். அங்க போனா இங்க வரான்."

"அதான்... தெரிதில்ல அப்றம் ஏன் இப்டி வீணா கேள்வி வேற கேக்குறீங்க?"

"என்னடி என்னைய பாத்தா உனக்கும் உன் மகனுக்கும் நக்கலா இருக்கா? வேணும்னே அலைய வைக்கிறீங்களா?"

"நடந்தா சுகர் கொறையும் தப்பில்ல. உங்களுக்கு கம்பனி போக டைம் ஆகலயா? சீக்கிரம் போயி கௌம்புங்க"

அவரின் பதிலை எதிர்ப் பார்க்காமல் அங்கேயும் இங்கையும் நடந்துகொண்டே இருந்தார் சகுந்தலா.

பொறுத்து பொறுத்து பார்த்தவர் "நைட் வீட்டுக்கு வருவான்ல... என் கண்ணுல படாம இன்னும் எத்தன நாளைக்கு இப்டியே இருக்கான் உன் உத்தம புத்திரன்னு நா பாக்குறேன்"

"பாருங்க பாருங்க... அவன் எது பண்ணாலும் உங்க கண்ணுக்கு மட்டும் கொறையா தான் இருக்கும். நல்லது பண்ணாலும் தப்பா தான் தெரியும்"

"ஏன்டி அவன் தப்பு பண்ணான்னு நா எப்ப சொன்னேன். நம்ம புள்ள நமக்கு முக்கியம் இல்லயா? நேத்து இவன் அடிச்சது எம்எல்ஏ பையன... அந்தாலு ஃபோன் பண்ணி உன் புள்ள உயிரோட இருக்கணுமா வேணாமா? டிரைன்னிங்க் மட்டும் தான பாஸ் பண்ணான். இன்னும் போஸ்டிங் போடலல்ல.... நா நெனச்சா உன் பையன எண்ணவேன பண்ண முடியும் தெரியும்ல? உன் பையன் என் பையன் மேல கையவச்சி ரொம்ப பெரிய தப்பு பண்ணிட்டான். ஊருக்குள்ள உனக்குன்னு கொஞ்சம் செல்வாக்கு இருக்கறதுனால பிரச்சன வேணான்னு பாக்குறேன் இல்ல அவன உயிரோட பொதச்சிடுவேன். சொல்லிவைன்னு மெராட்டுறான். இப்ப தான் ஒரு கண்டத்துல இருந்து தப்பிச்சி வந்திருக்கான். அதுக்குள்ள தேவையில்லாம இன்னொரு பிரச்சனையா? இதெல்லாம் நமக்கு தேவையா?"

சகுந்தலா அதிர்ச்சியாய் கேட்டுக்கொண்டிருக்க, இதைவிட அதிர்ச்சியான ஒரு தகவலோடு உள்ளே நுழந்தனர்... ரமணனும் ராமமூர்த்தியும்

"கிருஷ்ணா நியூஸ் கேள்விப்பட்டியா?" பதட்டமாய் கேட்டுக்கொண்டே வந்தார் ரமணன்.

“இல்லடா ஏன்? என்ன ஆச்சி?” அதே பதட்டம் கிருஷ்ண மூர்த்தியையும் தொற்றிக்கொண்டது.

“எம்எல்ஏ பையன யாரோ அவங்க வீட்டு தோட்டத்துல உயிரோட பொதச்-சிருக்காங்கலாம் அண்ணா” பதில் கூறினார் ராம்.

“என்னது....?” அனைவரும் அதிர்ச்சியில் திகைத்து நின்றனர்.

“யார் பண்ணது? எப்டி நடந்துச்சாம்? எப்போ நடந்துச்சாம்?” பயத்திலும் அதிர்ச்சியிலும் கேள்விகளை அடுக்கினார் கிருஷ்ணா.

“தெரில கிஷ்ணா நேத்து நைட் நடந்திருக்கு காலைல எம்எல்ஏவுக்கு ஒரு மெசேஜ் வந்துச்சாம் வீட்டு தோட்டத்த தோண்டி பாக்க சொல்லி அப்றம் தான் அவங்களுக்கே விவரம் தெரிஞ்சிருக்கு. டாக்டர் வரவச்சி செக் பண்ணதுல.. அவன் இறந்துட்டான்னு தெரிஞ்சிருக்கு. எதுக்கும் நீங்க கொஞ்சம் ஜாக்ரதையா இருங்க... நா போயி அங்க என்ன நிலவரம்னு பாக்குறேன். தம்பிய வீட்டவிட்டு எங்கையும் போகாம பாத்துக்கோங்க” என் கூறிக் கொண்டிருந்தார் ரமணன்.

“அண்ணி அவன் இங்க தான இருக்கான்.” சந்தேகமாய் கேட்டார் ராம்.

“இல்ல தம்பி இப்ப தான் சுமோ கூட வெளில போறேன்னு போனான்.” பயத்துடன் கூறினார் சகுந்தலா.

கிருஷ்ணமூர்த்தி சகுந்தலாவை முறைக்க, ரமணனுக்கு ஃபோன் வந்தது. பேசி முடித்தவர்... ராமமூர்த்தியை பார்த்து

“எம்எல்ஏ பக்தவச்சலம் தம்பி பேர்ல தான் கம்ப்ளைண்ட் குடுத்திருக்காறாம். நா நேர்ல போயி என்ன விவரம்னு பாத்துட்டு பேசுறேன். அதுவரைக்கும் எல்-லாரும் பத்திரமா இருங்க... பசங்கள கூட காலேஜ் அனுப்ப வேண்டாம். நா கெளம்புறேன்.”

ரமணன் கிளம்பிவிட்டிருந்தார்.

அத்தியாயம் 2

எம்எல்ஏ பக்தவச்சலம் வீடு,

தெரு முனையிலிருந்தே கூட்டம் அலை மோதியது. கட்சி தொண்டர்கள் கத்தி ஆர்ப்பாட்டம் செய்தார்கள். ஏகப்பட்ட போலீஸ் குவிக்கப்பட்டிருந்தது. தமிழ் நாட்டின் ஒட்டுமொத்த மீடியா கூட்டமும் அங்கு தான் இருந்தது. அது மட்டுமில்லாமல் அரசியல் பிரமுகர்கள், தொழிலதிபர்கள் என பக்தவச்சலத்துக்கு தெரிந்த முக்கிய புள்ளிகள் அனைவரும் வந்திருந்தனர்.

அடேங்கப்பா... இந்த கூட்டத்தை விளக்கிக்கிட்டு உள்ள போறது ரொம்ப சிரமம் போல சம்பவம் நடந்ததென்னவோ எம்எல்ஏ வீட்டு தோட்டத்துல தான?... வாங்க நாம இந்த பங்களாவ சுத்திக்கிட்டு அப்டிக்கா பின்னாடி போவோம். ஆத்தாடி எவ்ளோ பெரிய காம்போண்ட் சுவரு... இந்தாருங்க நா மட்டும் மேல ஏறி என்ன நடக்குதுன்னு பாத்துட்டு சொல்றேன். அவசரப்பட்டு மேல ஏறுறேன்னு யாராச்சும் கீழ விழுந்து கைய கால ஒடச்சிக்கிட்டா நா பொறுப்பில்ல அம்புட்டு தான் சொல்லுவேன்.

தோட்டம் முழுவதும் கூட்டம். கட்சிக் கரைவேட்டிகளுக்கு நடுவில் காக்கிச்சட்டைகளும் காக்கிச்சட்டைகளுக்கு நடுவில் கமிஷனரும் இருந்தனர். கமிஷனரிடம் புதிதாக பணியமர்த்தப்பட்ட ஒரு எஸ்ஐ பேசிக்கொண்டிருந்தார்.

"சர் இப்பவரைக்கு விசாரிச்சதுல.... காலைல மிஸ்டர் பக்தவச்சலம் எந்திரிக்கும் போது அவருக்கு ஒரு பிரைவேட் நம்பர்ல இருந்து கால் வந்திருக்கு. அதுல ஒரு வயசான பெரியவர் பேசினதா சொல்றாங்க. அந்த பெரியவர் எம்எல்ஏவுக்கு ஏதோ சர்ப்ரைஸ் குடுக்குறதா சொல்லி தோட்டத்தை தோண்டி பாக்க சொல்லியிருக்காரு. தோண்டின பிறகு தான் இங்க இருந்தவங்களுக்கு விஷயம் தெரிஞ்சிருக்கு. அவங்க அந்த நம்பருக்கு திரும்ப முயற்சி பண்ணியிருக்காங்க... 'இது தான் ஆரம்பம்'ன்னு சொல்லிட்டு அந்த பெரியவர் சத்தமா சிரிச்சதா சொல்றாங்க" தான் விசாரித்த தகவலை கூறினார் அந்த எஸ்ஐ.

“அது யாரோட நம்பர்? என்ன எதுன்னு விசாரிச்சிங்களா?” கேள்வி எழுப்பினர் ரமணன்.

“இல்ல சர்.... பிகாஸ்... அவரோட ஃபோன்ல கால் வந்ததுக்கான எந்த ரிஜிஸ்டரும் இல்ல... நேத்து நைட் எம்எல்ஏ கட்சி தொண்டர் ஒருத்தர் கிட்ட பேசினது தான் கடைசி பதிவா இருக்கு. அவரால இத நம்பவே முடியலன்னு சொல்றாரு... அங்க இருந்த எல்லாரும் கால் வந்ததையும் அந்த முதியவர் பேசினதையும் உண்மைன்னு சொல்றாங்க”

“இது எப்டி சாத்தியம் ஒருவேல கால் பண்ணவன். எம்எல்ஏவோட போனை ஹாக் பண்ணி கால் ரிஜிஸ்டர எரேஸ் பண்ணிருக்கலாம்ல? லோக்கல் ஹாக்கெர்ஸ் யாராச்சும் வச்சி ட்ரை பண்ணிருக்கலாம் அந்த கோணத்துல கொஞ்சம் செக் பண்ணுங்க”

“அதையும் செக் பண்ணிட்டோம் சர்... அவங்க கால் வந்ததா சொன்ன நேரத்துக்கு அவரோட ஃபோன்ல எந்த ஒரு சாஃப்ட்வேர்ரும் ஆக்டிவ்வா இல்லன்னு நம்ம டீம் சொல்றாங்க... அது மட்டும் இல்லாம டாக்டர் சொல்றது இன்னும் வித்யாசமா இருக்கு”

“அப்டி என்ன சொல்றாரு டாக்டர்?”

“இது ஒரு கொலைன்னு நம்ப முடியாத அளவுக்கு மர்மமா இருக்காம் சார்”

“சரி அந்த டாக்டர வர சொல்லுங்க.. அதோட தாங்க் யூ சோ மச் மிஸ்டர் வெற்றி, நா வரவரைக்கும் வெயிட் பண்ணாம எல்லாத்தையும் சரியா கைட் பண்ணதுக்கு. அப்றம் இன்னைக்கு தான உங்களுக்கு முதல் நாள். வாழ்த்துக்கள்”

“தாங்க் யூ சோ மச் சர்” புன்னையுடன் வாழ்த்தை பெற்றுக்கொண்டார் எஸ்ஐ வெற்றி.

சிறிது நேரத்தில் மருத்துவர் வந்துவிட...

“இது கொலை இல்லன்னு எப்டி சொல்றீங்க டாக்டர்? உயிரோட தான் புதைக்கப் பட்டதுன்னு எத வச்சி சொல்றீங்க? கொல பண்ணி கூட புதைச்சிருக்கலாம்ல?” தனது சந்தேகத்தை முன் வைத்தார் ரமணன்.

“இல்ல சர் நா இது கொல இல்லன்னு சொல்லல... என்னோட யூகத்தை வச்சி கொலையா இருக்க சான்ஸ் இல்லன்னு தான் சொல்றேன். பிகாஸ் உயிர் போன நேரத்தையும் அவர் உடம்புல இருக்குற அடையாளங்கள் கீறல்களையும் வச்சுப்பாத்தா அவர யாருமே அடிக்கல துன்புறுத்தல.... இவ்ளோ ஏன் சின்ன கீறல் கூட இல்ல. அது மட்டுமில்லாம அவரோட உடம்புல எங்கையுமே கைரேகைகள் கூட கிடைக்கல... அவரு மூச்சி திணறி தான் இறந்திருக்காரு. அதுவும் புதைச்ச பிறகு ஏன்னா? அவரோட சுவாச குழாயில மண் துகள்கள் போயி அடச்சிக்கிட்டு இருந்துது... இன்னும் பரிசோதனைகள் போயிக்கிட்டு

தான் இருக்கு அவரோட உடம்பை முழுமையா உடற்கூறு ஆய்வு செஞ்சா தான் எங்களால உறுதியான ரிபோர்ட் சொல்ல முடியும் கமிஷ்னர் சர்'' என விளக்கினார் டாக்டர்.

“ஓகே டாக்டர் நீங்க மேற்கொண்டு ஆக வேண்டிய ஃபார்மாலிட்டிஸ்லாம் பாருங்க”

இறந்தவனின் உடல் உடற்கூறு ஆய்வுக்காக மருத்துவமனை கொண்டு செல்லப்பட்டது. இந்த கொலையை செய்தது யார்? கொலைக்கான நோக்கம் என்ன? எப்படி கொலை நடந்தது? டாக்டர் சொன்ன தகவலின் படி யோசித்தால் இது கொலையா இல்லையா? என்பதற்கான விடைகளாக ஏதேனும் தடயங்கள் கிடைக்கிறதா என தேடிக்கொண்டிருந்தனர் சில காவல் துறையினர். சில காவல்துறை அதிகாரிகள் அங்கு இருந்த இரவு பணியாளர்களையும் மற்றவர்களையும் விசாரித்துக்கொண்டிருந்தனர். ஒருவரும் அந்த எம்எல்ஏவின் தவ புதல்வன் அர்த்தராத்திரியில் வெளியில் வருவதை பார்க்கவில்லை என கூறினர்.

அந்த கேடுகெட்டவனை பெற்றவள் ஒருபக்கம் கதறி அழுதுகொண்டிருக்க... இன்னொரு பக்கம் எம்எல்ஏ பக்தவச்சலம் கொதித்துக்கொண்டிருந்தார். எஸ்ஐ வெற்றியிடம் காலையிலிருந்து வாக்கு வாதத்தில் ஈடுபட்டுக்கொண்டிருந்தார் அந்த தானே தலைவர்.

“இந்த கொலைய பண்ணது யாருன்னு எனக்கு தெரியும்.... கூப்டுங்க அந்த உரம் கம்பனி ஓனர.... நா காலையிலேருந்து சொல்றேன் அந்த மூர்த்தி மகன்தான் என் புள்ளையோட சாவுக்கு முழுக்க முழுக்க காரணம்”

“சர்.... கொலகாரன் யாருன்னு நாங்க தேடிக்கிட்டு இருக்கோம் இங்க விசாரணை போயிக்கிட்டு இருக்கு. ஆதாரத்தோட உண்மை என்னனு நாங்க கண்புடிச்சி சொல்றோம் அது வர கொஞ்சம் பொறுமையா இருங்க... கோவத்துல நீங்களே ஒரு முடிவுக்கு வராதீங்க நீங்க சொல்ற மாதிரி அவங்க தான் கொலகாரங்கனா.... அத நாங்க கண்டுபிடிப்போம்.” என எடுத்துரைத்தார் எஸ்ஐ.

“டேய்.... எஸ்ஐ... யார பாத்து பொறுமையா இருக்க சொல்ற செத்தது என் புள்ள. உன் புள்ள இல்ல.... ஒருத்தன்.... எம்எல்ஏ பையென்னு கூட பாக்காம நடு ரோட்டுல வச்சி அடிச்சி ஸ்டேஷன் இழுத்துட்டு போயிருக்கான். அத கேக்க வக்கில்ல... இன்னைக்கு என் புள்ள செத்ததுக்கப்றம் வந்துருக்கீங்களா? உங்க வெளக்கத்த எவன்டா கேட்டான் வெண்ண.... இத எப்டி டீல் பண்ணனும்ன்னு எனக்கு தெரியும். நீங்க பொத்திக்கிட்டு உங்க வேலைய பாருங்க. வந்துட்டான் சொல்றதுக்கு...

நேத்து அந்த கிருஷ்ணமூர்த்திக்கு ஃபோன் பண்ணி மெரட்டுனதுக்கு... அப்பனும் மகனும் சேந்து என் புள்ளைய ஆள் வச்சி கடத்தி என் வீட்டு தோட்டதுலே புதைச்சிருக்கானுங்க... கொலகாரன் யாருன்னு தெரிஞ்சும் இங்க வந்து

விசாரிக்கிறமாதிரி நாடகம் போடுறீங்களா? என் பையனோட இறுதி சடங்கு முடியறதுக்கு முன்னாடி அந்த கிருஷ்ணமூர்த்தி மகனோட ஈமச்சடங்க நா பாக்கணும்டா.... வண்டிய எடுங்கடா.... அந்த பய எங்க இருந்தாலும் இன்னும் பத்து நிமிஷத்துல என் கண்ணுமுன்னாடி நிக்கணும் அவன அவன் அப்பன் முன்னாடியே என் கையால கொல்லனும் போங்கடா'' என கொந்தளித்தார் எம்எல்ஏ.

பக்தவச்சலம் தனது ஆட்களுக்கு கட்டளையிட்டு அனுப்ப, கமிஷ்னர்... வேகமாய் வந்து எம்எல்ஏவை தடுக்க முயற்சி செய்தார்.

“சார்... நீங்க ஆத்திரத்துல தப்பு பண்றீங்க.... தப்பு பண்ணாதவங்கள தண்டிக்கிறது சட்டப்படி குற்றம். நீங்க இப்டி செஞ்சிங்கனா நா உங்க மேல நடவடிக்க எடுக்க வேண்டி வரும்'' அமைதியாக எச்சரித்தார் ரமணன்.

“ஓ.... உன் தோஸ்தோட பையன காப்பாத்த சட்டம் பேசுறியா.... நீ என்னை என்ன வேணா பண்ணிக்கோ ஆனா இன்னைக்கு அவன் பொனத்த நீ பாக்குறது உறுதி. முடிஞ்சா உன் போலீஸ் பவர் வச்சி அவன காப்பதிக்க'' என சவடால் பேசினார் எம்எல்ஏ.

இனி பேசி பலனில்லை என்று நினைத்த ரமணன், கிருஷ்ணமூர்த்திக்கு ஃபோன் செய்து தகவல் தெரிவிட்டுவிட்டு இன்னும் சில காக்கிச்சட்டைகளை வரவைத்து மூன்று குழுவாக பிரித்து ஒரு குழுவை கிருஷ்ணாமூர்த்தியின் இல்லத்திற் பாதுகாப்பிற்கும், ஒரு குழுவை கொலைகாரனை கண்டுபிடிக்கவும், இன்னொரு குழுவை மிஸ்டர் மூர்த்தியின் மகனை தேடி பாதுகாப்பாய் அழைத்து வருமாறும் ஆணையிட்டார்.

கிருஷ்ணமூர்த்தியின் வீடு,

“அண்ணே என்னண்ணே இது.. இங்க என்ன நடக்குது. ரமணா அண்ணா இப்டி சொல்றாரு நாம என்ன பண்ணோம். அந்த எம்எல்ஏவுக்கு மூள எதுவும் கொழம்பிடுச்சா.... அவன் பையன யாரோ கொன்னதுக்கு நாமளும் நம்ம புள்ளையும் எப்டி பொறுப்பாக முடியும்.'' கோபத்திலும் இயலாமையிலும் பொறுமினார் ராமமூர்த்தி.

“அதான எம்புள்ள ஒன்னும் கொல பண்ற அளவுக்கு தப்பானவன் இல்ல. இவ்ளோ ஏன் நேத்து அவரு தானா ஃபோன் பண்ணி மெரட்டுனாரு... நாமளா மெரட்டுனோம். அவரு பேசுறது சுத்த முட்டாள் தனமா இருக்கு.அந்தாளு பேசுன பேச்சிக்கு நியாயமா நாம தான் அந்தாளு மேல கேசு குடுக்கணும். என் புள்ளைக்கு எதுனா ஆகட்டும் அப்றம் இருக்கு அந்த எம்எல்ஏவுக்கு. தப்ப தட்டிக்கேட்டது குத்தமா... அவங்களுக்கு ஒழுங்கா புள்ள வளக்க தெரியல... அதுக்கு என் புள்ள என்ன பண்ணுவான். எம்எல்ஏனா என்ன வேணா பண்ணிடலாம்முன்னு நெனப்பா?'' என சகுந்தலா இன்னும் பேசிக்கொண்டே போக... இல்லை இல்லை திட்டியபடி புலம்பிக்கொண்டே போக...

“ஏய்.... வாய மூடுடி... பெத்த புள்ளைய அடக்கி வளக்க துப்பில்ல... நியாயம் பேசுறா.... (அவர் கத்தின கத்தில் சகுந்தலா வாயை மூடிக்கொள்ள) மதி நேத்து நைட் தொறை எந்த நேரத்துக்கு வீட்டுக்கு வந்தாரு?” என மூக்கு விடைக்க கேட்டார் கிருஷ்ணா.

“மணி என்னனு சரியா பாக்கல மாமா.. ஒரு பத்து பத்தர இருக்கும் நா தான் சாப்பாடு போட்டு சாப்ட வச்சேன்... அவன் துங்க போறவரைக்கும் என்கிட்ட தான் பேசிட்டு இருந்தான்.” பதட்டமாய் கூறினார் அந்திமதி.

“சரி சார் எங்க போறன்னாச்சும் சொல்லிட்டு போனாறா?” சற்று நிதானமாக கிருஷ்ணா.

தலையை குனிந்துகொண்டு மெல்லிய குரலில் “இல்லைங்க... அது... அவன் சுமோ கூட எங்கையோ...” தயங்கியபடி சகுந்தலா இழுக்க...

அவர் திரும்பி சங்குந்தலாவை முறைக்க... அவர் மதியின் பின் மறைந்தார். கிருஷ்ணமூர்த்தி சஞ்சய்க்கு ஃபோன் போட்டு நடந்ததை சொல்ல,

“நானும் கேள்வி பட்டேன் பெரிப்பா... எனக்கு தெரிஞ்ச டாக்டர் தான் போஸ்ட்மோர்டம் பண்றாரு என்ன ஏதுன்னு நா பாக்குறேன் நீங்க கவலப்படாதீங்க... பத்ராமா இருங்க அவன் எங்க இருப்பான்னு எனக்கு தெரியும் நா பாத்துக்குறேன்.”

ஒரு பக்கம் எம்எல்ஏவின் அல்லக்கைகளும் மறுபக்கம் கமிஷ்னரின் காகிச்சட்டை காவலர்களும் வலை வீசி தேடிக்கொண்டிருக்க.... இது போதாதென்று சஞ்சய்யும் தன்பங்கிற்கு தம்பியை தேடிச் சென்றான். இது எதுவுமே தெரியாமல் அவனோ ஊருக்கு இருபது கிலோமீட்டருக்கு வெளியில் இருக்கும் பீச் ஹவுஸ்ஸில், தனது நண்பன் சுமோவுடன் சேர்ந்து ஒரு முக்கியமான நபருடன் மீட்டிங்கில் இருந்தான்.

அந்த பெரிய ஹாலின் நடுவில் சிறிய டேபிள் இருக்க, அதன் ஒரு பக்கத்தில் ஒரு குஷன் ஷோபாவை போட்டு அதில் நன்றாக சாய்ந்து, ஒரு காலைத் தூக்கி கைப்பிடியில் தொங்க விட்டு ஆட்டிக்கொண்டே ஒற்றை புருவம் உயர்த்தி முகவாயில் கைவைத்து சீரியஸ்ஸாக தனக்கு எதிரில் இருப்பவனை முறைத்துக்கொண்டிருந்தான் மூர்த்தியின் முத்துப்பிள்ளை.

அவனுக்கு எதிரில் அமர்ந்திருந்தவனோ தன் பெரிய முட்டை வடிவக் கண்ணாடியை சரிசெய்துக்கொண்டே, இவனையும் ஒரு பார்வைப் பார்த்துவிட்டு பலத்த யோசனையில் இருந்தான். இவர்கள் இப்படி எதிரும் புதிருமாக அமர்ந்திருக்க...

இவர்களை கொஞ்சமும் மதிக்காமல் அந்த வீட்டின் சுவர்களையும் சுற்றுப்புறத்தையும் சுற்றிப் பார்த்துக் கொண்டிருந்தான் சுமோ.

சுமோ,

மொதல்ல இவனோட பெயர் காரணம் தெரிஞ்சிப்போம். இவனோட உண்மையான பேரு சுகந்தன். இவங்கிட்ட எந்த வேலைய குடுத்தாலும் ரொம்ப ஸ்லோவா தான் செய்வான். அதனால இவனோட ஃபிரண்ட்ஸ் எல்லாரும் இவன ஸ்லோ மோஷன் சுகந்தன்னு கூப்பிட ஆரமிச்சாங்க... அந்த பேரு மருவி சுமோ சுகந்தனா உலகமெல்லாம் இல்ல ஊரெல்லாம் அறியப்பட்டதாகவும், பின்னாளில் இந்த பெயரும் அழைக்க மிகவும் சிரமமாக இருந்த காரணத்தால் அவனது திருநாமத்தில் இருந்த சுகந்தனை கத்தரிக்கோலால் கட் செய்துவிட்டு சுமோ என்று உலகறிய மன்னிக்கவும் ஊரறிய பெயர் சுட்டுவிழா வைத்து சிறப்பித்ததாகவும் இவனது நட்பு வட்டாரங்கள் தெரிவித்தன. இதெல்லாம் ஒரு பேரு இதுக்கொரு பெயர்க்காரணம். சரி அதவிடுங்க... நம்ம சகுந்தலா பெத்த சாணக்கியனோட ஒன் ஆஃப் தி க்ரைம் பார்ட்னர் இவன் தான். சொந்தமா ஒரு கவுன்சிலிங் சென்டர் வச்சிருக்கான். தற்கொலை முயற்சி செய்றவங்க.. தன் வாழ்க்கைய தவறான வழில கொண்டு போற எல்லாரையும் சரியான ஆலோசனை மூலம் உண்மையான வாழ்க்கைக்கான அர்த்தத்தை புரியவச்சி அவங்களுக்கான அழகான வாழ்க்கைய வாழ வழிசெய்ற உன்னதமான வேலைய செஞ்சிக்கிட்டு இருக்கான். அது மட்டும் இல்லாம இயற்கையின் இசையை அதாவது அலைகளின் ஒலி, பறவைகளின் ஓசை, வண்டுகளின் ரீங்காரம், காய்ந்த சருகுகளின் சத்தம், குருவி, அருவி, நீரோடை, காற்றுன்னு ஒன்னுத்த விடாம எல்லாத்தோட சத்தத்தையும் பதிவு செஞ்சி இசையா உருவாக்கி மனப்போராட்டதுல இருக்கவங்களுக்கு மனநிலைமாற்றும் இயற்கை மருந்தா குடுத்துக்கிட்டு வரான். இதுக்காகவே இவனுங்க ரெண்டு பேரும் அடிக்கடி காடு மலைன்னு சவுண்ட் ரெகார்ட் பண்ண கிளம்பிடுவாங்க.

இது தான் சுகந்தன் பத்தின சுருக்கமான வரலாறு மத்த டீடெயில்ஸ்லாம் போறபோக்குல தெரிஞ்சிக்குவோம்.

இதுவரை அமைதியாக பொறுத்து பொறுத்து பார்த்தவன். பொறுமையிழந்து

“டேய்... வசி! இன்னும் எவ்ளோ நேரம்டா இப்டியே யோசிப்ப?”

“நீங்க இந்த கேம் வேணாம்னு சொல்றவரைக்கும்!”

“எதே... நா அப்டிலாம் சொல் மாட்டேன்”

“அப்டினா நா ஜெயிசிட்டேன்னு நீங்க ஒத்துக்குற வரைக்கும்”

“அதையும் நா பண்ண மாட்டேன்”

“அப்போ நானும் காயின மூவ் பண்ண மாட்டேன்”

“நா உன்ன கொன்றுவேன்”

“பரவால”

அது ஒன்னும்மில்லைங்க ரெண்டு பேரும் செஸ் விளையாடிக்கிட்டு இருக்காங்க. அதுக்கு தான் இவ்ளோ பில்ட் அப். வசிக்கு செக் மேட். அடுத்து

அவனுக்கு மூவ்வே இல்ல அதான் இப்ப என்ன பண்றதுன்னு இப்டி உக்காந்-துட்டு இருக்கான்.

“டேய்... இதெல்லாம் போங்கு... ஒழுங்கா விளையாடு இல்லனா அவ்ளோ தான்”

“முடியாது முடியாது... எனக்கு இந்த கேம் புடிக்கல நாம வேற விளையா-டலாம்.” அங்கிருந்த மொத்த செஸ் காயினையும் வாரி இரைத்தான்.

“அதென்னடா நீ ஜெயிக்கிற கேம் மட்டும் உனக்கு புடிக்கும். நா ஜெயிக்கிற மாதிரி இருந்த உனக்கு புடிக்காதா? உன்ன....”

இருவரும் சோபாவில் உருண்டு புரண்டு சண்டைப்போடுவது போல விளை-யாடிக்கொண்டிருக்க, இவர்களின் சேட்டையை திரும்பி பார்த்துவிட்டு பார்க்காதது போல மீண்டும் வேடிக்கைப் பார்த்துக்கொண்டிருந்தான் சுமோ.

“டேய்... சுமோ மனசாட்சி இல்லாதவனே நாங்க சண்ட போடுறோமே வந்து விளக்கி விடணும்னு தோணுதாடா உனக்கு”

“எதுக்கு? விளக்கிவிட வந்தவன வெளுத்து வாங்குறதுக்கா... போங்கடா டேய்... புது சட்ட அழுக்கான அம்மா திட்டும்.”

“அப்டிலாம் விட முடியாது அங்கிள்” வசி ஓடிச்சென்று அவன் கழுத்தை தாவிபிடித்து கீழே தள்ளி அங்கு ஷோபா மீது இருந்த தலாகணியால் அடிக்க அவன் ஓடுகிறேன் பேர்வழி தடுக்கி இவன் மீது விழ மூவரும் அடித்து பிடித்து விளையாடிக்கொண்டிருந்தனர்.

ஆருஷுக்கு எப்பொழுதெல்லாம் ஸ்மித்தியின் நினைவு வருகிறதோ அப்பொ-ழுதெல்லாம் வசியை பார்க்க வந்துவிடுவான். நாள் முழுக்க அவனுடன் தான் இருப்பான். வசி பத்து வயது சிறுவன். வசிக்கும் இவனுக்கும் என்ன சம்பந்தம் என்பதை கதை ஓட்டத்தில் தெரிந்துகொள்வோம்.

ஆமாங்க நம்ம ஹீரோ பேரு ஆருஷ்

தி ஃபர்ஸ்ட் ரே ஆஃப் தி சன் (The First Ray of the Sun) **சூரியனின் முதல் கதிர் -ஆருஷ்**

இங்கு இவன் இப்படி அரட்டை அடித்து ஆட்டம் போட்டுகிக்கொண்டிருக்க அங்கு இன்னும் அவர்கள் ஆளுக்கொரு பக்கம் தேடிக்கொண்டுதான் இருந்-தனர்.

அதற்குள் கமிஷ்னர் ரமணனுக்கு எம்எல்ஏ மகனின் கொலையில் ஒரு முக்-கிய ஆதாரமாக சிசிடிவி காட்சிகள் கிடைத்திருந்தது. அனைவரும் அந்தக் சிசிடிவி காட்சியை பார்த்து திகைத்தனர். ரமணன் கூட எதுவும் புரியாமல் குழம்-பிவிட்டார் என்றுதான் சொல்ல வேண்டும். ஏனெனில் அந்த சிசிடிவியில்

இரவு பதினொரு மணி முப்பத்தியாறு நிமிடங்கள் என காட்டியது அந்த சிசிடிவி. அந்த நேரம் எம்எல்ஏவின் மகன் மிக சாதாரணமாக நடந்து வந்து

சுற்றும் முற்றும் எதையோ தேடுகிறான் பின் அங்கிருந்த ஒரு மண்வெட்டி மற்றும் கடப்பாரையை எடுத்து வைத்துவிட்டு காலால் குத்து மதிப்பாக ஒரு கட்டம் வரைந்து அவனாகவே குழி தோண்ட ஆரம்பித்தான்.

இதனை பார்த்த பக்தவச்சலம் முதற்கொண்டு அனைவரும் குழப்பத்தில் இருக்க,

இன்னும் அவன் குழி தோண்டிக்கொண்டு தான் இருக்கிறான். ஒரு ஆளை புதைக்குமளவிற்கு பெரிய பள்ளமாக தோண்டிவிட்டு மூச்சிவாங்கி நின்றான். திடீரென என்ன நினைத்தானோ அந்த பள்ளத்திற்குள் இறங்கி படுத்துக்கொண்டு பள்ளத்திற்கு பக்கத்தில் இருந்த மண்ணை அள்ளி தன் மீது தானே போட்டுக்கொண்டான்.

அவன் தன்னை தானே புதைத்துக்கொள்வது பெற்றோருக்கு மட்டுமல்லாது பார்ப்பவர் அனைவருக்குமே பேரதிர்ச்சியாய் இருக்கிறது.

தன் வயிறு வரை தன்னை தானே புதைத்துக்கொண்டவன் அதற்கு மேல் மண்ணை அள்ளி போட முடியாமலும் அத்தனை தூரம் தனி ஆளாய் இத்தனையும் செய்ததால் வந்த உடற் சோர்வினாலும் அப்படியே.. கைகளை மடக்கி நெஞ்சில் வைத்துக்கொண்டு படுத்துக்கொண்டான்.

சிறிது நேரம் வரை அங்கு எந்த அசைவும் இல்லை. ரமணன், பக்தவச்சலம் முதற்கொண்டு அனைவரது முகத்திலும் ஒரு பெரிய ஆர்வம் இருந்தது அடுத்து என்ன நடக்கப் போகிறது என்று அத்தனை பேரும் விழி விலக்காமல் பார்க்க...

ஒரு பெரும் அமைதியில் திடீரென கேட்ட நாயின் குறைக்கும் சத்தம் வீடியோ பார்த்துக்கொண்டிருந்த அனைவரையும் கதிகலங்க வைத்தது. அந்த நாய் இரு முறை அவனையும் அந்த பள்ளத்தையும் சுற்றி சுற்றி குறைத்துவிட்டு பின் மேலிருந்த மண்ணை அவன் மீது தன் கால்களால் தள்ள ஆரமித்தது. சில நொடிகளில் அவனை மொத்தமாய் மூடியது. அவ்வளவு வேகத்தில் மண்ணை கால்களால் தள்ளியது.

நடப்பது கனவா நினைவா என ரமணனும் வெற்றியும் ஒருவர் முகத்தை ஒருவர் பார்த்துக்கொண்டனர். எம்எல்ஏவுக்கு பைத்தியம் பிடிப்பது போல இருந்தது.

அதக்குள் இந்த செய்தி ஊரெல்லாம் பரவ ஆரமித்தது. ஏதோ ஆமனுஷ்யம் தான் எம்எல்ஏவின் மகனை கொன்றது என்றும் அதற்கு சிசிடிவி காட்சிகள் தான் சாட்சி என்றும். இல்லையேல் இப்படி நடக்க வேறென்ன காரணமாய் இருக்கும்.

ரமணனும் வெற்றியும் இதனை வேறு கோணத்தில் யோசிக்க ஆரம்பித்தனர்

“சார்... எனக்கென்னவோ அவனை யாரோ ஹிப்நோடைஸ் பண்ணியிருக்காங்கனு தோணுது. நீங்க என்ன நெனைக்கிறீங்க?”

“எனக்கு அப்டி தெரியல வெற்றி அவன் ரொம்ப சாதாரணமா தான் நடந்து வரான். ஹிப்னோடைஸ் பண்ணவங்க எப்டி நடப்பங்கன்னு நமக்கு தெரியும். அது மட்டும் இல்லாம அந்த நாய் எங்க இருந்து வந்தது? யாரோட நாய் விசாரிங்க”

அப்போது அங்கு வந்த கான்ஸ்டபிள் “சர் இந்த ஏரியாவுல அந்த மாதிரி ஃபுல் ஒயிட்கலர்ல இவ்ளோ உயரமா எந்த நாயும் இல்லையாம் சர்... யாரும் இதுக்கு முன்னாடி இந்த நாய பாத்தது கூட இல்லன்னு சொல்றாங்க”

“சரி இந்த வீடியோ உண்மை தானா இல்ல உண்மையான வீடியோவ மாத்தி நம்மள ஏமாத்துறதுக்காக மாஃப் பண்ணிருக்கங்களா செக் பண்ணுங்க” என்றார் ரமணன்

“எஸ் சர்”

“எம்எல்ஏவுக்கு யார் யார் மேல சந்தேகம் இருக்குனு விசாரிச்சி வச்சிக்கோங்க.... அப்றம் இறந்து போன ரஞ்சித் ஓட ரீசண்ட் ஆக்டிவிடிஸ் பத்தி ஃபுல் ரெகார்ட் கலெக்ட் பண்ணிக்கோங்க.... அப்றம் டாக்டர் கிட்ட போஸ்ட்மர்டாம் ரிபோர்ட் வாங்கிட்டு நாளைக்கு வந்து என்ன பாருங்க”

“ஓகே சார்”

அந்தக் சிசிடிவி காட்சிகளை பார்த்த பிறகு எம்எல்ஏ முற்றிலுமாக குழம்பி போயிருந்தார். தனது மகன் இறப்பிற்கும் ஆருஷுக்கும் சம்பந்தமில்லை என்று தெரிந்த பிறகு அவரது மனம் மாறியது ஆருஷை தேட அனுப்பிய தனது ஆட்களை திரும்ப அழைத்துக்கொண்டார்.

இரவு பதினொரு மணி,

ஆருஷ் தனது வீட்டின் பின் பக்க சுவர் எகிறிகுதித்து, சஞ்சய்யின் அறைக்கு சென்றால் வீட்டில் இருப்பவர்களிடம் மாட்டிக்கொள்வோம் என்று அவனது அறையின் பக்கம் இருந்த பைப்பின் வழியாக ஏறி... பால்கனி கம்பியை பிடித்து வவ்வால் போல தொங்கி மிகவும் சிரம்மபட்டு ஒருவழியாக உள்ளே குதிக்கிறேன் பேர்வழி விழுந்து அய்யோ அம்மாவென எழுந்து லைட்டை போட... அப்படியே திகைத்து நின்றான்

ஆம் அவனது ஒட்டு மொத்த குடும்பமும் அங்கு தான் இருந்தது. ஒவ்வொருவரும் ஒவ்வொரு டிசைனில் முறைத்துக்கொண்டிருந்தனர். எல்லாரையும் விட அதீத கோவத்தில் மூக்கை விடைத்துக் கொண்டிருந்தது கிருஷ்ணமூர்த்தி தான்.

சகுந்தலாவும், அந்திமதியும் பாவமாய் நிற்க... ராமமூர்த்தி தன் அண்ணன் என்ன செய்ய போகிறாரோ என அண்ணனையே பார்த்துக்கொண்டிருந்தார். சஞ்சய் ‘இவன் அடங்க மாட்டான்’ என்பது போல முறைத்துக்கொண்டிருக்க... ஒருபக்கம் மோகினி பாப்கானுடனும் இன்னொரு பக்கம் நாகினி சப்பாத்தி தட்டுடன் ஏதோ படம் பார்ப்பது போல உக்கார்ந்திருந்தனர்.

இருக்கு இன்னைக்கு ஒரு சிறப்பான தரமான சம்பவம் இருக்கு.

அத்தியாயம் 3

திருடனுக்கு தேள் கொட்டியதுபோல ஆருஷ் அப்படியே முழித்துக்கொண்டு ஜன்னல் கர்டென் பின் சென்று பாதி ஒளிந்து நிற்க... சகுந்தலா தலையில் அடித்துக்கொண்டார். அவனை எரிப்பது போல முறைத்த கிருஷணன் தன் தம்பியை பார்க்க... அவர் பேச ஆரபித்தார்.

முகத்தை கோவமாக வைத்துக்கொண்டு ரொம்ப பாசமாக "கண்ணா காலைல இருந்து எங்கப்பா போன? உன்ன எங்கேயெல்லாம் தேடுறது? போற இடத்தையாச்சும் சொல்லிட்டு போகலாம்ல? ஃபோனை எதுக்கு ஸ்விட்ச் ஆஃப் பண்ண? ஏன்ப்பா இப்டி இருக்க?" என்றார் ராமன்.

அதட்டி கேக்க சொன்னா ஆட்டுக்குட்டிய கொஞ்சுறமாதிரி கொஞ்சிக்கிட்டிருக்காரே இந்த மனிசன் அந்த பக்கம் மீச வேற டென்ஷன் ஆகுது.

"ராமா நா என்ன பண்ண சொன்னேன் நீ என்ன பண்ணிக்கிட்டு இருக்க.... எல்லாம் நீங்க குடுக்குற எடம் தான். தோளுக்கு மேல வளந்த புள்ளையாச்சே எதுவும் கேக்கக்கூடாது. இன்னைக்கு தெரியும் நாளைக்கு தெரியும்ன்னு இருந்தா ரொம்ப எகத்தளமா போச்சி தொரைக்கு. போதா கொறைக்கு எல்லாரும் அவன தலைல தூக்கிவெச்சி ஆடிக்கிட்டு இருக்கீங்க? இங்க இருக்குற ஒருத்தர் பேச்சையாவது மதிக்குறானா? இல்ல என் பேச்சிக்குதான் மதிப்பு குடுக்குறானா? எல்லாம் அவன் இஷ்டம். போற இடத்தையும் சொல்றதில்ல செயிற வேலையையும் சொல்றதில்ல... இது தா வீட்டுக்கு வர வழியா? இவன் போலீஸ்சா திருடனா? பதினொரு மணி தான் வீட்டுக்கு வர நேரமா? எத்தனமுற தலையால அடிச்சிக்கிட்டேன். போலீஸ் வேல வேணா போலீஸ் வேல வேணான்னு... கிட்டதட்ட ஒரு வருஷம் ட்ரைனிங்ற பேர்ல மக்க மனிச மொகத்த கூட பாக்காம வேல பத்தாரே என்னத்த கொண்டாந்து கொட்டுனாரு தொர... குத்யுரும் கொல உயிருமா கொண்டாந்து போட்டனுங்க... இன்னும் முழுசா கொணமாகல அதுக்குள்ள மறுபடியும் வேலைக்காட்ட ஆரமிச்சாச்சி... போலீஸ்னா

கொம்பா மொளச்சிருக்கு.... கண்ட எடத்துல கண்டவன போட்டு அடிக்கிறதுக்கு. இவரு இஷ்டதுக்குலாம் நா ஆள் இல்ல. இதோ பாருடி வீட்டுல இருக்கவங்க பேச்ச கேட்டு ஒழுங்கா வீட்டுலயே இருக்க மாதிரினா இருக்கட்டும் இல்ல அவரு இஷ்டத்துக்கு தான் இப்பாருன்னா இந்த வீட்டுல அவனக்கு இடமில்ல''

''என்னங்க.. என்ன பேசுறீங்க?'' பதறினார் சகுந்தலா.

''இன்னும் என்னடி பேசணும் இவ்ளோ சொல்றேனே எங்கையாவது வாயதொரந்து இங்க தான் போனேன் இதுக்கு தான் போனேன்னு சொல்றாரா தொர. செவடங்காதுல சங்கூதுன கத தான். மீறியும் நாமா எதுனா கேட்டா இங்கையும் அங்கையுமா கண்ணாம்பூச்சி ஆட வேண்டியது.''

''அதுக்குன்னு புள்ளைய வீட்ட விட்டு போக சொல்லுவிங்களா மாமா? அவன் எங்க போவான்'' பரிந்து பேசினார் அந்திமதி.

''எங்கையாவது போகட்டும்... என் பேச்ச கேக்காதவனுக்கு என் வீட்டுல என்ன வேல?''

''இப்ப என்ன பண்ணிட்டானு எம்புள்ளைய வீட்டவிட்டு போக சொல்றிய?'' கண்கள் கசக்கினார் சகுந்தலா.

''வேணா ஒங்க புள்ளைய நீங்களே வச்சிகங்க... நா போறேன்.. என் பேச்சிக்கு மதிபில்லாத வீட்டுல எனக்கென்ன வேல?'' வீம்பாய் நின்றார் கிருஷ்ணன்.

''அண்ணே என்னண்ணே இது பெரிய பெரிய வார்த்தையெல்லாம் பேசிக்கிட்டு..'' குறுக்கிட்டார் ராமன்.

''பின்ன என்ன ராமா நா இவ்ளோ பேசுறனே அங்க ஒரு அசைவாச்சும் இருக்கா? இன்னும் இருக்குற கொஞ்ச நாளைக்கு என் பேச்ச கேட்டு ஒழுங்கா வீட்டுலே இருக்குற மாதிரினா இவருக்கு இந்த வீட்டுல இடம் இல்லன்னா இல்ல. அவரு இங்க இருந்து போறதுல உங்களுக்கு விருப்பம் இல்லன்னா நா இங்க இருந்து போயிருவேன் அவ்ளோ தான் என் முடிவு...''

பேசி முடித்தவர் எவரது பதிலுக்கும் காத்திராமல் வேகமாக அறையை விட்டு வெளியே சென்றார். உடனே கணவனை சாமாதானம் செய்ய சகுந்தலாவும் சென்றார்,

''என்ன கண்ணா நீ வாய தொறந்து ஏதாவது பேச வேண்டிதான? அவர டென்ஷன் பண்ணலனா உனக்கு தூக்கம் வராதா? ஏன் கண்ணா இப்டி பண்ற?'' சலித்துக்கொண்டார் ராமன்.

''நைனா (சித்தப்பா) அவர் தான் புரிஞ்சிக்காம அப்டி பேசுறாருனா நீங்களுமா? கேப் விட்டா தானா பதில் சொல்லறதுக்கு. இப்டி மூச்சி விடாம மூனு பக்கத்துக்கு டியலாக் பேசிட்டு பதில் சொல்லல்லன்னா எப்டி சொல்றதாம். இந்த வயசான காலத்துல எதுக்கு இவ்ளோ லெந்தா டியல்க் பேசுறாரு? இருக்குற

பிரஷர் போதாதாமா? போங்க போங்க போயி சுகர் மாத்ர எடுத்து குடுங்க. அப்டியே இனிமே இப்டி ஹை பீச்ல கத்தி டியலாக் பேசவேணானு சொல்லுங்க'' நக்கலாய் கூறினான் ஆருஷ்.

இதுவர நடந்ததுக்கும் அவனுக்கும் சம்பந்தமே இல்லங்குறமாதிரி ரொம்ப சாதாரணமா சொல்றான்.... என்ன ரகம் இவன்.

இவன் பேச்சை கேட்டு பெருமூச்சி விட்டவர் 'இவன அப்றம் வந்து பாத்-துக்கலாம் மொதல்ல அண்ணன சமதமாதானம் பண்ணுவோம்னு' ராமாமூர்த்தி கிருஷ்ணமூர்த்தி பின்னாடியே சென்றுவிட

ஆருஷ் அங்கிருந்து வேகமாக வந்து மோனிஷா கையில் இருந்த பாப்கார்ன் பாக்கெட்டை பிடுங்கிக்கொண்டு

''இங்க என்ன ஹாலிவுட் படமா ஓடிக்கிட்டு இருக்கு பாப்கார்ன் தின்னுக்-கிட்டு வேடிக்க பாக்குற? தடிமாடு தடிமாடு போயி தண்ணி எடுத்துட்டுவா பே...'' என விரட்டினான்.

''ஹாலிவுட் படம் ரேஞ்ச்க்கு இல்லானாலும் நல்ல ஆக்ஷன் சீன் இருக்கும் நெனச்சேன்... ச்ச... மிஸ் ஆகிடுச்சி... தொண்ட தண்ணி வத்த பேசினது பெரிப்பா தான உனக்கெதுக்குடா தண்ணி?'' என எகிறினாள் மோனிஷா.

''பேசுன அவரவிட கேட்ட எனக்கு தான் ஜாஸ்தி டையட் ஓவரா பேசமா ஒழுங்கா போயி தண்ணி எடுத்துட்டுவா... போ...'' என அவள் தலையில் தட்டி துரத்திவிட, அவள் இவன் முதுகில் தலகாணியால் மொத்திவிட்டு வெளியில் சென்றாள்.

இவன் பாப்கார்ன் பாக்கெட்டுக்குள் கைவிட அதில் ஒன்றுமில்லை.

''காலி பாக்கெட்ட கைல குடுத்துட்டு போகுது பாரு மோகிணி பிசாசு... மொத்தத்தையும் முழிங்கினதால தான் பாக்கெட்ட பிடுங்கும் போது கம்முன்னு இருந்துச்சி போல...''

புலம்பியபடி அவளை திட்டிவிட்டு இந்த பக்கம் திரும்ப வானிஷா இன்னும் சப்பாத்தி சாப்பிடுவதிலேயே கவனமாக இருந்தாள். அவள் கையில் இருந்த தட்டை பிடுங்கினான்.

''அம்மா.... என் சப்பாத்தி'' கத்தினாள் வானிஷா.

''இங்க எவ்ளோ பெரிய சம்பவம் நடந்துகிட்டு இருக்கு நீ சாவுகாசமா உக்-காந்து சப்பாத்தி சாப்டுட்டு இருக்க... நீயெல்லாம் ஒரு தங்கச்சியா?''

''இல்ல... என் சப்பாத்திய குடுடா''

''பே... போயி வேற வச்சி சாப்டு...''

அவள் கோவத்தில் அவன் முடிய பிடித்து மண்டைய ஆட்ட...

''ஆஆஆ..... அம்மா மண்ட... முடிய விடு பைத்தியமே... வலிக்குது''

“போடா எரும மாடு”

“உன் பேர யார் கேட்டா... போ போ... அண்ணனுக்கு இன்னும் ரெண்டு சப்பாத்தி எடுத்துட்டு வா”

இவன் செய்வதையெல்லாம் முகவாயில் கை வைத்தபடி இமையசைக்காமல் பார்த்துக்கொண்டிருந்த சஞ்சய்... ஆருஷ் சப்பாத்தியை வாயில் வைக்க போகும் சமயம்

“டேய்... என்னடா இதெல்லாம்?”

“சப்பாத்தி!, தொட்டுக்க சால்னா! பாத்தா தெரியலயா? ஏன் நீ இன்னும் சாப்டல? அந்திமா இன்னும் இவனுக்கு சோறு போடலாயா?”

“இன்னாடா நக்கலா?”

“இல்லடா சீரியஸ்சா தான்டா கேக்குறேன்”

அவன் முறைக்க இவன் கண்டுகொள்ளாமல் சாப்பிட ஆரம்பித்தான்.

“சரி எங்க போன?”

“உனக்கு தெரியாதா?”

“நான் நீ யார் கூட போனன்னு கேக்கல எங்க போனன்னு கேட்டேன்.”

“ஓ... அப்டி கேட்டியா?” பதில் சொல்லாமலே அவன் சாப்பிட்டு கொண்டி-ருக்க

“பதில் சொல்லுடா உன்கிட்ட தான கேக்றேன்...”

“மனிசனாடா நீ சப்ட விடுறியா எங்கையாவது? மணி பதின்னொன்னு ஆகுது பசிக்கதா?

“பதில் சொல்லிட்டு சாப்டு டா”

“வசி ஆசப்பட்டான்னு பீச் ஹவுஸ் போனோம் இப்ப என்னடா? சும்மா வந்-ததுல இருந்து ஆளாளுக்கு கேள்வி கேட்டுகிட்டு.”

திடீரென உள்ளே வந்த சகுந்தலா...

“என்னடா என்ன சவுண்ட் ஜாஸ்தியா வருது... உன்கிட்ட சொல்லி தான அனுப்பினேன்... எங்க இருந்தாலும் ஃபோன் பண்ணுடான்னு.... கேட்டியா? அவரு சொல்றமாதிரி உனக்கு ரொம்ப செல்லம் குடுத்தது தப்பா போச்சி அதான் உன் இஷ்டத்துக்கு இருக்க”

“இப்ப என்ன நடந்துடுச்சின்னு எல்லாரும் இப்டி குதிக்குறீங்க? போனவன் அப்டியேவா போயிட்டேன் அதான் திரும்ப வீட்டுக்கு வந்துட்டேன்ல? சும்மா..... கடுப்பேத்திக்கிட்டு” எரிச்சலாய் கூறினான் ஆருஷ்.

“ஆருஷ் என்ன இது? இப்டி இருக்காதன்னு சொன்னா என்னென்னவோ பேசிக்கிட்டு இருக்க? மாமா உன் நல்லதுக்கு தான சொல்றாரு....” அதட்டினார் அந்தி.

“எது வீட்ட விட்டு போக சொன்னதா?”

“அப்டி என்ன தப்பா சொல்லிட்டாரு? அவரு பேசுற மாதிரி தான நீயும் நடந்துக்குற” குறுக்கிட்டார் சகுந்தலா.

“ஓ... அப்டியா?... அப்ப சரி... அந்திமா இந்த நாள குறிச்சி வச்கிக்கோ உங்க மாமாவே வந்து என்ன வீட்டுக்குள்ள வாடான்னு சொல்றவரைக்கும் இந்த வீட்டு வாசப்படிய மிதிக்க மாட்டான் இந்த ஆருஷ்.”

கூறியவன் அதே வேகத்தில் வீட்டை விட்டு வெளியே செல்ல...

“டேய்... ஆருஷ்... ஆருஷ்.... நில்லுடா... இப்ப என்ன கேட்டுட்டேன்? ஏன்டா இப்டி பண்ற?” பின்னாலேயே சென்றார் சகுந்தலா.

“நில்லுங்க பெரிமா அவன் எங்கையும் போக மாட்டான்” தடுத்து நிறுத்தினான் சஞ்சய்.

“இல்ல சஞ்சய் அவன் கோவமா பேசிட்டு போறான்பா தோ பாரு வீட்ட விட்டு வெளிலயே போயிட்டான்”

“அட நீங்க வேற பெரிமா அந்த நாயி சப்பாத்தி காலியாகிடுச்சின்னு சாப்டுறதுக்கு அந்த வீட்டுக் கிச்சனுக்கு போயிட்டு இருக்கான்.”

“விளையாடாத சஞ்சய் பாரு நிஜமாவே கோவமா தான் போயிருக்கான்” என்றார் அந்தி.

“ம்மா... கோவமா போறவந்தான் தட்ட கைல எடுத்துகிட்டே போவானா? இங்க வா அங்க பாரு”

ஆம் அவன் நேராக சஞ்சய் வீட்டு கிச்சனுக்குள் நுழைந்தான்.

“என்னபா சஞ்சய் இவன் இப்டி இருக்கான்? இவங்க ரெண்டு பேருக்கு நடுவுல மாட்டிக்கிட்டு நான் தான் கஷ்டப்படுறேன்” வருந்தினார் சகுந்தலா.

“விடுங்க பெரிமா அவன பத்தி தெரியாதா? நா பாத்துக்குறேன்... நீங்க போயி தூங்குங்க... ஆமா பெரிப்பா என்ன பண்றாரு?”

“அவரு ராம் தம்பிக்கிட்ட (சிலர் மரியாதைக்காக கொழுந்தனாற தம்பின்னும் சொல்லுவாங்க) பேசிக்கிட்டு இருக்காரு”

“சரிங்க பெரிமா... ம்மா... பெரிமாவ கூப்ட்டு போங்க” என்றான் சஞ்சய்.

சஞ்சயின் அறை,

சஞ்சய் தனது படுக்கை மீது அமர்ந்து தனது மடிக்கணினியில் எதையோ தீவிரமாக படித்துக்கொண்டிருந்தான். ஆருஷ் வேகமாக உள்ளேவந்து...

“டேய் டாக்ட்ரு வீட்டுக்கு வந்தாலும் ஹாஸ்பிடல் வேல தானா?” என்று கூறிக்கொண்டே சஞ்சய்யின் மடியில் இருந்த மடிக்கணினியை எடுத்து கீழே வைத்துவிட்டு அவன் மடியில் படுத்தான்.

“டேய்.. டேய்.. இருடா ஒரு முக்கியமான கேஸ் பத்தி டீடெயில்ஸ் பாத்துக்கிட்டு இருக்கேன்டா”

“போலீஸ் நானே சும்மா தா இருக்கேன் உனக்கென்னடா கேசு?”

“எல்லாம் உன் கேசுதான்”

“என்னோட கேஸா? நானே கேக்கணும் நெனச்சேன் என்னடா பிரச்சன எதுக்கு இன்னைக்கு வந்ததும் வாராததுமா வீட்டுல இவ்ளோ கலவரம்?”

“உனக்கு இன்னுமே விஷயம் தெரியாதா?”

‘தெரிலன்னு தானடா கேக்குறேன் சொல்லு”

“சரி எந்திரி சொல்றேன்”

“நீ சொல்லு அப்றம் எந்திரிக்கிறேன்”

“அந்த ரஞ்சித் செத்துடான்.” ஏதோ ஃப்ரெண்ட் ஊருக்கு போயிட்டான் என்பதுபோல சாதாரணமாக சஞ்சய் சொல்ல, படக்கென்று எழுந்து அமர்ந்தான்.

“என்ன எழுந்துக்க வைக்கிறதுக்காக சொல்லல்ல?”

சஞ்சய் நடந்ததை சொல்ல... ஆருஷுக்கு நம்பவே முடியவில்லை.

“அவன் என்ன லுசா? அவன் எதுக்குடா அவனே மண்ண போட்டு தன்ன தானே பொதச்சிக்கணும்? இதுவரைக்கும் செஞ்ச தப்புக்காக குற்ற உணர்ச்சியில சூசைட் பண்ணிக்கிட்டானோ? அவன் ஒன்னும் அவ்ளோ நல்லவன் இல்லையே... அப்டியே இருந்தாலும் தற்கொலை பண்ணிக்க வேற ஐடியாவே இல்லயா என்ன? என்ன நடந்துருக்கும்?”

“ம்ம்... போயி செத்தவன எழுப்பி கேட்டுட்டுவா?”

“சரி போஸ்ட்மார்டம் ரிபோர்ட்ல என்ன சொன்னாங்க? ரிபோர்ட் வந்துடுச்சா?”

“அதை தான்டா பாத்துக்கிட்டு இருந்தேன்.... ரிபோர்ட்ல எதுவும் அப்நார்மலா இல்ல கண்ணா ஆனா.... அவனோட கண்ணை ஓபன் பண்ணவே முடியலயாம். இமைகள் நல்ல ஒட்டி இருந்துச்சாம் கண்ணு கருகுன மாதிரி இருந்ததா ரிபோர்ட் சொல்லுது. அது தான் டவுட்டா இருக்கு”

“ஒருவேல சாமி கண்ண குத்தியிருக்குமோ?” உண்மையில் சந்தேகமாய் சீலிங்கை பார்த்துக்கொண்டே ஆருஷ் கேட்க

அவனை கேவலமாய் பார்த்துக்கொண்டே “நீ எப்டி டா ஐபிஎஸ் பாஸ் பண்ண?”

“அதான் எனக்கும் தெரில... சரி... அந்த சிசிடிவி வீடியோ இருக்கா?”

“எதுக்கு?”

“எதுக்கா? நா இப்ப டியூட்டில இருந்திருந்தா இது என்னோட கேசு மேன்.”

“இப்ப தா நீ டியூட்டில இல்லையே மேன்.... இன்னும் உன் மெண்டல் ஹெல்த் ரெடி ஆகல கண்ணா சோ... நீ உன் வேலைய மட்டும் பாரு”

“டேய் அண்ணா ஜஸ்ட் பாக்குறேன் காட்டுடா?”

“நீ ஒரு வெங்காயத்தையும் உரிக்க வேணா? மூடிட்டு தூங்குடா”

“நா நல்லா தானடா இருக்கேன். அப்றம் என்ன பிரச்சன?” சிறு எரிச்சலுடன் கேட்டான் ஆருஷ்

“நீ காலைல கத்தின கத்துலே தெரிஞ்சிது எவ்ளோ நல்லா இருக்கணு, நீ என்னைக்கு அந்த பொண்ண மறந்துட்டு பழயமாதிரி சிரிச்சி பேசி நார்மல் ஆகுறயோ அப்போதா உன் மெண்டல் ஹெல்த் பத்தி நா பாசிட்டிவ் ரிபோர்ட் தருவேன்.” முடிவாய் கூறினான் சஞ்சய்.

“அது ஒன்னும் அவ்ளோ ஈசி இல்ல சஞ்சய்” கெஞ்சலாய் பதிலுரைத்தான்.

“என்னடா ஈசி இல்ல... அந்த பொண்ண வெறும் ரெண்டு முறதான பாத்த... அவ முகம் உனக்கு நியாபகம் இருக்கா? இல்ல அவ குரலாவது நியாபகம் இருக்கா? வெறும் ஸைன் லாங்குவேஜ்ல (சங்கேத மொழி) தான லவ் பண்ணிங்க? இப்ப உனக்கு இருக்குறதுலாம் வெறும் குற்ற உணர்ச்சி மட்டும் தான்? அப்டியே நீ உருகி உருகி லவ் பண்ணியிருந்தாலும் செத்துபோனவ திரும்ப வர போறது இல்ல... பைத்தியம் மாதிரி அவளையே நெனச்சிக்கிட்டு இருக்குறது... அவ நியாபகம் வரும்போதெல்லாம் வீட்டுல யருகிட்டயும் சொல்லாம வசிய பாக்க போறது இதெல்லாம் விட்டுடு. நடந்தத மறந்துட்டு இருக்குற வேலைய பாரு..” கோவமாய் வார்த்தைகளை கொட்டி தீர்தான் சஞ்சய்.

“சும்மா மறந்துடு மறந்துடுனா எப்டிடா மறக்குறது? ஆமா... நா அவ முகத்த பாத்ததில்ல தான். அவ குரல முழுசா கேட்டதில்ல தான். ஆனா அவதா என் உலகம்னு நெனச்சி வாழ்ந்துட்டு இருக்கேன். இப்பக்கூட அவளோட ஹஸ்கி வாய்ஸ் எங்காதுல கேட்டுட்டே தான் இருக்கு... இருட்டுல யாரப் பாத்தாலும் அவ நியாபகம் தான் வருது. சாஃப்ட் ம்யூசிக் கேக்கும் போதெல்லாம் அவ என் கூடவே இருக்க மாதிரி தோணுது... அவ மேல உயிரையே வச்சிருக்கேன்டா அண்ணா. (சிறு அமைதிக்கு பின் தழு தழுத்த குரலில்) தெரில... ரொம்ப லவ் பண்ணிட்டேன் போல... இப்ப அவ உயிரோட இல்லன்னா என்னால ஏத்துக்கவே முடியல.

குற்ற உணர்ச்சி தான். நா அவள பாத்தே ஆகணும்னு கட்டாயப்படுத்தி வர வச்சிருக்க கூடாது. அவள வர சொல்லிட்டு நா அந்த இடத்துக்கு போயிருக்க கூடாது. எமர்ஜென்ஸி சிக்னல் அனுப்பிருக்க கூடாது. தப்பு பண்ணிட்டேன்டா அண்ணா நானே அவள கொன்னுட்டேன். என்னால... எனக்காகதான் அவ உயிர விட்டா நா தான் அவள கொன்னுட்டேன்.... நானே தான் அவள கொன்னுட்டேன்...” கோவமாய் ஆரம்பிதவன் தீரா வலிநிறைந்த கண்ணீருடன்

முடித்தான்.

சிறு பிள்ளைப்போல கதறி அழும் வளர்ந்த குழந்தையான தனது தம்பியை கலங்கிய கண்களுடன் கட்டியணைத்து ஆறுதல் படுத்தினான் சஞ்சய். இது நாள் வரை மனதை திறந்து பேசாமல் அழுத்தமாய் இருந்தவன் இன்று வாய் விட்டு கதறி அழுதான்.

அதிகாலை சூரியன் அழகாய் தன் கதிர்களை ஆசீர்வாதமாய் மாற்றி அன்பாய் ஆருஷின் தலைகோதியது. அழுது துவண்ட குழந்தை அசந்து உறங்குவது போல உறங்கிக்கொண்டிருந்தான். அவனை எழுப்ப மனமில்லாமல் வேலைக்கு கிளம்பிக்கொண்டிருந்தான் சஞ்சய்.

இன்றும் ரமணன் ஆருஷை பார்க்க வந்திருந்தார். சஞ்சய் தன் அறையை விட்டு கீழே வந்து ரமணனிடம் ரஞ்சித் போஸ்ட்மர்டம் ரிபோர்ட் பற்றி பேசிக்கொண்டிருந்தான். பிறகு,

“அங்கிள் சொல்றனேன்னுதப்பா நெனைக்காதீங்க... தப்பி தவறி கூட கேஸ் பத்தி ஆருஷ் கிட்ட பேசாதீங்க... அவன் இன்னும் முழுசா மாறல.... அவனுக்கு இருக்குற ஸ்ட்ரெஸ்ல இது வேற ஏன்னு பாக்குறேன். இந்த கேச அவன் ஏதோ மைண்ட் சேஞ்ச் பண்ற விஷயமா பாக்குறான். பட் அவன் இருக்க நிலமைக்கு இதுலாம் செட் ஆகாது.” அக்கறையாய் சஞ்சய்.

“இல்லப்பா சஞ்சய் நேத்தே ஆருஷ பாக்க வந்தேன் பாக்க முடியல அதான் இன்னைக்கு மறுபடியும் வந்தேன் மத்தபடி ஒன்னுமில்ல..”

“ஓகே அங்கிள் நா கௌம்புறேன்” சொல்லிவிட்டு திரும்பவும் ஆருஷ் கண்ணை உமிட்டிக்கொண்டே படிகளில் இறங்கி வந்தான். ரமணனைப் பார்த்து

“ஹாய்.... அங்கிள்”

“என்ன எஸ்பி சர் தூக்கம் கலையலயா?” என்றார் ரமணன்.

“யாரு? நானா? எஸ்பியா? அடிக்கடி நியாபகப்படுத்துங்க.... இல்லனா மொத்தமா மறந்துடுவேன் போல... இங்க ஒரு போலி டாக்டர் என்ன போலீஸ்ன்னு கொஞ்சம் கூட மதிக்க மாட்றான். ஒன்னாப்பு புள்ளைய ஊசி போற்றுவேன்னு பயம்புருத்தூற மாதிரி எதுக்கெடுத்தாலும் ஒரு சர்டிபிகேட்ட காட்டி பயம்புருத்துறான் அங்கிள்”

சஞ்சய்யும் ரமணனும் சிரிக்க சுட சுட இஞ்சிடீ கொண்டுவந்தாள் சாலிகா! வந்தவள் நேராக சஞ்சய்யிடம் சென்றவள்

“மாமா டீ....” துள்ளலாய் அவள்.

அவளை நிமிர்ந்துகூட பார்க்காமல் “அரியர் கிலியர் பண்ணிட்டியா? லாஸ்ட் செமெஸ்டெர்ல என்ன பர்சென்டேஜ்? ஃபிசிக்ஸ்ல எம்ஃபில் பண்ற ஐடியா இருக்கா? இல்லையா?” கேள்விக்கணைகளாய் அவன்.

அவளிடம் பதில் இல்லாமல் இருக்க... நிமிர்ந்து அவள் முகத்தைப் பார்த்தான் அழும் குழந்தையாய் பாவனை செய்தவள் “ஊர்ல இருந்து வந்தா... வாமா எப்டி இருக்க? என்ன பண்ற? சாப்டியா? நல்ல இருக்கியா? ஊர்ல எல்லாரும் சவுக்கியமா? அம்மா அப்பா வந்திருக்கங்களா? இப்டி தான கேப்பாங்க நீங்க என்னடான்னா இப்டி கேக்குறிங்க?”

“நீ எப்டி இருக்க... என்ன பண்றன்னு தா நீ டெய்லி போடுற பேஸ்புக், இன்ஸ்டாக்ரம் போஸ்டே சொல்லுதே நா ஏன் தனியா வேற விசாரிக்கணும்”

“ஓ... அப்போ நீங்க கேக்க மாட்டிங்க அப்டி தான?”

“ஆமா”

அவள் கோவமாய் மூக்கில் காத்தடிக்க... அவன் சிரித்துக்கொண்டே....

“போ... டீ கேட்டது அவன் அங்க போயி குடு”

நன்றாக பேசிக்கொண்டிருந்த ஆருஷ் திடீரென தும்ப ஆரம்பித்தான். தொடர்ச்சியாக தும்பிக்கொண்டே இருந்தான். ரமணன் ஒன்றும் புரியாமல் குழம்பினார்.

“ஆருஷ் என்னப்பா ஆச்சி.... ஏன் இப்டி தும்பிக்கிட்டு இருக்க”

“அது ஒன்னுமில்ல அங்கிள் சளிப்பிடிக்கிறதுக்கான அறிகுறியாம்” சாலிகாவை பார்த்துக்கொண்டே சொன்னான் சஞ்சய்.

அப்போது தான் அவளை பார்ப்பதுபோல “ஹேய்... சளி எப்டி இருக்க?... சாரி சாரி சாலி... எப்பமா வந்த?ஆச்சூ.... எப்டி இருக்க? ஆச்சூ....." வேண்டுமென்றே அவன் தும்புவது போல நடிக்க...

அவள் டீ ட்ரேவை டேபில் மீது வைத்துவிட்டு அங்கிருந்த பூ ஜாடியை தூக்கி அவன் மீது எறிந்தாள் அதை அவன் லாவகமாக பிடித்து வைத்துவிட்டு

“உங்க அம்மாவுக்கு வேற பேரே தோணலயாடி...”

“உன் பேரவிட என் பேரு எவ்ளோவோ தேவலாம் போடா ஆந்த கண்ணா”

“அடிங்க.... மூட்ட பூச்சி.... (இருவரும் கைகலாலே அடித்துக்கொள்ள) சரி உங்கம்மா எங்க? ஏதோ அவங்க உனக்கு பொண்ணு பாக்குறதா கேள்வி பட்டேன்.”

“பொண்ணு இல்ல..... மாப்ள•••.” என்றாள் சாலிகா

“அது பொண்ணுக்கு பாக்குறது... உனக்கு பொண்ணுதான் பாக்க முடியும். அய்யோ அம்மா அடிக்காத எரும...”

“அத பத்தி பேசதா நானும் வந்தேன்...” சாலிகா அவனை காரணமாய் பார்த்து சஞ்சய்யையும் ரமணனையும் கண் காட்ட அவன் புரிந்துகொண்டதாய் தலையசைத்தான்.

இவர்கள் பேசிக்கொண்டிருக்கும் போதே மூர்த்தி பிரதர்ஸ்ஸின் மூத்த சகோதரி தமயந்தி வந்தார். அவரைப்பார்த்ததும் கிச்சனில் இருந்த அந்திமதி வெளியில் வந்து பேருக்கு ஒரு புன்னகை உதிர்த்து

“வாங்க அண்ணி...” என்றார்.

அவரைதொடர்ந்து சஞ்சய், ஆருஷ், ரமணன் என வரிசையாய் அவரை வரவேற்க...

“என்ன மருமகனுங்களா.... வாய் மட்டும் தான் வாங்குது... மூஞ்சில ஒன்னைத்தையும் காணோ?”

“மூக்கும் முழியும் இருக்கே கண்ணுதெரியலயா அத்த?” முணுமுணுப்பாய் கேட்டான் சஞ்சய்.

“என்ன சஞ்சய் சொன்ன கேக்கல”

“ஒன்னுல அத்த எப்டி இருக்கீங்கன்னு கேட்டேன்”

“ஹாம்... அது சரி... ஏன் கண்ணா நா இங்க வந்ததுல உங்களுக்கு சந்தோஷம் இல்லயா?”

“சத்தியமா இல்ல அத்த”

“எது....”

“அய்யோ அத்த... சத்தியமா அப்டிலாம் எதுமில்லன்னு சொன்னேன். அத்த “

“என்ன கண்ணா இவ்ளோ நேரம் பிரகாசமா இருந்த உன் சித்தி மூஞ்சி கூட சட்டுனு உராங்குட்டான் மாதிரி சோகமாயிடுச்சி”

“அதான் நீங்க வந்துட்டீங்களே?”

“என்ன?”

“அதான் நீங்க வந்துட்டீங்கல்ல அத்த! இனிமே ஹாப்பியா இருப்பாங்க சொன்னேன் அத்த”

“பாருகண்ணா நேத்து தான் இங்க இருந்து போன மாதிரி இருக்கு அக்துக்குள்ள ரெண்டு மாசம் ஆகிடுச்சி”

‘போன ரெண்டே மாசத்துலே திரும்பி வந்துட்டு ஃபீலிங்க் வேற’

“ஆமா அத்த ரெண்டு மாசமா எங்களலாம் பாக்கம எப்டிதான் இருந்தீங்களோ?”

“அதான் கண்ணா பாத்தியா நா எப்டி எளச்சி போயிட்டேன்னு... என் தம்பிங்கலயும் தம்பி பசங்களையும் பாக்காம துரும்பா போயிட்டேன்” அவள் பாவமாய் சொல்ல

“எது... இது தா துரும்பாமா?” சஞ்சய் ஆருஷ் காதில் கிசுகிசுக்க

“ஆமாடா உனக்கு தெரியாது. சோகத்துல சோத்த கொஞ்சம் சேத்து சாப்ட்டிருப்பாங்க..... அதெல்லாம் நீ கண்டுக்க கூடாது”

“என்ன கண்ணா அண்ணனும் தம்பியும் ரகசியம் பேசுறீங்க?”

“அது ஒன்னுமில்ல அத்த நம்மள பாக்காத சோகத்துல சின்மை மாதிரி இருந்த நீங்க சிந்தக்ஸ் டாங் மாதிரி ஆகிடிங்கன்னு சொல்லி பீல் பண்ணேன் அத்தே.... வேர் ஒன்னுமில்ல” என அழுவது அவன் போல பாவலா செய்ய தமயந்தி தான் சின்ன மருமகனை முறைத்தார்.

“அய்யோ அத்த அவன் சோகத்துல ஒளர்ரான்” தம்பிக்கு சப்போர்ட் செய்தான் சஞ்சய்.

“டேய்... நீ மைண்ட் வாய்ஸ்ன்னு நெனச்சி சத்தமா பேசிட்டு இருக்கடா வாயமூடு” மீண்டும் தம்பி காதில் எச்சரித்தான்.

“ஆமா நானே கேக்கணும் நெனச்சேன் கண்ணா முந்தாநேத்து எம்எல்ஏ பையன பொரட்டி எடுதுட்ட போல....”

“அதெல்லாம் ஒன்னுமில்ல அத்த...”

சரியாக மூர்த்தி பிரதர்ஸ் வரும் சமயம்

“எல்லாம் எனக்கு தெரியும் கண்ணா.... நீ அந்த எம்எல்ஏ பையன அடிச்சது... அவன் செத்துபோனது... அதுக்கு நீதா காரணம்னு போலீஸ் உன்ன தேடினது... இப்ப கூட ஊருக்குள்ள என்ன பேசிகுறாங்க தெரியுமா? நீ அந்தக் பையன் ரஞ்சித்த நாடு ரோட்ல அடிச்சாதால தான் அந்த பையன் தற்கொல பண்ணிக்கிட்டானாம். எல்லாரும் என்கிட்ட எப்டி எப்டிலாம் கேக்குறாங்க தெரியுமா? என்னையே கேக்குறாங்கனா என் தம்பிக்கிட்ட என்ன என்ன கேப்பாங்க? ஏன் கண்ணா இப்டி பண்ற.... என் தம்பி உன்னால எவ்ளோ அவமானப்பட வேண்டியிருக்கு பாரு... வெளில தலகாட்ட முடியுதா? இனிமேவாவது ஒழுங்கா இரு...” அறிவுரை குறுவதுபோல அவனை மீசையிடம் மாட்டிவிட்டாள் தமயந்தி”

கிர்ஷ்ணமூர்த்தி தான் மகனை எரிப்பது போல பார்க்க...

“டேய்... தம்பி தமயந்தி வந்ததும் தீயா வேல செய்ய ஆரமிச்சிடுச்சி... இனி என்ன நடக்க போகுதோ உஷாரா இருந்துக்கோ”

“ஆமாடா அண்ணா! தாத்தா அத்தைக்கு சரியா தான் பேரு வச்சிருக்காரு... வந்ததும் கரெக்ட்டா கொளுத்தி போடுது பாரு”

அண்ணனும் தம்பியும் மாறி மாறி ரகசியமாக பேசிக்கொண்டனர். அக்கா தம்பிகள் ஒரு புறம் பேசிக்கொண்டிருக்க... சஞ்சய் வேலைக்கு கிளம்பிவிட்டான். ஆருஷ் வம்படியாய். தானும் வந்தே தீருவேன் என ரமணனுடன் கிளம்பிவிட்டான்.

இவர்கள் வெளியில் கிளம்பிய சற்று நேரத்தில் ஒரு கார் வந்து நின்றது அந்த பெரிய வீட்டின் வாசலில். ஒரு வழுக்கை தலை கொண்ட முறுக்கு மீசை காரிலிருந்து இறங்கி காரின் பின்பக்க கதவை திறக்க தயங்கி தயங்கி இறங்கியது ஒரு நவநாகரிக பெண் மயில்.

இவளின் மையிட்ட மான் விழியில் மயங்கி சரியாதோ மன்மதன் மனம்
மங்கையிவளின் மகரந்த இதழில் மையம் கொண்டுள்ளதோ மலர் வனம்
தீமையை சுட்டு பொசுக்கும் செந்தழலோ இவள் குணம்
பெண்ணிவள் வெண்பனி விரல் தீண்ட விண்ணவனும் தவம் கிடப்பானோ தினம்
இவளின் பருத்திப்பஞ்சு பாதம் தாங்க பூமி பெற்றதோ பெரும் வரம்
இவளின் கருங்கூந்தலில் குடியேற துடிக்காதோ மன்னவன் மனம்

பார்வையில் கூர்மையும், வார்த்தைகளில் மென்மையும், உள்ளத்தில் உண்மையும், பேரழகில் பெண்மையும் கொண்ட இவள் யார்?

அத்தியாயம் 4

யுனிவெர்ஸ் ஹாஸ்பிடல்,

சஞ்சய் சில முக்கியமான நோயாளிகளை முதலில் பார்த்துவிட்டு பின் தனது வழக்கமான காலை சுற்றை முடித்து விட்டு ஹப்பாடா என தனக்கென ஒதுக்கப்பட்ட அறையில் வந்து அமர்ந்தான். அவன் அறையின் வாசலில் ஒரு சேர் போட்டுக்கொண்டு வரும் நோயாளிகளை உள்ளே அனுப்பலாமா என கேட்டு ஒவ்வொருவராக உள்ளே அனுப்ப ஒரு கம்பவுண்டர் இருந்தான் பெயர் ஐயப்பன் நடுத்தர வயதினன்.

“அண்ணே....” சற்று சோர்வாய் அழைத்தான் சஞ்சய்

“சொல்லுங்க டாக்டர்...”

“ஒரு காஃபி சொல்லுங்க அண்ணே”

அவர் காஃபி கொண்டு வந்து வைத்துவிட்டு போக....

“ரொம்ப தாங்க்ஸ்ணே! பேசண்ட்ஸ் யாராவது இருக்காங்களாணே?”

“இல்ல டாக்டர் சார்”

சஞ்சய் சரியென தலையசைத்தான். ஐயப்பன் வெளியில் சென்ற சிறிது நேரத்திற்கு பிறகு... சஞ்சய் சில நோயாளிகளின் ஃபைல்ஸை பார்த்துக்கொண்டிருந்தான்.

“ஹெல்லோ.... எக்ஸ்க்யூஸ் மீ.... பேசண்ட் யாராவது இருக்கீங்களா?”

‘என்னது பேசண்ட் இருக்கீங்களாவா?’

திடீரென ஒரு பெண்ணின் குரல் கேட்க.... தனது சேரில் அமர்ந்துகொண்டே.... தலையை மட்டும் நீட்டி வாசலுக்கு வெளியில் பார்த்தான்..... யாரும் இருப்பதாய் தெரியவில்லை

‘என்ன இது குரல் மட்டும் தான் வருது ஆளையே காணோ....’ இவன் யோசிக்கும்போதே மீண்டும் அதே குரல்

“சொல்லுங்க பேசண்ட் இருக்கீங்களா?”

“யாரும் இல்ல உள்ள வாங்க”

“யாரும் இல்லனா அப்போ நீங்க யாரு?” கேட்டுக்கொண்டே உள்ளே நுழைந்தாள் சித்திர பெண்ணொருத்தி

மஞ்சள் நிறப்புடவை தரையில் தவழ... முன்னிருக்கும் புடவை மடிப்பு நடக்-கும் பொழுது கால் நுனியில் பட்டு நாட்டியமாட.... இமியளவும் இடை தெரி-யாமல் இழுத்துக்கட்டிய சேலையும்.... ஒரு கையில் கலகலக்கும் பொன்னிற வளைவிகளும்.... தோளில் தொங்கும் ஒரு ஹேண்ட் பேக்கும்... அதனை பிடித்-திருக்கும் இடது கையில் கடிகாரமும்.... கழுத்தில் தொங்கும் குட்டி இதயமும்... காதில் கதை பேசும் கூடை ஜிமிக்கியும்... செந்நிற சாயம் பூசமலே சிவந்தி-ருக்கும் இதழ்களும்.... வெண்ணிற மேகத்தில் மிதக்கும் கருப்பு நிலவாய் கண்க-ளும்.... கத்தியில்லாமலே குத்திக்கிழிக்கும் பார்வையும்... நெற்றியில் சிறு குங்கும பொட்டும்.... அதன் மேல் சிறு கீறலாய் சந்தனமும்.... பின்னலிட்ட கூந்தலும் அதில் தவழும் காக்கட்டாம்பூவும் என வந்தவளை தரையிலிருந்து உச்சந்தலை வரை இன்ச் இன்ச்சாக அளந்துக்கொண்டிருந்தான் அவளை.

‘டேய் சஞ்சய் என்ன இது புது பழக்கம்... ஒரு பேசண்ட்ட போயி... தூ.... வெக்கமா இல்ல? அதுவும் இன்ச் இன்ச்சா.... எப்ப இருந்து பொண்ணுங்கள இப்டி பாக்க ஆரமிச்ச...’

‘பொண்ணுங்களயா? நானா? நோ.. நெவர்.... இந்த பொண்ண மட்டும் தான்...’

‘த்தூ’

‘நா என்ன பண்றது பேசண்ட்னா பேசண்ட் மாதிரி வரணும்... அதவிட்டுட்டு இப்டி பொண்ணு பாக்க வரமாதிரி வந்தா பாக்க தான் தோணும். இதுல என் தப்பு என்ன இருக்கு’

‘வெலக்குமாறு பிஞ்சிரும். எப்டி வந்தா உனக்கென்னடா? இன்னொரு முற இதே கண்ணோட்டதுல உன் லூக் அங்க போச்சி கண்ண நோண்டிருவேன்’

என தனக்கு தானே திட்டிக்கொண்டு நியாயம் பேசிக்கொண்டான். அதற்குள் அவள் வந்து சஞ்சய் டேபுளுக்கு முன்னாடி போடப்பட்டிருந்த சேரில் அமர்ந்து கொண்டு அவனையே பார்த்துக்கொண்டிருந்தாள்.

“ஹாய்!” மென்னகையுடன் அவன்

“ஹலோ!” புன்னகையுடன் அவள்

“சொல்லுங்க”

“ஹலோ!”

“அதில்ல.... பிரச்சன என்னன்னு சொல்லுங்க?”

“யாருக்கு?”

“உங்களுக்கு தான்”

“ஓ... அதுவா? ஆக்ச்சுவலி பிரச்சன எனக்கில்லை என் கிட்டுக்குதான்.”

‘கிட்டுவா யாரா இருக்கும்?’ அவன் யோசிக்க...

அவளே தொடர்ந்தாள்

“இப்பல்லாம் முன்ன மாதிரி சாப்பிடவே மாட்டேங்குறான். எப்பப்பாரு தூங்கிட்டே இருக்கான். நல்லா வேலை பாத்துட்டே இருக்கான் திடீர் திடீர்ன்னு ஹாங் அவுட் ஆகிடுறான். முன்ன மாதிரி ஃபாஸ்ட் இல்ல.... முன்ன மாதிரி சரியான ரெஸ்பொன்ஸ் இல்ல.... ரொம்ப மோசமா பண்றான்”

‘ஒருவேல லவ்வர்ரா இருக்குமோ...?’

‘யாரா இருந்தா உனக்கென்னடா? மூடிக்கிட்டு ட்ரீட்மெண்ட் பண்ணு’ மீண்டும் மனசாட்சி அவனை திட்டியது

“சரி... அதுக்கு நா என்ன பண்ணனும்” சந்தேகமாய் கேட்டான் சஞ்சய்

“அவனுக்கு என்ன ப்ராப்ளம்ன்னு கொஞ்சம் செக் பண்ணி சரி பண்ணனும்”

“ஓ... ஓகே.... பேசண்ட்?” அவன் கேள்வி கேட்க

“ஆமா பேசண்ட் தா”

“அதில்லைங்க மிஸ்டர் கிட்டு எங்கனு கேட்டேன்? பேசண்ட் இல்லாம எப்டி செக் பண்றது? எப்டி ட்ரீட்மெண்ட் பண்றது?”

“ஓ... ஆமல!?” அவள் தனது பேகிற்குள் எதையோ தேட

இவன் வெளியில் எட்டிப் பார்த்துக்கொண்டே “ஆமா பேசண்ட்ட கூட்டிட்டு வரலையா?”

“ஹாம் எடுத்துட்டு வந்திருக்கேன்”

‘எடுத்துட்டா...?’ அவன் முழித்துக்கொண்டே அவளைப்பார்க்க, அவள் தனது ஹேண்ட் பேகில் இருந்து ஒரு பெரிய சைஸ் பவர் பாங்க் அளவுக்கு பெரிய டிவைசை எடுத்து டேபிள் மீது வைத்தாள்.

“என்ன இது?” அவளை ஆழப்பார்த்துக்கொண்டே கேட்டான்

“கிட்டு” கண்கள் விரித்து பிரகாசமாய் பதிலளித்தாள்.

சிறிது நேரம் அவளையும் அந்த டிவைசையும் பார்த்தவன் சிறிய தலையசைப்புடன்

“இது கிட்டு?...”

“இது இல்ல இவன்”

“ஓ.... ஓகே... ஓகே...” அவளை அளந்துகொண்டே.... வார்த்தைகளை மெது மெதுவாய் கூறினான்.

பின் ஒரு பேபர்ரில் ஏதோ அவன் எழுத.... அவள் தலையை நீட்டி எட்டிப்பார்த்தாள்.

“வெயிட்... வெயிட்.... உங்களுக்கு தான் எழுதுறேன்” எழுதி முடித்து அந்த தாளை அவளிடம் நீட்ட... அதில் ஒரு ஹாஸ்பிடல் அட்ரெஸ் இருந்தது. நெற்றி சுருங்க அந்த அட்ரெஸ்சைப் பார்த்தவள்

“என்ன இது? பிரிஸ்க்ரீப்ஷன் எழுதித்தருவிங்கன்னு பாத்தா ஏதோ அட்ரெஸ் எழுதித்தர்றிங்க?”

“அது.... உங்க கிட்டுக்கு வைத்தியம் பாக்குற அளவுக்கு எங்க ஹாஸ்பிடல்ல வசதி இல்ல.... பட் இந்த ஹாஸ்பிடல்ல நீங்க எதிர்ப்பாக்குறத விட பெஸ்ட் ட்ரீட்மெண்ட் கெடைக்கும் அதுக்கு நா கேரண்ட்டி” அவன் பிரீத்திக்கு நா கேரண்டின்னு சொல்றாமதிரி ரியாக்சன் கொடுக்க... அவள் அவனை ஒற்றைப் புருவமேற்றி ஒரு பார்வைப் பார்த்து விட்டு அந்த அட்ரெஸ்சை கூகிள் செய்தாள். அது மனநல மருத்துவமையின் முகவரி. அறிந்துகொண்டவள் சட்டென எழுந்து அவன் எழுதிவிட்டு திறந்து வைத்திருந்த பேனாவை எடுத்து அவன் கழுத்தில் வைத்து....

“ஹேலோ என்ன? என்னை பாத்தா பைத்தியம் மாதிரி தெரிதா?”

“ஏங்க... என்னங்க இது பேனாவலாம் எடுத்துக்கிட்டு குத்தவரிங்க..? ஹேலோ... ஐயப்பன்.... எங்க இருக்கீங்க?” அவன் சிறு பதற்றமாய் அழைக்க

“ஐயப்பானாவது ஐய்யனாராவது யாரும் வரமாட்டாங்க”

“ஏன்....?”

“பின்ன... 500 அழுதுருக்கேன்... அவ்ளோ சீக்ரம் வந்துடுவானா?” அவள் கோவமாய் பொங்கினாள்

“எதே... 500 ரூபாயா?”

“இப்ப அது முக்கியம் இல்ல நா கேட்டதுக்கு பதில் சொல்லு என்னப் பாத்தா பைத்தியமா மாதிரியா தெரியுது?

“பாத்தா தெரியாது ஆனா கொஞ்ச நேரம் பேசினா கண்டுபுடிச்சிடலாம்” அவன் பயந்த குழந்தை மாதிரியே முகத்தை வைத்துக்கொண்டு கூறினான்.

அவள் கோவமாய் அவனை முறைத்துக்கொண்டே திட்டிக்கொண்டிருக்க, சஞ்சய் அவள் கண்ணையே பார்த்துக்கொண்டிருந்தான். ‘ப்பா என்ன கண்ணுடா’ அவன் பார்ப்பதை கவனித்தவள் இதழோரம் புன்னகை ததும்ப கீழுதட்டை கடித்துக்கொண்டே கண்ணடிக்க.... அவன் அதிர்ச்சியில் விழி விரித்து, வாய் பிளந்து முழிக்க.... சட்டென முகத்தை கோவமாய் மாற்றியவள் ஒற்றை புருவமெற்றி

“என் கண்ணுல என்ன தேடுறீங்க மிஸ்டர் சஞ்சய்?”

“ஹாம்?.... ம்ஹூம்....”

“இப்ப என்னோட கிட்டுவுக்கு ட்ரீட்மெண்ட் பண்ண முடியுமா? முடியாதா?”

அவன் ஏதோ மந்திரித்து விட்டது போல மண்டையை மண்டையை ஆடி-னான். ஸ்டெதாஸ்கோப்பை மாட்டிக்கொண்டு அவளை பார்த்து முழித்துக்-கொண்டே அந்த உயிரில்லா எந்திரத்துக்கு உயிர்நாடி தேடிக்கொண்டிருந்தான். அவள் அவன் காதருகில் தான் காது வைக்க சட்டென விலகியவன்

"ஏங்க... என்னங்க பண்றீங்க?"

"என் கிட்டுவோட ஹார்ட் பீட் கேக்குறேன்..."

'எது ஹார்ட் பீட்டா...'

"அதெல்லாம் ஒன்னும் கேக்கலிங்களே?"

"என்ன?..... ஹார்ட் பீட் கேக்கலையா? அப்போ எங்கிட்டுவ கொன்னுட்-டியா? பாவி பாவி... கொலகார டாக்டர்"

"எதே... நா கொன்னனா?... இந்தமா ஏய்.... கத்தாத...."

"இப்ப மட்டும் என் கிட்டு உயிர் பொழைக்கல கொலகார டாக்டர் சஞ்-சய்ன்னு ஊரெல்லாம் போஸ்டர் அடிச்சி ஒட்டிருவேன்"

'எது... போஸ்டர்ரா... இன்னைக்கு யார் முகத்துல முழிச்சனே தெரிலயே... சரியான பைத்தியத்துகிட்ட சிக்கிட்டு முழிக்கிறேனே....ஆண்டவா....'

"ஏங்க.... உங்க கிட்டு ஒன்னும் சாகலைங்க... அது மயக்கதுல இருக்கு?"

அவனை ஓரப்பார்வை பார்த்தவள் "மயக்கதுல இருந்தா இதயம் துடிக்-காதா?.... எந்த காலேஜ்லயா எம்பிபிஎஸ் முடிச்ச நீ?"

'இதெல்லாம் தெளிவா கேளு... ஒரு டப்பாவ எடுத்துட்டுவந்து வைத்தியம் பாக்க சொல்றியேடி பைத்தியம்'

"என்ன லூக்கு...?"

"அது... வந்துங்க.... ஆக்ச்சுவலி என்ன ஆச்சினா?"

"அதான் நானும் கேக்குறேன் என்ன ஆச்சி என் கிட்டுவுக்கு... (சரியாக அதே நேரம் அவளுக்கு ஒரு கால் வர) எனக்கு ஒரு முக்கியமான கால் வந்துடிச்சி நா அவசரமா போகணும் நாளைக்கு திரும்ப வருவேன்... எங்கிட்டுவ சரிபண்ணி தரல..... அவ்ளோதான்" மீண்டும் அந்த பேனாவை அவன் கழுத்தில் வைத்து மிரட்டிவிட்டு வேகமாய் வெளியில் சென்றாள். வாசல் தாண்டும்வரை அவளையே பார்த்துக்கொண்டிருந்தவன். அவள் தலை மறைந்ததும் கண்களை மூடி திறந்தவன் பெருமூச்சி விட்டு பின்னந் தலையை சொறிந்துகொண்டே 'இப்ப இங்க என்ன நடந்துச்சி?' தலையை உலுப்பிவிட்டு.

"ஐயப்பா....." சத்தமாய் கத்தினான். அவன் கத்தியது கம்பவுண்டர் ஐயப்-பனுக்கு கேட்டதோ இல்லையோ கேரளா ஐயப்பனுக்கே கேட்டிருக்கும்.

சற்று நேரத்தில் ஐயப்பன் உள்ளே நுழைந்தான்.

"என்ன சர்.... மேடம் போயிடங்களா?"

கேட்டவனின் சட்டையை கொத்தாய் பிடித்தான்

“என்னைய 500 ரூபாய்க்கு அடமானம் வச்சதுமில்லாம அவ போயிட்டா-ளான்னு என்கிட்டயே கேக்குறியா?”

“ஏன் சார் இவ்ளோ கோவமா இருக்கீங்க? உங்களுக்கும் உங்க வொய்ஃப்கும் சண்டையா?”

“வொய்ஃப்பா? யாரு யாருக்கு வொய்ஃப்?”

“அந்த பொண்ணு தான்.... உங்க வொய்ஃப்!”

“நா அப்டி சொன்னேனா?”

“அவங்க அப்டி தா சொன்னாங்க டாக்டர் சார்”

“யார் என்ன சொன்னாலும் நம்பிடுவிங்களா?”

“இல்ல சார் பாக்க அழகா இருந்தாங்க....”

“அழகா இருக்கவாங்கலாம் என் பொண்டாட்டியா? ஏண்ணே நீ வேற கடுப்ப கௌப்புற?”

“சாரி டாக்டர் சார்... ஏன் சார்? என்ன ஆச்சி?”

“என்ன ஆச்சா?... லூசுண்ணே அந்த பொண்ணு... பேனாவையே கத்தியா யூஸ் பண்றா... விட்டா கொன்னுருப்பா... இனிமே வந்தா உள்ள விடாதீங்க”

‘அய்யய்யோ.... லூசா.... இது தெரியாம ஃபோன் நம்பர்லாம் வேற குடுத்-துட்டனே..... உண்மை தெரிஞ்சா என் வேலைக்கே ஓளவச்சிடுவரே...’

“சாரி டாக்டர்...”

“சரி சரி இனிமே கவனமா இருங்க... போங்க”

இரண்டி எடுத்து வைத்து பின் மீண்டு திரும்பி

“சாரி டாக்டர் என்ன மன்னிச்சிடுங்க!...”

“அதான் அல்ரெடி மன்னிசிட்டேனே?”

“இல்ல டாக்டர் இது அட்வான்ஸ் புக்கிங்...”

‘அட்வான்ஸ் புக்கிங்கா? என்ன சொல்றாரு இவரு’

அவனை சந்தேகமாய் பார்த்துக்கொண்டே தனது மேசையைப் பார்க்க... அதில் அந்த டிவைஸ்சும் அவள் எடுத்துச்சென்ற பேனாவின் மூடியும் இருந்-தது... அந்த மூடியை எடுத்து கையில் வைத்தவன்.... ‘பைத்தியம் போற போக்-குல என்னோட பென்னையும் தூக்கிட்டு போயிருச்சி.... இவ்ளோ தைரியமா உள்ளவந்து இப்டி இஷ்டதுக்கும் நடதுகுறாங்கனா? கண்டிப்பா எனக்கு தெரிஞ்-சவங்களா தான் இருக்கும். யாரா இருக்கும்?’

யாருக்கு தெரியும். சரி சஞ்சய் அந்த பொண்ணு யாருன்னு யோசிசிக்கிட்டே இருக்கட்டும் நாம இன்வெர்ஸ்டிகேசன் என்ன நிலமைல இருக்குனு பாத்துட்டு வருவோம்.

கமிஷ்னருடன் சென்ற ஆருஷ் ஒரு இன்வெர்ஸ்டிகேஷன் ரூமில் ரஞ்சித்தின் சிசிடிவி காட்சிகளைப் பார்த்துக்கொண்டிருந்தான். திரும்ப திரும்ப ரீவைன் செய்து பார்க்துக்கொண்டிருந்தான். ஒரு இடத்தில் ஜூம் செய்து பார்த்துவிட்டு நெற்றி தேய்த்தவன்

“அங்கிள் இந்த கேஸ் யார் ஹாண்டில் பண்றாங்க?”

“எஸ்ஐ வெற்றி வேந்தன் ஒருத்தரு புதுசா ஜாயின் பண்ணிருக்காருப்பா...”

“நா அவர பாக்கணும்... கேஸ் எந்தளவுக்கு மூவ் ஆகிருக்கு மொத்த டிடெ-யில்ஸ் கொண்டுவர சொல்லுங்க... நா அந்த ஸ்பாட்க்கு போகணும் அதுக்கான ஏற்பாடு பண்ணுங்க”

“ஆருஷ் அவசரப்படாதப்பா இந்த கேஸ் இன்னும் சிபிஐ கிட்ட போகல.... இப்பவரை எங்க கண்ட்ரோல் தான் இருக்கு சிபிஐ வசம் போனாதான் உன் கைக்கு இந்த கேஸ் வரும். எஸ்பி லோகேஷ் வேற சஸ்பென்ஷன் முடிஞ்சி நாளைக்கு டியூட்டில ஜாயின் பண்ணிடுவாரு... அதுக்குப்புறம் இது அவரோட கேஸ். ஏற்கனவே உங்க ரெண்டுபேருக்கும் ஆகாது... அதுமட்டும் இல்லாம நீ இப்டி கேஸ்ல இன்வோல்வ் ஆகுறது சஞ்சய்க்கு தெரிஞ்சிது அவ்ளோதா.”

“லோகேஷ் நாளைக்கு தானா ஜாயின் பண்றாரு நா இன்னைக்கே இந்த கேஸ முடிக்குறேன் பாருங்க.... சஞ்சய்ய நா சமாளிச்சிக்கிறேன். நீங்க எனக்கு தேவையான டிடெயில்ஸ் குடுத்தா மட்டும் போதும்”

“சரி என்னவோ பண்ணு ஆனா நீ இந்த கேஸ்ல இருக்கறது தெரியாம பண்ணு சரியா?”

எஸ்ஐ வெற்றி, கமிஷ்னர், ஆருஷ் மூவரும் எம்எல்ஏ வீட்டிருக்கு சென்-றனர். ஆருஷ் தன்னை யாரும் கண்டுபிடிக்காதபடி தன் முகத்தை மறைக்கும் அளவிற்கு ஒரு குல்லாவை (cap) போட்டுக்கொண்டு, ஒரு கூலரை மாட்டிக்-கொண்டு வந்தான். எம்எல்ஏ தோட்டத்தில் ரஞ்சித் புதைக்கப்பட்டிருந்த இடத்தை முழுவதுமாக நோட்டமிட்டான். சிசிடிவி இருந்த ஆங்க்ளை பார்த்தான். ஏதேனும் காலடி தடம் தெரிகிறதா என தேடினான். பின் வெற்றியை பார்த்து

“மிஸ்டர் வெற்றி... இந்த சிசிடிவி மட்டும் தான் இருக்கா இல்ல இன்னும் வேற எதும் இங்க இருக்கா?”

“இல்ல சார் இந்த ஒரு இடத்துல மட்டும் தான் சிசிடிவி இருக்கு”

“ஓகே.... அப்போ எனக்கு இந்த சிசிடிவியோட மொத்த ஃபுட்டேஜ்ஜூம் வேணும் நைட் ரஞ்சித் இங்க வந்ததுல இருந்து காலைல எம்எல்ஏ வந்து இங்க தோண்டினவரைக்கும். அதோட இங்க அந்த நாயோட காலடிதடம் பத்தி டிடெ-யில்ஸ் வேணும்.”

“அதெல்லாம் செக் பண்ணியாச்சி சார் அது நாயோட காலடி தடம் தான்”

“நா கேட்டது அது இல்ல ஒருஜினல் டாக்ஸ் ஃபுட் ஃபோர்ஸ் எவ்ளோ? இந்த டாக் ஃபுட் ஃபோர்ஸஸ் எவ்ளோங்கற டீடெயில்ஸ் வேணும்”

“சார்?”

“வாட்?...”

“ஒன்னுலைங்க சார்”

“ம்ம்ம்.... அப்றம் ரஞ்சித் பத்தி நீங்க கலெக்ட் பண்ண டீடெயில்ஸ் சொல்லுங்க. முக்கியமா ரஞ்சித் இறந்த அன்னைக்கு என்னலாம் செஞ்சான்? யாரயெல்லாம் மீட் பண்ணான்? எங்கலாம் போனான்? மொத்த டீடெயில்ஸ் வேணும்”

“ரஞ்சித் இறந்த அன்னைக்கு காலைல கட்சி சம்பந்தமா ஹெல்த் மினிஸ்டர் அரங்கநாதனை பாக்க போயிருக்கான். அதுக்கப்றம் ஆப்டிக்கல் லென்ஸ் ஷாப்க்கு போயிருக்கான். ஆல்ரெடி அவனுக்கு சைட்டிங்க் ப்ராப்ளம் (பார்வை கோளாறு) இருந்ததால ஒரு பேர் லென்ஸ் ஆர்டர் குடுத்துட்டு அவனோட லவ்வர் வெண்ணிலாவ பாக்க போயிருக்கான். ஈவினிங் சிக்னல்ல அந்தப்பொண்ணோட ஏதோ பிரச்சன பண்ணி உங்ககிட்ட அடி வாங்கி இருக்கான் அதுக்கப்றம் நீங்க அவன ஸ்டேஷன்ல ஒப்படைச்சிங்க... மினிஸ்டர் கால் பண்ணி வெளில விட சொன்னதும் அவன் வீட்டுக்கு வந்திருக்கான். அவங்க அப்பா அம்மாகிட்ட விசாரிச்சதுல நைட் சாப்பிடாமலே தூங்கப்போயிருக்கான். அதுக்கப்றம் மார்னிங் நடந்ததெல்லாம் உங்களுக்கே தெரியுமே சார்”

“ஓகே அந்த பொண்ணு அட்ரெஸ் எங்க இருக்கு?”

“காலைல அவங்கள மீட் பண்ண ட்ரை பண்ணோம் சார் ஆனா அவங்க அப்பா அம்மா அலோ பண்ணல”

“சரி அப்போ அந்த ஆப்டிக்கல் லென்ஸ் ஷாப் போகலாம் வாங்க... அங்கிள் நீங்க கெளம்புங்க நாங்க பாதுக்குறோம்”

“ஆருஷ்... அது..” தயங்கினார் ரமணன்.

“நீங்க கெளம்புங்க அங்கிள் நா இந்த கேஸ்ல இருக்குறதே யாருக்கும் தெரியாது நாங்க டீடெயில்ஸ் கலெக்ட் பண்ணிட்டு ஈவினிங் வந்து உங்கள பாக்குறோம்” உறுதியாய் கூறினான் ஆருஷ்.

அவர் சரியென தலையாட்டிவிட்டு வெற்றியை தனியாக அழைத்து, “வெற்றி அவன் கொஞ்சம் டென்ஷன் ஆவான் பாத்துக்கோங்க... எதுனா ப்ராப்ளம்னா உடனே எனக்கு இன்ஃபார்ம் பண்ணுங்க”

“ஓகே சார்... ஸூர் சார்”

ரமணன் கிளம்பிவிட்டார். ஆருஷும் வெற்றியும் அந்த லென்ஸ் கடைக்கு சென்று விசாரித்துவிட்டு ரஞ்சிதின் காதலியான வெண்ணிலாவின் வீட்டிற்கு சென்றனர். வெற்றியை தெருமுனையிலேயே நிற்க வைத்துவிட்டு ஆருஷ் மட்டும்

சென்றான். இவன் சிக்னலில் அந்த பெண்ணிற்காக ரஞ்சித்தை அடித்ததால் அவளின் பெற்றோர் நன்றி நிமித்தமாக அவனை அழைத்து உபசரித்தனர். அந்த பெண்ணுடன் பேசி தனக்கு தேவையான தகவல்களை வாங்கிக்கொண்டான் ஆருஷ்.

பொழுது புலர்ந்துவிட்டது. சூரியன் தன் கதிர்களின் மிச்சத்தை எச்சமென வானில் துவிவிட்டு மேற்கு திசையில் மேகங்களுக்கு நடுவில் மறைந்துகொண்டிருந்தான்.

ஆருஷும் வெற்றியும் ரமணனை காண வந்தனர்.

"என்ன ஆருஷ் எனி க்ளூஸ்..."

"எஸ் அங்கிள் இது ஒரு பெர்ஃபெக்ட் ப்ரீ பிளாண்ட் மர்டர். கொலகாரன் ரொம்ப நாளா இவன ஃபாலோ பண்ணிருக்கான். காண்டெக் லென்ஸ் மூலையமா அவன மொத்தா கண்ட்ரோல் பண்ணிருக்கான். வேணும்னே சிசிடிவி ஃபுட்டேஜ் விட்டுட்டு போயிருக்கான். இதுல அவன் இன்வால்வ் ஆகமா ஒரு ரோபார்டிக் டாக் யூஸ் பண்ணிருக்கான். ஒரு இடதுல சிசிடிவியை ஸ்டாப் பண்ணிருக்கான். எம்எல்ஏவோட ஃபோனை ஹாக் பண்ணிருக்கான். (அவர்கள் முழிக்க) புரியலையா? ஐ எக்ஸ்ப்ளெய்ன் யு. (வெற்றியும், ரமணனும் ஆர்வமாய் தயாராகினார்) ரஞ்சித் காலைல ஹெல்த் மினிஸ்டர் அரங்கநாதனை பாத்துட்டு நேரா ஆப்டிக்கல் லென்ஸ் கடைக்கு போயிருக்கான். அவங்க கிட்ட அவனுக்கு 0.05ல லென்ஸ் ஆர்டர் குடுதிருக்கான். அவங்க நாளைக்கு அதாவது இன்னைக்கு காலைல டெலிவரி குடுக்குறதா சொல்லிருக்காங்க... இது அந்த கடைக்காரர் மூலம் தெரிஞ்சிக்கிட்டது

உடனே அவனோட லவ்வர் வெண்ணிலாவ பாக்க அவளோட வீட்டுக்கு போயிருக்கான்... அவனுக்கு வேற சில பெண்களோட தொடர்பிருந்ததை முன்னாடியே தெறிஞ்சிக்கிட்ட வெண்ணிலா அவனை பாக்க மறுத்திருக்காங்க... சோ.. அவங்களுக்காக ஈவினிங் வரைக்கும் வெயிட் பண்ணி ஃபாலோ பண்ணி சிக்னல்ல அந்த பொண்ண பாத்து கெஞ்சிருக்கான்... கோவமா பேசிருக்கான்... அவங்க ரெண்டுபேருக்கும் சண்ட நடந்திருக்கு... இது அந்த பொண்ணு வெண்ணிலா மூலம் தெரிஞ்சிக்கிட்டது.

அப்போதா நா அங்க போயி அவனை அடிச்சி ஸ்டேஷன்ல கொண்டுபோயி விட்டிருக்கேன். அதுக்கப்பறம் அவன் வீட்டுக்கு வந்தபிறகு அன்னைக்கு ஃபுல்லா நடந்த விஷயத்துல அப்செட்டாகி குடிக்க கிளாஸ்ல சரக்க ஊத்தியிருக்கான் ஆனா குடிக்கல.. பிகாஸ் அவன் ரூம்ல ஊத்திவச்ச சரக்கும்.. திறந்து வச்ச பாட்டில்லும் அப்டியே தான் இருந்தது.

அதுக்குள்ள அவனுக்கு ஒரு பார்சல் வந்திருக்கு... ஆப்டிக்கல்ஸ் இருந்து டெலிவரி வந்திருக்குறதா சொல்லி. அந்த லென்ஸ் எப்டி இருக்குன்னு ஓபன்

பண்ணி செக் பண்ண சொல்லி ஃபோர்ஸ் பண்ணிருக்கான்... இது அந்த வீட்டுல வேலை பாத்த ஒரு அம்மா சொன்னாங்க ஆள் யாருன்னு கவனிக்கல குரல் மட்டும் தான் கேட்டுச்சின்னு சொன்னாங்க.

என்னோட கெஸ் சரியா இருந்தா.. அந்தக் லென்ஸ பயன்படுத்தி அவனோட மூளை நரம்புகளை கட்டுப்படுத்தி அவனை இதெல்லாம் செய்ய வச்சிருக்காங்க. அவன் தன்னை தானே புதைச்சிக்கிட்ட பிறகு மூச்சி திணறி இறந்த பிறகு அந்த லென்ஸ வெடிக்க வச்சிருக்காங்க... அதனால அவனோட கண்ணு தீஞ்சி போயி இமைகளை திறக்க முடியாதபடி செஞ்சிருக்கு... போஸ்ட்-மர்டம் ரிபோர்ட்ல கூட இருக்கு.

நா சொன்ன எல்லதுக்கும் ப்ரூஃப் இங்க பாருங்க (அந்த சிசிடிவி காட்சியை ஓடவிட்டான்) இதுல இந்த இடத்துல நல்லா நோட் பண்ணிங்கனா... வெயிட் ஜூம் பண்றேன். அவனோட கண்ணு க்ரீன் கலர்ல தெரியும் அது மட்டும் இல்லாம அவன் ஸ்பெக்ஸ் கூட போட்டுருக்கான். இது ஏன்னா நாம்ம லென்ஸ் இருக்குறத நோட் பண்ண மாட்டோங்கறதுக்கு. நெக்ஸ்ட் அந்த நாய் உண்மை-யான நாய் கிடையது அது ஒரு ரோபோர்ட் நல்லா பாருங்க அது மெஷின்னு தெரியும். அந்த நாய் சிசிடிவிக்கு ஆப்போஸிட் சைட் சைட்ல இருந்து தான் வருது பட் அந்த பக்கம் வழியே இல்ல...

நெக்ஸ்ட்... சம்பவம் நடந்தபிறகு மார்னிங் எம்எல்ஏ வரதுக்கு முன்னாடி அவன் இங்க வந்திருக்கான். பிகாஸ் பாருங்க அந்த நாய் அவன மூடின பிறகு அந்த இடம் ஒரு மாதிரி மேடும் பள்ளமுமா அந்தக் பள்ளம் சரியா மூடப்-படாம இருக்கு கொஞ்சநேரம் கழிச்சி பாருங்க நார்மல்லா இருக்கு... ஆனா அவனோட காலடித்தடம் அங்க எதுவுமே இல்ல... மொத்தமா அந்த கொலை-கரான பத்தின இண்டெரெஸ்ட்டிங்கான விஷயம் என்னன்னா *ஹீ இஸ் எ ஹேக்கிங் எக்ஸ்பெர்ட்.* எம்எல்ஏவுக்கு வந்த கால் உண்மை. ஆனா பேசினது யாரு பேசின விஷயம் என்னன்னு ஒரு க்ளூ கூட இல்ல. இதை நா என்-னோட ஒரு ஹேக்கர் ஃப்ரெண்ட் மூலையமா தெரிஞ்சிக்கிட்டேன்.''

"இது எப்டி சாத்தியம் சார்... நாம தான் நம்மளோட ஹேகெர்ஸ் வச்சி செக் பண்ணோமே..?'' சந்தேகமாய் கேட்டான் வெற்றி

"நம்ம டிபார்ட்மெண்ட்ல இருக்கவாங்கலாம் ஹேக்கிங்க் தெரிஞ்சவங்க! ஹேக்கிங்க் எக்ஸ்பெர்ட் இல்ல''

"அப்டினா இந்த கேஸ்ல என்ன தா முடிவு?'' என்றார் ரமணன்.

"இது கொலைதாங்கறதுக்கு எல்லா ஆதாரமும் இருக்கு ஆனா கொலகாரன் யாருங்குறதுக்கு ஒரு ஆதாரமும் இல்ல... சோ... இந்த கேஸ் இதோட முடிய போறதில்ல... கண்டிப்பா அடுத்து கொலை நடக்கும்''

ரமணனும் வெற்றியும் ஒருவரையொருவர் பார்த்துக்கொண்டனர்.

“சரி ஓகே மிஸ்டர் வெற்றி இதுல கண்டிப்பா நாம எதையாவது மிஸ் பண்ணிருப்போம் அது என்னன்னு நாளைக்கு உங்க எஸ்பி லோகேஷ் கூட சேந்து கண்டுபுடிங்க!... நைஸ் டூ மீட் யு” அவன் புன்னகையுடன் கூற... வெற்றியும் சிரித்துக் கொண்டே கை குலுக்கிவிட்டு விடைபெற்றான். அவன் சென்ற பிறகு

“ஆருஷ் உன்னோட அந்தக் ஹேக்கர் ஃப்ரெண்ட் எப்டி இருக்காங்க?” ஏக்கம் நிறைந்த முகத்தோடு கேட்டார் ரமணன்.

“நல்லா இருக்கா அங்கிள்..”

“எப்ப இந்தியா வந்தாங்கலாம்?”

“நேத்து தான் அங்கிள்”

அவர் கண்கள் கலங்க, “கவலப்படாதீங்க அங்கிள் அவ சீக்ரமே உங்கள புரிஞ்சிக்குவா. பொண்ணையும் அப்பாவையும் சேத்துவைக்கிறது என் பொறுப்பு.”

“இல்ல ஆருஷ் அவ அவங்க அம்மா மாதிரி பிடிவாதம் ஜாஸ்தி... இப்பவரைக்கும் அவளோட அம்மா என்னை ஏத்துகவே இல்லையே”

“என்ன அங்கிள் இது சின்னப்பிள்ளை மாதிரி... இவ்ளோ நாள் மேடம் யுஎஸ்ல இருந்தாங்க உங்கள கண்டுக்கல இப்ப இந்தியா வந்துட்டாள்ல நா இருக்கேன் அங்கிள் டோன்ட் வொர்ரி... அய்யய்யோ...”

“என்ன ஆச்சிப்பா”

“மணி 10.30 வீட்டவிட்டு வெளிலவே போகக்கூடாதுன்னு சொன்னாரு உங்க தளபதி நா இவ்ளோ நேரம் கழிச்சி வீட்டுக்கு போனேன்னு தெரிஞ்சா சோளி முடிஞ்சிது... நா கெளம்புறேன் அங்கிள்”

அவர் சிரித்துக்கொண்டே “நா வேணா கிருஷ்ணா கிட்ட ஃபோன் பண்ணி சொல்லட்டுமாப்பா?”

“எதுக்கு அந்த முறுக்கு மீச ஹிட்லர் என்னைய ஓரேடியா வீட்டவிட்டு தொரத்தவா? அதெல்லாம் வேணா நா பாத்துக்குறேன்.”

அவசர அவசரமாய் வீட்டிற்கு ஓடினான் ஆருஷ். முன்னமே அங்கு ஒரு பூகம்பம் வெடித்துக்கொண்டிருப்பது தெரியாமல்.

அத்தியாயம் 5

அந்த மிக பெரிய பழங்கால நீல இரட்டை மாளிகை முன்பு வந்து நின்றது ஒரு வெள்ளை நிற ஆடி கார். காரின் முன் இருக்கையிலிருந்து இறங்கினார் தொழிலதிபர் கர்ணன். பின்னிருக்கையிலிருந்து சாந்து நிற குர்த்தியும் சந்தன நிற பேன்ட், ஷாலும் அணிந்த நவ நாகரீக பெண்ணொருத்தி இறங்கினாள். ஆடி கார் அந்த மாளிகையின் பக்கம் இருந்த பார்க்கிங் பகுதிக்கு நகர்ந்தது. கர்ணன் அந்த மாளிகையின் அழைப்பு மணியை அழுத்த, கதவை திறந்தாள் மோனிஷா

"யார் வேணும்?" சந்தேகமாய் பார்த்தாள் இருவரையும்

"மிஸ்டர் கிருஷ்ண்ணாமூர்த்தி வீடு இது தானம்மா?" புன்னகையுடன் கேட்டார் கர்ணன்.

"ஆமா அங்கிள் நீங்க யாரு?"

"என் பேரு கர்ணன்மா மிஸ்டர் கிருஷ்ணமூர்த்திய பாக்கணும்"

"கொஞ்சம் வெயிட் பண்ணுங்க அப்பாகிட்ட சொல்றேன்"

மோனிஷா சென்று கிருஷ்ணமூர்த்தியிடம் தகவல் சொன்னாள். கிருஷ்ணமூர்த்தி வாயெல்லாம் பல்லாக சிரித்தமுகத்துடன் வேகமாய் வந்தார்.

"கர்ணா... எத்தன நாள் ஆச்சி உன்ன பாத்து... இப்ப தான் என் வீட்டுக்கு வழி தெரிஞ்சிதா... ஹப்பா... எவ்ளோ மாற்றம்டா கோட்டு சூட்டு ஆடி காரு... ம்ம்ம்... ஆளு மட்டும் படிக்கிறப்ப பாத்த மாதிரியே அப்டியே... இருக்கியே டா! மோனி போயி அம்மா சித்தப்பாவலாம் கூப்ட்டுவாமா..." பலவருடம் கழித்து பார்த்த பால்ய நண்பனை கட்டியணைத்து நலம் விசாரித்தார் கிருஷ்ணன்.

"என்ன இருந்தாலும் உன்னை போல இருக்க முடியுமா? எவ்ளோ வசதி வந்தாலும் வேட்டி சட்டையும் முறுக்கு மீசையும் மாறுதா பாரு... அதான் நீ..."

"அது சின்ன வயசுல இருந்து அப்டியே பழகிடுச்சி விட்றா... அப்றம் உன்னோட தொழிலெல்லாம் எப்டி போகுது... வீட்டுல எல்லாரும் நல்லா இருக்காங்களா? பசங்களுக்குலாம் கல்யாணம் பண்ணிட்டியா?"

“தொழிலெல்லாம் நல்லா தான் போவுது... பசங்களுக்கு நாம என்னடா கல்யாணம் பண்றது அது அது வளந்து அதுகலாவே தனக்குன்னு வாழ்க்கைய அமச்சிக்கிடுச்சிக சந்தோஷமா இருந்தா செர்தான்னு நானும் விட்டேன்”

அதற்குள் மற்றவர்களும் வந்து விட்டனர். அவர்களுடன் கிருஷ்ணமூர்த்தியின் தாயார் சரோஜாவும் வந்தார்.

“அடடே... கர்ணா! வாப்பா வா... எவ்ளோ வருஷமாச்சி உன்ன பாத்து... எப்டி இருக்க?” மகிழ்ச்சி பொங்க கேட்டார் சரோஜா.

“நல்லா இருக்கேன்மா நீங்க எப்டி இருக்கீங்க?”

“பிபி, சுகர், மூட்டு வலியோட நல்லா இருக்கேன்பா...” சிரித்துக்கொண்டே சொன்னார் சரோஜா.

ராமன், தமயந்தியும் தங்கள் பங்கிருக்கு நல விசாரிப்புகள் நடத்தினர். அவர்கள் பலவருடங்கள் கழித்து சந்திததால் தங்களுக்குள் பேசி சிரித்துக்கொண்டிருக்க எதேர்ச்சியாய் வெளியில் நின்றிருந்த பெண்ணைப் பார்த்து

“அது யாருண்ணே உங்க பொண்ணா? வாமா உள்ள வா... ஏன் வெளியவே நிக்கிற?” என்று அழைத்தவரே கூறினார் ராமன்.

“அய்யய்யோ நான் கூட இவ்ளோ நேரம் கவனிக்கவே இல்ல பாரு உங்கள பாத்தா சந்தோஷத்துல மறந்துட்டேன் ராமா... எதே.... என் பொண்ணா? எனக்கு ஏதுடா பொண்ணு அவ உங்க மருமகதான்டா...”

“என் மருமகளா என்னடா சொல்ற?” சந்தேகமாய் கேட்டார் கிருஷ்ணமூர்த்தி.

“ஆமா கிருஷ்ணா இந்த பொண்ணு சிந்தியாவோட பொண்ணு” இன்னும் வீட்டிற்குள் வராமல் வெளியே நிற்கும் பெண்ணனை பார்த்துக்கொண்டே சொன்னார் கர்ணன்.

சிந்தியாவின் பெண் என்று சொன்ன அடுத்த நொடி கோபத்தில் கொந்தளித்தாள் தமயந்தி.

“அந்த ஓடுகாலி பொண்ண இங்க எதுக்கு கூட்டிக்கிட்டு வந்த கர்ணா?.... இங்க அவளுக்கு யார் இருக்கான்னு இங்க கூட்டிட்டு வந்திருக்க?”

“என்ன அக்கா நீங்களே இப்டி பேசுறீங்க... நீங்க எல்லாரும் சிந்தியா மேல எவ்ளோ கோவத்துல இருப்பிங்கன்னு எனக்கு தெரியும்... சிந்தியா பண்ணதும் தப்புதான்... இல்லேன்னு சொல்லல அதுக்காக இன்னும் எத்தன வருசத்துக்கு இப்டி அவள ஒதுக்கி வைப்பிங்க? சிந்தியா பண்ண தப்புக்கு அவ பொண்ணு என்ன பண்ணுவா?”

“அத தப்பு பண்ணறதுக்கு முன்னாடி யோசிக்கணும்ணே நாளைக்கு பெத்தவங்க, அக்கா, அண்ணனுங்க உறவு வேணும் இப்டி அவங்கள அசிங்க படுத்-

திட்டு போறோமேன்னு கொஞ்சமாச்சும் நெஞ்சில ஈரமிருந்தா அவ துணிஞ்சி இந்த காரியத்தை பண்ணிருப்பாளா? நாங்க என்ன அவ சந்தோஷத்த கெடுக்கணும்னா நெனச்சோம் இவன தான் நா விரும்புறேன்னு சொல்லி இருந்தா நாங்களே கல்யாணம் பண்ணி வச்சிருப்போமே இப்டி ஊர கூட்டி தாலிக்கட்டுற நேரத்துல ஓடி போயி எங்க மானத்தையே வாங்கிட்டாளே... எப்டிண்ணே இதெல்லாம் மறக்குறது?'' தங்கை மீதிருந்த கோவத்தில் குற்றம் சாட்டினார் ராமன்.

“சரிப்பா ராமா நீ சொல்றதுலாம் சரிதான் அதுக்குன்னு உங்க தங்கச்சி மேல இருக்குற கோவத்தை மருமக மேல காட்டுறது எந்த வகையில நியாயம் சொல்லுங்க?'' மீண்டும் அந்த பெண்ணிற்காக பேசினார் கர்ணன்.

“என்ன நீ சும்மா சும்மா அவள மருமவ மருமவன்னு சொல்லிக்கிட்டே இருக்க நீ.... இந்தா பாரு கர்ணா என் தம்பிங்களுக்கு இப்பவரைக்கும் ஒரே மருமக தான் அது என் பொண்ணு சாலிகா இதுக்கப்புறம் மருமகன்னு யாராவது இந்த வீட்டுக்குள்ள அடியெடுத்து வச்ச அது ஆருஷோட பொண்டாட்டியா மட்டும் தான் இருக்கும் வேறயாரும் என் தம்பிங்களுக்கு மருமக கிடையது எனக்கு மகளும் கிடையது. மனசுல வச்சிக்கோ நீ வந்ததுல சந்தோஷம் கூட வந்தவள கூட்டிக்கிட்டு கிளம்பினனா நல்லா இருக்கும்.'' வெடுக்கென்று வார்த்தைகளை கொட்டினாள் தமயந்தி.

“என்னமா சகி நீங்களாவது சொல்லலாமில்ல... பாவம் அந்த பொண்ணு என்னமா பண்ணும்''

“எங்களால என்ன சொல்ல முடியும் நாங்க என்ன அவளுக்கு அண்ணி மாதிரியா இருந்தோம் ஒரு தோழி மாதிரி தான இருந்தோம். எங்க கிட்ட கூட ஒரு வார்த்தை சொல்லலயே...'' தனது ஆற்றாமையை கூறினார் சகுந்தலா

“அது மட்டும் இல்லாம இத்தன வருஷமா பொறந்த வீடே இல்லாம.. ஒரு விசேஷம்னா அவங்க முகத்துல முழிக்க முடியாம... பெத்தவங்க கிட்ட பேச முடியாம... நாங்க படுற கஷ்டதுக்கு யார் காரணம் நீங்க சொல்ற இதே சிந்தியா தான். அவ பண்ண தப்புக்கு தண்டனை நாங்க அனுபவச்சிக்கிருக்கோம் இத்தன வருஷமா'' தன் மன பாரத்தை வார்த்தைகளில் தீர்க்க முயற்சித்தாள் அந்திமதி.

அவரது பார்வை இப்போது சரோஜா பக்கம் திரும்பியது “அம்மா நீங்களும் இவங்கள மாதிரி தான் சொல்ல போறீங்களா? உங்க பொண்ண மன்னிச்சி உங்க பேத்திய ஏத்துக்கூற மனசு உங்களுக்காச்சி இருக்கா? சொல்லுங்கம்மா''

சரோஜா கண்கலங்கினார்

“அவங்க என்ன சொல்லுவாங்க... பெத்த பொண்ணாலே தன்னோட பூவும் போட்டும் போகுமுன்னு எந்த தாய் தான் நெனைச்சிருப்பா? அவளால இதுவர இங்க நாங்க பட்ட கஷ்டமெல்லாம் போதும் கர்ணா தயவு செஞ்சி மறுபடியும்

எங்க கிட்ட இது பத்தி எந்த கேள்வியும் கேக்காத எங்களோட முடிவு இது-தான் அந்த ஒழுக்கங்கெட்டவளோட பேர கூட இங்க நாங்க கேக்க விரும்பல தயவு செய்து அந்த பொண்ண கூட்டிக்கிட்டு கௌம்பிடு...'' முடிவாய் கூறினாள் தமயந்தி.

''அக்கா... நா சொல்றத ஒருநிமிஷம்''

அதற்குள் இடைமறித்த ராமன் ''தப்பா நெனைக்காதீங்கண்ணே சிந்தியா மேல இருக்க கோவமே அந்த பொண்ண வெறுக்க வச்சிடும்ண்ணே அந்த பொண்ண அவங்க அப்பா அம்மாகிட்டயே போக சொல்லுங்க... இத்தன வரு-ஷம் கழுச்சி பொண்ண அனுப்பி சமாதானம் பேசுறாளா அவ''

''கிருஷ்ணா நீ உன்னோட தங்கச்சி மேல உசுரையே வச்சிருந்தன்னு எனக்கு தெரியும் நீயாவது...'' அவர் முடிக்கும் முன்

கிருஷ்ணனின் முகம் இருக்கியது.... சட்டென வெளிவந்தன வார்த்தைகள் ''எனக்கு தங்கச்சியல்லாம் இல்ல இருந்த ஒரு தங்கச்சியும் இருபத்திமூனு வரு-சத்துக்கு முன்னாடியே செத்து போயிட்டா முன்ன பின்ன தெரியாதவங்களலாம் சொந்தம்னு சொல்லி இங்க கூப்பிட்டு வராத கர்ணா... நீ வந்ததுல சந்தோஷம் கௌம்பு''

நண்பனை உற்று பார்த்தவர் அலட்சிய புன்னகை உதிர்த்து ''உன்னோட தங்கச்சி வேணா இருபத்திமூனு வருசத்துக்கு முன்னாடி செத்துபோயிருக்கலாம் ஆனா அந்த பொண்ணுடைய அப்பா அம்மா ரெண்டு மாசத்துக்கு முன்னாடி தான் செத்துபோனாங்க... (தமயந்தி உட்பட அனைவரும் அதிர்ந்தனர்... சகுந்-தலா அந்த பெண்ணை பார்க்க அவளோ எந்த சலனமும் இல்லாமல் நின்றி-ருந்தாள்) உங்க எல்லாரோட கோவமும் எனக்கு புரியுது கிருஷ்ணா கொஞ்சம் அந்த பொண்ணு முகத்த பாரு இந்த சின்ன வயசுலே பெத்தவங்கள இழந்-துட்டு இவ்ளோ சொந்தம் இருந்தும் அனாதையா ஏதோ ஒரு ஊருல தனியா கஷ்டப்படனுமா? அந்த பொண்ணு 'அங்க இருக்க யாரையும் எனக்கு தெரி-யாது அங்கிள் அவங்க என்னை ஏத்துக்குவாங்கலான்னு தெரில நா வரல இங்-கையே இருக்கேன்'னுதா சொன்னா ஆனா நான் தா நீங்க உங்க சிந்தியாவ மன்னிசிருப்பிங்கன்னு நெனச்சி இங்க கூப்பிட்டு வந்தேன்... என்ன இருந்தா-லும் சிந்தியா நம்ம தங்கச்சிடா!... உங்கள விட தப்பு பண்ணிட்டோமேங்குற குற்ற உணர்ச்சி அவளுக்கு நிறையவே இருந்திருக்கும். இதுக்கப்பறம் முடிவு உங்களோடது... நா பொண்ண சேர்க்க வேண்டிய இடத்துல சேத்துட்டேன். நா கௌம்புறேன் கிருஷ்ணா?''

கர்ணன் அந்த பெண்ணிடம் சென்று ஏதோ பேசிவிட்டு கிளம்பிட்டிருந்தார்.

அது ஒன்னுமிலலங்க நம்ம மூர்த்தி பிரதர்ஸோட செல்ல தங்கச்சி தான் சிந்தியா! சிந்தியாவுக்கு அப்பாவ விட அண்ணனுங்க மேல தா பாசம் அதிகம்.

அக்காவும் தங்கசியும் எப்பவும் எலியும் பூனையும் தான். தம்பிகள் தன் மீது காட்டும் மரியாதையும் கடைக்குட்டி என தங்கை மீது காட்டும் பாசமும் தமயந்திக்கு எப்பொழுதும் சிந்தியாமீது வெறுப்பையே உண்டாக்கியது. அது ராமமூர்த்தியின் திருமண நாள் தனது சிறிய அண்ணனின் திருமணத்தில் சிட்டுக் குருவி போல பறந்து பறந்து துள்ளி குதித்து வேலைப் பார்த்துக்கொண்டிருந்த சிந்தியாவின் மீது சகுந்தலாவின் பெற்றோர் கவனம் செலுத்தினர். அப்பொழுதே கிருஷ்ணாவின் அப்பாவிடம் இதை பற்றி பேசினர். அவர்களின் இளைய மகனுக்கு சிந்தியாவை பெண் கேட்டனர். அந்த பெரிய மனிதரும் தன் மகளிடம் எதுவும் கேட்காமல் மகளின் கல்லூரி படிப்பு முடிந்ததும் திருமணம் வைத்துக்கொள்ளலாம் என வாக்கு கொடுத்தார். சிந்தியா கல்லூரி பாடத்தின் கூடவே காதல் பாடமும் கற்றுத் தேர்ந்திருந்தாள். தனது காதலை பற்றி தன் அண்ணன்களிடமும் அண்ணிகளிடமும் கூற ஆவலாய் இருந்தவள் தலையில் இடி விழுந்தது போல இருந்தது அம்மா கூறிய வார்த்தைகள்.

“சிந்தியா பரிட்சை முடிஞ்சதும் நேர வீட்டுக்கு வா ஃப்ரெண்ட் வீட்டுக்கு போறேன் அங்க போறேன் இங்க போறேன்னு கௌம்பிடாத... நாளைக்கு பொண்ணழைப்பு நாளாணைக்கு உனக்கு கல்யாணம் கேட்டுச்சா?”

“ம்மா என்னமா சொல்ற?”

“உனக்கு கல்யாணம்ன்னு சொல்றேன் கேக்கலயா?”

“இன்னாமா விளையாடுறியா? யார கேட்டு இதெல்லாம் முடிவு பண்ணிங்க? அண்ணா கூட என்கிட்ட எதுமே சொல்லல?”

பாவம் அவர்களுக்கும் தெரியாது தங்கை அனுமதியில்லாமல் தான் இந்த திருமண ஏற்பாடு நடக்கிறது என்று... தங்கை சம்மதத்தில் தான் நடக்கிறது என்று கூறிய தந்தையின் பேச்சை நம்பி அவர்களும் உச்சாகமாக கல்யாண கொண்டாட்டதில் இருந்தனர்.

“யாரடி கேக்கணும்? பெத்தவங்களுக்கு தெரியாதா? பொண்ணுக்கு எப்டி வாழ்க்கை அமச்சி தரணும்னு... இதென்ன புது பேச்சி”

“அம்மா நா ஒருத்தர விரும்புறேன் வாழ்ந்தா அவர் கூட மட்டும் தான். நீங்க இப்டி பண்ணுவீங்கன்னு நா எதிர்பாக்கல? என்னால நீங்க சொல்றவர கல்யாணம் பண்ணிக்க முடியாது...”

“என்னடி இப்டி என் தலைல இடிய தூக்கி போடுற?”

“யாரு நானா? இல்ல நீங்களா? ஒரு வார்த்தை என்னை கேட்டீங்களா?... இப்பவும் ஒன்னும் கெட்டு போகல அப்பா கிட்ட சொல்லுங்க கல்யாணத்த நிறுத்த சொல்லுங்க இல்லானா நா இங்கையே இருந்திடுவேன் வீட்டுக்கே வர மாட்டேன்”

“ஏதாச்சும் எடக்கு மடக்கா பண்ணி குடும்ப மானத்த வாங்கிடாதடி... இதுல உன் வாழ்க்கை மட்டும் இல்ல உன் அண்ணங்களோட கவுரமும் இருக்கு மறந்திடாத”

“இன்னமா பிளாக் மெயில் பண்றீயா?”

“எந்த மயிலும் இல்லடி புரிஞ்சிகோ உன் அண்ணங்களோட மச்சான் சீலன் தான் உன்ன கட்டிக்கப் போறவரு... இதுல உன் அண்ணன் அண்ணியோட வாழ்க்கையும் அடங்கியிருக்கு புரிஞ்சிக்க சிந்தியா”

“அம்மா... நீங்க என்ன இக்கட்டான சூழ்நிலையில நிறுத்துறீங்க? மதி அண்ணியோட அம்மா ரொம்ப நல்லவங்க சொன்னா புரிஞ்சிக்குவாங்க பிளீஸ்மா நீ புரிஞ்சிகோ மனசுல ஒருத்தர வச்சிக்கிட்டு இன்னொருத்தர் கூட எப்டிமா வாழ முடியும்?”

சிறிது நேரம் அமைதி காத்தவர் “சரி வா வீட்டுக்குவா அண்ணன் கிட்ட சொல்லி அப்பா கிட்ட பேசுவோம்”

சரோஜாவின் பேச்சைக்கேட்டு அவரின் வார்த்தைகளை நம்பி வீட்டிற்கு வந்தாள் சிந்தியா. ஆனால் வீட்டில் நடந்ததோ வேறு... தாயும் தந்தையும் அவளை அடிக்காத குறையாக மிரட்டினர். சிந்தியாவை அண்ணன் அண்ணிகளிடம் பேசாமல் பார்த்துக்கொள்வதே சரோஜாவின் முக்கிய வேலையாக இருந்தது. பொறுத்து பொறுத்து பார்த்தவள் யாரிடமும் சொல்லாமல் வீட்டை விட்டு வெளியேறினாள். தனக்கென காதிருக்கும் வாழ்க்கையை தேடி.

இங்கு கல்யாண வீடு கலவரவீடாகி பிறகு ரெண்டு சம்பந்திகளுக்குள்ளும் பெரிய பிளவு ஏற்பட்டது. மதி மற்றும் சகியின் பெற்றோர் அவர்கள் இருவரிடத்திலும் ஒரே கேள்வியை முன்வைத்தனர். பிறந்த வீடா? புகுந்த வீடா? என இருவரும் கனத்த மனதோடு புகுந்த வீட்டையே தேர்ந்தெடுத்தனர். ஆனால் சிந்தியாவின் அப்பவோ அவமானம் தாங்காமலும் இத்தனை பிரச்சனைக்கும் தான் அன்று கொடுத்த வாக்குதான் என்ற குற்ற உணர்ச்சியில் தூக்கிட்டு தற்கொலை செய்து கொண்டார். சிந்தியா தந்தை இறப்பிற்கு கூட வரவில்லை. அன்றிலிருந்து இன்றுவரை மொத்த குடும்பமும் சிந்தியா மீது கடும் கோபத்திலும் வெறுப்பிலும் உள்ளனர்.

இன்னனும் அந்த பெண் வீட்டு வாசலிலேயே நின்றுகொண்டிருந்தாள் யாரும் அவளை அழைக்க முன் வரவில்லை. தமயந்திக்கு அந்த பெண்ணை அழைத்துக்கொள்வதில் சிறிதும் விருப்பம் இல்லை. குடும்பத்தையே விட்டு பிரிந்து வாழ்ந்தாலும் அவளுக்கு பிடித்து அவளே தேர்ந்தெடுத்த வாழ்க்கையைதானே அவள் வாழ்கிறாள் என்ற கோபமோ பொறாமையோ இப்பொழுது வரை தமயந்திக்கு இருந்தது.

சரோஜா மெல்லமாக பேச்சை ஆரம்பித்தார்.

“பாவம் அந்த புள்ள எவ்ளோ நேரம் தான் வெய்யில நிக்கும் யாராவது உள்ள கூப்புடுங்களேன்” ஏக்கம் நிறைந்தக் கண்களோடு பார்த்தார் சரோஜா.

“இந்தா... இன்னா பெத்த பாசம் பொங்குதா இல்ல பேத்தி பாசம் பொங்குதா அவ பண்ணதெல்லாம் மறந்துபோச்சா? போனவ செத்துபோயிட்டா அவளால நாம பட்டதெல்லாம் இல்லன்னு ஆகிடுமா? அவ வேணா செத்திருக்கலாம் என் கோவம் இன்னும் சாகல... நா இருக்க வரைக்கும் அவள மன்னிக்கவும் மாட்டேன் இவள ஏத்துகவும் மாட்டேன்.” சொல்லிய அதே வேகத்தில் உள்ளே சென்றுவிட்டார் தமயந்தி போகும் போது தனது தாய் சரோஜாவை ஒரு முறைப்பை காட்ட அவரும் தலையை குனிந்துகொண்டே தமயந்தி பின்னாலேயே சென்றார்.

தங்கை இறந்ததை நினைத்து கண்கள் கலங்கினாலும் அவளது துரோகமும் அவளால் ஏற்பட்ட அவமானமும் இழப்புகளும் முன் வரிசையில் நிற்க

“இதுக்கப்றம் முடிவு உங்களோடது அண்ணா... நா எதுவும் சொல்றதா இல்ல என்னால எதையும் மறக்க முடியல.... சிந்தியா மேல இருக்க வெறுப்ப அந்த பொண்ணு மேல காட்டிருவனோன்னு பயமா இருக்கு” எதார்த்தமாய் சொல்லிவிட்டு வெளியில் நிற்பவளை ஒரு பார்வை பார்த்துவிட்டு தன் வீட்டிற்கு சென்றார் ராமன், அந்திமதியும் உடன் சென்றுவிட்டாள். கிருஷ்ணன் தன் தங்கையுடனான அழகிய நினவுகளை யோசித்துப் பார்த்தார். சிறிது யோசனைக்கு பின்

“வாணிமா...”

“சொல்லுங்க பெரிப்பா”

“போயி அந்த பொண்ண கூப்பிட்டு வாமா”

அவள் திரும்பி சகுந்தலாவின் முகத்தை பார்த்துவிட்டு சென்றாள். அவள் அந்த பெண்ணை அழைத்துக்கொண்டு அவளது லக்கஜ்ஜை எடுத்துக்கொண்டு உள்ளே வந்தாள். பின்னாடியே வந்த அந்த பெண் கால் எடுத்து உள்ளே வைக்க போன நேரம்

“ஒரு நிமிஷம்” என்ற சகுந்தலாவின் வார்த்தை அவளை தடுத்து நிறுத்தியது.

“மோனி” என்று அழைத்து ஏதோ சைகை செய்ய அர்த்தம் புரிந்தவள் ஆரத்தி தட்டுடன் வந்தாள். அதை வாங்கிக்கொண்டு அவள் அருகில் சென்றவள்

“உன் பேரு என்ன?” மெல்லமாய் வார்த்தைகள் உதிர்த்தார் சகுந்தலா.

“சம்ருதா!” தயக்கமாய் வந்தது பதில்.

வெறும் தலையசைப்பை மட்டும் பதிலாய் கொடுத்துவிட்டு சம்ருதாவிற்கு தன் கையாலே ஆரத்தி எடுத்து நெற்றியில் குங்குமம் இட்டு உள்ளே அழைத்தார் சகுந்தலா. ஆனால் முகத்தில் காசுக்கு கூட புன்னகை இல்லை. உள்ளே வந்த

சம்ருதா அந்த மாளிகையை தன் கண்கள் வட்டமடிக்க பார்த்துக்கொண்டிருந்தாள்.

“மோனி இங்கவா சாம்க்கு மேல இருக்குற ரூம காட்டு” ஆரத்தி தட்டை வாணியிடம் கொடுத்துக்கொண்டே கூறினார்.

“மீரா அக்கா ரூமையா ம்மா?”

“இல்லமா மீரா இன்னைக்கு ஊருக்கு வரா... பக்கத்து ரூம்!”

“சரிங்கமா!”

மோனி சம்ருதாவை அழைத்துக்கொண்டு படி ஏறினாள் கிருஷ்ணன் சம்ருதாவையே பார்த்துக்கொண்டிருந்தார். அவரைப் பார்த்த சகுந்தலா

“குடிக்க ஏதாவது கொண்டுவரவாங்க?”

சட்டென தன் மனைவியை பார்த்தவர் “நா சம்ருதாவ உள்ள கூப்பிட்டதுல உனக்கு வருத்தம் இல்லையே”

வெற்றுப் புன்னைகையுடன் “எனக்கு சிந்தியா மேல தான் கோவம். இந்த பொண்ணுமேல இல்லைங்க! அதுவும் அவ ஓடிப் போயிட்டான்னு கோவப்படல என்கிட்ட கூட சொல்லாம போயிட்டாளேன்னு தான் கோவப்பட்டேன். நிறைய முற யோசிச்சிருக்கேன் அட்லீஸ்ட் நாமலாவது சிந்தியாகிட்ட கேட்டிருக்கணும் அந்த கல்யாணத்துல அவளுக்கு விருப்பம் இருக்கா இல்லையான்னு. நம்ம மேலையும் தப்பிருக்குங்க.”

அவர் எதுவும் சொல்லாமல் தன்னறைக்கு சென்றுவிட... சகி சம்ருதாவை பார்க்க சென்றார். அவளோ ஒரே பார்வையில் அந்த அறையை அளந்துவிட்டு அங்கிருந்த மெத்தையின் மீது தனது பேகை வைத்துவிட்டு சுவற்றை வெறித்தபடி அமர்ந்திருந்தாள். தனது ஆள் காட்டி விரலை மடக்கி கதவை டொக் டொக் என தட்டிய சகுந்தலா அவளை அழைத்தார்.

“சாம்”

“ஹாம்” ஏதோ நினைவிலிருந்து மீண்டவளாய் அவள்.

“ஏன் இப்டி உகந்திருக்க?”

அவள் பதிலேதும் சொல்லாமல் முழித்தாள்

“சாப்பிட ஏதாவது கொண்டுவர சொல்லட்டுமா?”

வேண்டாமென வேகமாய் தலையசைத்தாள்

“இந்த ரூம் உனக்குப் புடிக்கலையா? வேற ரூம் காட்டவா?”

“இல்ல இல்ல எனக்கு இந்த ரூம் ரொம்ப புடிச்சிருக்கு” அவளது அவசரமான பதிலைப்பார்த்து அவர் புருவம் உயர்த்த அவள் குனிந்துக் கொண்டாள்.

“சரி அப்போ ஏன் டிரஸ் ஏதும் எடுத்து வைக்காம அப்டியே உக்காந்திருக்க?”

இப்பொழுதும் பதிலில்லை.... முகத்தில் டன் கணக்கில் சோகம் மட்டும் வழிந்தோடியாது.

“அப்பா அம்மாவ மிஸ் பண்றீயா?”

அவள் இல்லை என தலையசைக்க கண்கள் சிவந்தது சட்டென வேறுபக்கம் திரும்பிக்கொண்டாள். அவளின் மனநிலையை உணர்ந்தவர் சம்ருதாவை தனிமையில் விடுவதே சிறந்தது என எண்ணி வெளியில் சென்றார்.

தனது அறையில் கிருஷ்ணன் ஒரு போட்டோவை வைத்துக்கொண்டு அழுதுக்கொண்டிருந்தார். அருகில் வந்து ஆதரவாய் தோள் பற்றிய சகுந்தலா,

“அழறதால முடிஞ்ச எதையும் மாத்த முடியாதுங்க”

பொங்கி வந்த அழுகையை அடக்கிக்கொண்டே “என் கூட இல்லனாலும் என் தங்கச்சி எங்கையோ உயிரோட சந்தோஷமா இருக்கான்னு நெனச்சேன் சகி இப்டி இவ்ளோ சீக்கிரம்... இப்பக்கூட அவ நம்ம கிட்ட ஒரு வார்த்தை சொல்லலியே சகி” கண்ணீர் அந்த கம்பீரமான மனிதரின் முறுக்கு மீசையை நனைத்தது. சகுந்தலாவுக்கும் அதே சோகம் தொற்றிக்கொண்டது. சிறிது நேரத்துக்கு பிறகு

“சாப்பிட ஏதாவது குடுத்தையா சகி?”

“வேண்டாம்னு சொல்லிட்டாங்க!”

“உன்கிட்ட ஏதாச்சும் பேசினாளா?”

“ம்ம்.. அந்த ரூம் அவளுக்கு புடிச்சிருக்குன்னு சொன்னா.”

“ஆனா அது...”

“அவன் உங்க கிட்ட கோச்சிக்கிட்டு சஞ்சய் ரூமுக்கு போய்டானே. அவ இங்க இருக்க வரைக்கும் அந்த ரூம்லயே இருக்கட்டுன்னு முடிவு பண்ணிட்டேன்.”

“உன் பையனுக்கு அவ்ளோ ரோஷமேல்லாம் இல்லையே... திரும்பி வந்து சண்டபிடிச்சன்னா?”

“என் பையன் என் பேச்ச கேப்பான். நா பாத்துக்குறேன்.”

“ம்ம்ம்... அக்கா சம்ருதாவ ஏதாச்சும் மனசு கஷ்டப்படுத்துற மாதிரி சொல்லிடுவாங்களோன்னு இருக்கு சகி”

“கண்டிப்பா சொல்லுவாங்க பாத்துக்கலாம் விடுங்க... அவங்களுக்கும் ஒரு நாள் புரியும்”

அன்று இரவு வரை யாரும் கிருஷ்ணன் வீட்டிற்கு வரவில்லை. ஏனெனில் சம்ருதாவின் வருகை அவர்களுக்கு விருப்பமில்லை. சஞ்சய் ஹாஸ்பிடலில் இருந்து வந்ததும் தகவல் தெரிவிக்கபட்டது. மிக சாதாரணமாய் கேட்டுவிட்டு சரி என தலையாட்டிவிட்டு தன் அறைக்குள் புகுந்துகொண்டான். தமயந்தியும்

அவரது இளைய தமையன் ராமனும் வீட்டின் நடுக்கூடத்தில் அமர்ந்து கிருஷ்ணமூர்த்தியின் முடிவை தவறென சாடிக்கொண்டிருந்தார்.

இங்கு எந்த சலனமும் இல்லாமல் மிகவும் அமைதியாக முடிந்த இரவு உணவுக்கு பின் சம்ருதா தன் அறைக்கு வந்தாள். அறைக்கு பக்கம் இருந்த பால்கனியில் நின்றுக்கொண்டு நிலவை வெறித்துக்கொண்டிருந்தாள். திடீரென மின்சாரம் துண்டிக்கப்பட்டு அறைமுழுவதும் இருள் சூழ, அலைபேசியில் இருந்த டார்ச் மூலம் மெழுவர்த்தியை தேடிக்கொண்டிருந்த சமயம். சோதனைக்கென்றே சிறிது நேரத்தில் பேட்டரி இல்லாமல் மொபைல் ஸ்விட்ச் ஆஃப் ஆனது. அதே நேரம் தன்னை தவிர தன் அறையில் யாரோ இருப்பதை உணர்ந்தவள். ஐம்புலன்கலையும் மிகவும் கூர்மையாக்கினாள். அந்த உருவம் அவளை தாக்க அதனை முன்கூட்டியே உணர்ந்தவளாய் நகர்ந்து தன்னை தற்காத்து அந்த உருவத்தை தாக்கி அங்கிருந்த சோபாவில் தள்ளி, அந்த உருவம் எழுந்திரிக்காவண்ணம் தன் ஒரு காலால் அணையிட்டு ஒரு கையால் அந்த உருவத்தை ஷோபாவோடு சேர்த்து அமுக்கி இன்னோர் கையால் தன் தலையில் இருந்த ஹேர் ஸ்டிக்கை எடுத்து அந்த உருவத்தின் கண்ணுக்கு அருகில் கொண்டு செல்ல, மிசாரமும் வந்துவிட்டதாய் விளக்குகள் ஒளிர, வெளிச்சம் வந்த அறையை ஒரு நொடி கண்ணுற்று அடுத்த நொடி அந்த உருவத்தை பார்த்தாள். இல்லை இல்லை முறைத்துக்கொண்டிருந்தாள்.

அத்தியாயம் 6

ஆருஷ் கமிஷ்னரிடம் விடைபெற்று தன் வீட்டிற்கு வந்துவிட்டிருந்தான். இரவு, நேரம் பதினோன்றை தாண்டியபடியால் தயங்கி தயங்கி பக்கத்தில் இருக்கும் தன் வீட்டை நோட்டம் விட்டுக்கொண்டே ராமனின் வீட்டு வாசற்படி ஏறினான்.

"அய்யோ ஏற்கனவே ரொம்ப நேரம் ஆகிடுச்சே... இன்னைக்கு என்ன ஏழரைய கூட்ட போறாங்கனு தெரியலையே... இந்த மீசக்காரர பாத்தா தான் லைட்டா கிடுகிடுங்குது என்ன பண்ண போறனோ? யாராவது பாக்குறதுக்குள்ள நைசா ஓடிர வேண்டிதான்.."

அவன் புலம்பிக்கொண்டே வாசல் வர நடுக்கூடத்தில் அமர்ந்து பேசிக்கொண்டிருந்த தமயந்தியையும் ராமனையும் பார்த்து விட்டு

"ஆத்தாடி... என்ன நடு ஹால்லயே மீட்டிங்க போட்டாங்க... மத்த வானர சேனைகள் எங்க? முக்கியமா மீசகார் எங்க காணோம்? இப்ப என்ட்ரி குடுத்தோம் மொத்தமா எக்சிட் தான். அப்டியே இவங்கள சமாளிச்சி உள்ள போனாலும் எங்கண்ணன் அந்த வெண்ணைய சமாளிக்க முடியாது கேள்வி கேட்டே கொல்லுவான் பேசாம நம்ம ரூமுக்கே போயிட வேண்டிதான் அதுக்கு முன்னாடி யாராச்சும் இருகங்களான்னு செக் பண்ணிட்டு போகணும்"

அப்படியே குனிந்து குனித்து திருடனைப்போல வழக்கமாக தன் அறையின் பின்புறமிருக்கும் பைப்பை பிடித்து ஏறி உள்ளே பார்க்க அறை முழுவதும் இருள் மட்டுமே இருந்தது. மெதுவாக உள்ளே நுழைந்தவன் பாரு ரூம்ல யாரும் லைட் கூட போடல, ஸிவிட்சை போட்ட பிறகே தெரிந்தது மின்சாரம் துண்டிக்கப்பட்டுள்ளது என, தனது சட்டை பாக்கெட்டில் மொபைலை தேடியவன் தனக்கு முன்னே ஒரு உருவம் நடப்பதை உற்று பார்த்தான்.

"இந்த குட்டிச் சாத்தனுக்கு இதே வேலையா போச்சி என் ரூம்ல எதையாவது ஆட்டைய போடுறதுக்குனே வர வேண்டியது... இந்த பைத்தியம் இருட்டுல என்னத்த தேடிக்கிட்டு இருக்கு. இன்னைக்கு இருக்கு உனக்கு.... அடிக்க கை

ஓங்கியவன், சட்டென அந்தரத்திலே கையை வைத்துக்கொண்டு யாரா இருக்-கும் மோகினியா? நாகினியா? யார இருந்தா என்ன ஒரே போடா போட்டுற வேண்டிதான்.''

பக்கத்தில் இருந்த ஒரு அட்டையை எடுத்து அடிக்க அந்தக் உருவம் விலகி அவனை வலுவாக பிடித்து இழுத்து சோபாவில் போட்டு அமுக்கி கால்களால் அணையிட்டு ஒரு கையால் அவன் எழும்ப முடியா வண்ணம் அவனை லாக் செய்ய

''எய் லூசு உனக்கு இவ்ளோ பவர்ரா''

அவன் சொல்லி முடிப்பதற்குள் கரண்ட் வந்து விட, சட்டென கருவிழிக்கு மிக அருகில் ஏதோ ஒன்று கூர்மையாக இருப்பதைப் பார்த்து விக்கித்து விழி-பிதுங்கி போனான். சிலநோடிகளுக்கு பிறகே அது ஹேர் ஸ்டிக் என்று மூளை உரைத்தது. அந்த ஹேர் ஸ்டிக்கின் முனையையே பார்த்துக்கொண்டிருந்தான். இதயம் ஏகத்திற்கும் எகிறி துடித்து காதோரம் வியர்வையை வரவைத்தது. அவள் கொஞ்சமாக ஹேர் ஸ்டிக்கை நகர்த்த, மெதுவாக தலையை தூக்கி அவள் முகம் பார்த்தான்.

ஹேர் ஸ்டிக்கை எடுத்ததால் விரிந்து முகத்தில் ஆடிய முடி மின்விசிறியின் செயற்கை காற்றால் விலகி அவளின் முகத்தை தெளிவாய் காட்டியது. பிறை போன்ற பொட்டில்லா நெற்றி கோவத்தில் சுருங்கி இருக்க, வெண்ணிற பாலில் மிதக்கும் குலப்ஜமுன் போன்ற அவளின் ப்ரௌன் நிற கண்களும், அழகாய் முந்திக்கொண்டு நிற்கும் சிவந்த மூக்கும், ஜெர்ரி பழ நிறத்திற்கு போட்டி போடும் செந்நிற அதரங்களும், பாலில் தவறி விழுந்த குங்கும பூ போன்ற நிறம் கொண்ட பளபளக்கும் கன்னங்களும் பார்த்துக்கொண்டிருந்தவனின் மூளையை வேலை நிறுத்தம் செய்ய வைத்தது,

வாவ்.... என்று வாய் பிளந்து அவளை ரசிக்க எத்தனித்த மூளையை அதட்டி வலுக்கட்டாயமாக கோவத்தை கொண்டுவந்து,

''ஏய் யார்டி நீ?'' என்றான். அவளும் அதே கோவத்தோடு ஹேர் ஸ்டிக்கை எடுத்து கழுத்தில் வைத்து அழுத்தி

''மொதல்ல நீ யாருன்னு சொல்லு அதுக்கு முன்னாடி மரியாதையா பேசு இல்ல அப்டியே ஸ்டிக்க உள்ள ஏறக்கிடுவேன்.'' பல்லை கடித்துக்கொண்டு அவள் கூறிய விதம் அவனை எச்சில் கூட்டிவிழுங்க வைத்தது. இத்தனை நெருக்கமாய் நின்று அவள் கோவத்தோடு மிரட்ட, அவளின் நெருக்கமும் கோவத்தில் சிவந்த முகமும் மீண்டும் அவன் மூளையில் எதையோ உணர்த்த... அவன் அதற்கு இடமளிக்காமல் மீண்டும் அவளை முறைத்துக் கொண்டு

''அம்மா........'' என்று கத்தினான். அவன் சத்தம் கேட்டு வந்த சகுந்தலா.

''ஹேய் சாம் என்ன பண்ற நகரு'' என்றார் பதட்டமாய்

அவள் அவனை விடுவித்து நகர்ந்து நின்று சகுந்தலாவை கேள்வியாய் பார்க்க,

“இவன் என்னோட பையன் ஆருஷ்!”

“ஓஹ்” அவள் உதட்டை குவித்து இரு புருவங்களையும் உயர்த்தி ஆச்சரியமாய் தலையசைக்க

“எது ஓஹ் வா… ஏய் யாரி நீ? சாரி கூட கேக்கமா ஓஹ்ங்கற… ம்மா யாருமா இவ என் ரூம்ல என்ன பண்றா?

“கண்ணா நீ எப்ப இங்க வந்த? எப்டி வந்த? ஏன் வந்த?”

“ம்மா…. நா அவ யாருன்னு கேட்டேன் அதுக்கு பதில் சொல்லாம என்கிட்ட இவ்ளோ கேள்வி கேக்குறீங்க? அவ யாரா இருந்தா என்ன? மொதல்ல என் ரூம விட்டு வெளில போக சொல்லுங்க”

“ஆண்டி உங்க பையான மரியாதையா பேச சொல்லுங்க.”

“ஹேய் உனக்கு என்னடி மரியாதை நா அப்டி தா பேசுவன் என்னடி பண்ணுவ?”

“ஆருஷ் மரியாதையா பேசு… அவகிட்ட சாரி கேளு”

“ம்மா… நா என்ன தப்பு பண்ணேன்னு என்னை சாரி கேக்க சொல்றீங்க? யார் இவ? இவகிட்ட எதுக்கு நா சாரி கேக்கணும் மொதல்ல அவள என்கிட்ட சாரி கேக்க சொல்லுங்க ஏன் ரூம்ல அவ என்ன பண்றா?”

“சாரி மா! தப்பா எடுத்துக்காத அவன் அப்டிதான். கண்ணா வா போலாம்.”

“அம்மா… நீங்க ஏன் அவகிட்ட சாரி கேக்குறிங்க? என்ன எங்க கூப்புறிங்க இது என் ரூம் அவ இங்க என்ன பண்றா?”

“கண்ணா உன்ன வான்னு சொனேன்.” மீண்டும் சம்ருதவிடம் மன்னிப்பு கேட்டுவிட்டு ஆருஷை இழுதுக்கொண்டு சென்றார் சகுந்தலா.

மீராவின் அறையில் குறுக்கு நெடுக்குமாக நடந்துகொண்டே பொருமிக்கொண்டிருந்தான் ஆருஷ். குறுக்கும் நெடுக்கும் நடப்பவனை சாதாரணமாக பார்த்துக்கொண்டிருந்தார் சகுந்தலா.

“என்ன தைரியம் இருந்தா என் கழுத்துலே கத்திய வைப்பா.”

“அது கத்தி இல்ல ஹேர் ஸ்டிக்”

“ஆமா இப்ப அது ரொம்ப முக்கியம். இங்க என்ன நடக்குது? யாரு அவ?”

“நீ இங்க என்ன பண்ற?”

“வாட்..? அம்மா இது என்ன கேள்வி? இது நம்ம வீடு”

“சரி…. ரூம்க்கு ஏன் போன?”

“வாட் எ சில்லி கொஸ்டீன்! தட்ஸ் மை ரூம்…. அம்மா”

“இருந்துட்டு போட்டும். ரூம்க்கு எப்டி போன?”

“என் ரூம்க்கு நா எப்டி வேணா போவேன் இப்போ அது இல்ல கேள்வி அவ யாரு? அது தா கேள்வி”

“சம்ருதா!”

“சம்ருதானா அமெரிக்கன் பிரெஸிடெண்ட்டா? அவ யாருன்னு தெளிவா சொல்லுங்க”

“அமெரிக்கா பிரெஸிடெண்ட தெரிஞ்சவனுக்கு சொந்த அத்த பொண்ண தெரியலையேப்பா” நக்கலாய் சொல்லிக்கொண்டு உள்ளே வந்தனர் இரட்டை சகோதரிகள்

“எதே... அத்த பொண்ணா? யாரு யாருக்கு அத்த பொண்ணு?” வாணியை முறைதான் ஆருஷ்

வாணி வாயை திறக்கும் முன் அவளை தடுத்த மோனி “அதிருக்கட்டும் நேத்து யாரோ இனிமே இந்த வீட்டு வாசப்படிய மிதிக்க மாட்டேன்னு சபதம்லாம் விட்டங்களாமே யாருன்னு தெரியுமா எனதெருமை சகோதரா?”

“ஏய் என்னடி என் அண்ணன எருமங்கற? என் அண்ணா ரோசகாரனாக்கும் இப்ப கூட வசப்படிய மிதிக்கவே இல்லையே பால்கனி வழியா தான வந்தான் இல்லடா அண்ணா”

இருவரும் மாறி மாறி அவனை கலாய்க்க அவன் அங்கிருந்த தலகாணி ஒன்றை எடுத்து இருவரது தலையிலும் மொத்தி

“எல்லாம் உங்களால வந்தது அங்க இருந்தது நீங்க தான் நெனச்சேன். இல்லன என் டீலின்கே வேற”

“பொய் சொல்லாத உன் கண்ணுல ஒரு மரண பீதி தெரிஞ்சத தான் நாங்களே லைவ்வா பாத்தோமே”

அவன் இருவரையும் துரத்தி துரத்தி அடிக்க அவர்கள் அறையை சுற்றி ஓட

“டேய்... கண்ணா கொழந்தைங்கள ஏன்டா அடிக்கிற விட்ரா”

“யாரு?.... இதுங்க கொழந்தைங்க இல்ல குட்டி சாத்தனுங்க... ஓடுறத பாரு அர்த்த ராத்திரில தலைய விரிச்சி விட்டுகிட்டு”

இருவரும் அவனுக்கு ஒழுங்கு காட்டிவிட்டு வெளியில் ஓடிவிட

“அது யாருன்னு சொல்லிட்டு போங்க லுசுங்களா” அவன் கத்திக்கொண்டிருந்தான்.

“சரி நா சொல்றேன் அமைதியா கேக்கணும் தாட்பூட்னு குதிக்க கூடாது ஓகேவா?”

“ம்ம்ம்... சொல்லுங்க”

“மொதல்ல உக்காரு. அவ உங்க சின்ன அத்தை சிந்தியாவோட பொண்ணு பெங்களூர்ல இருந்து வந்திருக்கா”

“எது..... இந்த ஓடி போன அத்தையோட பொண்ணா? அவங்க தா நமக்கும் அவங்களுக்கும் எந்த ஒட்டும் இல்ல உறவும் இல்லன்னு எழுதிகுடுத்துட்டு போனாங்கலே அப்றம் எந்த உரிமைல அவங்க பொண்ண மட்டும் அனுப்பி வச்சாங்க?”

“அவங்க அனுப்பிவைக்கல”

“அப்றம் எப்டி? இவளே கௌம்பி வந்துட்டாளா? ஓஹ் அவங்க அம்மாவுக்கு சேர வேண்டிய சொத்த வாங்கிட்டு போக வந்திருக்காளா?”

“சொல்றதை முழுசா கேளு கண்ணா அப்றம் பேசு”

“சரி சொல்லுங்க”

“உன்னோட அத்தையும் மாமாவும்”

“அவங்க ஒன்னும் என் அத்தை இல்ல”

“சரி.... அவளோட அம்மாவும் அப்பாவும் கொஞ்ச நாளைக்கு முன்னாடி ஒரு ஆக்சிடென்ட்ல ஸ்பாட் டெத். என்ன பண்றதுன்னு தெரியாம முழுச்சிட்டு இருந்தவளுக்கு உங்க அப்பவோட ஃப்ரெண்ட் கர்ணன்தா ஹெல்ப் பண்ணியிருக்கரு. அவர் சொல்லி தா எங்களுக்கே விஷயம் தெரியும். அவர் தான் அவள இங்க கூப்பிட்டு வந்தாரு”

முகத்தை கடுகடுவென வைத்துக்கொண்டு “இது என்ன அனாதை ஆசிரமம்மா? அப்பா அம்மா இல்லாதவங்களுக்கு அடைக்கலம் குடுக்க? இது நம்ம வீடு! அது என்னோட ரூம். அவளை முதல்ல வெளிய போக சொல்லுங்க ஏன் பெங்களூர்ல அவளுக்கு சொந்தக்காரங்க யாருமில்லையா?”

“அப்டி யாராச்சும் இருந்தா அவ ஏன் இங்க வரபோறா? சின்ன பிள்ளை மாதிரி அடம்பண்ணாத ஆருஷ். எப்ப இருந்து நீ இப்பிடி யோசிக்க ஆரமிச்ச... என்ன பேச்சி இதெல்லாம் உனக்கு ஏன் அவ மேல இவ்ளோ கோவம்”

“எனக்கு அவ மேல கோவம் இல்ல ம்மா அவங்க அம்மா மேல தான் நீங்களே யோசிங்க... தப்பு பண்ணது அவங்க மட்டும் தான். ஆனா, தண்டனை எத்தன பேருக்கு? தீஷா இன்னைக்கு தான் யுஎஸ்ல இருந்து வந்தா ரமணன் அங்கிள் எவ்ளோ பீல் பண்றாரு தெரியுமா இத்தன வருஷமா ரமணன் அங்கிளும் பவி ஆண்ட்டியும் பிரிஞ்சிருக்க யார் காரணம்? என் ஃப்ரெண்ட் என்ன தப்பு பண்ணா? சின்ன வயசுலயே அப்பா ஒரு பக்கம் அம்மா ஒரு பக்கம்னு.... இப்பவரைக்கும் அவ அங்கிள் மேல கோவமா தான் இருக்கா இதுக்கெல்லாம் யார் காரணம்?

“உன் பவி ஆண்ட்டி சிந்தியா ஓடி போக ஹெல்ப் பண்ணாம இருந்திருந்தா அவங்களுக்குள்ள ஏன் சண்டை வரப்போகுது? ஏன் அவங்க பிரியப் போறாங்க? (அவன் ஏதோ சொல்ல வருவதற்குள்) முடிஞ்சது முடிஞ்சிப் போச்சி கண்ணா. இனிமே அதெல்லாம் மாறாது மாத்தவும் முடியாது. சிந்தியாவும் செத்து போயிட்டா. சிந்தியாவுக்காக சம்ருதவை தண்டிக்கிறது தப்பு. அவ மனநிலைய புரிஞ்சுகோடா கொஞ்சம் மனசாட்சியோட பேசு. அவ அப்பா அம்மா பண்ண தப்புக்கு அவ என்ன பண்ணுவா? இங்க வந்த பிறகும் அவ பேசின ஒரே வார்த்தை உன் ரூம் புடிச்சிருக்குன்னு சொன்னதுதான். உனக்கு விருப்பம் இருக்கோ இல்லையோ அவளே போறேன்னு சொல்ற வரைக்கும் இங்க தான் இருப்பா. இனிமே அது அவளோட ரூம் தான் புரிதா?”

“என்னது அவளோட ரூமா? என்ன விளையாட்றிங்களா? நா இவ்ளோ சொல்லியும் நீங்க அவளுக்கே சப்போர்ட் பண்றீங்க? என்னால என் ரூம்ம யாருக்கும் விட்டுக்குடுக்க முடியாது? குறிப்பா அவளுக்கு...”

“இங்க யாரும் உன் பர்மிஷன் கேக்கல ஆருஷ் நான் ஜஸ்ட் இன்ஃபார்ம் தான் பண்ணேன். இனிமே அவ பர்மிஷன் இல்லாம அவ ரூம் குள்ள போகாத தட்ஸ் இட்.”

“மா திஸ் இஸ் டூ மச். அப்போ நா எங்க தங்குறது?”

“அதான் சஞ்சய் ரூம் இருக்குல்ல... அப்றம் என்ன புதுசா கேக்குற?”

“வாட்? ம்மா.. அண்ணானோட ப்ரைவசி என்ன ஆகுறது?”

அவர் சட்டென திரும்பி கேவலமாய் ஒரு லூக் விட

“அது... அவன் இப்ப லவ் பண்ண ஆரமிச்சிட்டான். நைட்ல கேர்ள்ஃப்-ரெண்ட் கூட பெர்சனல்லா ஏதாவது பேசுவான். நா அங்க இருந்தா நல்லாவா இருக்கும் என்னமா நீ” அவன் வெக்கப் படுவதுபோல சொல்ல

மீண்டும் அவனை கேவலமாய் ஒரு பார்வை பார்த்துவிட்டு “அப்போ சரி ஒரு ரெண்டு நாள் வெயிட் பண்ணு”

“ஏன் ரெண்டு நாளைக்கு அப்றம் அவ போய்டுவாளா?”

“இல்ல உனக்கு கெஸ்ட் ஹவுஸ் ரெடி பண்ணி தர சொல்றேன்”

“எது அந்த பேய் வீட்டையா?”

“அதே!”

“ம்மா திஸ் இஸ் நாட் ஃபேர். என்னாலலாம் அங்க தங்க முடியாது.”

“இஷ்டம் இருந்தா இரு இல்லன்னா போய்டே இரு.” கூறிவிட்டு அறையை விட்டு வெளியேறினார்.

“ம்மா... ம்மா... மா....... யாரோ ஒர்த்திகாக என்ன வெளில போக சொல்-றீங்கலா? உங்க புள்ளைய விட அவ உங்களுக்கு அவ்ளோ இம்பார்டண்ட்டா?

மா... அம்மா... லிசென்... மா... ஷிட். காதுல கூட வாங்காம போறீங்களா? போங்க போங்க அவள எப்டி வெளிய அனுப்பணும்னு எனக்கு தெரியும் பாத்-துகிட்டே இருங்க ரெண்டே நாள் அவளே இந்த வீட்ட விட்டு போய்டுவா.'' அவன் புலம்பிக்கொண்டிருக்க, சகுந்தலாவிடமிருந்து ஒரு குறுஞ்செய்தி வந்தது.

''கிறுக்கு தனமா ஏதும் பண்ணி வைக்காத உன் அப்பா பத்தி தெரியும்ல... கம்முன்னு போயி தூங்கு ''

கோவத்தில் பல்லை கடித்தவன். மொபைல் திரையில் ஒரு எண்ணை டைல் செய்தான்.

''ஹேலோ சுமோ எங்கடா இருக்க?''

''மொட்ட மாடியில முக்காடு போட்டு உக்காந்து கிட்டு இருக்கேன் ஏன்டா?''

''எனக்கே எங்க வீட்டுல எடமில்லன்னு சொல்லிட்டாங்கடா'' அழும் குழந்தை போல இவன் சொல்ல

''ரொம்ப நல்லதா போச்சி இங்கவா மொட்ட மாடியில சூப்பர்ரா காத்தடிக்குது ஓடியா ஓடியா''

''எதே... ஓடியாரவா அதெல்லாம் முடியாது நடந்து தான் வருவேன்''

சுகன் வீட்டு மொட்டை மாடி

''இன்னா மச்சி தூங்கலையா? ஏன் மூஞ்சி இவ்ளோ ஹாப்பியா இருக்கு?''

''ம்ம்ம்.... என் தூக்கத்தை கெடுக்க தான் ஒருத்தி பெங்களூர்ல இருந்து ஃப்ளைட் புடிச்சி வந்திருக்காளே....''

''யாருடா அது?''

''என் சின்ன அத்தை பெத்த சின்ன வெத்தல''

''சின்ன வெத்தல காருமேடா''

''இவளும் ரொம்ப காரமா தான் இருப்பா போலடா வந்த அன்னைக்கே என் கழுத்துல கத்தி வச்சிட்டா... என் ரூமை விட்டு என்னை வெளிய துரத்திட்டா... எங்கமாவை எனக்கே எதிரா பேச வச்சிட்டா... நா அவள சும்மா விட போற-தில்ல''

''இன்னா பண்ண போற?'' அவன் வடிவேலு ஸ்டைலில் கேக்க

''பழிவாங்க போறேன். அந்த வெள்ள வெத்தலய வெளிய அனுப்ப நீ தான் எனக்கு ஹெல்ப் பண்ணனும். பிளான் போடுறோம் தட்றோம் தூக்குறோம்'' இவன் வில்லன் ஸ்டைலில் சொன்னான்.

சட்டென சிரித்தாள் சாலிகா.

''எய் சாலி நீ இங்க என்ன பண்ணிக்கிட்டு இருக்க?''

''ஹாம் எப்டி ஓடி போறதுன்னு பிளான் பண்ணிகிட்டு இருக்கேன்.''

சுகன் பாவமாய் தன் நண்பனை பார்க்க,

“இன்னாடா? நீ தலைய தொங்கப் போட்டு உகாந்திருக்க இவ ஏதோ லூசு மாதிரி ஓடி போறதப்பத்தி பேசுறா”

“எங்கள வேற என்ன மச்சி பண்ண சொல்ற? உன் அத்தைக்கு என்னை கண்டாலே புடிக்காது இந்த லூசு நா இல்லானா செத்துடுவேன்னு சொல்லுது. இதுல இவள எப்டியாவது சஞ்சய் மச்சானுக்கு கட்டிக் குடுக்கணும்னு இவ அம்மா ஒத்த கால்ல நிக்குறாங்க... என்ன பண்றதுன்னு புரியாம இருக்கேன்டா”

“என் அத்த ஒத்த கால்ல இல்ல தல கீழ நின்னா கூட சஞ்சய் இவள கல்யாணம் பண்ணிக்க மாட்டான்.”

“ஏன்?” அதிர்ச்சியாய் கேட்டவளை ஆச்சர்யமாய் பார்த்தனர் இருவரும்.

“இல்ல... அது... இவ்ளோ உறுதியா சொல்றியே... அதான் எதுனா காரணம் இருக்குமான்னு கேக்குறேன்”

“காரணம்லாம் எனக்கு தெரியாது தோணுச்சி சொன்னேன் அவ்ளோ தான்” இவர்கள் இப்படி பேசிக்கொடிருக்க

இங்கு சஞ்சய் ஹாஸ்பிடலில் இருந்து தன் அறைக்கு வந்த பிறகு... குளியல் அறை சென்று ஃபிரெஷ் ஆகிவிட்டு வந்து ரமணனுக்கு ஃபோன் செய்தான்.

“ஹேலோ அங்கிள் ஆருஷ் உங்க கூடவா இருக்கான்?”

“இல்லப்பா சஞ்சய் அவன் அப்போவே வீட்டுக்கு கிளம்பிட்டான்ப்பா”

“ஓ.... ஓகே அங்கிள்”

யோசனையாய் காலை கட் செய்தவன் அடுத்ததாக ஆருஷுக்கு ஃபோன் செய்ய போக கரண்ட்கட் ஆனது அப்படியே போனில் டார்ச் ஆன் செய்து மெழுகு வர்த்தி தேடிக்கொண்டிருந்தான். திடீரென அவனது ஃபோன் அலற ‘யாரு இந்த நேரத்துல ஃபோன் பண்றது வெறும் நம்பர் மட்டும் தான் வருது’ யோசனையினுடே அட்டென் செய்தான்.

“ஹேலோ சொல்லுங்க நா டாக்டர் சஞ்சய் பேசுறேன்”

“போலி டாக்டர் தான?” அலட்சிய தொனியில் அவள்

“எது போலி டாக்டரா ஹேலோ யாருங்க நீங்க?” கோவமாய் அவன்

“ரொம்ப பொங்காதீங்க கொலகார டாக்டர் என்னோட கிட்டுவ சரிப்பண்ணிங்களா இல்லையா?”

“கிட்டுவா?”

“பின்ன என்ன லட்டுவா?”

‘ஓ... இந்த பைத்தியமா ஆமா என்னோட நம்பர் எப்டி கெடச்சிருக்கும் (யோசித்தவன் காலையில் கம்பவுண்டர் கேட்ட எக்ஸ்ட்ரா சாரி நினைவுக்கு வர பல்லை கடித்துக்கொண்டு) ஐயப்பா.....’ என விரல்களை மடக்கி போனால் நெற்றியில் முட்டிக்கொண்டிருந்தான்

“ஹலோ.... இருக்கீங்களா? சத்ததையே காணோ”

“ஹாம் இருக்கேங்க இருக்கேன்....”

“கேள்விக்கு இன்னும் பதில் வரல”

“அது.... உங்க கிட்டு பத்தி தான் ரிசர்ச் பண்ணிக்கிட்டு இருக்கேன். கூடிய சீக்கிரம் என்ன ப்ராப்ளம்னு கண்டுபுடிச்சி சரிப் பண்ணிடுவேன்.”

பேசிக்கொண்டே அந்த இருட்டிலும் அவளது டிவைஸை எடுத்து இப்படியும் அப்படியும் திருப்பி திருப்பி பார்த்துக்கொண்டிருந்தான் நிலவு வெளிச்சத்தில்

“ஹேய் போலி டாக்டர்”

“ஆங் சொல்லுங்க லைன்ல தான் இருக்கேன்”

“ஐ லவ் யு!” காதல் சேர்த்து வார்தைகள் கோர்த்து அவள் கூற

“எதே....” அதிர்ச்சியாய் கேட்டான் சஞ்சய்

“என்னோட கிட்டு கிட்ட சொல்லிடுங்கனு சொல்லவந்தேன்”

“ஓ... ஹான் ஹான் சொல்லிடுறேன்” நெற்றி சுருங்க அவன் தலையை தலையை ஆட்டிக்கொண்டே சொல்ல

“ஓகே பை” அவனது பதிலை எதிர்பாராமல் கால் கட் ஆனது.

அவன் தீவிர யோசனையினூடே அந்த டிவைசிலிருந்த ஒரு பொத்தானை அழுத்த திடிரென அது எழுப்பிய சத்ததில் பயந்து அந்த டிவைஸை தூக்கி மெத்தையின் மீது போட அது ஒரு புரொஜெக்டர் போல அறை முழுவதும் ஒளியை பரப்பி அவனது பிம்பத்தை காண்பித்தது. அவனது குழந்தை பரு-வம் முதல் அவனது தற்போதைய புகைப்படம் வரை அனைத்தும். இவ்வளவு ஏன் அவனிடமே இல்லாத அவனது சில புகப்படங்கள் கூட அதில் இருந்தது. அனைத்தும் ஒரு காணொளி போல ஓடிக்கொண்டிருந்தது. அந்த காணொளி முடியவும் கரண்ட் வரவும் சரியாக இருந்தது.

சஞ்சய்யின் முகத்தில் ஒருவித கலக்கம் இருந்தது.

‘என்ன பத்தி நல்லா தெரிஞ்ச யாரோ தான் வேணுனே விளாடுறாங்க’

‘அதுவும் உன்னோட குழந்த பருவத்து ஃபோட்டோலாம் இருக்கு கன்பர்ம் தெரிஞ்சவங்க தான்’ மனசாட்சி பதிலுறைத்தது

‘யாரா இருக்கும் ஒரு வேல குல்ஃபியா இருக்குமோ?’

‘வாய்ப்பே இல்ல அவளுக்கு நம்ம ஃபேமிலிய கண்டாலே புடிக்காது அது-லையும் உன்ன சுத்தமா புடிக்காது. என்னடா சஞ்சய் அதுக்குள்ள வாங்கின அடிய மந்துட்டியா?’

சஞ்சய்யின் முகம் இறுகியது தனது இடது பக்கத்து நெற்றியில் இருந்த தழும்பை தொட்டுப்பார்த்தான். கோவத்தில் பற்களை கடித்தான்.

அது ஒன்னுமில்லைங்க அந்த குல்ஃபி நீங்க ஆல்ரெடி கெஸ் பண்ண நம்ம கமிஷ்னர் பொண்ணு தீஷா தான். தீஷாவின் பெற்றோர்களான ரமணனும்

பவித்ராவும் பிரிஞ்சதுக்கு காரணம் என்னனு உங்களுக்கே இந்நேரம் தெரிஞ்சி-ருக்கும். ஆமா அதே தான்.

சிந்தியா ஓடி போன பிறகு சில வருசத்துக்கு அப்றம்... சிந்தியாவும் பவியும் பேசிக்கிட்டு இருக்குறது ரமணனுக்கு தெரிய வருது.

“தன் ஃப்ரெண்டோட தங்கிச்சிய ஓடவச்சி அவங்க குடும்ப மானத்தையே வாங்கினதுமில்லாம... இன்னுமும் அவ கூட பேசிக்கிட்டு இருக்கியா”னு ரமணன் பவிக்கிட்ட சண்ட போட சண்ட பெருசாகி பவி தீஷாவ தூகிக்கிட்டு தன் அம்மா வீட்டுக்கு போயிட்டாங்க.

அப்போ ரமணனுக்காக சாமாதானம் பேச போன ராம, கிருஷ்ணன் கூட சஞ்சய்யும் போக, பெரியவங்க தனியா பேசகிட்டு இருக்க.... சின்ன பசங்களுக்கு என்ன தெரியும்? வழக்கம் போல சஞ்சய் தீஷாவ குல்ஃபி குல்ஃபினு டீஸ் பண்ண....

‘என் அப்பா, அம்மாவா அடிச்சி வீட்டவிட்டு துரத்த இவங்க தான் காரணம் என்னோட அம்மா ஆழ இவங்க தான் காரணம்’னு நெனச்ச தீஷா இவன் டீஸ் பண்ணதோட சேர்த்து அந்த கோவத்தையும் மனசுல வச்சிக்கிட்டு அங்க டேபிள் மேல இருந்த கண்ணாடி கிலாஸ் எடுத்து சஞ்சய் மண்டையிலே ஒரே அடி. சமாதானம் இன்னும் பெரிய சண்டையாக பவியோட பெத்தவங்களுக்கும் ரமணன் அண்ட் ஃபிரண்ட்ஸ் கேங்குக்கும் கைகலப்பு ஆகிடுது. அப்போ இருந்து இப்ப வரைக்கும் இவங்களுக்கும் மிஸ்ஸஸ் பவித்ரா ஃபேமிலிகும் எந்த தொடர்-பும் இல்ல. இப்ப வரைக்கும் அவங்களுக்குள்ள முட்டிக்கிட்டு தான் இருக்கு.

ஆனா நம்ம ஆருஷ் பவியோட செல்லப்பிள்ள. அதோட ஆருஷ், தீஷா, சுகன் மூனு பேரும் ஒரே கிளாஸ்.. குளோஸ் ஃபிரண்ட்ஸ்... சோ தீஷாவுக்கும் ஆருஷுக்கும் எப்ப சண்ட வந்தாலும் சுமோ அவங்கள எப்டியாது சேத்துவச்சி-டுவான்... இப்பவரைக்கும் மூனுபேரும் அவ்ளோ குளோஸ். ஆருஷ் பவி ஃபே-மிலி கூட பேசிக்கிட்டு இருக்குறது ரமணன் தவற யாருக்கும் தெரியாது. பாருங்க ரமணனுக்கு பொண்டாட்டி வேணாமாம் பொண்ணு மட்டும் வேணுமாம். இவரு நட்புல மாகாபாரதம் கர்ணனையே மிஞ்சிடுவாரு போல... என்னதான் அவன் மண்டைய ஒடச்சாலும் அவங்க குடும்பத்து மேல கடுப்பு இருந்தாலும் சஞ்சய் மேல தீஷாவுக்கு ஒரு இது இருக்குதுங்க... அதாங்க.... அது.. அதுனாலதான் தான் யாருங்குற உண்மைய சொல்லாமலே சஞ்சய்ய ரூட்வீட்டுக்கிட்டு இருக்கா!. இது தான் இவங்களோட பின் கதை சுருக்கம். ஆனா சஞ்சய் இன்னும் அந்த கிட்டு பைத்தியம் யாருன்னு கொழம்பிக்கிட்டு தான் இருக்கான். சரி அவன் அப்டியே இருக்கட்டும்.

சென்னை துறைமுகம்,

நிறைய கண்டெய்னர்கள் அடுக்கி வைக்கப்பட்டிருந்தது. கிட்டத்தட்ட ஆயிரம் கண்டெய்னர்கள் இருக்கும் அதில் ஒரு பூட்டப்பட்ட கண்டெய்னருக்குள் சில தின்பண்டங்கள் சிதறி கிடக்க நிறைய எலிகள் அங்குமிங்குமாய் ஓடிக்கொண்டிருக்க கண்டெய்னரின் மூலையில் ஒருவன் கண், கை, கால்கள் கட்டப்பட்ட நிலையில் அரை மயக்கத்தில் முனங்கிக்கொண்டிருந்தான்.

"பிளீஸ் என்னை விட்டுருங்க எனக்கு எதுவும் தெரியாது... நா தப்பு பண்ணிட்டேன். இனிமே இப்படி பண்ண மாட்டேன். பிளீஸ்.... பசிக்குது தண்ணியாச்சும் குடுங்களேன் பிளீஸ்.... கண்களில் இருந்து கண்ணீர் வழிந்து கொண்டே இருந்தது."

முனங்கள் சத்தம் குறைந்தது சிறிது நேரம் அமைதி நிலவியது. கண்கள் திறந்தது தன்னால் முடிந்த வரை மொத்த ஷக்தியையும் திரட்டி கத்தினான்.

"யாராவது இருக்கிங்காளா? என்னை காப்பதுங்க.... (இவனது சத்தத்தில் அங்கிருந்த மொத்த எலியும் அரண்டு இங்கும் அங்கும் ஓடியது) சோறாவது போடுங்கடா பசிக்குது.... பிளீஸ்.... இல்லன என்னை கொன்றுங்க... மூனு நாளா இப்டி சாப்பாடு தண்ணி இல்லாமா இந்த இருட்டு ரூம்குள்ள வச்சி ஏன்டா சித்தரவத பண்றீங்க? உங்களுக்கு என்ன தான்டா வேணும்?"

மீண்டும் அழுகை மீண்டும் அமைதி உருண்டு புரண்டு அந்த கண்டெய்னர் முழுவதும் வலம் வந்தான். அவ்வப்போது எலிகளும் அவனது உடலை ருசித்தவண்ணம் இருந்தது முடிந்தவரை கைகால்களை ஆட்டி அவற்றை துரத்திக்கொண்டிருந்தான்.

இவனோட கண்ணு கை காலெல்லாம் கட்டுறதுக்கு பதிலா இவன் வாய கட்டிருக்கலாம் ப்பா.... இன்னா சவுண்டு. சரி... யார் இவன்? இங்க யார் கட்டிப்போட்டது? ஏன் கட்டிப் போட்டு வச்சிருக்காங்க? எதுக்காக இந்த எடத்த சூஸ் பண்ணங்க? என்னவா இருக்கும்? யாருக்கு தெரியும் பொறுத்திருந்து பாப்போம்.

அத்தியாயம் 7

பெங்களூரில் உள்ள ஒரு அடுக்கு மாடி தனியார் மகளிர் விடுதி, ஒவ்வொரு மாடியின் மூலையிலும் அந்த தளத்துக்கான குளியலறை கழிப்பறை வசதி இருந்தது. அலாரத்தின் சத்தத்தை தாண்டி வெளியில் தண்ணீர்க்காகவும், குளிப்பதற்காகவும் பெண்கள் அடித்துக்கொள்ளும் சத்தம் காதைக் கிழித்தது. தனது பெட்ஷீட்டை விலக்காமலே கைகளை மட்டும் வெளியே நீட்டி அலாரத்தை நிறுத்திவிட்டு மீண்டும் போர்வைக்குள் சுருண்டு கொண்டாள். ஒரு அரைமணிநேரம் கழித்து மெதுவாக கால்களால் போர்வையை இழுக்க, தலையிலிருந்து கண் வரை போர்வை விலகி நின்றது. சட்டென கண்களை மட்டும் திறந்து கடிகாரத்தைப் பார்த்தவள் மெதுவாக மொத்தப் போர்வையும் விலக்கிவிட்டு. டூத் பேஸ்ட், பிரஷ், டவல், பக்கெட் சகிதம் பாத் ரூமிற்குள் நுழந்தாள்.

சிறிது நேரத்திற்கு பிறகு,

தற்போது ஃபேஷன் என்று சொல்லக்கூடிய முட்டிக்கு கீழும் மேலும் கீறல் கீறலாய் கிழிந்த ஜீன்ஸ் பேண்டும், அதில் பாதி சொருகியும் சொருகாமலும் இருக்கும் கருப்பு நிற பெரிய கோடும் அதன் குறுக்கே ஓடும் சிகப்பு நிற சிறிய கோடும் அதனுடன் நீல் வாக்கில் கலந்த கருநீல கோடும் பார்ப்பதற்கு ஒரு வித்யாசமான தோற்றத்தைக் கொடுக்கும் கட்டம் போட்ட சட்டையைப் போட்டுக்கொண்டு, மொத்தமுடியையும் வாரி முடித்து கொண்டை இட்டுக்கொண்டு, கூலரை மாட்டிக்கொண்டு, வாயில் சுவிங்கத்தை மென்றுகொண்டு, ஒரு கையில் கறுப்புநிற பாண்ட் (band), மறுக்கையில் சிறிய சிறிய ருத்ராச்சங்கள் கோர்த்த மாலையை வளையல் போல சுத்திக்கொண்டு, விரல்களில் வித விதமான மோதிரங்கள், காலில் ஒரு ரெபோக் ஸ்போர்ட்ஸ் ஷூ என ஒரு ஆண்மகன் லூக்கில் பைக் சாவியை ஆள்காட்டி விரலில் சுத்திக்கொண்டே படிகளிலிருந்து இறங்கினாள்.

ஹப்பப்பா..... பெண்களே வாய் பிளந்து ஜொள்ளு விடும் அளவிற்கு ஒரு டாம்பாய் போல வந்தவளை அங்கிருந்தக் பெண் ஒருத்தி சக தோழியிடம்

“யார்டி இந்த பொண்ணு... ப்பா இப்டி இருக்கா?.... பாக்கும் போதே பொறாமையா இருக்கு”

“யாருன்னு தெரிலடி இங்க வந்து ரெண்டு மூனு நாள் தான் ஆகுதாம் யார் கிட்டையும் பேசுறதில்லயாம்... ரொம்ப திமிரு புடிச்சவளாம்.... பேர் கூட சொல்ல மாட்டாளாம்... பாத்தியா கண்ணுல எவ்ளோ ஆட்டிட்யூட் தெரிதுன்னு. அழகா இருக்காங்கற ஆணவம்”

“இவ்ளோ ஆழகா இருக்குறவ அவ்ளோ ஆணவம் இருக்கறது ஒன்னும் தப்பில்ல”

இருவரும் பேசிக்கொள்வதை ஓரக்கண்ணால் பார்த்துக்கொண்டே அலட்டிக்-கொள்ளாமல் சுவிங்கத்தை மென்றுகொண்டே தன்னுடைய பைக்கை ஸ்டார்ட் செய்து கிளம்பினாள்.

சிறிது தூரம் சென்றதும் ஒரு கால் வந்தது. பைக்கை ஸ்லோ செய்து போனை எடுத்து காதில் வைத்துக்கொண்டு பேசிக்கொண்டே பைக் ஓட்டினாள்.

இந்த இடதுல <u>வாகனம் ஓட்டும் போது செல் ஃபோன் பயன் படுத்தாதீர்</u> அப்டினு நல்லா பெரிய ப்ளெக்ஸ் அடிச்சி ஒட்டனும். பாருங்க ஒத்த கையால ஃபோன் பேசிக்கிட்டு ஒத்தக்கையால வண்டி ஓட்டுறத ஹீரோயின்னா ட்ராஃ-பிக் ரூல்ஸ் பிரேக் பன்றதா.... இவள போலீஸ்ல புடிச்சிகுடுக்கணும். என்ன நா சொல்றது? சரி சரி அத அப்றம் செய்வோம். இப்ப அவ ஏதோ சீரியஸ்ஸா பேசுறமாதிரி இருக்கு அத என்னானு கவனிப்போம்.

“ஹலோ.... சொல்லுங்கமா நா வீட்டுக்கு தான் வந்துகிட்டு இருக்கேன்”

“அம்மாடி நாங்க இப்ப வீட்டுல இல்லடா கமிஷ்னர் ஆஃபிஸ் போயிக்கிட்டு இருக்கோம். நீ எங்கள பாக்க வராத” பதட்டமாக பேசினார் சிந்தியா

“என்னமா என்ன ஆச்சி ஏன் இவ்ளோ பதட்டமா பேசுறீங்க? மா ஹலோ மா.... நா பேசுறது கேக்குதா”

“கேக்குதுடா எங்களுக்கு..... என்ன ஆனாலும்.... சரி... நீ பத்தரமா இருமா”

வார்த்தை விட்டு விட்டு கேட்டது இவளுக்கு

“ம்மா நீங்க சொல்றது புரில... என்ன ஆச்சி சொல்லுங்க”

சட்டென ஃபோன் சிந்தியாவின் கணவன் ஜெய்ராஜ்ஜின் கைக்கு சென்றது

“எங்களுக்கு ஒன்னும் இல்லமா நேத்து அவங்க ஆளுங்க வந்து கேஸ் வாபஸ் வாங்க சொல்லி மிரட்டுனாங்க. முடியாது உங்களால முடிஞ்சதா பாருங்-கன்னு சொல்லிட்டேன்மா இப்ப பாதுகாப்பு கேட்டு கமிஷ்னர் பாக்க தான் போயிக்கிட்டு இருக்கோம். நாங்க போயிட்டு வந்து எல்லா விவரத்தையும் சொல்-

றோம்டா''

"அய்யோ அப்பா நீங்க தப்பு பண்றீங்க அவங்க ஒன்னும் சாதாரணமான-வங்க இல்ல நான் தான் சொன்னேன்ல இத நா பாத்துக்குறேன்னு இப்ப நீங்க எங்க இருக்கீங்க லொகேஷன் ஷேர் பண்ணுங்க நான் வரேன் அதுக்குள்ள நீங்க எதுவும் பண்ணாதீங்க...."

சொல்லி முடித்தவள் காற்றைக் கிழித்துக்கொண்டு ஒரு பைக் ரேஸர் போல வேகமாக பறந்தாள் தனது கறுப்புநிற டுக்காட்டியில். வழியில் வரும் வாகனங்-களை துச்சமென நினைத்து அத்தனை வேகத்தில் பறந்தாள். இரு லாரிகளுக்கு இடையில் புகுந்து அதிவேகமாக சென்றாள்.

இந்த இடதுல வேகம் விவேகம் அல்ல. அதிவேகமாக வாகனம் ஓட்டாதீர் அப்டின்னு போர்டு வைக்கணும். என்ன எமர்ஜென்ஸியா இருந்தாலும் இவ்ளோ வேகமாவா போறது. பேட் ஹீரோயின். சரி வாங்க நாம மெதுவவே ஃபாலோ பண்ணுவோம்.

சிறிது தூரம் கடந்ததும் மீண்டும் ஃபோன் அடித்தாள் ஜெய்க்கு

"அப்பா நா உங்களுக்கு 100 மீட்டர் டிஸ்டன்ஸ்ல தான் இருக்கேன் நீங்க அங்கையே வண்டிய ஸ்டாப் பானுங்க நான் வந்துடுறேன்''

அவர்கள் காரை நிறுத்த அவள் அவர்களின் காரைப் பார்த்துவிட்டாள். இன்னும் சில நொடிகள் அவள் காரின் அருகில் சென்றுவிடுவாள். ஆனால் துர்திஷ்ட வசமாக திடீரென ஒரு பெரிய கண்டெய்னர் அந்த காரை இடித்து தூக்கி தூரம் எறிந்தது. பறந்து விழுந்த அந்த கார் விழுந்த அடுத்த நொடி வெடித்து சிதறியது. இதனை வண்டியில் வரும்பொழுதே பார்த்தவள் அப்படியே பைக்கோடு சேர்த்து கீழே விழுந்து புரண்டு அம்மா..... என்று அடித்தொண்டை-யில் இருந்து அலறினாள்.

திடீரென கதவு தட்டும் சத்தம் கேட்டது. அப்பொழுதுதான் தான் இருக்கும் இடத்தை உணர்ந்தாள்.

'ச்ச...' தலையை அழுந்த பிடித்துக் கொண்டு மெத்தையில் கவிழ்ந்தாள். மீண்டும் கதவு தட்டும் சத்தம் கேட்டது.... சிறிது எரிச்சலுடன் எழுந்தவள் தனது கழுத்தின் பின் புறம் கைவைத்து தலையை 360டிகிரிக்கு ஒரு வட்டமடித்து பிறகு கைகளை உயத்தி நாட்டியமாய் சோம்பல் முறித்து, கலைந்து கிடந்த கார்-குழலை வாரிக்கட்டி மீண்டும் அவிழ்ந்து விழாமலிருக்க ஹேர் ஸ்டிக்கை சொரு-கிக்கொண்டு, மெல்ல எழுந்து சென்று கதவை திறந்தாள்.

வெளியில் முறைப்புடன் நின்றிருந்தான் ஆருஷ்.

"உள்ள என்னடி பண்ணிக்கிட்டு இருந்த? கதவு திறக்க இவ்ளோ நேரமா? (அவளை மேலிருந்து கீழ் வரை ஒரு பார்வைப் பார்துவிட்டு) தூங்கும் போது இந்த குச்சிய மண்டைல சொருவிக்கிட்டே தான் தூங்குவியா?''

“ஆமா அப்போ தான் உன்னமாதிரி திருட்டுப்பய எவனா வந்தா சட்டுனு எடுத்து சொருவரதுக்கு சரியா இருக்கும்” என்று சொல்லிக்கொண்டே உண்மையில் ஸ்டிகால் குத்துவது போல அவள் செய்து காட்ட, ஒரு நிமிடம் திகைத்தவன் அவளின் வெறும் கையைப் பார்த்து நிம்மதி ஆனான்.

“இன்னடி இன்னா திமிரா? சும்மா சும்மா ஸ்டிக்க காட்னா பயந்துடுவோமா? இந்த சீன்னெலாம் இங்க வேணாம். என்னைய பத்தி தெரியமா என்கிட்ட விளாடிக்கிட்டு இருக்க... தெரிஞ்சா சீனே வேற”

“அதுக்கெல்லாம் எனக்கு டைம் இல்ல இப்ப நீ எதுக்கு வந்த அத மொதல்ல சொல்லு” முகத்தை சுளித்துக்கொண்டு அவள் கேட்க

அவளின் ரியாக்சன் பார்த்து கடுப்பானவன் “என் ரூமுக்கு நா எதுக்குவேணா வருவேன் உனக்கென்னடி தள்ளிபோ” வேகமாய் அவளின் தோளைப்பிடித்து உள்ளே தள்ளினான்.

அவன் தள்ளியதில் தடுமாறியவள் “இஸ் ஆவுச்... இடியட் எதுக்குடா இப்டி தள்ளிவிடுற”

அவன் எதையும் காதில் வாங்காமல் அலமாரியில் இருந்த அவனது துணிகளை எடுத்துக் கொண்டு பாத் ரூமிற்குள் நுழைந்தான். அவனின் செய்கையைப் பார்த்து கண்களை உருட்டி தலையை ஆட்டி பெருமூச்சி விட்டு, பெட் ஷீட்டை மடித்துக்கொண்டிருந்தாள்.

“சாம் உங்கள அம்மா கிச்சனுக்கு வர சொன்னாங்க” வாசலிலேயே சொல்லிவிட்டு சென்றாள் வானிஷா

இவள் படியிறங்கி வரும்போதே பார்த்துவிட்ட சகுந்தலா

“வாமா சாம்! எனக்கு பூஜ ரூம்ல கொஞ்சம் வேல இருக்கு. உனக்கு கிச்சன்ல காஃபி வச்சிருக்கேன். எடுத்துகோ... காஃபி குடிப்பல்ல?” அவர் புன்னகை மாறா முகத்துடன் கேட்க,

“ஹாம்” என்று சிறிது தலையை மட்டும் ஆட்டினாள் சாம்.

கிச்சனுக்குள் சென்றவள் காஃபியை பருகிக்கொண்டே அந்த அறையை முழுதும் ஏதோ கண்காட்சியை பார்ப்பது போல ஆச்சிரியமாய் பார்த்துக்கொண்டிருந்தாள். அவள் காஃபி குடித்துக்கொண்டே வெளியில் வர

“ம்மா எனக்கு ஒரு முக்கியமான வேல இருக்கு நா கௌம்புறேன் நீ வழக்கம்போல மீசக்காரர சமாளிச்சிடு கவலப்படாத சீக்ரமா வீட்டுக்கு வந்துடுவேன்.”

ஆருஷ் சகுந்தலாவிடம் சொல்லிக்கொண்டே கிச்சனுக்குள் நுழைய இருவரும் இடித்துக்கொள்ள காஃபியின் சில துளிகள் ஆருஷின் வெள்ளை சட்டையை அழகாய் மாற்றியது. அதனைப் பார்த்த சாம் மன்னிப்பு கேட்க வாய் திறக்கும் முன்

“எய் லூசு அறிவில்ல? கண்ணு தெரியலயா? இப்டி என் சட்டைல காஃபி கொட்டிட்டியே... ஆளும் மூஞ்சியும்... இடிச்சதுமில்லாம ஒரு சாரி கூட கேக்கமா அப்டியே நிக்குற? இது தான் உங்க அம்மா சொல்லிக்குடுத்தாங்களா?”

அதுவரை அமைதியாக இருந்தவள் கடைசி கேள்வியில் கடுப்பாகி கையில் இருந்த மொத்த காஃபியையும் சுட சுட அவன் மீது ஊத்திவிட்டு பல்லைக்கடித்துக்கொண்டு

“சாரிலாம் கேக்க முடியாது என்னடா பண்ணுவ பொறுக்கி?”

“இஸ்ஸ் ஆ... (சட்டையை உதறிக்கொண்டே) எது பொறுக்கியா? ஏய்... அடிச்சி வாய ஒடச்சிடுவேன். பொறுக்கிக்கு அர்த்தம் தெரியுமா?”

“தெரியாது தெரிஞ்சிக்க விருப்பமும் இல்ல” நெஞ்சை விடைத்துக்கொண்டு நின்றவனின் நெஞ்சில் கைவைத்து வேகமாய் தள்ளிவிட்டு சென்றாள்.

“ஏய்.... பெங்களூர்காரி உன்ன....”

அவள் சற்றும் மதிக்காமல் சென்றுவிட்டாள். ஆருஷ் அவளை திட்டிக்கொண்டே திரும்ப

“வாவ்...” கோரஸ் பாடிக்கொண்டே வந்தனர் இரட்டை சகோதரிகள்

“மோனி”

“வாணி”

“வாட் எ ஆர்ட்ல?”

“ஆமா அண்ணனின் வெள்ளை சட்டையில் அழகோவியம் வரைந்த அள்ளிராணி... கேப்ஷன் எப்டி”

“ஆஹா... கவிதை கவிதை”

“அப்டியா? கவிதை மாதிரியா இருக்கு... தாங்யூ... வாணி”

“காலையிலேயே காஃபி அபிஷேகம் கண்கொள்ளா காட்சியடா கதிர்வேலா”

“அதாருடி கதிர்வேலு”

“ம்ம்... உங்க அப்பத்தா...”

“அப்டியா?”

“முருகன சொனேன்டி. பை த வே நா ஒரு முடிவுக்கு வந்துட்டேன் மோனி”

“என்ன அது?”

“எனக்கு சாம ரொம்ப புடிச்சிருக்கு ஃப்ரெண்ட் ஆகிடலாம்னு முடிவு பண்ணிருக்கேன் நீ என்ன நினைக்கிற?”

“நீ ரொம்ப லேட். நா நேத்தே ஃபேஸ் புக்ல ஃப்ரெண்ட் ரெகுஎஸ்ட் குடுத்துட்டேன்.”

“இஜிட்?”

“இ....ஜிட்!”

இருவரும் அவனை சுத்திக்கொண்டே பேசிக்கொண்டிருக்க. இருவரது தலையையும் இரு கைகளாலும் பிடித்து நிறுத்தியவன்.

“எய் குட்டி சாத்தனுங்களா என்ன நக்கலா ரெண்டு பேருக்கும்”

அவன் கையை தட்டி விட்டு “இதுல என்ன சந்தேகம் மிஸ்டர் ஆந்த கண்ணா”

“ஆந்த கண்ணா? அடிங்க.... பிசாசுங்களா உங்கள”

அவன் இருவரையும் துரத்த, பூஜை அறையிலிருந்து வெளி வந்த சகுந்தலா

“டேய்... காலைலே ஆரமிச்சிட்டீங்களா? உங்களோட தினமும் கத்தி கத்தியே என் தொண்ட தண்ணி வத்தி போகுது... அடியே அந்தி பெத்த மந்திகளா அவன வம்பிழுத்தது போதும் போயி காலேஜ் கௌம்புங்கடி”

“அவளுங்க அந்தி பெத்த மந்திங்க இல்ல சகி வளத்த சேட்டைகள்” சொல்லிக்கொண்டே வந்தார் அந்திமதி

“வாடி பெத்தவளே பாத்தியா உன் பொண்ணுங்க பண்ற அலப்பறைய தினமும் இவளுங்களோட மல்லுக்கட்டவே எனக்கு நேரம் சரியா இருக்கு”

“எப்டி எப்டி அவங்க சேட்டை பண்ண மட்டும் பெத்தவள கூப்ட வேண்டியது மத்த நேரத்துல என் வளர்ப்பாச்சேன்னு பெரும பேச வேண்டியது நல்லா இருக்கு உங்க நியாயம்....”

“என்ன இருந்தாலும் பெத்தவ நீ தானடி?”

“ஆமா நீ தான் மெச்சிகனும் அவளுங்க என்னை காசுக்கு கூட மதிக்க மாட்றாளுங்க. என்னைய அந்திமான்னு கூப்புறாளுங்க உன்ன அம்மான்னு கூப்புறாளுங்க பேரண்ட்ஸ் டீச்சர்ஸ் மீட்டிங் கூட நீயும் மாமாவும் தான் வரணும்னு அடம்புடிக்குறாளுங்க” அவர் சாதாரணமாய் கூறுவதுபோல இருந்தாலும் உள்ளிருக்கும் ஏக்கம் அப்பட்டமாய் தெரிந்தது சகுந்தலாவிற்கு

“அது ஒன்னுமில்லடி சஞ்சய் பெரிய பையன். ரொம்ப பொறுப்பான அண்ணனா இருக்கான். ஆருஷ் அப்டி இல்லயே எந்நேரமும் இவளுங்க கூட அடிச்சிபிடிச்சி சண்டபோட்டு விளையாடிக்கிட்டு இருக்கான்ல அதான் அவளுங்க இங்கையே இருந்து பழகிட்டாளுங்க. என்ன இருந்தாலும் அவங்க உன் பொண்ணுங்க தான்.”

“இருக்கட்டும் இருக்கட்டும்.... அந்த பொண்ணு சம்ருதாவ நீ தான் ஆரத்தியெடுத்து உள்ள கூப்டியமே”

“ஏன்... அதுனால என்ன இப்போ? அந்த பொண்ணு என்ன தப்பு பண்ணா? ராம் தம்பி, யாருன்னு தெரியமா உள்ள கூப்டப்ப கூட அந்த பொண்ணு உள்ள வரவே இல்லையே... வெளிய தான நின்னுக்கிட்டு இருந்துச்சி? அந்த புள்ளைக்கு நம்மள யாரையும் தெரியாது. இருந்தும் அவ்ளோ

நேரம் வெளிய நின்னுச்சி. நம்பிவந்த புள்ளை அவ்ளோ நேரம் வெளிய நிக்கவச்சி சங்கடப்படுத்தினதே தப்புன்னு நா நெனைச்சிக்கிட்டு இருக்கேன்.''

"அட நா ஒன்னும் சொல்லலக்கா நாத்தனார் தான் கொதிக்குற என்னைல விழுந்த பொட்டு தண்ணி மாதிரி மொலி மொலின்னு இருந்துச்சி நைட் புல்லா ஒரே பொலம்பல் தான். என்ன தான் கோவம் இருந்தாலும் சிந்தியா இறந்துடான்னு நெனைக்குறப்ப என்னவோ போல தான் இருக்குக்கா''

"அத்த என்ன சொன்னாக?"

"அவங்க என்ன சொல்றது? தொண்டைல சிக்குன மீன் முள்ளு மாதிரி மெல்லவும் முடியாம முழுங்கவும் முடியாம நாத்தனார் பாடின பாட்டையெல்லாம் கேட்டுகிட்டு இருந்தாங்க... அவங்க மனசுல என்னதையோ போட்டு புழுங்கிட்டு இருக்காங்க, என்னனு தான் தெரியல.... பெருசா என்ன இருக்கப் போவுது சிந்தியா பத்தின நெனப்பதான் இருக்கும்.''

"பாசம் இருக்காதா பின்ன பெத்த மனசாச்சே... உங்க மாமாவும் மனசு சரில்லாம தான் நைட்டெல்லாம் தூங்காம பொலம்பிக்கிட்டு அழுதுகிட்டு இருந்தாரு மனசே கேக்கல''

"நமக்கே இப்டினா அந்த பொண்ணு நிலமைய நெனச்சா... மனசே பாரமா இருக்குகா. ஆமா அந்த பொண்ணு எங்கக்கா?"

"மேல ஆருஷ் ரூம்ல தான் இருக்கா.'' பாவமாய் கூறினார் சகுந்தலா

இங்கு ரூமில் சம்ருதா கையில் ஒரு பெண்ணின் போட்டோவை வைத்துக்கொண்டு வெறித்துக்கொண்டிருந்தாள்.

******

சுகந்தனின் கவுன்சிலிங் சென்டர்.

"டேய் சுமோ எதுக்குடா அவ்ளோ அவசரமா வர சொன்ன?"

"அந்த ரஞ்சித் கேஸ் பத்தி பேச தான்டா. எனக்கு முக்கியமான சில தகவல் கெடச்சிருக்கு''

"அப்போ சரி இரு நான் வெற்றிய வரசொல்றேன்.''

ஆருஷ் வெற்றிக்கு ஃபோன் செய்து கொண்டிருக்கும் போதே சுகந்தன் சில போட்டோக்களையும் ஒரு ஃபைலையும் எடுத்து வந்து ஆருஷ் முன்பு வைத்தான்.

"என்னடா இதெல்லாம்?"

"பிரிச்சிப் பாரு!'' ஏதோ ரகசியத்தை உடைக்கும் பாவனையில் கூறினான்

அதில் ரஞ்சித் வேறு வேறு பெண்களுடன் இருக்கும் போட்டோக்கள் இருந்தது. ஆருஷ் அந்த போட்டோக்களை பார்த்துக்கொண்டிருக்கும் போதே வெற்றி வந்து விட்டான்.

“ஹேலோ சார்!”

“என்ன வெற்றி இவ்ளோ சீக்ரம் வந்துட்டீங்க?” ஆச்சர்யமாய் கேட்டான் ஆருஷ்.

“இங்க பக்கத்துல தான் சார் இருந்தேன். அன்னைக்கு ரஞ்சித்துக்கு பார்சல் குடுத்த பையனோட போட்டோ கெடச்சிருக்கு. அவன பத்தி விசாரிக்க தான் இங்க வந்தேன் நீங்க கால் பண்ணதும் உடனே வந்துட்டேன். என்ன விஷயம் சார்?”

“லோகேஷ் டியூட்டில ஜாயின் பண்ணிட்டாரா?”

“ஆமா சார் ஜாயின் பண்ணிட்டாரு. நா ரஞ்சித் கேஸ் பத்தி கலெக்ட் பண்ண டிடெயில்ஸ்லாம் குடுத்தேன் எல்லாத்தையும் வாங்கி பாத்துட்டு ‘இதெல்லாம் நீங்க தனியாவா கலெக்ட் பண்ணிங்க?... சரி இருக்கட்டும் இனி இந்த கேச நா பாத்துக்குறேன் நீங்க வேற ஏதாவது பொட்டி கேசு இருந்தா பாருங்க தேவ இருந்தா கூப்புடுறேன்’ ன்னு சொல்லிட்டு கௌம்பி போயிட்டாரு சார்.”

“நீங்க என்ன பண்ணிங்க?”

“கமிஷ்னர்சார் கிட்ட சொன்னேன். ‘நீங்க மேற்கொண்டு கேச பாருங்க மீதிய நா பாத்துக்குறேன்’ன்னு சொல்லிட்டாரு அதுனாலதான் நான் இங்க வந்தேன் சார்”

“சரி ஓகே மிஸ்டர் வெற்றி நீங்க கலெக்ட் பண்ண டிடெயில்ஸ் அப்டியே இருக்கட்டும் எங்களுக்கு புது டிடெயில்ஸ் கெடச்சிருக்கு இவன் என்னோட குளோஸ் ஃப்ரெண்ட் சுகன் இந்த கவுன்சிலின் சென்டரோட ஃபௌண்டர். (இருவரும் கைகுலுக்கி முகமன் தெரிவித்து கொண்டனர்) மச்சான் இவங்களப் பத்தி சொல்லு”

சுகன் டேபிள் மீதிருந்த ஒரு போட்டோவை எடுத்து “இந்த பொண்ணு பேரு மேரி. தாத்தா பாட்டி தவர சொந்தம்னு சொல்லிக்க யாரும் கெடையாது. இந்த பொண்ணோட தாத்தா ஒரு ரொபட்டிக் டாய் (toy) ஷாப் வச்சிருக்காரு. எல்லாமே அவரோட தயாரிப்புகள் தான். (அடுத்து இன்னொரு போட்வை எடுத்தான்) இந்த பொண்ணு பேரு சித்ரா. இவங்களுக்கு ஒரே ஒரு தம்பி மட்டும் தான். இவங்க ரெண்டுபேரும் சுமார் ஒரு மூனு மாசதுக்கு முன்னாடி நம்ம சென்டருக்கு வந்தாங்க லவ் ஃபெய்லியர்னால சூசைட் ஆட்டண்ட் பண்ணதாவும் இனிமே அந்த எண்ணமே வராம இருக்க கவுன்சிலிங்காக வந்தாங்க. அவங்க தனியா தான் வந்தாங்க கூட யாரும் வரல. ரெண்டுபேருமே இங்க தனித்தனியா வேற வேற ஆளுக்கிட்ட கவுன்சிலிங் எடுத்துக்கிட்டாங்க. அவங்களோட பாஸ்ட் பத்தி அவங்க ஷேர் பண்ணதுல ரெண்டு பேரும் ஒரே பையங்கிட்ட தான் ஏமாந்திருக்காங்கன்னு தெரிஞ்சிது. அது யாருன்னு விசாரிக்கும் போது ரஞ்சித்துன்னு புரிஞ்சிது. மே பீ இவங்களுக்கும் ரஞ்சித் கொலைக்கும் ஏதாவது

சம்பந்தம் இருக்குன்னு எனக்கு தோணுது"

"அவங்களோட அட்ரெஸ் இருக்கா?" யோசனையில் கேட்டான் வெற்றி.

"இருக்கு!" ஆருஷைப் பார்த்துக்கொண்டே பதிலளித்தான் சுமோ.

மூவரும் மேரியின் வீட்டிற்கு சென்றனர். அங்கு மேரியின் பாட்டி இவர்களை வரவேற்றார். அவருடனான விசாரணையில் மூவரும் அதிர்ந்தனர். மேரி மூன்று மாதங்களுக்கு முன்பே காணாமல் போனதாகவும் போலீஸில் தகவல் கொடுத்தும் இதுவரை எந்த நடவடிக்கையும் எடுக்கப்படவில்லை எனவும் தெரிய வந்தது. மேரியின் தாத்தாவை விசாரிக்க அவரின் டாய் ஷோபிற்கு சென்றனர். அவருடன் பேசிக்கொண்டிருக்கும்போதே ஆருஷ் அதனை கவனித்தான். ரஞ்சித் மரணத்தில் ஆதாரமாய் கிடைத்த சிசிடிவி காமிராவில் இருக்கும் அதே வெள்ளை இயந்திர நாய் அந்த கடையின் ஒரு மூலையில் இருந்தது. ஆருஷின் சந்தேகப் பார்வை தாத்தாவை துளைத்தது. தனது கேள்விக்கணைகளை ஆரம்பித்தான்

"அங்க உக்காந்து இருக்குறது உங்களோட நாயா?" அப்பொழுதான் மற்ற இருவரும் அந்த நாயை கவனித்தனர்

"இல்லைங்க சார் அது நாய் இல்ல ஒரு பொம்ம ரோபட் என் பேத்தி செஞ்சது. ரொம்ப நாளா அங்கையே தான் கெடக்குது. யாரும் வாங்கள.... நாலு நாளைக்கு முன்னாடி ஒரு பையன் வந்து வாங்கிட்டு போனான் நேத்து கடை திறக்கும் போது பாத்தா இது வாசல்ல இருக்கு மறுபடியும் எடுத்து உள்ள வச்சிட்டேன் உங்களுக்கு வேணும்னா வாங்கிகோங்க... " அவர் கண்களில் பொய் இல்லை.

"உங்க பேத்தி செஞ்சதா? அதை ஏன் விக்க நினைக்கிறீங்க? இத வாங்கிட்டுபோன பையன் யாருன்னு தெரியுமா?" கேள்விகளை அடுக்கினான் சுமோ.

'டேய் ஏன்டா' என்பது போல ஆருஷ் அவனைப் பார்க்க சுமோ அமைதியானான்.

"அதைப்பாக்கும் போதுலாம் என் பொண்டாட்டி அழுதுகிட்டே இருக்கா. அதுனால தான் வீட்டுல இருந்ததை வித்துடலாம்முனு கடையில கொண்டுவந்து வச்சேன்."

"ஏன் தாத்தா உங்க பேத்தி காணாம போனதுல உங்களுக்கு வருத்தம் இல்லையா?" சந்தேகத்தை கேட்டான் வெற்றி.

வெற்றியை முறைத்த பெரியவர் "மூனு மாசம் தெனம் நடந்தேன் போலீஸ் ஸ்டேஷன்னுக்கு யாரும் கண்டுகறதா தெரியல இனிமே அவ கெடைப்பாங்கற நம்பிக்கையும் இல்ல" பெரியவர் கண்கலங்கினார்.

ஆருஷ் ஒரு முடிவுக்கு வந்தான்,

“வெற்றி அந்த கொரியர் குடுத்த பையன் போட்டோ குடுங்க! தாத்தா இந்த பையன் தான் உங்க கிட்ட இந்த ரோபட் டாக் வாங்கிட்டு போனவனா நல்லா பாத்து சொல்லுங்க”

அவர் அந்த ஃபோட்டோவை நன்றாக உத்துப்பார்த்து “ஆம்” என தலையசைதார். அப்போதுதான் சுகனும் அந்த ஃபோட்டோவை கவனித்தான்.

“மச்சான் இந்த பையன் சித்ராவோட தம்பிடா படிப்ப பாதிலே நிறுத்திட்டு மெக்கானிக் செட்ல வேலப்பாக்குறான்.” பரபரப்பாய் கூறினான் சுமோ.

“ஆமா சார் நான் கூட அந்த மெக்கானிக் செட்ல விசாரிச்சிட்டு தான் உங்கள பாக்க வந்தேன்.”

ஆருஷுக்கு எதுவோ புரிந்தது போல தோன்றியது உடனே வெற்றியிடம்

“ஸ்டேஷன்னுக்கு ஃபோன் பண்ணி ஏதாவது மிஸ்ஸிங் கேஸ் இருக்கா? கேளுங்க வெற்றி” என்றான்

காதில் போனை வைத்தவன் சிறிது நேரத்திற்கு பிறகு “ஆமா சார் பதிமூனு மிஸ்ஸிங் கேஸ் இருக்கு அதுல ரெண்டு நம்ம கேஸ் சார்”

“அப்டினா நமளோட அடுத்த டார்கெட் அந்த பையன் தான். மச்சான் அட்ரெஸ் இருக்குல்ல?”

மூவரும் சித்ராவின் தம்பியை தேடி கிளம்பினார். சுகன் காரை ஓட்ட முன்னிருக்கையில் ஆருஷும் பின்னிருக்கையில் வெற்றியும் இருந்தனர்.

“ஆனா மச்சான் ஒரு சின்ன பையனுக்கு இவ்ளோ தைரியம் இருக்குமா? இவ்ளோ மூளக்காரனா?” நம்ப முடியாமல் கேட்டான் சுமோ.

“எனக்கென்னவோ இந்த பொண்ணுக தான் தலைமறைவா இருந்து இவ்ளோ நாளா நல்லா பிளான் பண்ணி சந்தேகம் இல்லாம ரஞ்சித்தை கொலைப் பண்ணிருக்கணும்னு எனக்கு தோணுது சார்”

ஆளாளுக்கு அவர்களின் சந்தேகத்தை கூற ஆருஷ் இன்னும் ஏதோ யோசனையிலேயே இருந்தான். திடீரென வெற்றிக்கு ஒரு கால் வந்தது.

“சார் கமிஷ்னர்சார் தான் லைன்ள வராரு” ஆருஷுக்கு தகவல் சொன்னான் வெற்றி

“ஸ்பீக்கர்ள போடுங்க வெற்றி”

அவன் அட்டென் செய்து ஸ்பீக்கரில் போட்டான்

“ஹேலோ எஸ் சார் ஐ ஆம் வெற்றி ஸ்பீகிங்!”

“வெற்றி, ஆருஷ் உங்க கூடாதான இருக்கான்.”

“ஆமா அங்கிள் என்ன ஆச்சி சொல்லுங்க?” தான் இருப்பதை தானே தெரிவித்தான் ஆருஷ்.

“ரஞ்சித் கேஸ் குளோஸ்!”

“வாட்!.....” (சட்டென பிரேக் போட்டான் சுகன்)

“யாரு சுகனா?”

“ஆமா அங்கிள் நீங்க சொல்லுங்க எப்டி ரஞ்சித் கேஸ் குளோஸ் ஆகும் இது இன்னும் அவிழ்க்காத மர்மங்கள் இருக்கு இப்ப தானா ஆரமிச்சிருக்கோம்”

“ஆமா ஆருஷ். எஸ்பி லோகேஷ் இப்ப தான் ஆஃபிஸ்க்கு வந்தாரு. ரஞ்சித் காதல் தோல்வினால தற்கொலைப் பண்ணிக்கிட்டானாம். அவன் கைப்பட எழுதிய கடிதம். அந்த சிசிடிவி காட்சிகள் அவனே பள்ளம் தோண்டி அவனே தன்னை புதைச்சிக்கிட்டது. எல்லாதையும் அப்படியே தற்கொலைக்கான எவிடன்ஸ்சா கொண்டுவந்தாரு.”

“அப்போ அந்த நாய்?” கேள்வி எழுப்பினான் ஆருஷ்

“அது ரஞ்சித் வளர்த்த நாய்தானாம். அதுக்கும் ஆதாரம் இருக்கு. அது மட்டும் இல்லாம என்னோட பையன் தற்கொலை தான் பண்ணிக்கிட்டான். இதோட இந்த கேச முடிச்சிடுங்கன்னு எம்எல்ஏ கைப்பட நேர்ல வந்து எழுதிக்கொடுத்துட்டு போனாரு...”

“அங்கிள் இதெல்லாம் நம்பர மாதிரியா இருக்கு உங்களுக்கு புரியலையா கேஸ் சம்திங் சீரியஸ்.... இவங்க எதையோ மறைக்க ட்ரைப் பண்றாங்க.. நீங்க கேச எங்க கிட்ட குடுங்க ஐ மீன் சிபிஐக்கு மாத்துங்க.”

“அது எப்டி முடியும் ஆருஷ் அவங்களே கேஸ் வேணானு சொல்லிட்டாங்க மீறியும் நாம இன்வால்வ் ஆக முடியாது. அதவிட முக்கியமான விஷயம் ஒண்ணு இருக்கு”

“இத விட முக்கியமா என்ன இருக்கப் போகுது அங்கிள்?”

“ஹெல்த் மினிஸ்டரோட மருமகன் மிஸ்ஸிங்”

“இதுல என்ன இருக்கு?... போயி தேடி கண்டுபுடிங்க”

“ரஞ்சித் அன்னைக்கு காலைல பாக்கப் போனது மினிஸ்டர் அரங்கநாதனை பாக்க இல்ல அவரோட மருமகன் வேலனை பார்க்க! ரஞ்சித் மொபைல இருந்து போன கடைசிகாலும் அவனுக்கு தான் போயிருக்கு. இதுக்கப்றம் என்னபண்ணனும் உனக்கு தெரியும். இந்த கேச இதோட விட்டுறுங்க” ஃபோனை கட் செய்தார் ரமணன்.

“என்ன மச்சான் இப்டி சொல்றாரு இப்ப என்னடா பண்றது?”

“அப்டினா நாம சேகரிச்ச எல்லா ஆதாரமும் வேஸ்ட்டா சார்? இப்ப நாம அந்த பையன தேடிப் போகலாமா வேணாமா?”

ஆருஷ் மெதுவாக புன்னகைத்தான்.

“மச்சான் இப்ப எதுக்குடா சிரிக்கிற?” இருவரும் ஆருஷை கேள்வியாய் குழப்பமாய் பார்த்தனர்.

“உங்க ரெண்டுபேருக்கும் புரியலையா? கேஸ் கன்டினியூ ஆகுது... கூடிய-சீக்ரம் இந்த கேஸ் சிபிஐக்கு மாறப்போகுது. ரொம்ப ரகசியமா கேச ஃபாலோ பண்ண சொல்லி ஹிண்ட் குடுத்திருக்காரு அங்கிள்.” இருவரும் முழித்தனர்.

என்னங்கடா புதுசு புதுசா ஏதேதோ சொல்றீங்க... என்ன நடக்குது ஒன்னுமே புரியலையே.... அய்யோ மண்ட காயுது இப்டி தான ஃபீல் பண்றீங்க? சேம் ஃபீலிங்க் தான் எனக்கும் இருங்க வெயிட் பண்ணி பாப்போம். நம்ம ஆருஷ் இந்த கேச எப்டி கண்டுபுடிக்கிறான்னு.

அத்தியாயம் 8

ஆருஷ், சுகந்தன், வெற்றி மூவரும் காரில் வந்துகொண்டிருந்தனர்.

“மச்சான் ஒரு சின்ன பையன் எப்டிடா இவ்ளோ இண்டெர்லிஜன்ட்டா யோசிச்சி கொலை பண்ணிருக்க முடியும்?” தன் சந்தேகத்தை கேட்டான் சுகன்

“சின்னப் பையனா? நீங்க ஈசன் படம் பாத்ததில்லையா ப்ரோ? இப்பெல்லாம் சின்னப்பசங்க தான் ரொம்ப புத்திசாலியா இருக்கானுங்க” சாத்தியம் இருக்கலாம் என புரிய வைத்தான் வெற்றி.

“நிறைய தமிழ் படம் பாபிங்களோ?” நிஜம் வேறு நிழல் வேறு என மறைமுகமாய் கூறினான் சுகன்.

இவர்களின் எந்த பேச்சையும் காதில் வாங்கமால் ஏதோ பலத்த சிந்தனையில் இருந்தான் ஆருஷ். மூவரும் சித்ராவின் வீட்டை அடைந்தனர்.

அது ஒரு ஓலை குடிசை வீடு. வீட்டின் வெளிப்புறம் ஒரு இரும்பு தகடு கதவாக மாற்றப்பட்டிருந்தது. அந்த கதவை தட்டினான் சுகன். கதைவைத் திறந்து உள்ளே இருந்து தலையை மட்டும் வெளியே நீட்டி எட்டிப்பார்த்தான் சித்ராவின் தம்பி. ஒரு போலீஸ் அவருடன் இருவர் வந்திருப்பதைப் பார்த்தவன். கதவைத் திறந்துக்கொண்டு வெளியில் வந்தான்.

“நீங்க தான மிஸ்ஸிங் கேஸ் சித்ராவோட தம்பி?” உறுதி செய்து கொண்டான் வெற்றி.

‘ஆம்’ என தலையசைத்தான் அந்த சிறுவன்.

“உங்க பேரு என்ன?” அவனை அழம் பார்த்துக்கொண்டே கேட்டான் ஆருஷ்.

“ஈசன்” என்றான் ஒற்றை வார்த்தையில். சுகனும் வெற்றியும் ஒருவரை ஒருவர் பாத்துக்கொண்டனர்.

அவனை உற்றுப் பார்த்துக்கொண்டே ரஞ்சித்தின் போட்டோவைக் காட்டி

“இது யாருன்னு தெரிதா ஈசன்?”

அவன் பதிலேதும் சொல்லாமல் அப்படியே நிற்க... அடுத்ததாக அந்தக் இயந்திர நாயின் போட்டோவைக் காட்டி

“அட் லீஸ்ட் இந்த நாயாச்சும் தெரியுதா?”

“ரெண்டு நாயயுமே தெரியும்” ஈசன் சொன்ன விதமே அவனது கோபத்தை புரிய வைத்தது.

“சரி ரஞ்சித்துக்கு லென்ஸ் பார்சல் குடுத்தது நீ தான?” நிதானமாய் கேட்டான் ஆருஷ்

“அது லென்சா என்னனெல்லாம் எனக்கு தெரியாது... பார்சல் குடுக்க சொன்னாங்க குடுத்தேன்” முகத்தை சாதாரணமாக வைத்துக்கொண்டு சொன்னான் ஈசன்.

“யார் குடுக்க சொன்னது? அந்த நாய ஏன் வாடைகைக்கு வாங்கின? இதெல்லாம் யார் பண்ண சொன்னது? உனக்கும் ரஞ்சித் மரணத்துக்கும் என்ன சம்பந்தம்?” கோவமாய் கேட்டான் வெற்றி.

பதி எதுவும் சொல்லாமல் வெற்றியை ஒரு பார்வைப் பார்த்துவிட்டு உள்ளே சென்று ஒரு பேப்பர்ரை கொண்டுவந்து ஆருஷிடம் கொடுத்தான் ஈசன். அதில் தமிழில் அச்சிடப்பட்ட வார்த்தைகளால் எழுதப்பட்டிருந்தது. அதனைப் படித்தவன் வெற்றி மற்றும் சுகனிடம் அதை கொடுத்தான்.

அதில் ஒரு டாக்ஸியின் நம்பர் எழுதப்பட்டிருந்தது. அந்த இயந்திர நாயை அந்த காரில் வைத்துவிட்டு காரில் இருக்கும் பார்சலை ரஞ்சித்திடம் கொடுக்க வேண்டும் என்று எழுதியிருந்தது. இவற்றையெல்லாம் விட கடைசி வரிதான் அனைவரையும் ஆச்சர்யத்தில் ஆழ்த்தியது. அது வேறு ஒன்றுமில்லை விசாரணை செய்ய வரும் காவல்துறையிடம் இந்த கடிதத்தை கண்டிப்பாக ஒப்படைத்து விட்டு நடந்த அனைத்தையும் அப்படியே கூற வேண்டும் என்று எழுதப்பட்டிருந்தது. இப்டி செய்தால் சிலநாட்களில் சித்ரா வீடு திரும்புவாள் என்று போடப்பட்டிருந்தது

இப்பொழுது தான் இவர்களுக்கு புரிந்தது. ஈசன் ஏன் அந்த கொலையாளிக்கு உதவி புரிந்தான் என்று. அதன் பிறகு யாரும் எந்த கேள்வியும் கேட்டக்கவில்லை அவனும் எதுவும் சொல்லவில்லை. மூவரும் அங்கிருந்து கிளம்பும் சமயம்

“உங்க மூனு பேர்ல யாரு பெரிய ஆபிசர்?” ஏதோ காரணத்துடன் கேட்டான்.

வெற்றியும் சுகனும் ஆருஷைப் பார்க்க.... ஆருஷ், ஈசனை பார்க்க அவன் நக்கலான ஓரப்புன்னகையுடன்

“ஆல் தெ பெஸ்ட்” என்றதோடு நில்லாமல் இன்னும் ஒரு பேப்பரையும் ஆருஷிடம் கொடுத்தான்.

அதனை வாங்கிப் பார்த்தவன் சிறு தலையசைப்புடன் "சீ யு சூன்" என்றான். அந்த பேப்பர்ல என்ன இருந்திருக்குனு உங்களுக்கே புரிஞ்சிருக்கும். மூவரும் அங்கிருந்து கிளம்பினர்.

"அந்த கொலகாரன் நமக்கு சவால் விடுறான் சார்.. முடிஞ்சா கண்டுபுடிச்சிக்கோன்னு ஹிண்ட் குடுக்குறான்" ஒருவித கடுமையுடன் கூறினான் வெற்றி.

தீவிர சிந்தனையினூடே இடவலமாக தலையாட்டிய ஆருஷ் "இல்ல வெற்றி, அவன் நமக்கு சவாலெல்லாம் விடல. அவன கண்டுபுடிக்க முடியாதுன்னு ரொம்ப உறுதியா சொல்றான். அதோட நமக்கு கெடச்ச ஹிண்ட் எல்லாமே அவன கண்டுபுடிக்கிறதுக்காக இல்ல வேற எதையோ கண்டுபுடிக்க சொல்றாமதிரி இருக்கு... இப்ப வரைக்கும் நாம அவன் நெனச்ச வழில தான் கேச மூவ் பண்ணிக்கிட்டு இருக்கோம்"

"ஒருவேல இதெல்லாம் நம்மல திசை திருப்புற முயற்சியா கூட இருக்கலாம்ல?" தான் சந்தேகத்தை முன் வைத்தான் வெற்றி.

"அதையும் சேர்த்து தான் நாம கண்டுபுடிக்கனும்" முடிவாய் கூறினான் ஆருஷ்.

"ஆக அவனோட இண்டென்ஷன் என்னன்னு தெரிஞ்சிடுச்சி" என்றான் சுகன்.

"என்ன இண்டென்ஷன்?" விடை தெரிந்த கேள்வியை கேட்டான் ஆருஷ்.

"கிட்னாபிங் கேஸ்காக பழி வாங்குறது"

வெற்றியும் அதை ஆமோதிப்பதாய் தலையசைத்தான். ஆருஷ் பதிலேதும் பேசாமல் அமைதியாய் இருந்தான்.

சுகனின் கவுன்சிலிங் சென்டர் வந்து சேர்ந்தனர்.

"கடைசில இப்டி ஆகிடுச்சி? இப்ப என்ன மச்சி பண்றது?" கவலையுடன் கேட்டான் சுகந்தன்.

"வெற்றி நீங்க அந்த வேலனப்பத்தி டீடெயில்ஸ் கலெக்ட் பண்ணுங்க. அதோட இந்த மிஸ்ஸிங்க கேஸ் பத்தின எல்லா டிடைல்ஸ்ஸையும் எனக்கு மெயில் பண்ணிடுங்க. ரஞ்சித் கேஸ் முடிஞ்சது முடிஞ்சதாவே இருக்கட்டும் இல்லைனா அந்த லோகேஷ் ஏதாச்சும் பிரச்சன பண்ணுவான். மச்சி நீ இந்த டாக்ஸி நம்பர், அதோட டிரைவர் பத்தியும் அவருக்கும் ரஞ்சிதுக்கும் என்ன சம்பந்தம்ங்கறத பத்தியும் விசாரி அப்டியே இந்த லோகேஷ் மேல ஒரு கண்ணு வச்சிக்கோ"

வெற்றி சரி என தலையாட்ட "நீ என்னடா பண்ண போற?" என்றான் சுகன். சரியாக அதே நேரம் ஆருஷ் அம்மாவிடமிருந்து ஃபோன் வர

“தோ... வந்துடுச்சில வேல.... என்னால இப்போ எதுலையும் டைரக்ட்டா இன்வால்வ் ஆக முடியாது.... நா இன்வெஸ்டிகேஷன்ல இருக்கேன்னு தெரிஞ்சா சஞ்சய்யே என் வேலைக்கு ஒல வச்சிடுவான் சோ.... எனக்கு வேற வழி இல்ல இதெல்லாம் நீங்க தான் பண்ணனும்”

“நோ ப்ராப்ளம் சார்... நீங்க சீக்ரட்டா எங்களுக்கு ஹெல்ப் பண்ணா போதும்”

சுகன் சிரித்தான் ‘உண்மையவே நாம தான் அவனுக்கு சீக்ரட்டா ஹெல்ப் பண்றோம்’ நினைத்துக்கொண்டான் சுகன். வெற்றி அங்கிருந்து கிளம்பிவிட, ஆருஷுக்கு மீண்டும் சகுந்தலாவிடமிருந்து கால் வந்தது.

“சொல்லுங்க ம்மா”

“மீரா ஊர்ல இருந்து வர்றாலாம் மறக்காம பஸ் ஸ்டண்ட் போயி கூப்ட்டு வந்துடு கண்ணா”

“ம்மா நா கொஞ்சம் வேலையா இருக்கேன் சஞ்சய்கிட்ட சொல்லுங்க”

“சஞ்சய்க்கு ஃபோன் பண்ணேன் வேலையா இருக்கான் போல எடுக்கல. நீ அப்டி என்ன பண்ணிக்கிட்டு இருக்க? சுகன் கூட சும்மா தான சுத்திக்கிட்டு இருக்க ஒழுங்கா போயி மீராவ கூட்டிக்கிட்டு வா.... அந்த வாலு பசங்கள கூட்டிக்கிட்டு அவ எப்டி தனியா வீடுவந்து சேருவா?”

“ம்மா நா இங்க முக்கியமான வேலைல இருக்கேன்மா... இன்னொரு முற சஞ்சய்க்கு ட்ரை பண்ணுங்க கண்டிப்பா எடுப்பான் அவங்கிட்டையே சொல்லுங்க”

“ஏன்டா கூட பொறந்த அக்கவ்வா வீட்டுக்கு கூப்பிட்டு வர்றதவிட முக்கியமான வேல உனக்கு அப்டி என்னடா இருக்கு?”

“ம்மா மீரா மட்டும் வந்தா பரவால்ல அந்த ஆளும் கூடவந்தா.... நா கடுப்பாய்டுவேன் எதுக்கு தேவையில்லாத பிரச்சன?”

“அக்கா புருஷன அந்த ஆளு இந்த ஆளுன்னு என்னடா பழக்கம் இது? நீ போவியோ சஞ்சய் கிட்ட சொல்லுவியோ இன்னும் அரமணி நேரத்துல மீரா பஸ்ஸ்டண்ட் வந்துடுவா அவ்ளோ தான் நான் சொல்லுவேன்” இவனது பதிலை எதிர்பாராமல் சகுந்தலா இணைப்பைத் துண்டித்தார்.

“ம்மா... ம்மா.... ம்மா...ஆஆ ப்ச்... வச்சிட்டீங்களா?” எரிச்சலுற்றான் ஆருஷ்.

மீராவின் கணவன் மஞ்சுநாதனுக்கும் ஆருஷுக்கும் ஏழாம் பொருத்தம். ஆருஷ் கொஞ்சம் தன்மையானவன் தான். ஆனால், கோவம் வந்தால் சட்டென கைநீட்டும் சுபாவம் கொண்டவன். அவனுக்கு தவறான வார்த்தைகள் பேசினால் பிடிக்காது. ராமன்,கிருஷ்ணன் தவிர யார் தவறாக பேசினாலும் சட்டென

நெஞ்சை நிமிர்த்தி சண்டைக்கு நிற்பான். ஒரு நாள் நாதன் மீராவை கோவத்தில் தவறான வார்த்தையால் சாடி விட, ஆத்திரத்தில் ஆருஷ் அவனது சட்டையைப் பிடித்து சங்கை நெறித்து சப்பென அறைந்தான். அதிலிருந்து இருவருக்குமே ஆகாது.

ஆருஷ் சஞ்சய்க்கு கால் செய்தான்.

இங்கு சஞ்சய்,

போனை தனது அறையில் வைத்துவிட்டு நோயாளிகளைப் பார்த்துக்கொண்டிருந்தான் சஞ்சய். அவனுக்கு பக்கத்தில் இன்னொரு டாக்டர் அங்கிருந்த ஆண் மருத்துவ உதவியாளர்களிடம்...

“நீங்க ஒன்னும் பண்ண வேண்டாம் நா சொல்றத மட்டும் செய்ங்க ரெண்டுபேரும் போயி மூனாவது வார்ட்ல இருக்க நாலாவது பேசண்ட் அஞ்சி மணிக்கு டிஸ்சார்ஜ் ஆகிட சொல்லுங்க ஆறுநாளா அந்த ஆளு தொல்ல தாங்கல... எங்க விழுந்து மண்டைய ஒடச்சிக்கிட்டானோ ஏழு தையல் போடவே எட்டு மணிநேரம் ஆச்சி... ஒன்பது மணிக்கு ஒரு ஆபரேஷன் வேற இருக்கு இது பத்தாதுன்னு நைட் டியூட்டி வேற போட்டாங்க” இப்படி அவர் புலம்பிக்கொண்டிருக்க, அவர் பேச ஆரமிக்கும்போது சிறு முறுவல் பூத்தவன் ஒன்று இரண்டு என அவரின் வசனத்தை கேட்டு சத்தமாக சிரித்தான் சஞ்சய்.

“என்ன டாக்டர் என் பொழப்பு உங்களுக்கு சிரிப்பா இருக்கா?” பாவமாய் முகத்தை வைத்துக்கொண்டு கேட்டார் அந்த மருத்துவர்.

“சச்ச... அப்டிலாம் இல்ல டாக்டர். ஏன் இவ்ளோ கடுப்பா இருக்கீங்க? என்ன ஆச்சி?” அக்கறையாய் கேட்டான் சஞ்சய்.

“அட போங்க டாக்டர் போங்கடா நீங்களும் உங்க வேலையும்ன்னு போய்டலாமா பாக்குறேன்”

“அய்யய்யோ ஏன் டாக்டர் இப்டிலாம் பேசுறீங்க?”

“பின்ன என்ன டாக்டர் நேத்து எனக்கு கல்யாண நாள்”

“பிளைடெட் விஷ்ஷஸ் டாக்டர்”

“ஆமா இப்ப அது மட்டும் தான் கொறச்சால் வாழ்த்து சொல்லி வயிதெரிச்சல கௌப்பாதிங்க டாக்டர்” சளிப்பாய் கூறினார் அந்த மருத்துவர்.

சிறு புன்னையுடன் “அப்டி என்ன ஆச்சி டாக்டர்? வீட்டுல எதுவும் பிரச்சனையா?”

“பிரச்சனையாவா? கல்யாண நாள் அதுவுமா வீட்டுக்கு கூட போகாம டியூட்டி பாத்தா பிரச்சன வராம என்ன ஆகும்?” சிறு கோவம் சிதறியது.

“நேத்து உங்களுக்கு ஆஃப் தானா டாக்டர் நீங்க எதுக்கு டியூட்டிக்கு வந்தீங்க?”

“எல்லாம் இந்த ஜீவா டாக்டரால தான் டாக்டர். அவரு மூனுநாளா எங்க போயி தொலஞ்சரோ அவரோட வேலையும் சேத்து நானே பாக்க வேண்டியிருக்கு. நா என்ன எக்ஸ்ட்ரா லீவா கேட்டேன் என் லீவையே எனக்கு குடுக்க மாட்டேங்குறாங்க.... இப்டி ஒரு இடத்துல வேலை செயிறதுக்கு சும்மாவே இருக்கலாம் டாக்டர்”

“கவலப்படாதீங்க கலை வேணும்னா நாளைக்கு என்னுடைய ஆஃப்ஃப நீங்க எடுத்துக்கோங்க” தாராளபிரபு போல கூறினான் சஞ்சய்.

“எதுக்கு டாக்டர்? நேத்தே முடிஞ்சி போன கல்யாண நாள நாளைக்கு கொண்டாடவா”

சஞ்சய் தோள்களைக்குலுக்கி ‘ம்ம்ம்’ எங்க

“சும்மா இருங்க டாக்டர் கடுப்புல எதையாவது சொல்லிட போறேன்” சஞ்சய் சத்தமாய் சிரித்துக்கொண்டே தன் அறைக்கு வரவும் ஆருஷ் அவனுக்கு ஃபோன் செய்யவும் சரியாக இருந்தது. வேகமாய் வந்து காலை அட்டென் செய்தான்.

“டேய் அண்ணா”

“சொல்லு கண்ணா”

“நீ போயி மீராவ பிக்அப் பண்ணிட்டு வருவியாம் அம்மா சொல்ல சொன்னாங்க”

“டேய் என்னையவே நீ தான் பிக் அப் பண்ணனும் என்னுடைய கார சர்வீஸ் விட்டுருக்கேன் சீக்கிரம்வா”

“எனக்கு வேல இருக்கு நா சுமோ கிட்ட கார குடுத்துவிடுறேன் எல்லாரும் வந்து சேருங்க”

“உன் வெங்காயம் உரிக்கிற வேலையெல்லாம் எனக்கு தெரியும் மஞ்சு மச்சான் வரலாயாம் மீராக்கா மட்டும் தான் வராங்க மரியாதையா வண்டி எடுத்துக்கிட்டு வாடா” பதிலை எதிர்பார்க்காமல் இணைப்பை துண்டித்தான் சஞ்சய்.

பேசி முடித்துவிட்டு தனது டேபிளை பார்த்தவன் நெற்றி தேய்த்துக் கொண்டே “ஐயப்பண்ணே......” இறுக்கமான முகத்துடன் அழைத்தான்.

“சொல்லுங்க டாக்டர்” அவசரமாய் உள்ளே வந்த ஐயப்பான் கேட்டார்.

“என்னண்ணே இதெல்லாம் நான் உங்க கிட்ட என்ன சொன்னேன். நீங்க என்ன பண்ணிவச்சிருக்கீங்க?” சற்று கோவதுடன் கேட்டான்

“இல்ல டாக்டர் நான் அந்த பொண்ணு கிட்ட தெளிவா சொல்லி தான் அனுபினேன். எப்ப இதெல்லாம் இங்க வந்து வச்சாங்கன்னு பாக்கல டாக்டர் என்னைய மன்னிச்சிடுங்க டாக்டர்” பதட்டமாய் கூறினார்

இவர்கள் பேசிக்கொண்டிருக்கும் போதே

“எதுவா இருந்தாலும் என்கிட்ட டைரக்ட்டாவே சொல்லுங்க மிஸ்டர் சஞ்சய் எதுக்காக அவர மிரட்டுறீங்க?” நாட்டியமாய் நடந்துவந்தாள் நவநாகரிக நங்கை

அவளைப் பார்த்து பல்லை கடித்துக்கொண்டே நீண்ட பெருமூச்சி விட்டவன்

“இப்ப உங்களுக்கு என்ன வேணும்? நான் தான் உங்க டிவைச சாரி சாரி கிட்டுவ காலைலயே குடுத்துட்டனே. அப்றம் எதுக்கு இந்தக் பொக்கே, கிஃப்ட் இதெல்லாம். அதோட உங்களுக்கு ட்ரீட்மெண்ட் பாக்குற அளவுக்கு நா படிக்கல. நீங்க சொல்ற மாதிரி போலி டாக்டர், கொலக்கார டாக்டர் அப்டி இப்டின்னு என்னவேணா போஸ்டர் அடிச்சி கூட ஒட்டுங்க. எனக்கு அத பத்தி எந்த கவலையும் இல்ல. இதையெல்லாம் எடுத்துக்கிட்டு நீங்க கௌம்பலாம் பிளீஸ்....” வாசல் பக்கம் கை காட்டியவன் முகத்தில் எந்த உணர்ச்சியும் காட்ட வில்லை.

“இப்ப தான வந்திருக்கேன் அதுக்குள்ள போன்னா எப்டி? நான் உங்க கிட்ட கொஞ்சம் பேசணும் டாக்டர் சார்”

“எனக்கு உங்க கிட்ட பேச எதுவும் இல்லையேங்க”

“உங்கள பேச சொல்லவே இல்லையே நான் பேசுறத நீங்க கேட்ட மட்டும் போதும்”

“எனக்கு டைம் இல்ல சாரி” அவளின் முகத்தைக்கூட பார்க்காமல் வேகமாய் வெளியில் கிளம்பினான்.

“அப்டினா இந்த மாதிரி கிஃப்ட்ஸ், கிரீட்டிங் கார்ட்ஸ், பொக்கே டெய்லி வரும், நானும் வருவேன்” அவள் சிரித்துக்கொண்டே சொல்ல...

சட்டென நின்றவன் ஐயப்பனை திரும்பி பார்க்க அவன் அப்பாவியாய் எனக்கு எதுவும் தெரியாது என்பதை போல பாவனை செய்ய. அவளை திரும்பி ஒரு பார்வைப்பார்த்து விட்டு நடந்தான் அவளும் சிரித்துக்கொண்டே அவன் பின்னாலேயே சென்றாள்.

மருத்துவமனை உணவகம். இருவரும் எதிரெதிர் இருக்கையில் அமர்ந்திருந்தனர். அவள் எதுவும் பேசாமல் அவனையே பார்த்துக்கொண்டிருக்க அவளது பார்வையின் தாக்கம் அவனை ஏதோ செய்ய அவளை பார்க்காமல் தவிர்க்க முடிந்த மட்டும் முயன்றவன் முடியாமல் போக தானே பேச்சை ஆரமித்தான்.

“ஏதோ பேசணும் சொல்லிட்டு இப்டி பாத்துகிட்டே இருந்தா என்ன அர்த்தம்?”

“பேச வந்தது மறந்துடிச்சின்னு அர்த்தம்” அவள் ஓர புன்னகையுடன் கூற,

“அப்டினா நியாபகம் வந்ததும் லெட்டர் போடுங்க நா கௌம்புறேன்” எழ முயன்றவனை கைப் படித்து நிறுத்தினாள்.

“இப்ப என்னங்க பிரச்சன உங்களுக்கு? பேசணும் சொன்னிங்க வந்தேன் சைலன்ட்டா பாத்துட்டே இருக்கீங்க... சரின்னு கௌம்பினா போகவும் விட

மாட்றீங்க... (சிறு அமைதிக்கு பிறகு) இங்க பாருங்க நீங்க நெனைக்கிறது நடக்காது"

"நா என்ன நெனைக்கிறேனு உங்களுக்கு எப்டி தெரியும்?" பார்வையை கூர்மையாக்கி சரியாக அவனது இதையத்தை நோக்கி எய்தாள்.

அந்த பார்வையிலும் கேள்வியிலும் திணறியவன் சற்று நிதானித்து

"அது.... உங்க டிவைஸ்ல இருந்த பிக்சர்ஸே சொல்லுது நீங்க என்ன நினைக்கிறீங்கன்னு... அதுக்கான ஆள் நா இல்ல. என்னோட சின்ன வயசு போடோல இருந்து ரீசண்ட் ஃபோட்டோ வரை கலக்ட் பண்ண தெரிஞ்ச உங்களுக்கு என் கேரெக்டர் தெரியாம இருக்காது. சோ... இனிமே இதெல்லாம் ட்ரை பண்ணாதீங்க.... நீங்க என்ன பண்ணலும் அதெல்லாம் வேஸ்ட்தான். அதோட இந்த கிஃப்ட்ஸ், பொக்கே, அப்றம் நா போற இடதுக்கெல்லாம் வர்றது, அர்தராத்திரில ஃபோன் பண்றது இதெல்லாம் செய்யாதீங்க... எனக்கு பொண்ணுங்க மேல நிறைய ரெஸ்பெக்ட் இருக்கு" மனதில் தோன்றிய அனைத்தையும் அவள் முகம் பார்க்காமல் சிறுபிள்ளை வாயப்பாடு ஒப்பிப்பது போல ஒப்பித்தான்.

சஞ்சய்யின் முக பாவனையையும் சொல்லும் விதத்தையும் கன்னத்தில் கைவைத்துக்கொண்டு பார்த்து ரசித்தவள் அப்படியே அவனை பார்வையால் விழுங்க... பதில் எதுவும் வராததால் அவளின் முகம் பார்த்தவன்

"ஹலோ உங்க கிட்ட தான் பேசிக்கிட்டு இருக்கேன்"

"அதான்..... கேட்டுகிட்டு இருக்கேன்"

அவன் எங்கோ பார்த்து டேபிளை தட்டி நீண்ட பெருமூச்சி விட்டு அடுத்து ஏதோ சொல்ல வருவதற்குள் "உங்களுக்கு பையன் வேணுமா பொண்ணு வேணுமா?"

"எதே.... புரில" அவள் ஏதோ கேட்க தன் காதில் தான் தவறாக விழுந்து விட்டதோ என எண்ணி பதட்டமாய் கேட்டான்

"இல்ல... உங்களுக்கு பொம்பள புள்ள புடிக்குமா ஆம்பள புள்ள புடிக்குமா கேட்டேன். எனக்கு எதுனாலும் ஓகே தான்" அவள் வெக்கப்பட்டுக்கொண்டே சொல்ல அவன் பதிலேதும் சொல்லாமல் விருட்டென்று எழுந்து சென்றுவிட்டான்.

இவள் மீண்டும் சிரித்துக்கொண்டே "எவ்ளோ நாளைக்கு இப்டி என்ன அவாய்ட் பண்ணுவீங்கன்னு பாக்குறேன்" அவளது கண்கள் ஆயிரம் அர்த்தம் சொல்லியது.

****

சஞ்சய் கார் ஓட்ட முன்னிருக்கையில் மீராவும் பின்னிருக்கையில் ஆருஷும் மீராவின் எட்டு வயது மகளும் ஆறுவயது மகனும் அமர்ந்திருந்தனர். கார் பஸ் ஸ்டண்ட் விட்டு வெளியில் வந்து சிறிது தூரம் வந்ததும் மீராவின் பிள்ளைகள்

மாமா ஐஸ் கிரீம் ஐஸ் கிரீம் என கத்தி ஆர்ப்பாட்டம் செய்தனர்.

“சரி சரி சத்தம் போடாதீங்க டேய் அண்ணா ரைட்சைட்ல ஒரு ஐஸ் கிரீம் பார்லர் இருக்கு பாரு அங்க கார நிறுத்து.”

ஆருஷ் காரில் இருந்து இறங்கிக்கொண்டே “யார் யாருக்கு என்ன என்ன ஐஸ் வேணும் சொல்லுங்க?”

“எனக்கு சாக்கோ பார், எனக்கு ஜாலி டிரைன்” என இருவரும் ஆளுக்கொரு ஐஸ் கிரீம் பெயரை சொல்ல...

“மீராக்கா உனக்கென்ன வேணும்?”

“எனக்கு ஒரு கோன் பட்டர் ஸ்காட் வாங்குடா” கார் கதவை திறந்துகொண்டே சொன்னாள்.

“சஞ்சு மாமா உங்களுக்கு என்ன வேணும்” தான் கீச்சு குரலில் கேட்டாள் மீனுக்குட்டி

“அவனுக்கு எப்பவுமே குல்ஃபி தான் இல்லடா?” என்றான் ஆருஷ் கண்ணடித்து சிரித்துக்கொண்டே.

“டேய் இவன் இன்னுமா குல்ஃபிய மறக்கல?” ஆச்சரியமாய் கேட்டாள் மீரா.

“அய்யோ அதெல்லாம் ஒன்னுல மீரா அவன் சும்மா வெறுப்பேத்துறான். வாய மூட்ரா எரும” வேகமாய் வந்து ஆருஷின் வாயை மூடினான் சஞ்சய்.

அவனது கையை வலுக்கட்டாயாமாய் பிரித்துக்கொண்டே சிரித்தபடி “இல்ல இல்ல மீராக்கா அவன் பொய் சொல்றான் நான் தான் தெனமும் பாக்குறேனே தலையில இருக்க தழும்ப தடவிப் பாத்து ஃபீல் பண்றத” அவனிடமிருந்து விலகி கடையை நோக்கி ஓடிக்கொண்டே சொன்னான் ஆருஷ். அவனுடன் அந்த குட்டி வாண்டுகளும் ஓடிவிட

“டேய்... உஷ்..... கொன்றுவேன் (அந்த பக்கம் திரும்பி அவனுக்கு சைகை கட்டிவிட்டு இந்தப் பக்கம் திரும்பி) அவன் ஏதோ ஒளர்ரான் மீரா” புரியாத பாவனையில் முகத்தை வைத்துக்கொண்டு இவன் சொல்ல....

“இருக்கட்டும் இருக்கட்டும் நீ வண்டிய அந்த மரத்துக்கு கீழ பார்க் பண்ணிட்டு வா இவங்க பார்லர் குள்ள போன அவ்ளோ சீக்ரம் வர மாட்டாங்க” சொல்லிவிட்டு மீராவும் உள்ளே சென்றாள்.

ஆருஷும் பிள்ளைகளும் அங்கிருக்கும் விதவிதமான ஐஸ் கிரீம்களை பாத்துக்கொண்டு இருக்க அவனருகில் வந்த மீரா,

“என்னடா சஞ்சய் மூஞ்சியே சரில என்ன ஆச்சி? தீஷா இந்தியா வந்துட்டான்னு எப்பவோ சொன்ன... இன்னும் ரெண்டு பேரும் மீட் பண்ணிகலயா?”

“தீஷா சஞ்சய் மனசுல என்ன இருக்குனு அவளே தெறிஞ்சிக்கிட்ட பிறகு தான் அவன வந்து மீட் பண்ணுவாளாம் அதுவரை நா எதுவும் வாயவே

தொறக்க கூடாதாம்.... இவங்கிட்ட ஏதோ கேம் ஆடிக்கிட்டு இருக்கா... நா சஞ்சய்கிட்ட ஏதாச்சும் சொன்னா அடுத்து அவ என்னைய என்னப் பண்ணு-வான்னு உனக்கே தெரியும் அவங்களாச்சி அவங்க காதலாச்சி எனக்கென்னன்னு விட்டேன்''

''அப்போ தீஷா சஞ்சய்ய விரும்புறாளா?''

''நல்லா கேட்ட போ.... அவ யுஎஸ்ல இருந்து கால் பண்ணும் போதெல்லாம் என்னப் பத்தி கேக்குறாளோ இல்லையோ இவனப் பத்திதான் எப்பவும் கேப்பா''

''அப்றம் என்னடா? இவனுக்கும் அவ மேல ஆச இருக்கு தான அப்றம் ஏன் தயங்குறான்''

''யாரு இவனா? கல்லுணி மங்கன் இப்பவரைக்கும் ஒத்துகவே மாட்றான். அவன் மனசுல என்ன இருக்குனு புரியஞ்சிக்கவே முடியல.... அதோட இவங்க விஷயம் வீட்டுக்கு தெரிஞ்சா என்ன ஆகும்னு வேற திகிலா இருக்கு. பெரிய அத்த வேற சாலிகாவ சஞ்சய்க்கு கட்டிவச்சால ஆச்சின்னு வந்து உக்காந்துட்டு இருக்கு... இது போதாதுன்னு அந்த பெங்களூர்காரி வேற''

''ஆமடா நானும் கேக்கணும் நெனச்சேன்... அவ பேரு சம்ருதா தான? பொண்ணு எப்டி அழகா இருக்காளா?'' அவள் ஆரவமாய் கேட்க,

''அழகாவா? அப்டியே ஒன்னு போட்டேன்னு வை'' அவன் மீராவின் மண்-டையில் கொட்டுவது போல சைகை காட்டிவிட்டு கோவமாய் செல்ல அதே நேரம் பார்லர் உள்ளே வந்தான் சஞ்சய்.

''இன்னாடா சஞ்சு இவன் இப்டி மொரச்கிக்கிட்டு போறான்'' சிறு ஆச்சரி-யத்துடன் அவள் கேள்வி கேக்க...

''அப்டி என்ன கேட்ட நீயி?''

''நம்ம சின்ன அத்தை பொண்ணு எப்டின்னு கேட்டேன்... அதுக்கென்னவோ இப்டி மொரச்சிட்டு திட்டிட்டு போறான்''

சஞ்சய் சிறு புன்னகையுடன் ''நல்லா கேட்ட... நல்ல ஆளப் பாத்து கேட்ட.... இவனுக்கும் சாமுக்கும் 10 பொருத்தமும் பக்கவா இருக்கு எப்ப ரெண்டுபேரும் பாத்துக்கிட்டாலும் இடி மின்னல் தான்''

''அப்போ மழை?''

''பாக்குற நம்ம கண்ணுல தான் வரும் சிரிச்சி சிரிச்சி'' அவன் சிரித்துக்-கொண்டே சொல்ல..

''அம்மா சொன்னாங்க யாருக்குமே சம்ருதா வீட்டுக்கு வந்ததுல விருப்பம் இல்லன்னு... முக்கியமா பெரிய அத்தை. (சஞ்சய் ஆம் என தலையசைக்க) அப்டினா சாம் வந்துல உனக்கு கோவம் இல்லையா சஞ்சு...'' சஞ்சய் மனதை தெரிந்து கொள்ளும் நோக்கத்தில் கேட்டாள்.

“எந்த தப்பும் பண்ணாம இத்தன வருஷமா தண்டனை அனுபவச்சி கெட்-டப்பேரோட வலி வேதனையோட செத்துப்போன சின்ன அத்தைய போலவே அவங்க பொண்ணும் இருக்கணுமா என்ன?” மீரா அறியாத கேள்வி ஒன்றை கேட்டான்.

“அப்டினா? என்ன சொல்லவர நீ? அப்போ சிந்தியா அத்தை பண்ணது சரின்னு சொல்ல வரியா?”

இடவலமாக தலையசைத்தவன் “அவங்க பண்ணது தப்பு இல்லான்னு சொல்ல வரேன்”

“அப்போ சாம் வீட்டுக்கு வந்தது உனக்கு சந்தோஷம் தானா?” அவனது பதிலை எதிர்பாத்தபடி கேட்டாள் மீரா

“கர்ணன் அங்கிள் கிட்ட சாம வீட்டுக்கு கூட்டிட்டு வார சொன்னதே நான் தான்” மிக சாதாரமாய் குல்ஃபி சாப்பிட்டுக்கொண்டே கூறினான் சஞ்சய்.

“என்னடா சொல்ற?” அதிர்ச்சி கலந்த ஆச்சரியத்தில் மீரா.

அத்தியாயம் 9

மீரா அதிர்ச்சி மீளாமல் சஞ்சுவை பார்க்க அவனோ சாதாரணமாக குல்ஃபி சாப்பிட்டுக்கொண்டிருந்தான்.

“சஞ்சு எவ்ளோ பெரிய விஷயத்தை சொல்லிட்டு சாதாரணமா குல்ஃபி சாப்டுக்கிட்டு இருக்க? அப்போ உனக்கு சிந்தியா அத்தை முன்னாடியே பழக்கமா?” கண்கள் விரிய ஆர்வமாய் கேட்டாள் மீரா.

“அதெல்லாம் இல்ல மீரா ஒரு நாள் பாட்டிக்கு ரொம்ப உடம்புக்கு முடியல நான் தான் ட்ரீட்மெண்ட் பண்ணேன். அவங்களோட ஃபிசிகல் ஹெல்த் விட மெண்டல் ஹெல்த் தான் ப்ராப்ளம்ன்னு தோணுச்சி. தனியா உக்காந்து பேசினோம். அப்போதான் சின்னத்தையுடைய கல்யாணப்பிரச்சனையப் பத்தி சொன்னாங்க (பிளாஷ்பாக்கை சுருக்கமாக கூறினான்) நீயே சொல்லு மீரா, சிந்தியா அத்தை பண்ணதுல ஏதாவது தப்பு இருக்கா? அவங்களோட பர்மிஷன் கேக்கமா வாக்கு குடுத்தது தாத்தாவோட தப்பு தான? தாத்தா தற்கொலை பண்ணிக்கிட்டதுக்கு அவரோட கில்ட் ஃபீல் கூட காரணமா இருக்கலாம்ல? பாட்டி சிந்தியா அத்தைய ரொம்ப மிஸ் பண்ணாங்க... ஒரு முறையாவது பாக்கணும்னு ஆசப்பட்டாங்க... நான் யுஎஸ்ஏ போயிட்டு வரும்போது கர்ணன் அங்கிள்ல ஃப்ளைட்ல மீட் பண்ணேன் அப்போதான்... பெங்களூர்ல நடந்த ம்யூசிக் பெஸ்டிவேல்ல அத்தையையும் அவங்க ஃபேமிலியையும் பாத்ததா கர்ணன் அங்கிள் சொன்னாரு. நெக்ஸ்ட் டைம் நானே அவங்கள மீட் பண்ணனும்ன்னு கேட்டிருந்தேன். பாட்டிக்காக அவங்க கூப்பிட்டு வரணும்னு நெனச்சேன். ஆனா அதுக்குள்ள என்னென்னவோ நடந்துடுச்சி அவங்க லைஃப்ல... அப்றம் சாம் பத்தி சொன்னப்போ என்ன நடந்தாலும் பாத்துக்கலாம் கூப்பிட்டு வாங்கன்னு சொன்னேன். எனக்கு தெரியும் யார் என்ன சொன்னாலும் பெரிப்பவால சம்ருதாவ திருப்பி அனுப்ப முடியாதுன்னு. அந்த நம்பிக்கையில தான் நான் கர்ணன் அங்கிள் கிட்ட சொன்னேன்” மீராவின் முகத்தை ஊடுருவியபடி சொன்னான்

சஞ்சய்.

“இதெல்லாம் ஆருஷ்க்கு தெரியாதா சஞ்சு?”

“ஏன் தெரியாது நல்லா தெரியும்? எல்லாமே தெரியும்”

“அப்றம் ஏன் அவகிட்ட சண்ட போட்டுகிட்டே இருக்கான். அவள வீட்ட-விட்டு அனுப்ப ட்ரை பண்றான்?”

“அதெல்லாம் சும்மா சம்ருதாவ நார்மல் ஆக்குறதுக்கும் வீட்டுல இருக்கவங்க அவள ஏத்துக்கணும்னு அவன் பண்ற நாடகம்.”

மீரா அவனை கேள்வியாய் பார்க்க, சிறுப்புன்னகையுடன்

“என் தம்பி பத்தி எனக்கு தெரியாதா? அவன் அன்னைக்கு நைட் சண்ட போடாம ஒரு சாரி சொல்லிட்டு வந்திருந்தான்னா நம்ம வீட்டு குட்டி பிசாசுங்க சாமுக்கு ஃப்ரெண்ட் ஆகிருக்காதுங்க அம்மா பெரிமாலாம் இவ்ளோ சீக்ரம் சாம அக்சப்ட் பண்ணி சப்போர்ட் பண்ணிருக்க மாட்டாங்க”

“அவன் என்ன பண்ணாலும் ரொம்ப நல்லா சிங்க் பண்றடா நீ... நல்ல அண்ணன் நல்ல தம்பி" சஞ்சய் சிரிக்க, மீரா திரும்பி தன் தம்பியை பெருமை-யாய் பார்க்க.... அவனோ அங்கிருந்த ஃபிஷ் ஸ்பா தெரப்பிக்காக கவினையும் மீனுவையும் மீன் தொட்டிக்குள் காலை தொங்க போட்டு அமரவைத்துவிட்டு பக்கத்தில் நின்று வீடியோ எடுத்துக்கொண்டிருந்தான்.

“சரி நீ சொல்லு மீரா?” அவளின் கவனத்தை கலைத்தது சஞ்சய்யின் கேள்வி.

“என்னடா சொல்லணும்? எதுவுமே கேக்கமா சொல்லுங்கற?” அவள் சிரித்-துக்கொண்டே கேட்க,

“உன் பெர்மிஸ்ஷனோட தான உன்னோட கல்யாணம் நடந்துச்சி? நீ உன்-னோட கல்யாண வாழ்க்கைல சந்தோஷமா தான இருக்க? அத்தையும் மஞ்சு மச்சானும் உன்ன நல்லா பாத்துகுறாங்கல்ல?” சஞ்சய் கேள்விகளை அடுக்கிக்-கொண்டே போக

புன்னகைத்தவள் “சஞ்சு.... எனக்கு முத்து மணி, ரத்தினம் மாதிரி ரெண்டு பசங்க பொறந்த பிறகு கேக்குற கேள்வியாடா இது?”

“உனக்கு கல்யாணம் நடக்கும்போது எனக்கு அவ்ளோ மெச்சூரிட்டி இல்ல மீரா... எப்ப கேட்டா என்ன? பதில் சொல்லு உனக்கு புடிச்ச மாதிரி சந்தோ-ஷமா தான நீ இருக்க? உன் சம்மதம் கேட்டுதான பெரிப்பா கல்யாணத்தை நடத்தி வச்சாரு?” அவள் கண்களையே பார்த்துக்கொண்டிருந்தான் சஞ்சய்

“ம்ம்ம்.... ஆமா என் சமதத்தோட தான் என் கல்யாணம் நடந்துச்சி. என்னை கல்யாணம் பண்ணிக்கும் முன்னாடி பொண்ணு பாக்க வந்தப்போ உங்க மாமாவும் என் அத்தையும் என்னென்னலாம் சொன்னாங்க தெரியுமா? கல்யாண-

துக்கு அப்றமும் படிக்கலாம், புடிச்சா வேலைக்கு போகலாம், சுதந்திரமா இருக்கலாம், எனக்கு நீ மருமக இல்ல மகமாதிரி, உன் வீடுமாதிரி உன் இஷ்டத்துக்கு இருக்கலாம், உன்ன ராணிமாதிரி பாத்துக்குவோம் இதெல்லாம் கேட்டதும் என் மனசு தானா அவங்க பக்கம் சரிய ஆரமிச்சிது. அவங்க வார்த்தைகள நம்பி நானும் உடனே கல்யாணதுக்கு ஒத்துக்கிட்டேன்''

சிறு அமைதிக்குப் பின்

“உனக்கு தெரியுமா சஞ்சு கல்யாணதுக்கு முன்னாடி மாப்ள வீட்டுக்காரங்க பொண்ணுகிட்ட சொல்ற வார்த்தைகள் எல்லாம் சின்ன கொழந்தைங்களுக்கு சோறுட்டும் போது நிலாவக் காட்டிசொல்லபடும் கதைகள் தான். சாப்பாடு தீந்த பிறகு அந்த கதைய அப்டியே மறந்திடுவோம்ல?'' அவளின் வலிகள் வார்த்தைகளாய் வெளிவந்தது ஆனால் இதழ்கள் புன்னகைக்க மறக்கவில்லை.

“மீரா அப்டினா நீ.....'' சஞ்சய் முழுதாய் முடிப்பதற்குள்,

“மீராக்கா கௌம்பலாமா? டேய் அண்ணா வேணும்னா இன்னோன்னு வாங்கிக்கோ எதுக்குடா வெறும் குச்சிய கைல வச்சிக்கிட்டு இருக்க?''

ஆருஷின் கோவம் பற்றியும் மஞ்சுநாதனின் மீது அவனுக்கு இருக்கும் வெறுப்பை பற்றியும் அறிந்ததால் இருவரும் அமைதியாய் அந்த பேச்சை விடுத்து சிரித்துக்கொண்டே வீட்டிற்கு கிளம்பினர். சஞ்சுதான் வாகனம் ஓட்டும் போது அவ்வப்போது அருகில் இருந்த மீராவையே திரும்பி திரும்பி பார்த்துக்கொண்டு வந்தான்.

வீட்டிற்கு வந்து இறங்கியதும் அருஷுக்கு ஒரு ஃபோன் கால் வர அவன் போனை எடுத்துக்கொண்டு கார்டன் பக்கம் வந்தான். மீரா காரைவிட்டு இறங்கி லக்கேஜை எதுக்கு அவளுக்கு உதவி செய்துகொண்டே

"மீரா ஏதாவது பிரச்சனையா?" அவளின் முகத்தையே பார்த்துக்கொண்டிருந்தான் சஞ்சய்

"இனிமே இங்கதான இருக்க போறேன் பேசுவோம் சஞ்சு" ஓரப்புன்னகையுடன் அவள் கூறிவிட்டு உள்ளே செல்ல... வார்த்தையின் அர்த்தம் உணர்ந்தவன் முகத்தில் அதிர்ச்சி ரேகைகள் ஓடின.

மீரா உள்ளே செல்லவும் சம்ருதா வெளியில் வரவும் சரியாக இருந்தது. நெற்றி சுருங்க அவளைப்பார்த்த மீரா ஒற்றை விரலை அவள் முன் நீட்டி

"சம்ருதா?" என கேள்வி எழுப்ப... அவள் ‘ஆம்’ என தலையசைத்தாள்.

சட்டென முகத்தில் வழிந்த புன்னகையுடன் "ஐ ஆம் மீரா! ஆருஷ், சஞ்சய்யோட அக்கா"

"ஓஹ்.... ஹாய்!" அவள் ஏதோ தயக்கமான யோசனையினுடே கை நீட்ட மீரா அவளை ஆதரவாய் அணைத்து

"நாம ஃபிரண்ட்ஸ் இல்ல கை குலுக்க.... வீ ஆர் எ ஃபேமிலி"

மீராவின் வார்த்தைகள் சம்ருதாவிற்கு தேன் வார்ப்பது போல இருந்தது அவளும் அன்போடு அணைத்துக்கொண்டாள். அதற்குள் அந்தியும் சகுந்தலா-வும் வாயெல்லாம் பல்லாக மீரா மற்றும் அவளது குழந்தைகளை வரவேற்க சின்ன சிரிப்புடன் இருவரும் விலகினார். மீரா உள்ளே செல்ல சம்ருதா மீராவை அன்பொழுக பார்த்துக்கொண்டே வெளியில் வர எதிரில் லக்கேஜ் கொண்டுவந்த சஞ்சய்யை கவனிக்காமல் அவன் மீது மோத பைகளுடன் சேர்த்து அவளும் விழப்போக லக்கேஜை கீழ விட்டவன் சம்ருதாவின் கைகளைப் பிடித்து விழாமல் நிறுத்தினான்.

"ஆவுச்....."

“ஹேய் பாத்து பாத்து”

“தாங்க்ஸ்”

“சாரி”

“ஓ... சாரி”

“தாங்க்ஸ்”

இருவரும் மாறி மாறி பதட்டதில் உளறி சிரித்துக்கொள்ள... சட்டென நட்ப்-பாய் கையை நீட்டியவன்

“நான் சஞ்சய்”

அவளும் அதே புன்னகையுடன் “நான் சம்ருதா”

“வெல்கம் ஹோம்!”

“என்னை சிரிச்ச முகத்தோட வெல்கம் பண்ண ரெண்டாவது ஆள் நீங்க தான்”

சிரித்துக்கொண்டிருந்தவன் சற்று முகத்தை சுருக்கி “அப்போ ஃபர்ஸ்ட் யாரு?”

“உங்க அக்கா மீரா” இருவர் முகத்திலும் மென்னகை மின்ன அவளே தொடரந்தாள்

“தேங்க் யு சோ மச்”

“எதுக்கு?” காரணம் புரியாமல் கேட்டான் சஞ்சய்

“இல்ல... கர்ணன் அங்கிள் சொன்னாரு நீங்க தான் என்னை இங்க வரவச்-சிங்கன்னு.....” அவள் சொல்லி முடிக்கும்முன் தடுத்தவன்

அக்கம் பக்கம் பார்த்துக்கொண்டே“உஷ்..... ஏங்க சும்மா இருங்க சத்தமா சொல்லாதீங்க.. யாராச்சும் கேட்டுற போறாங்க”

அவளும் அதே போல சுற்றும் முற்றும் பார்த்துவிட்டு “ஏன்? என்ன ஆச்சி? கேட்ட என்ன?”

“கேட்டா என்னவா அப்றம் நானும் உங்க கூட இந்த வீட்ட விட்டு வெளிய போக வேண்டி தான்” அவள் காதில் விழாதவாறு முணுமுணுத்தான்

“என்னது புரியல?”

“அது..... பேசிக்காவே எனக்கு பப்ளிசிட்டி புடிக்காது அதான்” கைகளை விரித்து தோள்களை குலுக்கி சொல்ல

தலையை சாய்த்து இதழோர நமட்டு சிரிப்புடன் “ஓஹ்..... அப்டியா?” என்றாள் சம்ருதா

அவனும் சிரித்துக்கொண்டே அனைத்து லக்கேஜ்களையும் எடுத்துக்கொண்டு உள்ளே செல்ல அவன் தலை மறையும் வரை புன்னகையுடன் பார்த்துக்கொண்டிருந்தாவள். அவன் சென்றதும் திரும்ப அத்தனை அருகில் (முகத்துடன் முகம் உரச சிறு இடைவெளியே இருந்தது) தமயந்தியை பார்த்ததும் திடுக்கிட்டு இரண்டடி பின்னால் நகர்ந்து தன்னை ஆசுவாசப் படுத்திக்கொண்டவள்.

“பெரிமா நீங்களா?” சந்தோஷமும் அதிர்ச்சியும் கலந்த தொனியில் அவள் கேட்க

“யாரு யாருக்கு டி பெரிமா? இன்னொரு முற அப்டி சொன்ன வாய தச்சிடுவேன். என் தம்பிங்க என்கிட்ட கெஞ்சி கேட்டுகிட்டதால போனா போகட்டும்னு பாவம் பாத்து உன்ன இங்க தங்க வச்சதுக்கு உண்ட வீட்டுக்கே ரெண்டகம் பண்ணப் பாக்குறியா?” சாதம் வடிக்கும் அரிசி உலைக் கொதிப்பதைப்போல கொதித்துக் கொண்டிருந்தாள் தமயந்தி. நாலு காப்படி அரிசிப் போட்டா நாலு செகண்ட்ல வெந்துடும் போல அவ்ளோ கோவம் தமயந்திக்கு.

“என்ன ஆச்சி பெரிமா ஏன் இப்டி பேசுறீங்க? நான் அப்டி என்ன பண்ணேன்?” மல்லிகைப் பூவாய் மலர்ந்திருந்த சம்ருதாவின் முகம் சட்டென மஞ்சள் வெயிலில் காய்ந்த மலரைப் போல வாடிவிட்டது.

“ஏய்.... மறுபடி மறுபடியும் பெரிமா பெரிமான்னு சொன்ன நான் மனிஷியாவே இருக்க மாட்டேன். என்ன பண்ணனா கேக்குற? ஓடுகாலி பொண்ணுகிட்ட ஒழுக்கத்தை எதிர்ப்பாக்க முடியுமா? உனக்கும் உன் அப்பன் புத்திதான இருக்கும். அந்த கேடுகெட்டவன் இந்த ஒழுக்கம் கெட்டவ மனச கலச்சி இழுத்துட்டு ஓடி போயி எங்க குடும்ப மானத்தை வாங்கிட்டான். நீ என் மருமகன் மனச மயக்கி மறுபடியும் எங்க குடும்ப மானத்தை வாங்க வந்திருக்கியா? இதப்பாரு சஞ்சய் என் மருமகன் இன்னும் கொஞ்சம் நாள்ல சாலிகாவுக்கும் சஞ்சய்க்கும் கல்யாணம் ஆகப்போவுது நீ இப்டி சும்மா சும்மா என் மருமகங்கிட்ட பல்ல இளிச்சி பேசிக்கிட்டு ஒட்டிக்கிட்டு ஒரசிக்கிட்டு திரிஞ்ச அடுத்த நொடி நீ இந்த வீட்டுல இருக்க முடியாது நியாபகம் வச்சிக்கோ ‘இருக்க எடங்குடுத்தா படுக்க பாயி கேட்ட கதையாவில்ல இருக்கு’” என்று கோவத்தில் வார்த்தைகள் விட்டாள் தமயந்தி.

உண்மையில் அவள் பேசிய வார்த்தைகள் அனைத்தும் சம்ருதாவின் மனதில் நெருப்பை அள்ளி கொட்டியது போல தான் இருந்தது. கலங்கிய கண்களுடன் தலையை குனிந்து கொண்டு அங்கிருந்து நகர்ந்தாள். அவளை முறைத்துக்-கொண்டே மீராவைப் பார்க்க உள்ளே சென்றாள் தமயந்தி.

இரவு நேர உணவை முடித்துவிட்டு அனைவரும் உறங்க சென்றனர். சகுந்த-லாவின் கவனம் முழுவதும் இரவு சரியாக உணவு எடுத்துக்கொள்ளாத சம்ருதா மீதே இருந்தது.

"மோனி...." யோசனையினுடே தன் மகளை அழைத்தார் சகுந்தலா

"சொல்லுங்க ம்மா..." முகத்தில் எதையோ பாதி பூசியும் பாதி புசாமலும் வந்தாள் மோனிஷா

"என்னடி இது விடிஞ்சா பொழுது போனா கண்ட கருமத்தையும் மூஞ்சில பூசி மூஞ்சிய வீணாக்குறதே உங்களுக்கு வேலையாடி"

"இத சொல்ல தான் கூப்டிங்களா?.... ச்ச நா வேற பாதிலயே எழுந்து வந்-துட்டேன் நான் போறேன்"

"அடி.... இருடி அந்த பொண்ணு சம்ருதா காலைல இருந்து நல்ல தான இருந்தா? ஏன் இப்ப திடீருன்னு சோகமாகிட்டா?"

"ஆமா ம்மா நல்லாதான் இருந்தாங்க... மதியம் சமையலுக்கு கூட ஹெல்ப் பண்ணாங்கன்னு சொன்னிகளே...." நினைவு படுத்துவதை போல கூறினாள் மோனிஷா.

"ஆமா ஆமா சாயங்காலம் என்கிட்ட பாட்டிய பாக்க போறேன்னு சொல்-லிட்டு போனாங்க வழில மீரா அக்காகிட்ட கூட சிரிச்சி பேசிக்கிட்டு இருந்தாங்க அப்றம் என்ன ஆச்சி தெரில நைட் சரியா சாப்டவே இல்லம்மா" சொல்லிக்-கொண்டே வந்தாள் வானிஷா.

"அடி குட்டி பிசாசு நீ என்னத்தடி பூசிக்கிட்டு வந்து நிக்குற?"

"ம்மா இது சந்தன மஞ்சள் ஃபேஷயில் ம்மா"

"தூங்க போற நேரத்துல இதெல்லாம் தேவையா? சரி யாரையும் பயம்புறுத்-தாம போயி சம்ருதா கிட்ட நா மொட்ட மாடிக்கு வர சொன்னேன்னு சொல்லு. அடி மோனி பாதி வேஷத்தோட நீ எங்க போற? முழுசையும் போட்டு போ" சொல்லிக்கொண்டே சகுந்தலா மாடிக்கு சென்றார்.

விண்ணவனின் ஒற்றை கருங்குடையில்
விண்மீன்கள் ஏங்கிக் கரைய,
முகில்களை மூடு திரையாய் கொண்டு
முழுமதியவள் உலா வர,
இரவுப் பூச்சியின் இசைக் கச்சேரியில்
மலரும் மொட்டுகளின் மணமும் இணைந்திட,

ரம்மியமான ரகசிய வனம்தனில்
குளிர் தென்றல் தேகம் தீண்ட,
ராட்சசி இவளின் பாறை மனதில்
ஆழ்கடலின் அமைதி நிறைந்திட,
விதியின் விபரீத விளையாட்டால்
விழிநீர் இவளின் விழித்திரை மறைத்திட,
பிறைமதியின் சிறு ஒளியில்
பாவை இவள் பவனி வந்தாள்

தன் மனக்குமுறல்களை இரவின் தனிமையுடன் பகிர்ந்து கொண்டிருந்த சம்ருதா தேகம் குளிர ஆரம்பித்ததும் தனிச்சையாக கைகளைக்கட்டிக்கொண்டு இரு தோள்களையும் கைகளால் உரசி உஷ்ணமாக்கிக்கொண்டே வீட்டை நோக்கி நடந்து வந்துகொண்டிருந்தாள். திடீரென தோன்றிய சலசலப்பு சத்தத்தில் கண்கள் கூர்மையாக தன்னை சுற்றி நோட்டம் விட்டாள்.

அப்போது அந்த பெரிய மாளிகை வீட்டின் தோட்டத்தில் இரு உருவங்கள் மறைந்து மறைந்து யார் கண்ணிலும் படாமல் ஏணியை தூக்கிக்கொண்டு சென்று கொண்டிருந்தது. சிறிது தூரம் சென்றதும் ஒரு இடத்தில் அந்த ஏணியை வைத்துவிட்டு சுற்றும் முற்றும் பார்த்துவிட்டு தனது முகமூடிகளை அகற்றினர் அந்த இரு நிழல் மனிதர்கள்.

அவர்களை சற்று இடைவெளி விட்டு பின் தொடர்ந்தவள் ஒரு புதரின் பின் ஒளிந்து நின்றாள். அவர்கள் முகத்தை உற்று பார்த்துக்கொண்டே அவர்கள் பேசுவதை கூர்ந்து கவனித்தாள்.

"டேய்.... சுமோ சண்டாளா இந்த முகமூடிய எங்கடா வாங்குன முக்கு மொகரையெல்லாம் அரிக்குது" முகமூடியை கழட்டிக்கொண்டே கேட்டான் ஆருஷ்.

"வாங்குற அவசரத்துல கடை பேரெல்லாம் கவனிக்கல மச்சி... சரி அதிருக்கட்டும் இப்ப எதுக்கு நீ சொந்த வீட்டுலே இப்டி திருடன் மாதிரி முகமூடி போட்டுகிட்டு இந்த ராத்திநேரத்துல என்னை இங்க வரசொன்ன?"

"எல்லாம் ஒரு காரணமா தான்" வில்லன் போல கண்களை சுருக்கி கூறினான்.

"அதான் என்ன காரணம்னு கேட்டேன்"

சட்டென இடையிலிருந்து கத்தியை உருவியவன் "அந்த பெங்களூர் காரிய....."

"கொல பண்ண போறோமா?" அதிர்ச்சியாய் அவன் கைகைப் பிடித்தான் சுகன்.

"சீச்சீ... பயம்புறுத்த போறோம்!"

“அதுக்கு எதுக்குடா கத்தி?”

“அது.... கொஞ்சம் மாசா.... போசா.... இருக்குமேன்னு கொண்டு வந்தேன்டா சும்மா கேள்வி கேட்டுகிட்டு”

“சரி பிளான் என்னன்னு சொல்லு!”

“அப்டி கேளு..”

“கேட்டுட்டேன் சொல்லு”

வில்லன் போல சீரியஸாக முகத்தை வைத்துக்கொண்டு “பொண்ணுகளுக்கு பயப்படாத பேயே இல்ல”

“எதே... என்னடா ஔர்ர?”

“ச்ச... பேயிக்கு பயப்படாத பொண்ணுங்களே இல்ல...”

“அதுக்கு?....”

“இந்த பேய் மாஸ்க் போட்டு அந்த வெள்ள வெத்தலைய என் ரூம விட்டு வெளிய தொரத்த போறேன்.... ஹாஹாஹா......”

“என்னாதிது?”

“வில்லன் சிரிப்புடா.... சும்மா எல்லாத்தையும் கேள்வி கேட்டுகிட்டு”

இருவரும் மீண்டும் ஏணியை எடுத்துக்கொண்டு முன்னோக்கி நகர இவர்கள் தான் என தெரிந்த பிறகு என்ன தான் செய்கிறார்கள் என பார்க்க அமைதியாய் அதே புதரின் பின்னாலேயே நின்றிருந்தாள் சம்ருதா.

ஒரு இடத்தில் வந்து ஏணியை போட்டு ஏற ஆரம்பித்தான் சுகன்

“டேய்... மல மாடு இது மீராக்கா ரூம்டா.... என் ரூம் அங்க இருக்கு”

“டேய்.. கத்தாதடா நானே பயத்துல இருக்கேன். இத ஏறத்துக்கு முன்னாடியே சொல்ல வேண்டிதான?”

“அதான் சொல்லிட்டேன்ல எறங்கு”

இருவரும் சரியாக ஆருஷின் அறையின் ஜன்னலை அடைந்தனர்.

“மச்சான் இந்த பிளான் சரியா இருக்கும்னு தோனலடா மாட்னா உங்கப்பா தோல உரிச்சி தொங்க விட்டுவாரு.... உன் அண்ணங்காரன் என்னைய தான் திட்டுவான்” அழும் குழந்தை போல முகத்தை வைத்துக்கொண்டு சுகன் சொல்ல சுகனின் கன்னத்தில் சப்பென்று ஒன்று விட்டான் ஆருஷ்.

“ச்சி வெக்கமா இல்ல இப்டி தொட நடுங்கி மாதிரி பயப்படுற? நீயெல்லாம் என் ஃப்ரெண்டா டா?”

“டேய்... இன்னாடா அடிக்கிற... நண்பனாச்சே ஆசையா கூப்டியென்னு வந்தா அடிக்கிறாயா போடா... நான் போறேன்”

“எது.... ஆசையா கூப்டெனா? அர்த்த ராத்திரியில 'ஆசையா கூப்ட நீ என்ன எம்பொண்டாட்டியாடா? மகனே இங்க இருந்து ஒரு அடி நகந்த

கொலையே விழும் மரியாதையா மேல ஏறு...''

''டேய் இதெல்லாம் நல்லதுக்கே இல்ல சொல்லிட்டேன் ஆமா... இப்படியெல்லாம் ஒரு அப்பாவிய மிரட்டி தப்பு பண்ண வைக்கிறது ஒரு போலீஸ் செய்ற வேலையில்ல புரிஞ்சிகோ''

''அதெல்லாம் எனக்கு தெரியும் நீ மூடினு ஏறுடா வெண்ண.... இன்னைக்கு நானா அவளான்னு பாக்குறேன்''

''உன் பிரச்சனையில என்னையேன்டா சாவடிக்கிற?'' சுகன் முணுமுணுக்க

''என்னது எதுவா இருந்தாலும் சத்தமா சொல்றா?''

''சத்தமா சொன்னா மாட்டிக்க மாட்டோமாடா''

''சரி சரி ஏறு....''

''ஹையோ... படுத்துறானே.... அப்பா ஐய்யனாரப்பா உன் புள்ளைய நீதன்ப்பா காப்பாத்தணும்''

அவன் கண்களை மூடி தன் குல தெய்வத்தை வேண்டிக்கொண்டிருக்க

'இவன் என்ன மேல ஏற சொன்னா ஒரேடிய மேல போற மாதிரி மந்திரமெல்லாம் பண்ணிகிட்டு இருக்கான்'

''அடேய்....'' ஆருஷ் கோவமாய் பல்லைக் கடிக்க

''போறன் இருடா இவன் ஒருத்தவன்''

முதலில் சுகன் ஏறி ஜன்னல் கம்பியை பிடித்து நின்றுகொண்டான் அடுத்து ஆருஷ் ஏறி ஜன்னல் கம்பியை பிடித்துக்கொண்டு நின்றான். தெரியாத தனமாக ஆருஷின் கால் பட்டு ஏணி கீழே விழுந்தது. திடீரென வந்த சத்தம் கேட்டு சம்ருதாவின் அறையில் இருந்த மோனியும் வானியும் வந்து ஜன்னலை எட்டிபார்க்க இவர்களும் சரியாக அதே நேரம் முகமூடியை மாட்டிக்கொண்டு கட்டை விரலை உயத்தி காட்டிவிட்டு

''1... 2.... 3.... ஃபூ... ப்பேஆஆஆ...... ஆத்தாடி.......''

அது ஒன்னும்மில்லைங்க பயம்புறுத்த வந்தவனுங்க நம்ம இரட்டை சகோதரிகளின் பேஷியலைப் பார்த்து பயந்து கத்திக்கிட்டே பொத்துன்னு கீழ விழுந்துடானுங்க.

இதுவரை இவர்களின் செயலைப்பார்த்து வாய்பொத்தி சிரிப்பை அடக்கி கொண்டிருந்தவள்... அவர்கள் கீழே விழுந்த அடுத்த நொடி வெடித்துச் சிரித்தாள்.

கீழே விழுந்த இருவரும் சம்ருதாவின் சிரிப்பு சத்தம்கேட்டு

''அய்யோ அம்மே.... பேயி.... ஓட்ரா.... ஓட்ரா....'' என வாரி சுருட்டிக்கொண்டு ஓடினர்.

சம்ருதவிற்காக காத்திருந்த சகுந்தலா மாடியிலிருந்து கீழே இறங்கி வெளியில் வர சிரித்துக்கொண்டே வந்த சம்ருதாவைப் பார்த்து மனமகிழ்ந்தார். சகுந்தலா-

வைப் பார்த்த இவளோ சட்டென சிரிப்பை அடக்கி அமைதியாய் பார்க்க

"எங்கமா போன?"

"அது.... சும்மா காத்துவாங்கலாம்னு இங்க தான்..." அவள் முடிப்பதற்குள்

"சரி சரி பனில ரொம்ப நேரம் இருக்காத போயி தூங்குமா"

"சரிங்க அத்த" ஆருஷ் செய்த அலப்பறையில் மனதில் பொங்கிய சிரிப்பில் என்ன பேசுகிறோம் என்பதை கூட மறந்து இயல்பாய் கூறினாள்.

அவளின் முதலே முதலான அத்தை என்ற அழைப்பில் உள்ளம் பூரித்து போனார் சகுந்தலா. அவருடன் உள்ளே சென்றவள் சற்று நேரத்தில் மீண்டும் வெளியில் வந்தாள்.

சரியாக அதேநேரம் அவ்வழியாக 'அய்யோ' 'அம்மா' 'கால் போச்சே' 'இடுப்பு போச்சே' என தாங்கி தாங்கி நடந்து வந்தனர் சுகனும் ஆருஷும்

"ஹேலோ சுகன் ப்ரோ..." வாசலுக்கு வெளியில் இருக்கும் போர்ட்டிகோ சுவற்றில் சாய்ந்துகொண்டு நக்கலாய் அழைத்தாள்

"என்னையா ம்மா"

"உங்களதான் வாங்க"

"என்னம்மா?"

"என்ன உங்க ப்ரெண்ட் டான்ஸ் ஆடிக்கிட்டே நடந்து வாராரு"

அவன் திரும்பி ஆருஷைப் பார்க்க அவன் பல்லைக்கடித்து முறைத்தான்.

"அது ஸ்டைல்மா...."

"ஓஹ்.......... அப்ப சரி போங்க...." உதட்டை குவித்து புருவத்தை உயர்த்தி ஆருஷின் முகம் பார்த்து தலையசைத்துக்கொண்டே கூறினாள் சம்ருதா.

அவர்கள் இரண்டடி எடுத்து வைத்ததும்

"கால்ல தான் பலமான அடியோ?"

இருவரும் ஒரு சேர திரும்ப

"என்ன சொன்ன?" முறைப்பாய் கேட்டான் ஆருஷ்.

"இல்ல காத்து பலமா அடிக்குது சீக்ரம் வீட்டுக்கு போங்கன்னு சொல்ல வந்தேன்"

"இன்னாடி நக்கல் பண்றீயா?"

அவள் ஆம் என தலையசைத்துக்கொண்டே அவன் அருகில் வந்து கையில் இருந்த அமிர்தாஞ்சன் தயலத்தை அவன் கையில் திணித்து

"வலி இருக்க இடத்துலலாம் நல்லா தேச்சிவிடு அப்போதான் கொஞ்சமாச்சும் குறையும் வலிய சொன்னேன்"

"எல்லாம் என் நேரம்டி நீ பேசற நான் கேக்குறேன். (அவள் அலட்சியமாய் உதட்டை சுழிக்க) உன்ன அப்றம் வச்சிக்கிறேன்டி"

“போடா பொறுக்கி!” மெதுவாய் முணுமுணுத்தாள்.

“எது?... பொறுக்கியா?” அதிர்ந்து பார்த்தான் சுகன்.

“அது.. வந்து.. போரச்சே பொறுமையா கீழப் பாத்து போங்கன்னு சொன்-னேன் அது பாஸ்ட் டா சொன்னதால உங்களுக்கு அப்டி கேட்டிருக்கு போல ப்ரோ” அவளின் சமாளிப்பு அப்பட்டமாக தெரிந்தது.

“பேசுடி பேசு எவ்ளோ பேசனுமோ பேசு நாளைக்கு இருக்கு டி உனக்கு”

“அய்யய்யோ நாளைக்குமா?” அதிர்ச்சியாய் கேட்டான் சுகன்.

“மச்சி நீ நாளைக்கு... எங்க ஆளையே காணோ? மச்சான்.... மச்சான்”

அவன் அப்பொழுதே ஓடிவிட்டான் பின்ன மறுபடியும் இப்டி மேல இருந்து குதிக்க யார் தான் ரெடியா இருப்பா?

நாளைக்கு என்ன கூத்தெல்லாம் நடக்க இருக்கோ?

அத்தியாயம் 10

மன்னவன் வருகைக் கண்டு
பெண்ணிவள் வெட்கம் கொள்ள,
வெட்கத்தின் வெளிப்பாடாய்
வெண்ணிற வானமெங்கும்
செந்நிற சாயம் கொள்ள,
கதிரவனின் கரங்கள் மெல்ல
காதலியை தழுவிக் கொள்ள,
செந்நிறம் மெல்ல மெல்ல
பொன்னிறம் பூசிக் கொள்ள,
ஆதவனின் கைகளிப் பற்றிக்
காலமெல்லாம் காதலைப் பெற்று
பூரிப்பில் திளைத்திருக்க
பூமியில் நிலைத்திருக்க
காத்திருந்து காத்திருந்து
கரைந்த தேய்ந்து கவலையுற்ற
காதல் கிழத்தியைப் பார்த்து
கண்ணடித்து கர்வமாய்
சிரித்தது நீல வானம்

மெல்ல மெல்ல தன் இமைகளை திறக்க முயன்று கொண்டிருந்தான் ஆருஷ். பக்கத்தில் மீராவும் சஞ்சய்யும் தமயந்தியுடன் பேசிக்கொண்டிருந்தனர். தமயந்தி சாலிகாவை அரியர் எக்ஸாம் எழுத அழைத்து செல்வது பற்றி பேசிக்கொண்டி-ருந்தார்.

“சாலி எக்ஸாம் எழுத போறா நீங்க அவளுக்கு துணையா போறீங்க... பாட்டிய எதுக்கு கூப்பிட்டு போறீங்க அத்த? அவங்க இங்கவே இருக்கட்டுமே... உடம்பு சரியில்லாத நேரத்துல எதுக்கு அவங்கள அங்க இங்க அலையவைக்கணும்” சரோஜாவை தமயந்தியுடன் அனுப்ப மனமில்லாமல் கேட்டுக்கொண்டிருந்தாள் மீரா.

“சாலி எக்ஸாம் முடிச்சிட்டு வரவரைக்கும் நா தனியா அங்க என்ன பண்றது மீரா ரெண்டு நாள் தொடர்ந்து எக்ஸாம் இருக்கு நான் இல்லாம அம்மாவும் இருக்க மாட்டாங்க அதான்டா. சரி சரி டைம் ஆகிடுச்சி நாங்க கௌம்புறோம் அப்பாவும் சித்தப்பாவும் கௌம்பிட்டாங்களா?”

“கௌம்பிட்டே இருக்காங்க அத்த. எனக்கென்னவோ பாட்டிக்கும் உங்க கூட வர்றதுல விருப்பம் இல்லையோன்னு தோணுது அத்த” மீரா சரோஜாவை பார்த்துக்கொண்டே சொல்ல, சட்டென தமயந்தி சரோஜாவை பார்த்து முறைத்து மீராவைப் பார்த்து சிரித்துக்கொண்டே அவர் அருகில் சென்று

“அதெல்லாம் இல்ல மீரா அம்மாவுக்கு டிராவலிங்க் ரொம்ப புடிக்கும் நானே வேணான்னு சொன்னாலும் அவங்க கிளம்பிடுவாங்க... இல்லாமா?” பல்லைக்கடித்துக்கொண்டே கேட்டாள் தமயந்தி.

அவர் வெறும் புன்னகையை மட்டும் பதிலாக கொடுக்க... அவரை அணைத்தவாறே அழைத்து கொண்டு வெளியில் வந்தவள் நெருங்கி நின்று எவருக்கும் கேட்கா வண்ணம்...

“என்ன நா இப்டி போனதும் உன் மகன்க மாதிரி அந்த ஓடுகாலி பொண்ணுகூட உறவு கொண்டலாம்னு பாக்குறியா? நான் இல்லானா உன்ன யாரும் பாக்க மாட்டாங்க புரியுதா? உனக்கு ஒரே ஒரு பொண்ணு தான். அது நான் மட்டும் தான். இத்தனநாள் கூட இருந்து உன்ன பாத்துக்கிட்டது நானு... அவளால பட்ட அவமானமெல்லாம் மறந்து போச்சா?” முகத்தை கடுமையாக வைத்துக்கொண்டு கேட்க

“சிந்தியா பண்ண தப்புக்கு இந்த பொண்ணு என்ன பண்ணுவா தமயந்தி” அவர் தயங்கி தயங்கி சொல்ல

“ஓ.... அவ்ளோ தூரம் ஆகிடுச்சா? பேத்திய பாத்ததும் பழசு மறந்து போச்சோ? இந்த பாரு என்ன மீறி நீ எதையாவது செய்ய நெனச்ச நான் மனிஷியாவே இருக்க மாட்டேன். சஞ்சய் சாலி கல்யாணத்தை உன்ன வச்சி தான் நடத்தலாம்னு இருக்கேன் அதுக்காகவாச்சும் நீ உயிரோடு இருக்கணும் மனசுல வச்சிக்கோ. அதுக்குள்ள உன் புருஷன் எப்டி செத்தாருன்னு மறந்துபோச்சா”

அவளது கண்களில் ஒரு குரூரம் தெரிய அதனை பார்த்த சரோஜா உள்ளுக்குள் நடுங்கித்தான் போனார். இவர்கள் மூவரும் ஒரு பக்கம் கிளம்ப இன்னொருபக்கம் கிருஷ்ணன் பிரதர்ஸ் அகில இந்திய மாநில அளவிலான விவசாய

கூட்டமைபில் ஏற்பாடு செய்யப்பட்ட இயற்கை விவசாயம், நாட்டு விதைகள், இயற்கை உரம் பற்றிய மாநாட்டிற்கா கிளம்பினார். எல்லோரும் அவர்களை வழியனுப்புவதில் இருக்க ஆருஷ் தன் விட்டு கிச்சனுக்கு வெளியில் சம்ருதவிற்காக காத்துக்கொண்டிருந்தான். நேற்று சாம் அவன் மீது காஃபி ஊற்றியாதல் பழிவாங்கும் பேர்வழி ஏதோ ஒரு பெரிய திட்டத்துடன் காத்துக்கொண்டிருந்தான்.

மெதுவாக எட்டி உள்ளே பார்க்க சம்ருதா தனியாக அவளுக்காக காஃபி கலக்கிக்கொண்டிருந்தாள்.

ஆருஷ் ஒரு முறை தனது திட்டத்தை மனதில் ஓடவிட்டு பார்த்தான், சம்ருதா வெளியில் வரவும் அவளுக்கு எதிர் திசையில் இருந்து ஆருஷ் எதிர்பாராத விதமாக கத்தி பயம்புறுத்த அவள் பயத்தில் திடுக்கிட்டு அலறி தனது கையில் இருந்த காஃபியை சுட சுட தன் மீதே ஊற்றிக்கொண்டாள். அதனைபார்த்து இவன் சிரித்துக்கொண்டிருந்தான். நினைக்கும்போது இவனுக்கு மனதுக்குள் மகிழ்ச்சி பொங்கியது. நம்பியார் போல கையை பிசைந்து கொண்டு ஒரு வில்லன் சிரிப்பு சிரித்தவன் சம்ருதாவின் வரவுக்காக ஒளிந்து நின்றிருந்தான். அவள் வரும் காலடி சத்தம் கேட்டது தயாராக இருந்தான். இதோ சில நொடிகளே.... வந்துகொண்டிருக்கிறாள்.... வந்துவிட்டாள்.

“ப்பே......” இவன் கத்தியது தான் தாமதம் இவனது சத்தத்தில் அரண்டு பயந்து தன் கையில் இருந்த குண்டானை மேலே பறக்கவிட்டு தனது இரு காதுகளையும் பொத்திக்கொண்டு கண்களை இறுக்கி மூடிக்கொண்டு துள்ளிகுதித்தாள் மோனிஷ.

ஆருஷ் அவளைப் பார்த்து கண்கள் விரித்து அதிர்ச்சியானான்.

அதாவது என்ன விஷயம்னா இவன் காஃபி கலக்கிட்டு இருந்த சம்ருதாவ மட்டும் தான் பாத்தான். அவளுக்கு பக்கத்துல கீழ குனிஞ்சி பத்திரம் தேடிக்கொண்டிருந்த தனது அருமை தங்கையை அவன் கவனிக்கவில்லை.

“ஏய்.... எரும நீ இங்க என்னப் பண்ற.... அம்மே..... மண்ட போச்சி” என கத்திக்கொண்டே தலையை தேய்த்தான். அது ஒன்னும்மில்லைங்க மோனிஷா மேல பறக்கவிட்ட குண்டான் நம்ம ஆருஷோட நாடு மண்டையில நச்சினு வந்து விழுந்துடுச்சி.

“அத நான் கேக்கணும்டா நீ இங்க என்ன பண்ற?” கடுப்புடன் கேட்டாள் மோனி.

“இஸ்...... ஆ..... அது...” அவன் தலையை தேய்த்துக் கொண்டு யோசிக்கும் போதே அவனைப்பார்த்து நிலமையை யூகித்தவள் நமட்டுச்சிரிப்புடன்.

“எக்ஸ்க்யூஸ் மீ.... கொஞ்சம் வழி விடுறீங்களா?” இருவருக்கும் இடையில் நுழைந்தவள் அவன்புறம் திரும்பி ஓரப்பார்வையில் ஏளனத்தை வீசிவிட்டு நகர்ந்தாள்.

'சண்டாள கிராதகி ஒரு ரெண்டு நிமிஷம் முன்னாடி வந்திருக்க கூடாதா... பாக்குறா பாரு... இருடி உங்கண்ண அவுச்சி தின்னுடுறேன். சைட் அடிச்சது போதும் போடி' மனதுக்குள் அவளை திட்டிக்கொண்டிருந்தான்.

"டேய் மலக்கொரங்கு அங்க என்ன பாத்துக்கிட்டு இருக்க... பதில் சொல்லு.... சிவனேன்னு பூப்பறிக்க பாத்திரம் எடுத்துட்டு போக வந்தவள இப்டி பயம்புறுத்தி விளாண்டுகிட்டு இருக்கயா இரு அம்மா கிட்ட சொல்றேன்" சொல்லிவிட்டு அவனை முறைத்தாள் மோனிஷா.

"பூப்பறிக்க பாத்திரமா.... எது... இதுவா..... அட குட்டி பூதமே பூப்பறிக்க கூடை தான் எடுத்துட்டு போகணும் குண்டான் இல்ல... வாய் மட்டு தான் வேற ஒன்னுதுக்கும் உருப்படி இல்ல ப்பே... ப்பே.... கூடை எடுத்துட்டு போயி பூப்பறிப்பே...." சொல்லிக்கொண்டே அவளின் பின்னந்தலையில் தட்டி அனுப்பினான்.

ஊருக்கு சென்றவர்களை வழியனுப்பி வைத்துவிட்டு மீராவின் அன்பு கட்டளைக்கு இணங்க அனைவருக்கும் சேர்த்து காலை உணவு சகுந்தலா வீட்டிலேயே தயாராகிக்கொண்டிருந்தது. பூரி, பொங்கல், இட்லி, மூன்றுவகை சட்னி, சாம்பார், சன்னா குருமா என சமையலறையை மணக்க வைத்துக்கொண்டிருந்தனர் சகுந்தலாவும் அந்திமதியும்.

கவினும் மீனுவும் கார்டனில் விளையாடிக்கொண்டிருக்க மோனியும் வாணியும் பூப்பறித்துக்கொண்டிருக்க, சஞ்சய்யும் மீராவும் பேசிக்கொண்டே செடிகளுக்கு தண்ணீர் விட்டுக்கொண்டிருந்தனர்.

ஆருஷுக்கு வெற்றியிடமிருந்து அழைப்பு வந்தது

"சொல்லுங்க வெற்றி என்ன இவ்ளோ காலைலேயே கால் பண்ணிருக்கீங்க? ஏதாவது இம்பார்டண்ட் மேட்டரா?"

"ஆமா சார். லோகேஷ் சாருக்கு நீங்க இந்த கேஸ்ல இன்வோல் ஆகுற விஷயம் தெரிஞ்சிடுச்சி போல.... என்னை கூப்ட்டு வார்ன் பண்ணாரு. ரஞ்சித் கேச நாம இத்தோட நிறுத்தலனா பின்விளைவுகள் மோசமா இருக்கும்னு மெரட்டினாரு சார்"

"அட அத விடுங்க வெற்றி அதுக்கா இவ்ளோ காலைலயே பதறிக்கிட்டு ஃபோன் பண்ணிங்க? நேத்து நான் வீட்டுக்கு வந்த அடுத்த நிமிஷமே ஒரு கால் வந்துச்சி லோகேஷ் தான். இந்த கேஸ்ல அவருக்கும் ஏதோ சமந்தம் இருக்கும்னு தோணுது இவங்களோட பூச்சாடிக்குலாம் பயந்தா வேலைக்கு ஆகாது வெற்றி. அந்த ஆளப்பத்தி எனக்கு நல்லா தெரியும் அவரால என்னை ஒண்ணும் பண்ண முடியாது நீங்க ஒண்ணும் வொர்ரி பன்னிக்காதீங்க... சரி அந்த கிட்நாபிங் மொத்த டிடெயில்ஸ் கேட்டனே மெயில் பண்ணிட்டீங்களா?"

“எஸ் சார்! அதெல்லாம் நா அப்பவே மெயில் பண்ணிட்டேன் சார் அப்ரோம் ஒரு முக்கியமான விஷயம்”

“ம்ம்ம்.... சொல்லுங்க வெற்றி”

“சார் இந்த ரஞ்சித் சாகுறதுக்கு முன்னாடி மிஸ்டர் வேலனை பாக்க போனதா சொன்னாங்கல்லையா ஆனா அவன் வேலனை பக்கவே இல்லயாம். ஏன்னா ரஞ்சித் போகுறதுக்கு முன்னாடி நாளே வேலன் எங்கையோ வேலை விஷயமா வெளியூர் போறேன்னு சொல்லி போயிருக்காரு இப்பவரைக்கும் எந்த தகவலும் இல்ல சார். அது மட்டும் இல்லாமா லோகேஷ் சார் நேத்து அவரோட மச்சினிச்சி பேர்ல ஈசிஆர்ல ஒரு வில்லா வாங்கியிருக்காரு சார். அப்றம் அந்த டாக்ஸி நம்பர் பைஜூர் ன்னு ஒரு பையனோட அப்பா வடைக்கு ஒட்டிக்கிட்டு இருந்த டாக்ஸி நம்பர் அந்தக் பையனும் மிஸ்ஸிங் லிஸ்ட்ல இருக்கான் சார். அது மட்டும் இல்லாம அந்த பையனும் கொஞ்சநாளைக்கு முன்னாடி கொய்த் போக ஹெல்ப் கேட்டு ரஞ்சித்தையும், வேலனையும் தனித்தனியா சந்திச்சிருக்கான். அவனோட ஃபேமிலி பெருசா பேக்ரவுண்ட் இல்லாத ஃபேமிலி தான் சார்”

“மோர் ஓவர் மிஸ்ஸிங் கேஸ்ல சம்பந்தப்பட்ட எல்லாரும் பேக்ரவுண்ட் இல்லாதவங்க தான் போல வெற்றி”

“எஸ் சார் நானும் அப்டி தான் நெனைக்கிறேன்”

“ஓகே வெற்றி நீங்க வேலன் பத்தி இன்னும் டெடெயில்ஸ் கலெக்ட் பண்ணுங்க நான் நீங்க அனுபினா ஃபைல்ஸ் பாத்துட்டு உங்கள கூப்பிடுறேன்.”

“சார் எதுக்கும் கொஞ்சம் சேஃப்பா இருங்க சார்” அக்கறையாய் கூறினான் வெற்றி.

“ஹாஹாஹா.... அதெல்லாம் நான் பாத்துகிறேன் வெற்றி நீங்க கேர்ஃபுல்லா இருங்க”

இணைப்பை துண்டித்தவன், வீட்டின் வாசலில் வந்து நின்று கொண்டு கத்தினான்.

“நிஷா..... (இரட்டை சகோதரிகள் இருவரும் திரும்பினர்) என்னோட லேப்டாப் எங்க இருக்கு”

“சாமோட ரூம்ல தான் இருக்கு” வேண்டுமெற்றே சீண்டினாள் வானிஷா.

“எதே.... சாமோட ரூமா? ஹேய்... நாகினி வந்தேன் அவ்ளோ தான் யாரு ரூம யாரு சொந்தம் கொண்டாடுறது?”

“சரி உன்னோட எக்ஸ் ரூம்! இப்ப ஓகேவா?” என்றாள் மோனிஷா.

“என்னாது? எக்ஸோட ரூமா? ஏன்னா லூசு ஔர்ர?” அவன் குழப்பமாய் கேட்க,

“அதான் பழைய ரூம்!” என்று தோள்களைக்குலுக்கினாள் மோனிஷா

“ஓ... ஹோ... அப்டி போகுதா கதை... இருக்கட்டும் இருக்கட்டும். உங்கள அப்றம் கவனிச்சிக்கிறேன்...” இவன் முறைக்க அவர்கள் இருவரும் சிரித்தனர்.

வேகமாக தனது முன்னாள் அறைக்கு வந்தவன் அவனது லேப்டாப் எங்கே என தேடிக்கொண்டிருந்தான். அப்பொழுது பாத்ரூமில் சம்ருதா குளிக்கும் சத்தம் கேட்க, கண்கள் பளிச்சிட சட்டென அவனது மண்டையில் ஒரு பழிவாங்கும் திட்டம் உதயமானது... லோப்டாப் தேடுவதை விடுத்து தனது திட்டத்தை செயல் படுத்த ஆயத்தமானான்.

அங்கிருந்த ஒரு நீலநிற சிகப்புநிற மை பாட்டிலை எடுத்து கொஞ்சம் தண்ணீர் சேர்த்து நன்றாக கலந்து ஒரு டப்பாவில் ஊற்றி பாத் ரூம் வாசலில் கட்டி தொங்கவிட்டான். அதன் ஒரு முனையை கதவின் கைப்பிடியில் காட்டினான். கதவைத்திறந்தால் மொத்த மையும் தலையில் ஊற்றிவிடுமாறு அமைத்து விட்டு ஜன்னல் பக்கத்தில் இருந்த கர்டெனுக்கு பின் ஒளிந்து நின்றான். இந்த முறை அவள் தப்பிக்க முடியாது என ஆர்வமாக அவளது வரவையே பார்த்துக்கொண்டிருந்தான்.

‘அடியே... இன்னுமாடி குளிக்கிற சீக்ரம் வெளில வா... இன்னைக்கு உனக்கு ஹோலி பண்டிகை தான். ஹாஹாஹா எனக்கா தேனீர் அபிஷேகம் பண்ண வாடி வா’

அவன் கதவையும் மேலே தொங்கும் டப்பாவையும் மாற்றி மாற்றி பார்த்துக்கொண்டிருந்தான். சம்ருதா வழக்கம் போல சாதாரணமாக கதவைத் திறக்க அவளுக்கு இரண்டடிக்கு முன்னால் மேலிருந்து அந்த வண்ணக்கலவை தண்ணீர் போல கொட்டியது.

‘என்ன இது எங்க இருந்து ஊத்துது?’ என யோசித்துக்கொண்டே விலகி வந்து அந்த டப்பாவையும் கைப்பிடியையும் வினோதமாக பார்த்துக்கொண்டிருந்தவள் எதார்த்தமாக ஜன்னல் புறம் பார்க்க... திருமணமான புது மணப்பெண் முதலிரவுக்கு வெட்கப்பட்டுக்கொண்டு நிற்பது போல பாதி முகம் தெரிய பாதி முகம் மறைத்து ஜன்னல் திரையை விளக்கி விளக்கி மூடியவனை பார்த்த மறுகணம் பொங்கி வந்த சிரிப்பை சிரமப்பட்டு உதட்டை கடித்து கட்டுப்படுத்தினாள்.

அவன் தலையை சொறிந்துகொண்டே வேக வேகமாக அருகில் வந்து

“சாரி ஒரு சின்ன டெக்னிகல் ஃபால்ட்... கால்குலேஷன் மிஸ் ஆகிடுச்சி போல... நெக்ஸ்ட் டைம் கரெக்ட்டா பண்ணிடுவேன்” என கூறிவிட்டு பட்டென அனைத்தையும் சுத்தப்படுத்திவிட்டு லேப்டாப்பை எடுத்துக்கொண்டு வெளியில் ஓடினான்.

அவன் சென்றதுதான் தாமதம். சம்ருதா வயிற்றை பிடித்துக்கொண்டு சிரித்துக்கொண்டே பால்கனி பக்கம் வர... தோட்டத்தில் நின்றிருந்த சஞ்சய் இவள்

சிரிப்பதைப்பார்த்து மீராவிடம் காட்டினான். மீரா சம்ருதாவை வினோதமாய் பார்த்துவிட்டு சஞ்சய்யை கேள்வியாய் பார்க்க

"ஆருஷ்!" என்றான் அர்த்தமாய்.

"ம்ம்ம்?" கண்கள் விரிய முகம் மலர கேட்டாள் மீரா.

"ஆருஷ்கிட்ட நிறைய சேஞ்சஸ் இருக்கு மீரா. அவன் சீக்கிரமே பழைய மாதிரி ஆகிடுவான்னு நம்பிக்கை வந்துடுச்சி" ஒரு வித திருப்தி இருந்தது சஞ்சய்யின் வார்த்தையில்

"சாமும் சீக்கிரமா நம்ம கூட மிங்கில் ஆகிடுவான்னு தோணுது சஞ்சு" சம்ருதா மீதிருந்த விழி விளக்காமலே கூறினாள் மீரா.

"சஞ்சு.... மீரா.... பசங்கள கூட்டிக்கிட்டு வாங்க சாப்பாடு ரெடி ஆகிடுச்சி... மோனி வாணி பூப்பறிச்சது போதும் வாங்க... இந்த ஆருஷ் எங்க போனான். காலைல இருந்து என் கண்ணுலையே சிக்கலயே...." பேசிக்கொண்டே உணவை எடுத்துவந்து டைனிங் டேபிள் மீது வைத்தார் சகுந்தலா.

"என்னை யாரும் தேட வேண்டாம்னு சொல்லுங்க அந்திமா புது ஆளுங்க வீட்டுக்கு வந்ததும் புள்ளைய கூட கண்ணுக்கு தெரியலயாம் பாருங்க" பொய் கோவத்துடன் வந்து அமர்ந்தான் ஆருஷ்.

"ஆமா அந்தி என்ன பண்றது? நா என்ன டீ டைம்கு கிச்சன்லையும் டின்னர் டைம்கு பெட் ரூம் பால்கனிலையுமா இருக்கேன் தொரைய பாக்க? இப்பல்லாம் சாருக்கு வீட்டுக்குள்ள வேலையே இருக்கருதில்ல" தான் பங்கிற்கு சகுந்தலாவும் வாரிவிட திருட்டு முழியுடன் வாயை மூடிக்கொண்டான் ஆருஷ்.

வீட்டில் இருந்த அத்தனை பெரும் புள்ளிகளும் டைனிங் டேபிளில் அமர்ந்திருந்தனர். அந்தியும் சகுந்தலாவும் எல்லாருக்கும் பரிமாறிக்கொண்டிருந்தனர். நமது இரட்டை சகோதரிகள் ஒருவாய் சாப்பாடு வைப்பதும் எதிரில் இருக்கும் சம்ருதாவை ஒரு பார்வை பார்ப்பதுமாய் இருந்தனர்.

"மோனி.."

"வாணி"

"சாம் மேக்கப் போடாமலே அழகா இருக்காங்கல்ல?"

"ஆமா ஃபேஸ்க்கு என்ன அப்ளை பண்றாங்கன்னு கேட்டுவச்சிகனும்"

"கண்டிப்பா... கண்டிப்பா.... அவங்க ஐ ப்ரோ பாரேன் ப்பா..."

"ஏய் கண்ணுவைக்காதடி.... சாம் இவ்ளோ அழகா இருக்காங்கனா நம்ம சின்ன அத்தை எவ்ளோ அழகா இருந்திருப்பாங்க?"

"ஆமா ஆமா! அது சரி நீ சின்ன அத்தைய பாத்திருக்கியா?"

"இல்லையே..."

'என்ன ஏதோ முணுமுணுன்னு சத்தம் கேக்குது இந்த குட்டி சாத்தனுங்க அப்டி என்ன பேசுதுங்க' என யோசித்தவறே அவர்கள் பேசுவதை ஒட்டு கேட்டான் ஆருஷ்

“அதுசரி சாம் ஏண்டி எப்போதும் கொண்டை போட்டுட்டே சுத்துறாங்க?”

“ஒருவேல ஃப்ரீ ஹேர்ல நல்லா இருக்கமாட்டாங்களோ என்னவோ?”

இதை கேட்ட ஆருஷுக்கு முதல் நாள் இரவு அவளை அத்தனை அருகில் ஃப்ரீஹாரில் பார்த்த நியாபகம் கண்முன் வர இதழ் தானாக புன்னகைத்து 'பேரழகி' எனக்கூறினான்.

“யாரு பேரழகி?” என சஞ்சய் கேட்ட கேள்வியில்தான் தான் கூறிய வார்த்தையை உணர்ந்தான்.

“ஆ.... அது... யாருமில்லையே... யார கேக்குற?”

“இப்ப நீ தானடா சொன்ன?”

“நானா? நான் என்ன சொன்னேன்?”

“டேய் இப்ப சொன்னியேடா ஏதோ... பேரழகின்னு”

“ஔறாதடா.... (பேச்சை மாற்றுவதற்காக) அந்திமா தக்காளி சட்னி செயலயா?”

“இதோ கொண்டுவறேன்டா கண்ணா”

அவர் வேகமாய் கிச்சனுக்குள் சென்று சட்னி கொண்டுவர, இன்னும் சம்ருதாவையே சைட் அடிக்கும் தங்கைகளை திட்டி உண்ண சொல்லிவிட்டு அவன் எழுந்து தண்ணீர் எடுக்க அதே நேரம் பரிமாற வந்த அந்தி மீது இடித்து கார சட்னி கைதவறி டேபிள் மீது இருந்த பாத்திரங்களின் மீது விழுந்து அங்கிருந்த புதினா சட்னி, கார சட்னி, கடலை சட்னி என அனைத்தும் தெறித்து சம்ருதாவின் தலையிலிருந்து முகம் உடல் முழுதும் கரையாக்கியது.

முதலில் “அய்யோ என் தக்காளி சட்னி...” என பதறியவன் பின் சம்ருதாவின் நிலையைப்பார்த்து அடக்கமாட்டாமல் சிரித்தான்.

மற்றவர்கள் சம்ருதாவை பார்த்து பதறிவிட்டு ஆருஷை முறைத்தனர் அவன் யாரையும் கவனிப்பதுபோல தெரியவில்லை சம்ருதாவை மட்டுமே பார்த்து சிரித்துக்கொடிருந்தான்.

“என்ன அந்திமா இப்டி பண்ணிடிங்களே... பாவம் மேடம் வேற இப்பதான் குளிச்சிட்டு மேக்கப் போட்டுகிட்டு ஃபிரெஷா வந்தாங்க.... ஹாஹாஹா.... மறுபடியும் இப்டி தக்காளி, புதினா அபிஷேகம் பண்ணிடிங்களே... ஹையோ ஹையோ... ஹாஹாஹா... ஹேய் பெங்களூர் தக்காளி இப்போ தான் நீ எங்கண்ணுக்கு ரொம்ப அழுக்கா சாரி அழகா தெரியுற... ஹாஹாஹா” அவன் வேண்டுமென்றே அவளை வெறுப்பேற்ற அவள் பதில் பேச முடியாமல் அமைதியாக நின்றாள்.

“சாரிமா சாரிமா தெரியாம கைதவறி” என பதட்டமாய் அவளுக்கு உதவி செய்தனர் சகுந்தலாவும் அந்திமதியும்.

“இல்ல பரவல அத்தை ஒன்னுல ... சாரிலாம் வேணா நான் போயி டிரஸ் சேஞ்ச் பண்ணிட்டு வரேன்” அவள் ஆருஷை முறைத்துக்கொண்டே தான் அறைக்கு சென்றாள்.

அவள் சென்றபிறகும் அவன் விடாமல் சிரித்துக்கொண்டிருக்க அனைவரும் அவனை ஒரு மார்கமாய் பார்த்தனர். ஆருஷ் சட்டென சிரிப்பை நிறுத்தி,

“பூரியும் பொங்கலும் என் மூஞ்சிலயா இருக்கு? தட்ட பாத்து சாப்டுங்க மேன். என்னைய பாத்துக்கிட்டு” சொல்லிக்கொண்டே திரும்ப.... சஞ்சய் அவனை சந்தேகமாய் பார்த்தான்.

“ஹேய்... நீ என்ன மேன் என்னை சந்தேகமா பாக்குற... ஏதோ நான் தான் வேணும்னே அந்திமா கைல இருந்த தக்காளி சட்னிய அந்த சூனியக்காரி மேல தட்டி விட்ட மாதிரி பாக்குற? இன்னா சந்தேகப்படுறியா?”

“சந்தேகம்லாம் இல்ல கண்ஃபார்ம் நீ வேணுனு தான் பண்ணிருக்க”

சஞ்சய்யோடு சேர்த்து மொத்தகுடும்பமும் அவனை சந்தேகமாய் பார்க்க

“குடும்பமாடா நீங்க... நேத்து வந்தவளுக்காக என்னையே சந்தேகப்படுறீங்க? ரைட்ரா ரைட்” அவன் கோவமாய் பேசுவது போல பேசிவிட்டு தலையை குனிந்து எல்லோருடைய முகபாவனையையும் ஓரக்கண்ணால் பார்த்தான்.

சற்று நேரத்தில் சம்ருதா வர,

“வாவ்.....” என்ற நாகினியின் வார்த்தையில் அவள் பார்த்த திசைப்பக்கம் மொத்த குடும்பமும் பார்த்தனர்.

சம்ருதா, பல வண்ண வடிவமைப்பு கொண்ட சந்தன நிற சுடிதாரில் வெள்ளை நிற பூக்கள் துவப்பட்ட கருப்பு நிற துப்பாட்டாவின் ஒற்றைப்பட்டயை மட்டும் வலது பக்கம் தொங்க விட்டு ஒட்டு மொத்த முடியையும் இடதுபக்கம் தள்ளி முன்னாள் விட்டு இடது கையால் அடிக்கடி கோதிவிட்டுக்கொண்டே அந்த துப்பாட்டாவின் முந்தானையை சேலை முந்தனையைப் பிடிப்பது போல பிடித்துக்கொண்டு படிகளில் இறங்கி வரும் அழகைப்பார்த்து அப்படியே வாய்ப் பிளந்தான் ஆருஷ்.

அவனது நிலையைப் பார்த்து சிரித்த சஞ்சய் சட்டென ஒரு பூரி துண்டை எடுத்து குருமா வைத்து சுருட்டி ஆருஷின் வாயிக்குள் திணித்தான். வாயினுள் பூரி போன பிறகுதான் தான் வாய்பிளந்து வேடிக்கைப் பார்த்ததையே ஆருஷ் உணர்ந்தான். பூரியை மென்றுக்கொண்டே சஞ்சய்யை முறைக்க மீரா தண்ணீர் ஊட்டிவிட்டாள். அவன் இருவரையும் ஒரு பார்வைப்பார்த்துவிட்டு சாப்பிட்ட தட்டைக் கொண்டுபோயி கிச்சன் ஜிங்கில் வைத்துவிட்டு தன் நூலக அறைக்கு சென்றுவிட்டான்.

சகுந்தலா சிரித்துக்கொண்டே "ஆருஷ் இப்டி பாத்து எவ்ளோ நாளாகுதுல? இவன் எப்போ பழையமாதிரி சிரிப்பான்னு இருந்துச்சி அந்தி எனக்கு"

"ஆமா அக்கா வந்த ரெண்டே நாள்ல ஆருஷ பழையமாதிரி மத்திட்டா இந்த பொண்ணு" என சிரித்துக்கொண்டே சம்ருதாவை பார்த்தார் அந்திமதி. அவளோ பூரிக்கு புண்ணியம் செய்து கொண்டிருந்தாள்.

"சஞ்சு... ஆருஷுக்கு லீவு எப்போ முடியுது?" காரணமாய் கேட்டால் மீரா.

காரணம் புரிந்தவனாய் "இன்னும் ரெண்டு மூனுநாள் இருக்கு மீரா... ஆனா... ரஞ்சித் கேஸ்ல ஏதோ பெரிய மர்மம் இருக்குறதா ரமணன் அங்கிள் சொன்னாரு அவரு ஆருஷ்காக தான் வெயிட் பண்ணிக்கிட்டு இருக்காரு. இவனும் ஓரளவுக்கு நார்மல் ஆகிட்டான் அதான் அவன் மறுபடியும் டியூட்டில ஜாயின் பண்றதுக்கு மெடிக்கல் ரிபோர்ட்ட ரெடி பண்ணி வச்சிருக்கேன்" சந்தோஷமாய் கூறினான் சஞ்சய்.

ஆருஷ் தனது நூலக அறையில் வெற்றி அனுப்பிய கிட்நாப் ஃபைல்களை பார்த்துக்கொண்டிருந்தான். இதுவரை அவர்கள் சேகரித்து வைத்த அனைத்து ஆதாரங்களையும் அதனுடன் ஒப்பிட்டுப் பார்த்துக்கொண்டிருந்தான். வெற்றி கொடுத்த தகவல்களையும் சுகந்தன் அனுப்பிய தகவல்களையும் ஒரு சேர தொடர்பு படுத்தி பாத்துக்கொண்டிருந்தான். ஆனால் எதுவும் சரியாக பிடிபடவில்லை. நெற்றியை தேய்த்து ஏதோ யோசனையில் இருந்தவன் சட்டென ரஞ்சித்தின் சிசிடிவி காட்சியை மீண்டும் போட்டு பார்த்துக்கொண்டிருந்தான். சிறிது நேரம் கண்மூடி சேரில் சாய்ந்து அமர்ந்தவனின் மூளையில் அவர்களது அனைத்து விஷயங்களும் ஓடிக்கொண்டிருந்தது. திடீரென யாரோ வரும் சத்தம் கேட்க... திடு திடுவென அனைத்தையும் மறைத்தான்.

உள்ளே நுழைந்தான் சஞ்சய்... முகத்தில் எந்த உணர்ச்சியும் காட்டாமல் ஆருஷிடம் ஒரு பேப்பரை நீட்டினான். ஆருஷ் எதுவும் புரியாமல் அந்த பேப்பரை வாங்கி பார்க்க முகத்தில் 1000 வாட்ஸ் பல்பு எரிந்தது.

"வெல்கம் பேக் மிஸ்டர் எஸ்பி! உன்கிட்ட இருந்து சம்ருதவை காப்பாத்த எனக்கு வேற வழி தெரியல" அவன் சிரித்துக்கொண்டே சொல்ல இவன் சந்தோஷத்தில் அவனை கட்டிக்கொண்டான்.

சிபிஐ ஹெட் குவாடெர்ஸ் ஆருஷ் தனது சீனியர் ஆபிசர் சுரேஷ் பட்டேல் முன்பு நின்று கொண்டிருந்தான்.

"வெல்கம் பேக் ஆருஷ் உங்கள இப்டி திரும்ப பாக்குறதுல ரொம்ப சந்தோஷம்."

"தேங்க் யூ சோ மச் சார்!"

"வரும்போதே கைல ஒரு பெரிய கேசோடா வந்திருக்கீங்க போல? சிட்டி கமிஷ்னர் ரமணன் ஒரு மர்டர் அண்ட் ஹெல்த் மினிஸ்டர் மருகனோட மிஸ்-

ஸிங் கேஸ் ரெண்டுதையும் சிபிஐக்கு மாத்திவிட்டிருக்காரு. ரெண்டுதுக்கும் ஏதோ தொடர்பு இருக்குறதா சந்தேகப்படுறாராம்''

“எஸ் சார் நான் அல்ரெடி அந்த கேஸ் பத்தி ஸ்டடி பண்ணி கொஞ்சம் டிடெயில்ஸ் கலெக்ட் பண்ணிருக்கேன் உங்களுக்கு ஓகேனா நானும் என்னோட டீம்மும் இந்த கேச எடுத்து முடிச்சி குடுக்குறோம் சார்''

“ஸூர் மிஸ்டர் ஆருஷ் பட் காளிதாஸ் ஒரு முக்கியமான வேலையா மும்பை போயிருக்காரு வர டூ டேஸ் ஆகும்''

“பரவல சார் காளி மட்டும் போதும் அப்றம் கமிஷ்னர் கிட்ட சொல்லி மிஸ்டர் வெற்றிய கேஸ்ல கன்டினியூ பண்ண சொல்லுங்க. நெக்ஸ்ட் டைம் உங்கள மீட் பண்ணும்போது கேஸ் முடிஞ்சிருக்கும் சார்''

மிஸ்டர் பட்டேல் புன்னகைத்துக்கொண்டே “ஆல் தி பெஸ்ட் எங் மேன்! அதே பழைய ஃபோர்ஸ்சோட உங்கள திரும்ப பாக்குறதுல ரொம்ப சந்தோஷம்''

இருவரும் கை குலுக்கி பிரிந்தனர். ஆருஷ் ஆசைப்பட்டது போல ரமணனின் பரிந்துரையின் பேரில் கேஸ் சிபிஐ வசம் சென்றது.

தனது ஜாயினிங் ஆர்டரையும் கேஸ்கான அஃபிசியல் ஆர்டரையும் கையில் வாங்கிய அடுத்த நொடி ஆருஷுக்கு உள்ளுக்குள் ஒரு புது உத்வேகம் பிறந்தது.

இதுவரைக்கு சாதாரண ஆருஷ தான பாத்தீங்க இனிமே பாக்க போறது சிபிஐ க்ரைம் பிராஞ்ச் ஆபிசர் எஸ்பி ஆருஷ். லெட்ஸ் ஸ்டார்ட் தி கேம்.

அத்தியாயம் 11

யுனிவெர்ஸ் ஹாஸ்பிடல், சஞ்சய் ஆபரேஷன் தியேட்டரில் இருந்து வெளியில் வந்தான்.

"டாக்டர் சஞ்சய் என்ன நீங்க இங்க இருக்கீங்க? இன்னைக்கு உங்களுக்கு லீவு தான.. காலைல இருந்து உங்கள நான் பக்கவே இல்லையே எப்ப வந்தீங்க?" கேட்டுக்கொண்டே வந்தார் சஞ்சயுடன் பணிபுரியும் சக மருத்துவர் கலையரசன்.

"அது ஒன்னுல டாக்டர். டாக்டர் ஜீவா ஒரு ஆபரேஷன் அப்பாய்ன்ட் பண்ணிருந்தாராம். இன்னைக்கும் அவர் அவரலையாமே சோ... எனக்கு கால் பண்ணாங்க கொஞ்சம் இம்பார்டண்ட்.... மேஜர் ஆபரேஷன் வேற நோ சொல்ல முடியல அதான் வந்துட்டேன்."

"இந்த ஜீவாவ நெனச்சலே கோவம் வருது சஞ்சய். வேலைக்கு வர புடிக்கலான ரிசைன் பண்ணிட்டு போக வேண்டி தான... வீணா வந்து நம்ம உயிர வாங்குராணுங்க" கடுகடுத்தார் கலை.

"எதுக்கு கலை டென்ஷன் ஆகுறீங்க. சில்ல்... இவ்ளோ டென்ஷன்ல இருந்தா பேசண்ட்டா எப்டி ஹாண்டில் பண்ணுவிங்க?" சிரித்துக்கொண்டே கேட்டான் சஞ்சய்.

"பின்ன என்ன டாக்டர்? நேத்து என்னோட லீவு போச்சி, இன்னைக்கு உங்களோட லீவு... அந்த ஜீவா மேல கொலவெறி ஆகுது டாக்டர். இத்தன நாள் ஆச்சே இப்பவரைக்கு ஒரு லீவு சொன்னாரா? எவ்ளோ கால் பண்ணிருபாங்க ஒரு ரெஸ்போன்ஸ் இல்ல. இந்த ஆளு பண்ண வேலையில எல்லாரோட ஷ்கெடூயல்லும் மாறிப்போச்சி. டாக்டர் வேல என்ன சும்மாவா? நமக்குன்னு எந்த பிரச்சன இருந்தாலும் அதெல்லாம் மறந்துட்டு வேல பாத்தா மட்டும் தான் இங்க வேலைக்கு ஆகும். கொஞ்சம் மிஸ்ஸானா உயிரே போயிரும். எந்த தொழில் செய்றவனும் தப்பு பண்ணிட்டு பை மிஸ்டெக் மன்னிச்சி-

டுங்கன்னு ஈசியா சொல்லிடலாம். நம்மலாள அப்டி சொல்ல முடியுமா? ஏதோ வேணும்னு கொன்ன மாதிரி மறியல் கலவரம்னு கொலையா கொள்ளுவாங்க... நாமளும் மனுஷங்க தான? நமக்குன்னு விருப்பு வெறுப்பு இருக்காதா? இதுல இவங்க போடுற பிரஸ்ஸர் வேற.... மக்களுக்கு பண்ற நேரடி சேவைன்னு நெனச்சி ரொம்ப ஆசப்பட்டு இந்த ஃபீல்ட் சூஸ் பண்ணேன். ஆனா இப்போ ஏன்டா இந்த வேலைய தேர்வு செஞ்சோம்னு இருக்கு. எவ்ளோ வலி, எவ்ளோ வேதனை, எத்தனை பிறப்பு, எத்தனை இறப்பு, எத்தன திட்டு, எவனோ எலி-மருந்து குடிச்சி செத்துபோனதுக்கு நாம தான் காப்பாத்தமா கொன்னுடோம்னு நமக்கு சாபம் விடுவாங்க...'' தலையை தொங்கப்போட்டு சோகமாய் கூறினார் கலையரசன்.

“என்ன டாக்டர் இவ்ளோ எமோஷனல் ஆகிடிங்க?'' அவரின் சோகம் சஞ்-சய்க்கும் தொற்றிக்கொண்டது.

“நேத்து ஒரு அம்மா காச வாங்கிட்டு நான் அவங்க பையன கொன்-னுட்டேனாம் நான் நல்லாவே இருக்க மாட்டேன்னு என்கிட்டயே சொல்லிட்டு போறாங்க.... நமக்கு வீட்டுல, வெளில, தொழில்லனு எவ்ளோ பிரச்சன இருக்கு? எவ்ளோ இருந்தாலும் ஒரு நோயாளிய பாக்கும்போது அத்தனையும் அந்த நொடியே தூக்கிப் போட்டு அவங்களுக்காக உழைக்க ஆரமிக்கிறோம் அவங்க-ளோட சேந்து நாமளும் போராடுறோம். அவங்களுக்கு ஏன் அது புரிய மாட்-டேங்குதுன்னு தெரில டாக்டர். நமக்கு இருக்குற மெண்டல் பிரஷர்க்கு ஒரு நாள் லீவெல்லாம் பத்தாது... ஆனா பாருங்க இந்த வாரம் எனக்கு ஒரு லீவு-கூட இல்ல.... மத்தவங்க மாதிரி என்னால முடியாதுன்னு சொல்ல எனக்கு எவ்ளோ நேரம் ஆகும்? ஒரு ஆளு பொண்டாட்டி கூட சண்டைன்னு பூச்சி மருந்து சாப்டானாம் ‘என்னை எப்டியாவது காப்பதுங்க டாக்டர்னு கைகூப்பி வேண்டுறான்' கிரிட்டிகள் ஸ்டேஜ்ல வந்து காப்பாத்த சொன்னா நான் என்ன கடவுளா?'' ஆரம்பத்தில் நா தழு தழுக்க கூறியவர் முடிக்கும் போது அழுதே விட்டார்.

“என்ன கலை நீங்க? இப்டி சின்ன பிள்ளமாதிரி'' சட்டென ஆதரவாய் அணைத்துக்கொண்டான் சஞ்சய்.

அவனின் அணைப்பிலிருந்து மீண்டவர் “சாரி டாக்டர் நான் ஏதோ சொல்லி உங்கள வேற டிஸ்டர்ப் பண்ணிட்டேன். நீங்க வீட்டுக்கு போகலையா? அவ்ளோ தானா இன்னைக்கு இங்க தானா?'' கலங்கிய கண்ணை துடைத்துக்கொண்டே கேட்டார் கலையரசன்.

“ஆ.... ஆமா டாக்டர் இங்க தான். நீங்க வீட்டுக்கு கௌம்புங்க எல்லாத்-தையும் நான் பாத்துக்குறேன்''

“நேத்தே சொன்னீங்க... உங்க அக்காவும் பசங்களும் ஊருல இருந்து வர்-றாங்க அவங்கள ஷாப்பிங் கூப்ட்டு போகணும்னு... போகலயா?”

“இல்ல டாக்டர் கேன்ஸல் பண்ணிட்டோம்?”

“எனக்காகவா?” அவர் சிரித்துக்கொண்டே கேட்க,

“சச்ச அதெல்லாம் இல்ல டாக்டர்”

“சமாளிக்காதிங்க டாக்டர் நானும் வீட்டுக்கு தான் கௌம்புறேன். இன்-னைக்கு வந்ததுக்கு மூனு கொலை பண்ணியாச்சி இனி வீட்டுக்கு போயி நிம்ம-தியா தூங்க வேண்டியது தான். வாங்க சேந்து போவோம்” விரக்தியாய் கூறினார் கலையரசன்.

“நீங்க முன்னாடி போங்க நான் இதோ வரேன்” சென்றவரை பரிதாபமாக பார்த்தான் சஞ்சய். அவரின் மனக்குமுறல் அத்தனையும் உண்மையென உள்-மனம் உரைத்தது.

அவரை அனுப்பிவிட்டு திரும்ப ஐயப்பன் வந்து கூறினார்.

“அது ஒன்னுல டாக்டர் சார் இன்னைக்கு கலை டாக்டர் பாத்த மூனு கேசும் டெத். ரெண்டு சூசைட் ஒரு ஆக்சிடென்ட் அதான் மனிசன் கொஞ்சம் அப்செட் ஆகிட்டாரு டாக்டர்”

சஞ்சய்யால் புரிந்துகொள்ள முடிந்தது.

“சரி இன்னைக்கு அவருக்கு ஏதாச்சும் பேசண்ட் அப்பாய்ண்ட்மென்ட் இருந்தா என்கிட்ட அனுப்பி விடுங்க”

“இல்ல டாக்டர் அப்டி எதுவும் இல்லன்னு தான் டீன் அவர வீட்டுக்கு போக சொல்லிட்டாரு...”

“அப்போ சரி நான் கௌம்புறேன்... ஏதாவது எமர்ஜென்ஸினா மறக்காம கால் பண்ணுங்க” என்று கூறிவிட்டு அவன் கிளம்ப எத்தனைக்க ....

“டாக்டர் ஒரு பேசண்ட் கைய கட் பண்ணிக்கிட்டு வந்திருக்காங்க நீங்க வந்து தான் காட்டு போடணும்னு பிரச்சன பண்ணிக்கிட்டு இருக்காங்க டாக்டர் கொஞ்சம் சீக்கிரம் வாங்களேன்” என்றார் ஒரு செவிலியர் பெண்.

சஞ்சய் அங்கிருந்தது வேகமாய் ஓடிவர முகத்தை திருப்பிக்கொண்டு கோவ-மாய் உட்கார்ந்திருந்தாள் கிட்டு பேபி. அவளை பார்த்ததும் ஒரு வித பதட்டம் தொற்றிக்கொண்டது அவனுக்கு வேகமாக வந்து,

“ஏங்க என்னங்க ஆச்சி எப்டி கட் பண்ணிக்கிட்டீங்க கை காட்டுங்க... (அவளது கையில் மணிகட்டுக்கு கீழ் நாடி பார்க்குமிடத்தில் கத்தியால் கிழித்தது போல ரத்தம் வடிந்தது) எதுக்குங்க இப்டி பண்றீங்க? என்னங்க பிரச்சன உங்க-ளுக்கு? கைய காட்டுங்க”

அவள் வேண்டுமென்றே கையை காட்டாமல் மறைத்து மறைத்து வைக்க பெரும் பாடாய் போனது அவனுக்கு.

“இப்ப என்னதாங்க பிரச்சன உங்களுக்கு ரத்தம் போயிக்கிட்டே இருக்கு ஏங்க இப்டி பண்றீங்க?”

“ஏன் நேத்து நைட் என்னோட கால் எடுக்கல? எதுக்கு என்ன அவாய்ட் பண்றீங்க?”

“இப்ப அதெல்லாம் பேச டைம் இல்லைங்க... ரத்தம் வருதுங்க... கட்டு போட்ட பிறகு எதுவா இருந்தாலும் பேசலாம்”

“முடியாது... ரத்தம் போனா போகட்டும். நீங்க என்னோட லவ் அக்சப்ட் பண்ற வரைக்கும் நான் இப்டியே தான் இருக்க போறேன்”

“பைத்தியம் மாதிரி பண்ணாதீங்க... கைய காட்டுங்க.. (அவள் கையை காட்டாமல் விலகி நிற்க) இந்த மாதிரி பிளாக் மெயில் பண்றதுக்கு பேரு லவ்வே இல்லைங்க... அதுக்கு பேரே வேற... தயவுசெஞ்சி ட்ரீட்மெண்ட் எடுத்துக்கோங்க நாம உகந்து பேசுவோம்”

“அதெல்லாம் முடியாது நீங்க சரின்னு சொன்னா நான் ட்ரீட்மெண்ட் எடுத்துக்குவேன்”

அவளது கையில் இருந்து ரத்தம் சொட்ட வேற வழியின்றி “சரி......” என பல்லைக்கடித்தான்.

“நிஜமா? ட்ரீட்மெண்ட் எடுத்த பிறகு பேச்சி மாற மாட்டீங்களே?”

“மாட்டேன் நீங்க மொதல்ல ட்ரீட்மெண்ட் எடுத்துக்கோங்க”

“சரி அப்போ ‘ஐ லவ் யு’ சொல்லுங்க”

“அதான் சரின்னு சொல்லிட்டேன்ல அப்றம் என்ன” என கோவத்தில் கத்தினான்.

“ஓகே ஓகே சில்ல்... பரவல எனக்கு ஒன்னுனா உள்ளுக்குள்ள துடிக்கதான் செய்யுது”

பதட்டமாய் வந்தவன் முகம் சட்டென இறுகியது “அப்டினா?”

அவள் கையில் இருந்த ரத்தத்தை எடுத்து நாக்கில் வைத்து “அப்டினா... எனக்கு ஒன்னுல. சும்மா..... இது வெறும் ஜாம் தான்....”

அவள் முடிக்கும் முன் அவளது கன்னத்தை பதம் பார்த்தது சஞ்சய்யின் கரம். வாங்கி அடியில் அரண்டு கண்கள் கலங்க நின்றாள்.

“எது எதுல விளையாடுறதுன்னு ஒரு விவஸ்தையே இல்லயா? என்னை பாத்தா பைத்தியக்காரன் மாதிரி திரியுதா? பொண்ணு தான நீ? புடிக்கலன்னு ஒரு முற சொன்னா புரியாதா? சரி ஹார்ஷா சொல்லக் கூடாது நீயே புரிஞ்சுக்குவன்னு பாத்தா ரொம்ப ஓவரா பண்ணிக்கிட்டு இருக்க.. இப்ப சொல்றேன்

கேளு எனக்கு உன்ன சுத்தமா புடிக்கல நான் வேற ஒரு பொண்ண லவ் பண்றேன் அவள தவற வேறயாருக்கும் என் மனசுல இடமில்ல... இதுக்கு மேலையும் நீ பைத்தியகார தனமா ஏதாவது பண்ணிக்குவேன்னு சொன்னா... போயி செத்து தொல என் கண்ணுமுன்னாடி வராத'' கோவமாய் வார்த்தைகளை கொட்டிவிட்டு நகரந்தான்.

அவள் கன்னத்தில் கை வைத்துக்கொண்டு அப்படியே கண்ணீர் வழிய நின்றாள்.

ஆருஷின் வீட்டு கிச்சன் கமகம என வாசனையில் மிதந்தது.

''என்னம்மா? அக்காவும் தங்கச்சியும் சேந்து கிச்சனையே மணக்க வைக்கிறீங்கலா? வழியே போற யாராச்சும் வாசனைய புடிச்சிக்கிட்டே வாசல் வரைக்கும் வரப்போறாங்க'' சிரித்துக்கொண்டே கூறினாள் மீரா

''ஆருஷ் நல்ல செய்தியோட வரும்போது அவனுக்கு புடிச்சதை செஞ்சி வச்சாதான நல்லா இருக்கும் சரி சரி நீயும் சஞ்சய்யும் வீட்டுக்கு எப்ப திரும்ப வருவீங்க? ஆருஷ் வர்றதுக்குள்ள வந்துடுவிங்கல்ல?'' பாயாசத்தை கிண்டிக்கொண்டே கேட்டார் அந்திமதி.

''இஸ்... ஆஹா.... சித்தி.... பருப்பு பாயாசம் வாசனை கொல்லுதே....'' வாசனை எழுத்துக்கொண்டே சொன்னாள் மீரா

''அடி.... கேள்விக்கு பதில் சொல்லமா வாசனை பிடிச்சிக்கிட்டு இருக்கியா? நீங்க இன்னும் கௌம்பவே இல்லையே எப்ப போயி எப்போ வர்றது?'' அதட்டலாய் கேட்டார் சகுந்தலா.

''தோ கௌம்பனும்மா சாம் மீனுவையும் கவினையும் ரெடி பண்ணிக்கிட்டு இருக்கா... நானும் போயி ரெடி ஆகிட்டு வரேன்'' சொல்லிக்கொண்டே தன் அறைக்கு சென்றாள் மீரா.

சம்ருதாவின் அறையில்

''மீனுக்குட்டி என்ன பண்றீங்க? ஷாப்பிங் போகனும்ல வாங்க அப்றம் டிரா பண்ணிக்கலாம்.... வாங்க வாங்க''

''மாமி மாமி இங்க பாருங்க... நானும் டிரா பண்ணிருக்கேன்'' ஒரு நோட்டை தூக்கிக்கொண்டு வந்தான் கவின்.

''வாவ்.... கவின் செல்லம் டாங்கி சூப்பர்.... (மீனு வாயைப் பொத்திக்கொண்டு சிரித்தாள்) ஏன் மீனுமா சிரிக்கிற?''

''மாமி அது டாங்கி இல்ல எலிஃபண்ட்''

சட்டென அதிர்ச்சியில் விழி விரித்தவள் ''எதே.... எலிஃபண்ட்டா ஒரு வேல பஞ்சத்துல அடிபட்ட எலிஃபண்ட்டா இருக்குமோ? எந்த ஊருல யானை இவ்ளோ ஒல்லியா தும்பிக்கை இல்லாம இருக்கு?''

கவின் உதட்டை பிதுக்கி கைகளைக் கட்டிக்கொண்டு கோவமாய் திரும்பி நின்றான்.

“இல்ல இல்ல கவின் தங்கம் எலிஃபண்ட் கூட நல்லா தான் இருக்கு சூப்பர் சூப்பர்” ஓரக்கண்ணால் அவனைப் பார்த்து ஈ என இளித்தாள். கவின் தன் பிஞ்சி மூக்கு விடைக்க,

“நீங்க வேணா பாருங்க நா பெரியவனாகி பெரிய பெரிய எலிஃபண்ட் வரஞ்சி ஒரு பெரிய டிராயர் ஆவேன்”

“ந்ஞே..... டிராயர்ரா?” சந்தேகமாய் கேட்டாள் சம்ருதா.

“ஆமா மாமி... உங்களுக்கு தெரியாதா? சரி சொல்லுங்க டீச் பண்றவங்க யாரு?” விளக்கம் சொல்ல கேள்வி கேட்டாள் மீனு.

“யாரு?”

“நீங்க சொல்லுங்க?”

“டீச்சர்”

“அப்டினா சிங் பண்றவங்க?”

“சிங்கர்”

“அப்போ டிரா பண்றவங்க?”

“டிராயர்...” என்றான் கவின்

சட்டென சிரித்த சம்ருதா “அது டிராயர் இல்ல செல்லம் ஆர்டிஸ்ட் எங்க சொல்லுங்க பாக்கலாம்”

“அது இல்ல நீங்க தப்பு தப்பா சொல்றீங்க” அவன் கண்களில் தண்ணீர் நிரப்பிக்கொண்டு நிற்க,

“சரி சரி நீங்க பெரிய டிராயர் ஆக வாழ்த்துகள் இப்ப நீங்க ஷாப்பிங் போக ரெடி ஆகலாம் வாங்க”

இருவரையும் தயார் செய்துவிட்டு தானும் கிளம்ப வேண்டி குளிக்க சென்றாள் சம்ருதா. சம்ருதா குளித்து உடை மாற்றி பாத்ரூமில் இருந்து அவள் வெளியில் வரவும் மீரா கவினையும் மீனுவையும் போட்டு அடிக்கவும் சரியாக இருந்தது.

“அய்யய்யோ ஏங்க என்னங்க பண்றீங்க? எதுக்கு சின்ன பசங்கள இப்டி போட்டு அடிக்கிறீங்க? என்னங்க ஆச்சி? விடுங்க.... விடுங்க பிளீஸ்.... அண்ணி பிளீஸ்...”

கவினும் மீனுவும் அழுதுகொண்டு நிற்க இருவரையும் அணைத்துக்கொண்டு நின்றிருந்தாள் சம்ருதா...

“விடு சாம் இன்னைக்கு இவங்கள என்னப் பண்றேன் பாருங்க” மீரா கோவத்தில் கொந்தளித்தாள்.

“அப்டி என்ன ஆச்சி? ஏன் இப்டி கோவமா இருக்கீங்க?”

“அங்க பாரு சாம் என்ன காரியம் பண்ணி வச்சிருக்காங்க?”

அவள் காட்டிய திசையில் ஒரு வாட்ச் உடைந்து கிடந்தது... அதனைப் பார்த்தவள் முதலில் அதிர்ந்து பின்

“வாட்ச் தானங்க அதுக்காகவா இப்டி அடிபிங்க?”

“அது அவ்ளோ சாதாரண வாட்ச் இல்ல சாம் உனக்கு சொன்னா புரியாது அது ஆருஷோட உயிர் மாதிரி... இப்ப நான் அவனுக்கு என்ன பதில் சொல்லுவேன். அவனுக்கு அது அவ்ளோ இம்பார்டண்ட் சாம். ஆருஷ் அத எவ்ளோ பத்ரமா வச்சிருந்தான் தெரியும்? இவன் இருக்கனே இவன... இப்ப டேபிள் போட்டு ஏறி அந்த டப்பாவுல என்ன இருக்குனு பாத்தே ஆகணுமா?” மீண்டும் கவினை அடித்தாள் மீரா.

“ப்ச்... சின்ன பசங்களுக்கு என்ன தெரியும்? அடிச்சா வாட்ச் சரி ஆகிடுமா? விடுங்க நீங்க ஷாப்பிங் கௌம்புங்க.. நான் பாத்துக்குறேன்”

“எங்க ஷாப்பிங் போறது? ஷாப்பிங்கும் வேணா ஒன்னும் வேணா. நான் சஞ்சய்க்கு போனே பண்ணி சொல்லிடுறேன்” மீரா போனை எடுக்க...

“ம்மா ம்மா சாரிமா... பிளீஸ்மா போலாம்மா இனிமே நான் எதுவும் எடுக்க மாட்டேன்மா” பிள்ளைகள் இருவரும் கெஞ்ச...

“நீங்க யாருக்கும் போனே பண்ண வேணாம். அதான் நான் பாத்துக்குறேன் சொல்றேன்ல கௌம்புங்க பிளீஸ்” சாமாதானம் செய்தாள் சம்ருதா.

“உனக்கு வாட்ச் சரிப்பண்ண தெரியுமா சாம்?”

“ஆ... அது... அதெல்லாம் உங்களுக்கு ஏன்? ஆருஷ் வீட்டுக்கு வரும்போது இந்த வாட்ச் சரிபண்ணி இருக்கும் அதே இடதுல அப்டியே... ஓகே வா? என்ன நம்புங்க கௌம்புங்க”

“நீ ஷாப்பிங் வரலையா?”

“இல்ல... நீங்க போயிட்டு வாங்க.. அப்றம் அத்தைலாம் எங்க இருக்காங்க?”

“சித்தி கார்டன்ல இருக்க மாங்கா பறிக்க போயிருக்காங்க அம்மா அந்திமா வீட்டு கிச்சன்ல ஏதோ சமையல் பொருள் எடுக்க போயிருக்காங்க”

“சரி சரி... அவங்களுக்கும் எதும் தெரிய வேணா... நான் பாத்துக்குறேன்”

வெளியில் கார் வரும் சத்தம் கேட்டது. சஞ்சய் வந்து காரை நிறுத்த அவன் முகம் சற்று மாற்றமாய் இருப்பதைப் பார்த்து

“என்ன டாக்டர் சார் ஃபேஸ் ரொம்ப கொடூரமா இருக்கு என்ன ஆச்சி?” என்ற சம்ருதாவின் குரல் கேட்டு சிரித்தவன்.

“என்ன இன்னும் கௌம்பலயா? ஷாப்பிங் வரலையா சாம்?”

“ஆங்.... இல்ல... கொஞ்சம் வேல இருக்கு நீங்க போயிட்டு வாங்க” என சம்ருதா கையசைக்க... மீரா சம்ருதாவை நன்றியாய் பார்க்க அவள் கண்களை சிமிட்டி சிரித்து வழியனுப்பினாள்.

அவர்கள் சென்ற சிறிது நேரம் கழித்து சம்ருதா அந்த வாட்ச்சை டேபில் மீது வைத்து நெற்றி சுருங்க ஏதோ பார்த்துக்கொண்டிருந்தவள் முடிந்த மட்டும் சரி செய்தவள் அதனை பூட்டி வேலை செய்கிறதா என பார்த்தாள்.

‘ஹாம்.... ரெடி ஆகிடுச்சி... ரெடியா தான் இருக்கும் நினைக்கிறேன்.... என்ன இது ஓடவேல..... என்னவா இருக்கும் எல்லாம் சாரியா தான செஞ்சேன்... ச்ச.... பேட்டரி போடல பாரு.... எங்க அது... ஹாம் இந்தா இருக்கு’ அவள் மீண்டும் வாட்ச்சை அக்குவேற ஆணிவேறாக கழட்டி வைக்க இந்த நேரம் பார்த்துத்தான் கர்ணன் கால் செய்ய வேண்டுமா? இதைதான் நேரம் என்பார்கள் போல. அவள் ஃபோனை எடுத்துக்கொண்டு வெளியில் வந்து கர்ணனிடம் பேசிக்கொண்டிருக்க...

ஆருஷ் வந்தான்... தான் மீண்டும் தனது வேளையில் சேர்ந்துவிட்ட மகிழ்ச்சியில் துள்ளி குதித்தவன் அம்மா மற்றும் சித்தியை தேட... அவர்கள் சமையலை முடித்துவிட்டு மொட்டை மாடியில் துணி காயவைத்துக்கொண்டே கதை பேசிக்கொண்டிருந்தனர். வந்தவன் கிச்சனுக்குள் நுழைந்து

“அடேங்கப்பா.... என்ற அம்மையும் மம்மியும் சமையல்ல ஏகப்பட்ட வெரைட்டி செஞ்சிட்டாங்க போல... ஆனா எங்க யாரையும் காணோ.... ம்மா... ம்மி.... அம்மா... சித்தி..... சகி.... அந்தி.... என்ன ஒரு ரெஸ்போன்ஸ் கூட இல்ல... மீராக்கா.... மீராக்கா... (அழைத்துக்கொண்டே படி ஏறினான்) ச்ச... அவங்க தான் ஷாப்பிங் போயிருக்கங்களே...”

மீரா அறையில் இருக்கமாட்டாள் என நினைத்தவன் கீழிருங்க எத்தனைக்கையில் கதவு திறந்திருந்த தனது அறையின் மீதிருந்த அந்த வாட்ச் இவனது கண்களில் விழுந்தது.

இதுவரை இருந்த சந்தோஷம் மாரி கோவம் தலைக்கேற கண்கள் சிவக்க உறக்க கத்தினான்

“அம்மா.....”

இவனது சட்டத்தில் வீடே அதிர... பால்கனியில் நின்று ஃபோன் பேசிக்கொண்டிருந்த சாம்

“அங்கிள் ஒரு நிமிஷம் யாரோ கூப்ர மாதிரி இருக்கு... இதோ வந்திடுறேன்... ”

இவள் வந்து ஆருஷைப் பார்க்க அவனது முகம் கடுகடுவென இருந்தது

“இப்ப எதுக்கு இப்டி கத்துற?” அலசியாமாய் கேட்டால் சாம்.

“இத யாரு இப்டி பண்ணது?” அந்த வாட்ச்சை பார்த்துக்கொண்டே கேட்ட ஆருஷ் கண்களில் கோவம் நெருப்பு குழம்பை போல இருந்தது.

“இதுக்கா இப்டி கத்தின? நான் தான் இங்க வச்சேன்” அதே தொனியில் கூறினாள்.

அவள் சொல்லி முடிப்பதற்குள் அடிக்க கை ஓங்க.... ஓங்கியவன் சட்டென அவளுக்கு பினால் இருந்த சுவற்றில் வேகமாய் அடித்துவிட்டு அவளை முறைத்துக்கொண்டு நிற்க...

தன்னை தான் அடிக்க போகிறான் என நினைத்தவள் பயத்தில் திடுக்கிட்டு கண்களை இறுக்கி மூடி சுவற்றோடு ஒட்டி நின்றாள், இன்னும் அவனது கை அவளது காதுக்கு பக்கத்தில் சுவற்றில் தான் இருந்தது நேருக்கு நேராய் அவளது கண்களைப்பார்த்தவன். பல்லைக்கடித்துக்கொண்டு முகத்தில் கடுமைப் பொங்க.

“என்னடி நெனச்சிக்கிட்டு இருக்க உன் மனசுல? கொஞ்சம் இறங்கி வந்ததும் நான் நல்லா பேச ஆரமிச்சிட்டேன் நெனச்சையா? எனக்கு என் ஜாப் கெடைக்-கனும்னா எனக்கு சஞ்சய்கிட்ட இருந்து பாசிட்டிவ் மெடிக்கல் சர்டிபிகேட் வேணும். அதுக்கு நான் நார்மலா இருக்குற மாதிரி நடிக்கணும். உன்ன ஜஸ்ட் யூஸ் பண்ணிக்கிட்டேன் அவ்ளோ தான். அதான் நான் உன்கிட்ட விளாட்டு தனமா இருந்தேன். அத ஓவர் அட்வாண்ட்டேஜா எடுத்துகிட்டியா? ரொம்ப ஏத்-தமா வருது பதிலெல்லாம்... உனக்கு எவ்ளோ தைரியம் இருந்தா பண்றதையும் பண்ணிட்டு இவ்ளோ கூளா பதில் சொல்லுவ... யாரக்கேட்டு அந்த வாட்ச்ச தொட்ட” கோவத்தில் சிவந்திருந்த கண்கள் சற்று அடிநெஞ்சை பயம்கொள்ள-தான் செய்தது. வறண்ட நாக்கை ஈரமாக்கி கொண்டவள் அருகில் இருந்தவனை பிடித்து பின்னுக்கு தள்ளி விட்டு

“இப்ப என்ன வீட்டுல ஒரு பொருள் இருந்தா எடுத்து பாக்க தான் செய்-வாங்க எடுக்கரச்ச விழுந்து ஓடஞ்சிடுச்சி... ஒரு சாதாரண வாச்சிக்கு எதுக்கு எவ்ளோ சீன் கிரியேட் பண்றீங்க...” அலட்சியமாய் குரலுயர்த்தி அவள் கூறியது தான் தாமதம்

எரிகிற நெருப்பில் எண்ணை வார்த்தது போல அவளது அலட்சிய வார்த்-தைகள் அவனது கோவத்தை இன்னும் கிளற....

“உன்ன இந்த வீட்டுக்குள்ள விட்டதே தப்புடி” தன் இரும்பு கரத்தால் உடும்பு பிடியென வளையலோடு சேர்த்து இறுக்கிப்பிடித்தான் அவளது கையை. பிடியின் அழுத்தத்தில் சுக்குநூறாய் உடைந்த கண்ணாடி வளையல் இருவரது கையையும் பதம் பார்த்தது. அவள் வலியில் சிணுங்க சற்றும் மதிக்காதவன் அவளை தர தரவென இழுதுகொண்டு வெளியில் வந்தான். சத்தம் கேட்டு மாடியில் இருந்து அவசரமாய் ஓடிவந்த சகுந்தலாவும் அந்தியும்

“டேய்... கண்ணா என்ன இது? என்ன ஆச்சி? ஏன் இப்டி பண்ற... விடுடா அவள... அய்யோ எங்கடா இழுதுட்டு போற?... என்ன நடந்துச்சின்னு சொல்லிட்டாவது இழுத்துட்டு போடா... கண்ணா....” கத்திக்கொண்டே ஓடிவந்தார் சகுந்தலா.

“ஆருஷ்... என்ன ஆச்சி? விடுப்பா அவள... எதுவா இருந்தாலும் பேசிகலாம் இப்ப எங்க இழுத்துட்டு போற... ஆருஷ்... சொல்றத... கேளுப்பா... அப்பா சித்தப்பா வீட்டுல இல்லாத நேரத்துல இப்டிலாம் பண்ணாத கண்ணா... என்ன நடந்துச்சி சொல்லுப்பா...” பதற்றமாய் ஓடிவந்தார் அந்திமதி.

வேகமாய் இழுதுகொண்டு வந்து வாசலுக்கு வெளியில் விட்டான். தனது உள்ளங்கையில் குத்தியிருந்த கண்ணாடி வளையல்துண்டுகளை உதறியவன் அதே கையால் ஒற்றை விரல் நீட்டி அவளை எச்சரித்துவிட்டு சட்டென திரும்பி தன் அன்னையர்களைப்பார்த்து

“இனிமே ஒரு செகண்ட் கூட அவ இந்த வீட்டுல இருக்க கூடாது நான் திரும்பி வரும்போது அவ இங்க இருந்த அதுதான் நான் இந்த வீட்டுக்கு வர கடைசி நாளா இருக்கும்” ஆக்ரோஷமாய் கூறிவிட்டு வேகமாய் வெளியேறினான் ஆருஷ்.

நடப்பது எதுவும் புரியாமல் விழித்தவர்கள். சம்ருதாவை பிடித்து உலுக்கினர்.

“என்ன ஆச்சி ஏன் அவன் இப்டி திட்டுட்டு போறான். என்ன நடந்துச்சி சொல்லுமா... அப்டி என்ன பண்ண நீ” சகுந்தலா கேட்டுக்கொண்டிருக்க சம்ருதா கலங்கி கண்களுடன் கண்ணீரை வெளியில் விடாமல் அப்படியே பதில் பேசாமல் நின்றிருந்தாள்.

“அய்யோ ராமா.... நான் என்ன பண்ணுவேன்... அப்டியே நிக்குறியே.. நீயாவது ஏதாச்சும் வாய தொறந்து சொல்லேன்மா....” தலையில் கைவைத்துக்கொண்டு உக்காந்துவிட்டார்.

சகுந்தலா சம்ருதாவை கேட்டுக்கொண்டிருக்கும் போதே அவளது கையில் வழியும் ரத்தம் கண்டு பதறினாள் அந்திமதி

“அய்யோ அக்கா ரத்தம்...”

சம்ருதா சட்டென கையை பின்னால் மறைக்க வேகமாக வந்து கையை எடுத்து பார்த்தார் சகுந்தலா... வளையல் ஆழமாக கிழித்திருந்ததால் கையில் ரத்தம் நிற்கவே இல்லை ஒரு கண்ணாடி துண்டு அப்படியே கையில் சொருகியே இருந்தது, அந்தி அதனை எடுத்துவிட... ரத்தம் அதிகமாக வர ஆரம்பித்தது. சம்ருதா ‘ஒன்னுல அத்த விடுங்க சரியாகிடும்.. லைட்டா கீரிடுச்சீ அவ்ளோ தான்’ என கூற அவளை முறைத்த சகுந்தலா அவளை அழைத்துக்கொண்டு சம்ருதாவின் அறைக்கு சென்று முதலுதவி பெட்டியை தேட... மேசை மீது பிரிந்து கிடந்த வாட்சை பார்த்து துணுக்குற்றாள் அந்திமதி...

“அக்கா இங்க பாருங்க....” இருவரும் அதிர்ச்சியாகி ஒரு சேர திரும்பி சம்ருதாவை பார்க்க அவள் தலைகுனிய

இருவரும் எதுவும் பேசாமல் ஒருவரை ஒருவர் பார்த்துவிட்டு சம்ருதாவின் காயத்திற்கு கட்டு போட... அவள் வலியில் சிணுங்கும் போதெல்லாம் அவளு-டன் சேர்ந்து இவர்களும் துடித்தனர்.

அத்தியாயம் 12

சஞ்சயின் மனம் முழுவமுழும் மருத்துவமனையில் நடந்ததையே அசை போட்டுக்கொண்டிருந்தது. மீராவின் மனமோ வாட்ச்சின் நிலை குறித்தே சிந்தனை செய்துகொண்டிருந்தது. கவினும் மீனுவும் ஆளுக்கு ஒரு பக்கம் கார் கதவில் பல்லி போல ஓட்டிக்கொண்டு அமர்ந்திருந்தனர். வெகுநேரமாக அமைதியாக வரும் தனது தம்பியின் முகம் பார்த்தவள்

"என்னடா சஞ்சு மூஞ்சி ஒரு மாதிரி இருக்கு? எதாவது பிரச்சனையா?"

"அதெல்லாம் ஒன்னுல மீரா... ஹாஸ்பிடல்ல ஒரு பைத்தியத்துக்கூட சின்ன பூசல் அவ்ளோ தான். ஆமா என்ன சேட்டை குட்டிங்க ரொம்ப சமுத்தா வராங்க என்ன விஷயம்" பின்னிருகையில் இருந்த தனது மருமக பிள்ளைகளைப் பார்த்துக்கொண்டே கேட்டான் சஞ்சய்

"ம்ம்ம்.... வாங்கின அடி அப்டி..."

"எதே... அடிச்சயா? ஏன்? எதுக்கு?"

"பின்ன சும்மா இருந்தா தானா? ஆருஷோட வாட்சை ஓடச்சிடுச்சி இந்த சின்ன வாண்டு" சற்று எரிச்சலாய் கூறினாள் மீரா.

சட்டென பிரேக் போட்டவன் "என்னது... ஆருஷ் வாட்சையா?" அதிர்ச்சியாய் கேட்டான் சஞ்சய்.

"ஆமா சஞ்சு... அங்கு நடந்ததை கூறியவள். ஸ்மித்தி நியாபகமா அவங்கிட்ட இருந்த ஒரே ஒரு பொருள் அதுதான்" சோகம் நிறைந்த குரலில் கூறினாள் மீரா.

"அது நமக்கு தெரியும் பட் பசங்களுக்கு என்ன தெரியும் மீரா... சரி விடு.. அவன் இப்போ டியூட்டில ஜாயின் பண்ண குஷில இருப்பான். வாட்ச் அவன் கண்ணுல படாதவரைக்கும் பிரச்சனை இல்ல. அத எப்டியாவது சரிப்பண்ணி அதே இடத்துல வச்சிடலாம். நீ சாமுக்கு கால் பண்ணி சரிபண்ண முடிஞ்சா பண்ண சொல்லு இல்லனா அதை எடுத்து பத்தரமா ஒளிச்சி வைக்க சொல்லு"

மீரா சம்ருதாவிற்கு அழைக்க அவளது ஃபோன் பிசியாக இருந்தது.“பிசி.... சஞ்சு”

“சரி விடு பாத்துக்கலாம்...” சொல்லிக்கொண்டே திரும்பி பின்னிருக்கையில் ஆளுக்கு ஒரு பக்கம் தலையை தொங்கபோட்டு அமர்ந்திருந்த வாண்டுகளைப்-பார்த்து சிரித்தவன். காரை ஓரமா நிறுத்திவிட்டு ஒரு கடைக்கு சென்று சில நொறுக்கு தீனி பொட்டலங்களை வாங்கி வந்தான்.

பாதி வழியிலேயே... கல்லூரி முடித்திவிட்டு வந்த இரட்டை சகோதரிகளும் இவர்களுடன் ஷாப்பிங்கில் சேர்ந்துகொண்டனர். கவினும் மீனுவும் அடம்பிடிக்க மோகினியும் நாகினியும் கெஞ்ச... அவர்கள் நால்வரும் பிளே ஸ்டேஷன் இருக்-கும் தளத்திற்கு சென்று இரண்டு மணிநேர விளையாட்டுக்கான கட்டணத்தை கட்டிவிட்டு விளையாட்டில் மூழ்கினர்.

“இவளுங்க இன்னும் சின்ன குழந்தையாவே இருக்காளுங்க... என்ன தான் பண்ண போராளுங்களோ?” அக்கறையாய் கூறினாள் மீரா.

மீராவும் சஞ்சய்யும் ஆடைகள் இருக்கும் தளத்துக்குள் நுழைய... மீரா புடவை பிரிவுக்கு போக சஞ்சய் நீண்ட பாவாடை மற்றும் துப்பட்டாவுடன் கூடிய மேலாடை பிரிவுக்கு சென்றான்.

“டேய், எங்க போற சாரீ செக்ஷன் இங்க இருக்கு”

“தெரியும் இங்க வா... இதப்பாரு... உனக்கு புடிச்ச ஜீன் கலர் ஸ்கர்ட் கோல்டன் கலர் டாப்...”

“டேய்... நான் இப்போ இதெல்லாம் போடுறது இல்லடா... ரெண்டு பசங்க பொறந்த பிறகு ஸ்கர்ட் டாப்பா?... என் மாமியாருக்கு மட்டும் தெரிஞ்சிது அவ்ளோ தான்”

“இனிமே தான் நீ அங்க போக போறதில்லையே அப்றம் என்ன?” அவளின் முகம் பார்க்காமலே கூறினான் சஞ்சய்.

சஞ்சய்யை ஒரு ஆழப்பார்வை பார்த்தவள் “அப்டினா இந்த ஷாப்பிங்... என்னோட பிரச்சனை என்னன்னு தெரிஞ்சிக்கறதுக்கு தான் கரெக்டா?”

“அதுக்கும் தான்...” என இழுத்து கூறினான்.

சிறிது அமைதிக்கு பின் நீண்ட பெருமூச்சிவிட்டு “இந்த சமுகத்துல ஒரு பொண்ணுக்கு எதிரா மொத மொத குற்றம் நடந்தா அப்பியுஸ் (abuse) அதுவே தொடர்ந்தா ஒப்விஒஸ் (obvious) அவ்ளோ தான்ல?”

“இப்ப எதுக்கு சம்பந்தமே இல்லாம பேசுற மீரா... நான் கேட்டதுக்கும் நீ சொன்னதுக்கும் என்ன என்ன சம்பந்தம்?”

சன்னமாய் சிரித்தவள் “அதில்ல சஞ்சு... இப்போ, நான்.... என்னோட மாமி-யார் வீட்டுல எனக்கு ஃப்ரீடம் இல்ல... கொஞ்சம்கூட மதிப்பில்ல... ரொம்ப

வேல வாங்குறாங்க... என்னால சந்தோஷமா இருக்க முடியல... ஹஸ்பண்ட் சப்போர்ட் சுத்தமா இல்ல... ரொம்ப பிரஷர்ரா இருக்குன்னு சொன்னா 'இது ரொம்ப சாதாரணம்... எல்லா மருமகள் மாதிரி நீயும் புகுந்த வீட்ட கொறை சொல்ற'ன்னு தான நீங்க சொல்லுவிங்க? அத தான் சொன்னேன்"

"அப்போ நானும் பத்தோட பதினோன்னு சொல்ல வர அப்டிதான மீரா?"

"அப்டி இல்ல சஞ்சு..."

"அப்போ... சுத்திவலைக்காம பொதுவா கருத்து பேசாம மனசுல என்ன இருக்குன்னு சொல்லு!"

"நானும் நாதனும் சரியான பேர் (pair) இல்ல. என்னால நாதன் கூட காம்ப்ரமைஸ் பண்ணி வாழ முடியும்னு எனக்கு தோணல... (சட்டென திரும்பி ஒரு பார்வை பார்த்தான் சஞ்சய் அவனது பார்வையின் அர்த்தம் புரிந்த-வள் ஓரப்புன்னகை உதிர்த்து) இத்தன வருஷம் கழிச்சி நான் இப்டி சொல்-றது உனக்கு வேடிக்கையா இருக்கலாம். ஆனா இப்ப நான் யோசிக்கலனா நாளைக்கு என்ன மாதிரி இன்னொரு பொண்ணு வாழ்க்கையும் பாதிக்கப்படும்."

இப்பொழுதும் அவனுக்கு புரியவில்லை

"மீரா... பொடி வச்சி பேசமா ஸ்ட்ரைட்டா விஷயத்த சொல்லு"

"நாதனுக்கு அவர தவர வேற எதப்பத்தியும் கவலை இல்ல, காலைல ஆறு மணிக்கு எழுந்ததுல இருந்து எட்டர மணிக்கு ஆஃபிஸ் போற வரைக்கு மொபைல கீழ வைக்கிறதே இல்ல, நைட் ஒன்பது மணிக்கு வீட்டுக்கு வந்ததுல இருந்து பதினொரு மணிக்கு தூங்குற வரைக்கும் மொபைல்தான் எல்லாம். எப்-பவும் அவருக்கு தேவையான எல்லாம் அவர் முன்னாடி ரெடியா இருக்கணும். அவங்க அம்மா கஸ்தூரி அவர அப்டி தான் வளத்துருக்காங்க, வீட்டுல இருக்க வேலையும் நான் தான் செய்யனும் அவருக்கான வேலையும் நான் தான் செய்-யனும் ஏதாவது மிஸ் ஆச்சினா அன்னைக்கு வீட்டுல ஒரு கலவரமே நடக்கும் எல்லாரும் என்ன தான் திட்டுவாங்க. எப்போ மனஸ்தாபம் வந்தாலும் நாதன் சொல்ற ஒரே டைலோக் 'எனக்கு தண்ணி, சிகரெட், பொண்ணுங்கன்னு எந்த கெட்டப்பழக்கமும் இல்ல, என்ன மாதிரி ஒருத்தன் கெடைக்க நீ புண்ணியம் பண்ணிருக்கணும்... இதுக்காகவே நீ நான் என்ன சொன்னாலும் கேட்டுகிட்டு என் காலுக்கு கீழ கெடக்கணும்... எனக்கு வேலை செய்றதவிட அப்டி என்ன முக்கியமான வேல உனக்கு இருக்க போவுது... பொண்டாட்டி எப்பவும் புரு-ஷனுக்கு அடங்கி தான் இருக்கணும் குரல உசத்தி பேசக்கூடாது. இப்டி தான் உன்ன உங்க வீட்டுல வளத்தங்களா? நீயெல்லாம் பொண்ணே இல்ல.. ஏதோ நாங்கிறதால உன் கூட குடும்பம் பண்றேன்' அப்டி இப்டின்னு ஏதோ போனா போகட்டும்னு வாழ்க்கை குடுத்தமாதிரியே பேசுவாரு"

மீரா சிரித்துக்கொண்டே சஞ்சய்யிடம் சொல்ல அவன் அவளை வினோதமாய் பார்த்தான். அவளே தொடர்ந்தாள்

"என்னோட மாமியார் ஒரு அக்மார்க் ஆதிகால மனுஷி. புருஷன் பேச்சே வேதவாக்கு. அவங்களும் பேசமாட்டாங்க நம்மளையும் பேச விட மாட்டாங்க. அந்த வீட்டுல அவங்க ஒரு சம்பளம் இல்லாத வேலக்காரி அது அவங்களுக்கு பெருமையான விஷயமும் கூட. நானும் அப்டி தான் இருக்கணும்னு எதிர்ப் பாக்குறாங்க. அந்த வீட்டுல எப்போதும் ஒரு ரூல் இருக்கு ஆண்கள் கிச்சனுக்குள்ள வரக்கூடாது, சாப்ட தட்டை எடுக்க கூடாது, துடப்பத்தை தொடக்கூடாது, அழுக்கு துணிய கையால எடுக்க கூடாது. எந்திரிச்சி போயி தண்ணி எடுத்து குடிக்க கூடாது, அவங்க துணிய கூட அவங்க மடிச்சி வைக்க கூடாது, மொத்தத்துல வீட்டுக்குள்ள எந்த வேலையும் செய்ய கூடாது. அதிகாரம் பண்றது... ஆர்டர் போடுறது மட்டும் தான் அவங்க வேலை. எல்லாத்தை விட முக்கியம் ஆண்களோட சம்பாதியம், செலவு பத்தி மனைவிமார் எதுவும் கேக்க கூடாது. பொண்ணுடைய ஆசை கனவு எல்லாமே குடும்பம், வீடு, புருஷன் புள்ளைங்க தான். இது என் மாமியாரின் அழிக்க முடியாத எண்ணம். நான் ஏதாச்சும் கேட்டா... பொண்ணுங்களுக்குலாம் என்ன ஆசை வேண்டிகெடக்குன்னு சொல்லுவாங்க. இன்னும் நிறைய இருக்கு சஞ்சய்..."

"இதுக்காக தான் நீ இந்த முடிவு எடுத்தையா?"

"கண்டிப்பா இல்ல... நா இப்டி ஒரு முடிவ எடுக்க முக்கிய காரணம் மீனுவும் கவினு தான். சின்ன பசங்க நம்ம கிட்ட இருந்து தான் எல்லாத்தையும் கத்துக்குறாங்க. நம்மளோட பேச்சு, பழக்க வழக்கம் நம்மள சார்ந்தது மட்டும் இல்ல நம்மள சுத்தி இருக்கவங்களையும் சார்ந்து தான் இருக்கு. கவின் இப்பவே மீனுவ மதிக்க மாட்றான். பசங்களுக்கு ஜெண்டர் (gender) ஈக்குவாலிட்டி (equality) பத்தி சொல்லிக்குடுக்குறது ரொம்ப முக்கியம் அது அங்க சுத்தமா கெடையது... என்னால இன்னொரு நாதனயோ கஸ்தூரியையோ உருவாகுறத அனுமதிக்க முடியாது. இதெல்லாம் அவர உக்காரவச்சி தெளிவா பேசிட்டேன். 'நான் இப்டி தான் இருப்பேன் விருப்பம் இருந்தா இரு இல்ல போயிட்டே இரு'ன்னு சொன்ன பிறகு எனக்கு அங்க இருக்க புடிக்கல. தப்பா இருக்க அவரே அவர மாத்திக்க முடியாதுன்னு சொல்லும்போது, சரியா யோசிக்கிற நான் எதுக்கு மாறனும்? 10 வருஷம் வெயிட் பண்ணியாச்சு இனிமே முடியாது. லைஃப்ல சாக்ரீஃபைஸ் இருக்கலாம் லைஃப்பையே சாக்ரீஃபைஸ் பண்ண முடியாது சஞ்சு"

"அப்போ உன்னோட அடுத்த பிளான் என்ன?"

"பெங்களூர்ல என்னோட கிளாஸ் மட் வேல செய்ற ஆஃபிஸ்ல ஜாப் ஆப்பர் இருக்குனு சொன்னா... டூ வீக்ஸ்ல பெங்க்ளூர் போற மாதிரி இருக்கும்"

“இங்க வேல செஞ்சா நீயும் மாமாவும் பிரிஞ்ச விஷயம் வீட்டுக்கு தெரிஞ்சி-டும் சோ... யாருக்கும் தெரியாம பசங்கள கூப்டுகிட்டு பெங்களூர் போயி செட்-டில்லாக போற... கிரேக்ட்டா?”

அவள் தோள்களைக் குலுக்கி ஆமா என்பது போல தலையசைத்தாள்.

“நீ எடுத்த முடிவு சரியானதுன்னு உனக்கு தோணுதா மீரா?”

“கண்டிப்பா சரியானது தான். நான் ஒன்னும் அவர எனக்கு வேல செய்ய சொல்லல அவர் வேலையவே அவரால செய்ய முடியல... என் லைஃப்பையும் சேத்து அவரு தான் வாழுறாரு. ஐ கான்ட் அக்சப்ட் திஸ்”

“ஓகே மீரா நீ எடுத்த முடிவு சரி தப்புன்னு நான் சொல்ல விரும்பல பட் ஒரு விஷயம் நல்லா புரிஞ்சிகோ.... நீ எடுத்த முடிவு ரொம்ப பெருசு.... உனக்கு வேணா ஹஸ்பண்ட் தேவாயில்லாம இருக்கலாம் ஆனா மஞ்சு மச்சானுக்கு அவரோட குழந்தைங்களோட அருகாமை தேவை, மீனு கவினுக்கு அவங்க அப்பாவோட அன்பு தேவை. கஸ்தூரி அத்தைக்கும் மாமாவுக்கும் அவங்க பேர பிள்ளைங்களோட பாசம் தேவை. நீ சொன்னதையே தான் நானும் சொல்-றேன் நம்ம எடுக்குற எந்த ஒரு முடிவும் நமக்கு மட்டும் சம்பந்தப்பட்டது இல்ல நம்மள சுத்தி இருக்கவங்களுக்கும் தான். பக்கத்துல இருந்து புரியவைக்க முடி-யாத நிறைய விஷங்களை பிரிவு புரிய வச்சிருக்கு. மஞ்சு மச்சான் திரும்ப வந்தா மறுபடியும் உக்காந்து பேசு உன் விருப்பத்த சொல்லு. ஒரு வேல அவரு உன்ன தேடி வரலானா வீட்டுல இருக்க எல்லார் கிட்டையும் சொல்லிட்டு உனக்கு தோணுறத செய். நல்லா யோசிச்சி முடிவெடு. பசங்க வந்துட்டாங்க கௌம்பலாமா?”

பேசிக்கொண்டே அவர்கள் ஷாப்பிங் முடித்துவிட்டு வீட்டிற்கு கிளம்பினர்.

இரவின் மடியில் நிலவு உறங்க நட்சத்திர ஜன்னல் வழியே தென்றல் வர மேகங்கள் அங்குமிங்கும் நடனமாடின...

வீட்டின் நடு கூடத்தில் ஒரு சோபாவில் சகுந்தலாவும் இன்னொரு சோபா-வில் அந்திமதியும் ஏதோ துக்க வீடுபோல தலையில் கை வைத்துக்கொண்டு முகத்தில் டன் கணக்கில் சோகம் வழிய அமர்ந்திருந்தனர். வேலை கிடைத்த மகிழ்ச்சியில் ஆசையாய் அன்னையை தேடி வந்தவன் அன்னம் கூட அருந்-தாமல் ஆக்ரோஷமாய் கிளம்பி சென்றுவிட்டான். பல முறை முயற்சி செய்தும் தொலைபேசியின் அழைப்பு ஏற்கப்படவில்லை. தற்பொழுது தொடர்புகொள்ள முடியாத நிலையில் ஸ்வீச்ட் ஆஃப்பில் உள்ளது. இத்தகைய சூழலில் பெற்றவள் மனம் சோகமாகமல் எப்படி இருக்கும்?

அதே நேரம் மீராவும் சஞ்சயும் வந்துவிட மீரா சம்ருதாவின் கையைப்பார்த்து அதிர்ந்து பதற அந்திமதி நடந்ததை கூற மீரா உண்மையை கூறிவிட்டு தன்னை தானே நொந்துகொண்டாள்.

“நா மொதல இங்க இருந்து போயிருக்க கூடாது... தப்பு என்னோடது... ஏன் சாம் அவங்கிட்ட உண்மையா சொல்லிருக்கலாம்ல இவ்ளோ நடந்திருக்காதே.... ஏன் சாம் இப்டி பண்ண?”

“அதெல்லாம் எனக்கு ஒன்னும் இல்ல. இது சும்மா கீறல் தான் அத்ததான் கட்டு கொஞ்சம் பெருசா போட்டுட்டாங்க” அந்திமதியை பார்த்து தலையை கீழே குனிந்துகொண்டே சம்ருதா சொல்ல

“ஆமா ஆமா சின்ன கீறல் தான். இன்னும் கொஞ்சம் ஆழமா போயிருந்தா தையல் போட வேண்டி வந்திருக்கும். அந்த வளையல் கிழிச்சி எவ்ளோ ஆழமா பாலவம் மாதிரி பொலந்து இருந்துச்சி எப்டி இப்டி சின்ன கீறல்ன்னு சொல்ற நீ... என்ன பொண்ணுமா நீ? நாங்க அத்தன முறை கேட்டோமே எங்க கிட்ட-யாச்சும் உண்மைய சொன்னியா?” நொந்துகொண்டார் அந்தி

அந்தி சொன்னதைக்கேட்டு அதிர்ந்த சஞ்சய் மோனியிடம் தனது அறையில் இருக்கும் மருத்துவ உபகரண பெட்டியை எடுத்துவர பணித்துவிட்டு சம்ருதாவின் கையில் சகுந்தலா போட்ட கட்டை கழட்டிவிட்டு காயத்தின் ஆழத்தை பார்த்-துக்கொண்டிருந்தான்.

“இது தான் உங்க ஊருல சின்ன கீறலா?... வலி இருக்கா? (அவள் இல்லை என்று தலையசைக்க) நம்பிட்டேன். சரி செப்டிக் ஆகம இருக்க ஒரு சின்ன டிடி இஞ்ஜெக்ஷன் போட்டுவிடுறேன்” சொல்லிக்கொண்டே சஞ்சய் ஒரு இஞ்ஜெக்ஷனை எடுக்க

“இல்ல இல்ல அதெல்லாம் வேணா...” வேகமாய் எழுந்தாள் சம்ருதா

“என்ன இஞ்ஜெக்ஷன்னா பயமா? அதென்ன எல்லா பொண்ணுங்களும் ஊசிக்கு இப்டி பயப்படுறீங்க? எவ்ளோ வலிய தங்கிக்குறீங்க இந்த சின்ன ஊசி குத்துறவலிய தாங்கிக்க முடியாதா?” அவன் கொஞ்சம் அதட்டலாக கேட்க

“சீச்சீ... வலினாலலாம் பயம் இல்ல. அந்த ஊசிய பாருங்க அது எவ்வ்வ்வ்-ளோஓ.... மெல்லிசா இருக்கு உள்ள போயி ஒடஞ்சிடுச்சினா” அவள் கண்-களை உருட்டி சிறுபிள்ளை போல கையை ஆட்டி ஆட்டி சொல்வதை பார்த்து சகுந்தலா உட்பட அனைவரது இதழ்களிலும் குறுநகை எட்டிப்பார்தது அவர்-களைப்பார்த்து இவளும் புன்னகைக்க அந்த இடவெளியில் சஞ்சய் அவளுக்கு இஞ்ஜெக்ஷன் போட்டுவிட்டான்.

“ஆவுச்.... என்ன நீங்க பேசிக்கிட்டு இருக்கும்போதே ஊசி குத்துறீங்க? என் கைல இருக்க மாதிரியே உங்க தம்பிக் கைலையும் காயம் இருக்கு அவருக்கும் நீங்க இதே மாதிரி ஊசுயால குத்தணும் இல்லன நா உங்கள சும்மா விட மாட்-டேன். ஆனா இப்ப அவரு எங்க இருக்காருன்னு தெரில... என்னைய வீட்-டவிட்டு போக சொல்லிட்டு அவரு எங்கையோ போயிட்டாரு” குறும்பு சோகம் அலட்சியம் என மூன்றுவித முகபாவனைகளோடு மிக சாதாரணமாக தோள்-

களை குலுக்கி சொல்லியவளை அதிசயமாய் பார்த்தார் சகுந்தலா.

“ஆமா அவன் எங்க தான் போனான்? இவ்ளோ நேரம் ஆகியும் வீட்டுக்கு வரவே இல்லையே... மீரா சுமோவுக்கு ஃபோன் பண்ணி கேளுமா, அனேகமா அவன் சுமோ கூடாதான் இருப்பான்”

மீரா சுகந்தனுக்கு கால் செய்ய “இல்ல எனக்கு தெரிஞ்சி அவன் வசிய பாக்கதான் போயிருப்பான். நான் போயி அவன சமாதானம் பண்ணி கூப்ட்டு வரேன்” கிளம்ப எத்தனித்தான் சஞ்சய்

“அவன் அங்க தான் இருக்கானான்னு தெரியாம இந்த ராத்திரி நேரத்துல அங்க எப்டி போவ சஞ்சு? இந்த சுமோ வேற ஏன்தான் ஃபோன் எடுக்க மாட்றானோ?” சுமோவின் அழைப்பு ஏற்கப்படாததால் மீண்டும் முயற்ச்சித்துக்-கொண்டே கேட்டாள் மீரா.

“சரி அப்போ நாம ஏன் வசி அப்பா அம்மாவுக்கு கால் பண்ணி கேக்க கூடாது?” தூக்கத்திலிருந்து விழித்தவள் போல சட்டென கேட்டாள் மோனி.

“உன் வாழ் நாள்ல இன்னைக்கு தான் உருப்படியா பேசியிருக்க” காதில் கிசு கிசுத்தாள் வானி. இருவரும் முறைத்துக்கொள்ள

“சரி நான் போயி ரூம்ல இருக்குற என் ஃபோன் எடுத்துட்டு வரேன் அதுல தான் வசி அப்பா நம்பர் இருக்கு” சஞ்சய் தனது அறைக்கு செல்ல

மோனியும் வானியும் ஆளுக்கு ஒருபக்கம் திரும்பி உட்காரந்திருக்க நடுவில் நடப்பதை எல்லாம் ஒன்றும் புரியாமல் வேடிக்கைப் பார்த்துக்கொண்டிருந்த சம்-ருதா வயிற்றைப் பிடித்துக்கொண்டு நெளிவதை பார்த்து சகுந்தலா அந்திமதிக்கு கண்களால் கட்டளையிட்டார்.

ஆருஷுக்காக ஆசை ஆசையாய் சமைத்த உணவுகள் அப்படியே கிச்-சனுக்குலேயே இருந்தது. அவன் செய்த அமுலி துமுலியில் யாருக்கும் சாப்பிடும் எண்ணமே வரவில்லை. சம்ருதா மற்றும் இரட்டை சகோதரிகள் தவிர

“அந்தி... பசங்களுக்கு சாப்பாடு போட்டு சாப்டவை...”

“அத்த நீங்களும் வாங்களேன் ஒன்னா சாப்டலாம் எல்லாரும் வாங்க... ஆருஷ் வந்துடுவாரு”

“இல்லமா சாம் உனக்கு தெரியாது அவன் நிறைய கோவப்படுவான், நிறைய சண்டைப்போடுவான் ஆனா என்ன நடந்தாலும் இப்டி வீட்ட விட்டு போக மாட்டான். இங்க சண்ட போட்ட அங்கையும் அங்க சண்ட போட்ட இங்கையும் தான் இருப்பான். இந்த ரெண்டு வீட்ட தவிர அவன் வேற எங்கையும் தங்கினது இல்ல இவ்ளோ ஏன் பக்கத்துல இருக்க சுமோ வீட்டுக்கு கூட போகமாட்டான். வேலையாவே இருந்தாலும் பதினொரு மணிக்குள்ள வந்துடுவான். அது தான் கொஞ்ச கவலையா இருக்குடா நீங்க போயி சாப்டுங்க... நான் அப்றம் வரேன்”

சஞ்சய் சார்ஜரில் இருந்து தனது போனை எடுக்க கிட்டு பேபியின் எண்ணிலிருந்து பதினைந்துக்கும் மேற்பட்ட தவறிய அழைப்புகள் இருந்தது. முதலில் கடுப்புடன் எரிச்சலுற்றவன் பின் யோசித்தான்

'இவ நார்மலா இவ்ளோ கால் பண்ண மாட்டாளே... இன்னைக்கு நடந்ததுக்கு சாரி கேக்கவா இருக்குமோ?'

'அடிச்சது நீ அவ ஏன்டா சாரி சொல்லணும்' என்றது மனசாட்சி

'கரெக்ட் தான்! நானும் அவ்ளோ ஹார்ஷா நடந்துகிட்டு இருந்திருக்க கூடாது.'

'ஆமா இப்ப யோசிச்சி என்ன யூஸ்? ஒரு வேல ஏதாச்சும் எமர்ஜென்ஸியா கூட இருக்கலாம் கால் பண்ணி பாரு!'

சஞ்சய் அவளது எண்ணுக்கு அழைக்கும் முன் மருத்துவ மனையின் எண்ணிலிருந்து அழைப்பு வந்தது.

"ஹேலோ சொல்லுங்க... யெஸ்... டாக்டர் சஞ்சய் தான் பேசுறேன்"

மறுமுனையில் ஒரு செவிலியப் பெண்மணி

"டாக்டர் ஒரு எமர்ஜென்ஸி ஒரு .... உயிருக்கு போராடிக்கிட்டு இருக்காங்க.. இங்க டாக்டர்ஸ் யாரும் இப்போதைக்கு இல்ல நீங்க கொ... வரமுடியுமா? அவங்க கூட உங்களுக்கு தெ...... தான் டாக்டர்"

"என்னக்கா? யாரு?... ஹேலோ... ஹேலோ... நான் பேசுறது கேக்குதா? உங்க வொய்ஸ் பிரேக் ஆகுது"

"மதியம் உங்கள பாக்க வந்தாங்களே அந்த பொண்ணு..."

"அந்த பொண்ணுக்கு என்ன?... ஹேலோ.... ஹேலோ..."

"ரொம்ப எமர்... மூச்சி விட கஷ்... ஐசியுல இருக்காங்க டாக்..."

"ஹேலோ.... புரியற மாதிரி சொல்லுங்க ஹேலோ.... என்ன ஆச்சி? ஐசியுலயா? ஷர்ட்.... நா வரவைக்கும் கொஞ்சம் பாத்துக்கோங்க டூ மினுட்ஸ்ல வந்துடுறேன்..." அவன் முடிக்குமுன்னே கால் கட்டானது. ஏனோ மனதில் இனம் புரியா கவலை தொற்றிக்கொண்டது.

வேகமாக கிருஷ்ண மூர்த்தியின் வீட்டுக்கு வந்தவன் "மீரா நா உனக்கு வசி அப்பா அம்மா நம்பர் வாட்ஸ் அப் பண்ணியிருக்கேன் ஒரு எமர்ஜென்ஸி நான் ஹாஸ்பிடல் வரைக்கும் போயிட்டு வரேன்..." அவனது முகமே விஷயத்தின் அவசரத்தை உணர்த்தியது.

"சரிடா பாத்து கேர்புல்... ஆருஷ் சுமோ கூட இல்லையயாம் தெரிஞ்ச இடத்துலலாம் பாத்துட்டு அவன் கெடைச்சான்னா கையோட கூப்பிட்டு வரேன்னு சொல்லிருக்கான் நீ கௌம்பு சஞ்சு"

சஞ்சய் காரில் போகும் போதே... கிட்டுபேபியின் எண்ணுக்கு அழைப்பு விடுக்க அவள் எடுத்தபாடில்லை... அந்த பதற்றத்தோடு இதுவும் சேர்ந்துகொள்ள

அவனுக்கு என்னவோ போல் இருந்தது... இன்று அவளிடம் நடந்துகொண்ட விதமும் பேசிய வார்த்தையும் மாறி மாறி அவனது மண்டைக்குள் வேறு ஓடிக்கொண்டிருந்தது. 'அவ பைத்தியாகார தனமா எதுவும் பண்ணிருக்க கூடாது... நான் கேட்டது அவள பத்தியா இருக்க கூடாது' அவனையும் மீறி அவனது கண்கள் கலங்கியது. ஆள் அரவமற்ற அந்த இரவுநேர சாலையில் கார் புயல் வேகத்தில் பறந்தது.

காரை அவசர அவசரமாக நிறுத்திவிட்டு உள்ளே ஓடினான்.

"என்ன ஆச்சி? பேசண்ட் எங்க இருக்காங்க? என்ன கேஸ்?" பேசிக்கொண்டே ஐசியுவில் நுழைந்தான். அங்கு மூச்சிவிட முடியாமல் மூச்சிதிணறும் பெண்மணியின் முகத்தைப் பார்த்ததும் சர்வமும் அடங்கியது அவனுக்கு.

இங்கு... சம்ருதா இரவு உணவை முடித்துவிட்டு இரட்டை சகோதரிகளின் அறையில் இருவருக்கும் இடையில் படுத்துக்கொண்டு தனது கட்டுபோட்ட கையைப் பார்த்துக்கொண்டிருக்க...

"சாம்...."

"சொல்லு மோனி"

"நான் மோனி இல்ல வானி"

"சாரி.... சொல்லு வானி"

"அது..... சாரி.... எங்க அண்ணா அவ்ளோ மோசம் இல்ல. அவன் இதுவரைக்கும் யாரையும் ரத்தம் வர அளவுக்கு காயப்படுத்தினது இல்ல நீ தான் ஃபர்ஸ்ட்... சாரி சாம் மனசுல வச்சிக்காத... அவனுக்காக நாங்க மன்னிப்பு..." அவள் முழுவதும் முடிக்கும்முன்

"அப்டியா.... இதுவரைக்கும் அப்டி யாரையுமே அடிச்சது இல்லையா?"

"அப்டி இல்லன்னா... இல்லவே இல்லன்னு அர்த்தம் இல்ல.... ஃபேமிலி மெம்பர்ஸ் யாரும் இல்லன்னு அர்த்தம்" அவசரமாய் மறித்து கூறினாள் மோனி

"ம்ம்ம்.... உங்க அண்ணன பொருத்தவரைக்கும் நான் தான் உங்க ஃபேமிலி இல்லையே..." சாம் வேண்டுமென்றே சோகமாய் கூறிவிட்டு ஓரக்கண்ணால் இருவரையும் பார்க்க அவர்கள் இருவரும் அநியாயத்திற்கு சோகமாய் முகத்தை வைத்துக்கொள்ள

"ம்ப்ச... என்னப்பா நீங்க நான் சும்மா சொன்னேன். உங்க அண்ணா என்னை காயப்படுத்தணும்னு நெனச்சி எதுவும் பண்ணல.... நானும் தான் கொஞ்சம் ஓவேரா... பேசினேன். அவர் ஒண்ணும் என்னை அடிக்கலயே.. கைய தான் புடிச்சாரு.... வளையல் ஓடஞ்சிடுச்சி" அவள் கைகளை ஆட்டி ஆட்டி மிக சாதாரணமாய் கூற

"அப்டினா உனக்கு எங்க அண்ணா மேல கோவம் இல்லையா?" கேட்டுக்கொண்டே எழுந்து அமர்ந்தனர் மோனியும் வானியும்

“ம்ம்ம்.... (யோசித்தவள்) லைட்டா கோவம் தான் ஆனா.... நமக்கு நெருக்கமான.... இல்லனா நமக்கு சொந்தமான... நம்ம ரொம்ப பத்திரமா பாதுகாத்த நம்மளோட பொருள யாராச்சும் ஒடச்சா நமக்கு கோவம் தான் வரும். அது தப்பில்லையே....”

இருவரும் அவளை ஒரு மார்கமாய் பார்த்துக்கொண்டே ஆமோதிப்பதாய் தலையசைத்தனர். மீண்டுமவளே தொடர்ந்தாள்

“சரி.... கேக்குறனேன்னு தப்பா நெனைக்காதீங்க.... ஒரு சாதாரண வாட்ச்க்கு எதுக்கு இவ்ளோ அக்கப்போரு... அந்த வாட்ச்ல அப்டி என்ன ஸ்பெஷல்? மொத்த குடும்பமும் இப்பிடி சோகத்துல இருக்குறத பாத்தா ஏதோ பெரிய சம்பவம் போல தெரியுதே....”

“அது அண்ணனோட கிஃப்ட்... ஒரு பொண்ணு குடுத்தது”

“யார் அந்த பொண்ணு?”

“ஓ..... அதானா சேதி.... உனக்கு என் அண்ணானோட பாஸ்ட் பத்தி தெரிஞ்சிக்கணும் அதான?” சம்ருதாவின் மனதை அப்டியே கூறினால் மோனி.

இவள் சமாளிப்பாய் இளிக்க.... இருவரும் தலையாட்டிவிட்டு ஒருசேர

“அண்ணாவோட ஃபர்ஸ்ட் லவ்!”

“அண்ணாவோட எக்ஸ் கேர்ள் ஃப்ரெண்ட்”

என ஆளுக்கு ஒரு பதில் கூறினர். சம்ருதா இருவரையும் பார்த்து முழிக்க, அவர்களும் ஒருவரை ஒருவர் பார்த்துவிட்டு இரு உனக்கு புரியிர மாதிரி சொல்றோம்.

அத்தியாயம் 13

இந்தியாவின் நுழைவுவாயில், இந்தியாவின் ஹாலிவுட் நகரம், இந்தியாவின் முதல் ரயில் போக்குவரத்து அமைக்கப்பட்ட நகரம் இப்டி மும்பைய பத்தி பெருமையா சொல்ல நிறைய விஷயங்கள் இருந்தாலும், இல்லீகல் டிரேட் மார்க்கெட்க்கு பேர் போன நகரம் மற்றும் நிழலுலக தாதாக்களின் ராஜியம் என சொல்லப்படுவதும் மறுக்கமுடியாத ஒன்று தான்.

சில மாதங்களுக்கு முன்பு.. ஆருஷ் சிபிஐல சப் இன்ஸ்பெக்டரா இருந்த பொழுது சுரேஷ் பிட்டேல் தலைமையில கடத்தல் மற்றும் தொடர் கொலை சம்பந்தமான ஒரு கேஸ்காக மும்பை வந்தாங்க. சிட்டிக்கு வெளியே சிலமைல்களுக்கு தொலைவில் இருந்த நகரத்தில் ஒரு அடுக்குமாடி வீட்டை வாடைக்கு எடுத்து அங்கேயே தங்கி அந்த கடத்தல்காரர்களைப் பற்றி தகவல்கள் சேகரித்தனர்.

ஒருநாள் இரவு சிட்டிக்கு வெளியில் மரங்கள் அடர்ந்த காட்டுப் பகுதியை கடந்து இருசக்கர வாகனத்தில் சென்று கொண்டிருந்தான் ஆருஷ். திடீரென அவனது செல் ஃபோன் அதிர தனது புளூடூத்தை ஆன்செய்தான்.

“ஹேலோ பாஸ்” ஆருஷின் ஜூனியர் காளிதாஸ் பேசினான்.

“சொல்லு தாஸ்... போன வேல முடிஞ்சிதா?”

“இல்ல பாஸ் மிஸ்பண்ணிட்டேன். ஆனா அந்த மொட்டையன் தங்கியிருக்க அட்ரெஸ் கெடச்சிடுச்சி”

“சரி ஓகே.. நான் அங்க தான் வந்துகிட்டு இருக்கேன். வந்து பேசுறேன்” இணைப்பை துண்டித்துவிட்டு பைக்கை திருகினான். சிறிது தூரம் சென்றதும் பைக் தானாய் நின்றது மீண்டும் முயற்சித்தும் ஸ்டார்ட் ஆகவில்லை. சுற்றிலும் கும்மிருட்டு நிலவொளி தவிர கண்ணுக்கெட்டிய தூரம் வரை ஒரு விளக்கு வெளிச்சமும் இல்லை. மீண்டும் தாஸுக்கு அழைத்து தகவல் கூறிவிட்டு லொகேஷன் ஷேர் செய்து விட்டு அவனது வருகைக்காக காத்திருந்தான். அந்த கும்மிருட்டு சற்று கிலியூட்டுவதாகதான் இருந்தது.

திடீரென ஒரு இருபது பேர் கையில் ஆயுதங்களுடன் சாலையின் குறுக்கே ஓடிவந்தனர். அவர்களைப்பார்த்து ஒரு மரத்தின் பின் ஒளிந்து நின்றான் ஆருஷ். வந்தவர்கள் அனைவரும் ஆருஷைக்கடந்து மரங்களுக்கிடையில் புகுந்து ஓடினர். ஆருஷும் அவர்களைப் பின் தொடர்ந்தான். தூரத்தில் ஒரே-யொரு மின்கம்பத்தில் மட்டும் ஒரு மஞ்சள் விளக்கு எரிந்து கொண்டிருந்தது. ஓடும் போதே கூட்டத்தில் இருந்த ஒவ்வொருவராக குறைந்துகொண்டே வந்தனர். ஆருஷ் குழம்பினான். நன்றாக உற்று கவனிக்க தலைமுழுதும் மூடிய கருப்பு ஜோக்கெட் அணிந்த ஒருவன் அந்த கூட்டத்தின் நடுவில் ஓடிக்கொண்டே ஒவ்-வொருவராக கொலை செய்து கொண்டே வந்தான். திடீரென அந்த மின்விளக்-கின் முன்பு அந்த கருப்பு ஜோக்கெட்காரன் நிற்க இப்பொழுது கூட்டத்தில் பத்து பேர் மட்டுமே மீதமிருந்தனர்.

அவர்கள் அந்த நபரை சுற்றி வளைத்து தங்களது ஆயுதங்களை உருட்டி அவனை பயம்புறுத்த அவனோ தனது கைகளை நீட்டி விரல்களைக்கோர்த்து முன்னும் பின்னுமாக நெட்டு முறித்து சாதாரணமாக நின்றான். ஒரு அவச-ரக்குடுக்கை தனது குட்டிக் கோடரியால் சண்டையை ஆரம்பித்து வைத்தான். கண்ணிமைக்கும் நேரத்தில் அந்த அவசரக்குடுக்கையின் அஸ்திவாரம் தரையில் சாய்ந்தது. அவனது குட்டி கோடரி அவனது இதயத்தில் சொருகியிருந்தது.

அடுத்த சிலநிமிடங்களில் பம்பரமாய் சுற்றி அவர்களின் தாக்குதலை சமா-ளித்து தனது உடம்பில் ஒளித்து வைத்த கூரான கத்திகளை எடுத்து சராமாரியாக சொருகினான். அவனது வேகம் ஆருஷை வியக்க வைத்தது. அவனது உடம்-பில் எங்கிருந்து கத்தியை உருவுகிறான் என்பதைக்கூட கணிக்க முடியவில்லை அத்தனை வேகம் இருந்தது. இதற்குமேல் வேடிக்கைப் பார்க்க விருப்பம் இல்லா-தவன். அந்த முகமூடிகாரனுக்கு உதவ அவர்களுடன் சண்டையிட்டான். முதலில் குழம்பிய முகமூடிக்காரன் பின் ஆருஷுடன் சேர்ந்து சண்டையிட ஆரம்பித்-தான். ஆருஷ் ஒருவனது நெஞ்சில் மிதித்து தாவி இன்னொருவனின் தலையை திருக பின்னால் இருந்த ஒரு தடியன் ஆருஷின் கழுத்தில் வெட்ட கத்தியை தூக்கிய சமயம் ஆருஷின் காதுக்கு அருகில் ஒரு கத்தி பறந்துவந்து அந்த தடியனின் நடுநெத்தியில் சொருகியது.

அந்த இடைவெளியில் இன்னொருவன் அந்த முகமூடிக்காரனின் கழுத்தை பின் பக்கமாக வந்து தன் கைவளைவால் பிடித்து நெறிக்க, இவன் அவனது தலைமுடியை பிடித்து இழுத்து தலைக்குமேல் தூக்கி கீழே அடிக்க அவனோ இவனது பிளாக் ஜோக்கெட்டை சேர்த்து இழுத்து அவனையும் கீழேவிழவைக்க முயற்சித்தான். அதில் அந்த முகமூடிக்காரனின் ஜோக்கெட் உருவிக்கொண்டு சென்றது. காற்றில் பறந்து பல்டியடித்து தரையில் குதித்தவனைப் பார்த்து ஆருஷ் உட்பட அனைவரும் அதிர்ந்தனர்.

ஆம் இத்தனை நேரம் அங்கு சண்டை போட்டது முகமூடிக்காரன் இல்லை காரி. அவளது அவிழ்ந்த கூந்தலின் வழியே தலையில் வழிந்த ரத்தமும், முகத்தில் இருந்த காயங்களும், உடலில் இருந்த கீறல்களும், காலில் போட்டிருந்த கட்டை மீறி வரும் ரத்தமும் இந்த சண்டை இப்பொழுது துவங்கியதில்லை என்பதை உணர்த்தியது. அவர்கள் அதிர்ந்திருந்த சிறு இடவெளியை பயன்படுத்தியவள் சட்டென அனைவரையும் சாய்த்தாள். அதிகமாக அடிப்பட்டதால் நடக்கமுடியாமல் தடுமாறியவள் அருஷுக்கு சைகைகாட்ட அவன் மீளா அதிர்ச்சியில் அவள் முன்புவந்து அவளது முகத்தைப் பார்க்க முயன்றான் முடியவில்லை.

“நீங்க யாரு?” அவனது கேள்விகளை கண்டுகொள்ளாமல் கண்களை நேராய்ப் பார்த்தவள். எதிர்பாராத நேரம் அவனிடம் ஒரு கார் சாவியை தூக்கி வீச அவன் அந்த சாவியை பிடித்துவிட்டு நிமிர அவள் அங்கு இல்லை. அதற்குள் காளிதாஸ் அங்கு வந்துவிட, அவனிடம் தகவல் கூறிவிட்டு அங்கு அடிபட்டு மயக்கத்தில் முணக்கிய இருவரை அவனிடம் ஒப்படைத்துவிட்டு அந்த சாவிக்கு சொந்தமான காரை தேடிச்சென்றான்.

அவர்கள் ஓடிவந்த திசையில் இவன் ஓட சிறிது தூரம் சென்றதும் ஒரு புதரில் கார் ஒளித்துவைக்கப்பட்டிருந்தது. அதில் ஒரு நவநாகரிக நங்கை மயங்கிய நிலையில் இருந்தாள்.

அவளை எழுப்பி விசாரித்த ஆருஷ் திடுக்கிட்டான். அவள் ஹோம் மினிஸ்டரின் மகள் என்பதும் அவளை யாரோ கடத்திவந்து மிரட்டியதாகவும் கூறினாள்.அவளை அழைத்துக்கொண்டு அதே காரில் அந்த மயங்கிய கடத்தல் காரனையும் ஏற்றிக்கொண்டு தங்கள் இடத்திற்கு சென்றனர் ஆரூஷும் காளிதாசும்.

அந்த இரு கடத்தல்காரர்களையும் தனித்தனி அறையில் வைத்துவிட்டு, அந்த பெண்ணை அழைத்துக்கொண்டு பட்டேலிடம் சென்றனர்.

பட்டேல் தனது அறையில் ஃபோன் பேசிக்கொண்டிருந்தார். வெளியில் காத்திருந்த ஆருஷ் அவர்கள் இருவரையும் அங்கேயே அமரும்படி பணித்துவிட்டு அறையினுள் நுழைந்தான். அழைப்பை தூண்டித்தவர்

“எஸ்... மிஸ்டர் ஆருஷ்! நானே உங்கள கூப்படணும்னு இருந்தேன். மினிஸ்ட்ரி ஆஃபிஸ்ல இருந்து இப்போ தான் கால் வந்துச்சி ஹோம் மினிஸ்டர் பொண்ணு மிஸ்ஸிங். ஒரு ஒன்ஹவர் முன்னாடி தான் அவங்களுக்கு தகவல் கெடச்சிருக்கு. இமிடியட்டா நாம ஏதாவது பண்ணியே ஆகணும். அந்த கடத்தல் கும்பல் பத்தி ஏதாவது தகவல் கிடைச்சதா?” மிகவும் பதட்டம் கலந்த பரபரப்புடன் அவர் பேசிக்கொண்டிருக்கும்போதே

“ஒரு நிமிஷம் சார். (வாசல் பக்கம் திரும்பி) தாஸ்...” என அழைத்தான்.

“எஸ் பாஸ்....” அவன் எட்டிப்பார்க்க

உள்ளே வா என தலையாட்டி சைகை செய்தான்.

காளிதாஸ் அந்த பெண்ணுடன் உள்ளே நுழைய,

“நாம ரொம்ப லேட்சார்...” என்றவன் அங்கு நடந்ததை கூற

சுரேஷ் பட்டேல் அதிர்ச்சியில் வாய் பிளந்தார். உடனடியாக அமைச்சர-கத்துக்கு தகவல் தெரிவித்துவிட்டு, அந்த பெண்ணை பாதுகாப்பாக அனுப்பி வைத்தனர்.

அவர்கள் அழைத்துவந்த அந்தக் கடத்தல் ஆசாமிகளில் ஒருவனுக்கு சிறப்-பான விருந்து உபச்சாரங்கள் நடந்துகொண்டிருந்தது. தெளியவைத்து தெளி-யவைத்து அடித்துக்கொண்டிருந்தனர் அங்கிருந்த மற்ற காவல் அதிகாரிகள். ஆருஷும் காளியும் அந்த அறையினுள் நுழைந்தனர்.

அந்த கடத்தல் ஆசாமி வாயில் ரத்தம் வழிய அப்படியே முறைத்துக்-கொண்டு அமர்ந்திருந்தான். காளிதாஸ் கேட்ட எந்த கேள்விக்கும் அவனிடம் பதில் இல்லை. அவன் அமைதியாய் எந்த சலனமும் இல்லாமல் அமர்ந்திருந்த ஆரூஷைப்பார்த்து நக்கலாய் சிரிக்க, ஆருஷும் பதிலுக்கு சிரித்துக்கொண்டே ஒரு கண்ணாடி பாட்டிலை எடுத்து டேபிள் மீது வைத்தான்.

அந்த பாட்டிலில் ஒரு புழு நெளிந்துகொண்டிருந்தது. இப்பொழுது அந்த ஆசாமி முகத்தில் சிரிப்பு இல்லை குழப்பமான கலவரம் மட்டுமே இருந்தது.

இப்பொழுது ஆருஷ் கேள்வி கேட்க அவன் பதில் சொல்லாமல் அந்த பாட்டிலையே பார்க்க, ஆருஷ் அந்த பாட்டிலை திறந்து அந்த புழுவை அவன் மீது விட்டான்.

“ரெஸ்ட் இன் பீஸ்” கூறிவிட்டு அந்த அறையை விட்டு வெளியேறினர் அருஷும் காளியும். அந்த புழு அவனது உடலில் மேய்ந்து சட்டென ஊசிபோல அவனது கை சதையை கிழித்துக்கொண்டு உள்ளே சென்றது. பின் அவனது கை நரம்புகளை அறுத்து அப்டியே உள்ளுக்குள்ளே பயணித்து அவனது முக்கிய தசைகளை தின்று தன்னை தானே வளர்த்து உடல் முழுதும் இருந்த ஒவ்வொரு நரம்புகளாய் அறுத்து காது, மூக்கு கண் வழியாக உள்ளே வருவதும் போவது-மாக இருந்தது. அவன் வலியில் துடித்து அலறினான்.

இதையெல்லாம் பக்கத்து அறையிலிருந்த இன்னொரு ஆசாமிக்கு வீடியோ-வாக போட்டு கட்டிக்கொண்டிருந்தான் காளி. அதே நேரம் அதே போன்றதொரு பாட்டிலோடு உள்ளே நுழைந்தான் ஆருஷ். அதனை பார்த்த அடுத்த நொடியே மொத்த உண்மையும் வெளி வந்தது.

நிழலுலக ராஜியத்தின் இரண்டு முக்கியபுள்ளிகள் முந்நூறு கோடி மதிப்புள்ள போதைப்பொருளை கை மாற்ற போவதாகவும், அதற்கு பதிலீடக இருநூறு கோடி பணமும் ஹோம் மினிஸ்டர் மகளும் வேண்டுமென கேட்டதாகவும் தெரிந்து கொண்டனர். அந்த போதைப்பொருள் சாலமன் தீவுகளிலும், அமேசான் தீவுக-

ளில் மட்டும் கிடைக்கும் மிகவும் ஆபத்தான போதைவாஸ்த்து எனவும் அறிந்துகொண்டனர். விஷயத்தின் தீவிரம் உணர்ந்தவர்கள் உடனடியாக தங்களின் வேலைகளை ஆரம்பித்தனர்.

ஆருஷுக்கு அந்த முகமூடிக்காரியின் நினைவாகவே இருந்தது. ஒரு பக்கம் அவளையும் தேடிக்கொண்டிருந்தான். அவளது திறமையையும், புத்திக்கூர்மையும் காளிதாசிடம் கூறி மெச்சினான்.

“டேய்... தாஸ்.... நீ பாத்துருக்கணுமே.... ப்பா என்ன ஸ்டைல்... என்ன ஃபாஸ்ட்... நான் ஒரு நிமிஷம் அப்டியே அரண்ட்டேன். கை கத்தியில விளையாடுதுடா.... யோசிச்சிபாரேன் பொண்ண கடத்தின விஷயம் மினிஸ்ட்ரிக்கு தெரியுமுன்னாடியே பொண்ண காப்பத்திருக்கா.... ஆம் இம்ப்ரஸ்டா.... எங்க இருந்தாலும் நான் அவள தேடி கண்டுபுடிப்பேன். நான் முடிவு பண்ணிட்டேன். அவ தான் இனி எல்லாம்... இந்த ஒன்டர் உமென் படம் பாத்துருக்கியா? அப்டியே.... அப்பிடியே... இருப்பா... ச்சா.... ஆனா அவ யாருன்னு எப்டிடா கண்டுபுடிக்கிறது? யார கேட்ட தெரியும்?... டேய்... டேய்... எரும தூங்கிட்டியா?... எந்திரிடா”

படுத்துகிடந்தவனை எழுப்பி உக்காரவைத்தான். அவனோ தலையில் பெட்ஷீடை முக்காடிட்டு அழும் குழந்தைபோல உட்கார்ந்திருந்தான்.

“பாஸ் தூங்க விடுங்க பாஸ் ரெண்டுநாளா நைட்டானா மட்டும் இப்டி பொலம்பி நீங்களும் தூங்க மட்றீங்க... என்னையும் தூங்க விட மாட்றீங்க”

“டேய் இப்ப தூக்கமா முக்கியம்?”

“எனக்கு அது தான் முக்கியம்”

“கொன்னுடுவேன் அவள கண்டுபிடிக்க ஐடியா சொல்லிட்டு அப்றம் தூங்கு... ப்ச்... அப்டியே... உள்ளுக்குள்ள போயி என்னவோ பண்றாடா! யார்டா அவ?”

“அவங்களையே போயி கேக்கவேண்டிதான?” தூங்கி வழிந்துகொண்டே கூறினான் தாஸ்.

“கேட்டனே... நீங்க யாருன்னு? பதிலே சொல்லலடா”

“ஒரு வேல தமிழ் தெரியாதோ என்னவோ?”

“அப்படியும் இருக்குமோ? நா ஷாக்ல என்ன லாங்குவேஜ் பேசுறோம்னு கவனிக்கலடா... ஒரு வேல ஹிந்தில கேட்டிருந்தா சொல்லியிருப்பாளா?... டேய்... உன்ன தான்டா... அடேய்... மறுபடியும் தூங்கிட்டியா?”

ஆருஷ் முகவாயில் கை வைத்து தீவிரமாக யோசித்துக்கொண்டிருந்தான். தாஸ் உக்கார்ந்த நிலையிலேயே தூங்கிவிட்டிருந்தான்.

அடுத்த நாள் பட்டேல் ஆருஷை அழைத்து பேசினார்.

“சார்... மே ஐ...”

"உள்ள வாங்க ஆருஷ்... உங்க கிட்ட ஒரு முக்கியமான விஷயம் பேச-ணும்"

"சொல்லுங்க சார்..."

"கேஸ் எந்த நிலையில இருக்கு?"

"நான் முன்னாடியே சொன்ன மாதிரி இது வெறும் ஆள் கடத்தல் மட்டும் இல்ல சார் போதைப்பொருள் கடத்தலும் சம்பந்தப்பட்டிருக்கு யார் எப்போ எங்க கை மாத்த போறாங்கன்னு ஒரு சின்ன கெஸ் இருக்கு அதபத்தி இன்னும் தகவல்கள் சேகரிச்சிட்டு இருக்கோம் சார்"

"ஓகே ஆருஷ் அப்றம் நீங்க உங்களுக்கு உதவி பண்ண பொண்ண பத்தியும் ரொம்ப தீவிரமா தேடிக்கிட்டு இருக்கீங்க போல?" ஆருஷின் கண்களை ஊடு-ருவியபடி கேட்டார் பட்டேல்.

"எஸ் சார்..." சற்று தயக்கமாக பதிலளித்தான்.

"நீங்க இனிமே அவங்கள தேடாதீங்க?" சாதாரணமாய் தான் கூறினார். ஆருஷ் சிறு துணுக்குற்றான்.

"சார்?" கேள்வியாய் பார்த்தான்

புன்னகைத்தவர் "அவங்க டிபார்ட்மெண்ட்ட சேர்ந்தவங்கதான், ஆர்மி ஆபி-சர் டானியா ஷெர்கிலோட பொண்ணு. சிஆர்பிஎஃப்ல சீனியர் ஆபிசர். மினிஸ்ட்ரிகாக சீக்ரட்டா வொர்க் பண்றாங்க. நீங்க அவங்கள தேடுறதால அவங்களுக்கு எந்த பிரச்சனையும் வந்திட கூடாது அதுனால சொன்னேன்." ஆருஷின் மனதை படிக்க முயற்சித்துக்கொண்டே கூறினார் பட்டேல்.

அதை உணர்ந்தவன் வெற்று புன்னகையுடன் "ஓகே சார். தேங்க் யு" இரண்டடி வைத்தவன் மீண்டும் திரும்பி

"சார் அவங்க பேரு..." அவன் முடிக்கும் முன்

"ஸ்மித்தி! வயசுல சின்ன பொண்ணு தான் ஆனா செய்ற வேல பெருசு அதுனால தானாவே எல்லாருக்கும் ஒரு மரியாதை வந்திடும். யாருமே அந்த பொண்ண பாத்ததில்ல... நானும் தான்!"

"அய்யோ சார் பாக்கணும்லாம் ஒன்னும் இல்ல ஜஸ்ட் கியுரியாசிட்டி அவ்-ளோதான்"

"புரிது.... ஆருஷ்... ஒரு வேல அவங்க நெனச்சா பாக்கலாம். தாஸ இன்-னைக்கு நைட்டாச்சி தூங்க விடுவீங்களா?" அவனது தோளை தட்டி புன்னை-கைத்து விட்டு சென்றார்.

'டேய்... தாஸா.....' பல்லைகடித்தான் ஆருஷ்.

அன்று இரவு வழக்கம்போல ஆருஷ் ஸ்மித்தியின் நினைவில் திளைத்தி-ருக்க.... பட்டேல் கூறியதும் நினைவுக்கு வந்தது. சட்டென இழுத்து போர்த்திக்-

கொண்டு படுத்தான். அப்போதான் அறையினுள் நுழைந்த காளிதாஸ்

'என்ன அதிசயமா பாஸ் சீக்கிரமா படுத்துட்டாரு'

"பாஸூ.... பாஸூ..."

"இன்னாடா..."

"என்ன இவ்ளோ சீக்கிரம் தூங்கிடீங்க?"

"தூக்கம் வருது தூங்கிட்டேன். உனக்கென்னடா?"

"கேஸ் பத்தி பேசணும் எந்திறீங்க?..."

"எதுவா இருந்தாலும் காலைல பேசிகலாம் படுடா..."

'இல்லையே சரிலயே.... என்னவோ நடந்திருக்கு'

அவன் தனது மொபைலை சார்ஜ் போட, பக்கத்தில் இருந்த ஆருஷ் மொபைளுக்கு ஒரு குறுஞ்செய்தி வந்தது

"பாஸ் உங்களுக்கு ஏதோ மெசேஜ் வந்திருக்கு ஆனா நம்பர் இல்ல"

"நம்பர் இல்லாம எப்டிடா மெசேஜ் வரும்?" போர்வையை விளக்காமலே கேட்டுக்கொண்டிருந்தான்

"அதெல்லாம் தெரில ஏதோ ஆல்ஃபான்னு பேர் வந்திருக்கு கீழ புள்ளி புள்ளி கோடு கோடா இருக்கு"

"இன்னாடா ஓளர்ர? ஃபோன் குடு"

ஆருஷ் போனை வங்கி மெசேஜை ஓபன் செய்ய, முகக்தில் பிரகாசம் வந்தது

"என்ன பாஸூ ஃபேஸூ ஜொலிக்குது? (அவனும் அந்த மெசேஜை எட்டிப்பார்க்க) பாஸ் இது மோர்ஸ் கோட் தான?" நெற்றி தேய்த்துகோண்டே கேட்டான் தாஸ்

"ஆமா ஸ்மித்தி கிட்ட இருந்து மெசேஜ் வந்திருக்குடா கேடி" சந்தோஷத்தில் குதித்தான்

அவனது சந்தோஷம் இவனுக்கும் ஓட்டிக்கொண்டது

"நிஜமாவா? என்ன சொல்லியிருங்காங்க பாஸ்?"

"தேங்க் யு சோ மச் மிஸ்டர் ஆருஷ்! எனக்கு ஹெல்ப் பண்ணதுக்கும் நான் பாதியில விட்ட வேலைய முடிச்சதுக்கும்" ஏதோ அவார்ட் கிடைத்ததை போல அவன் மகிழ்ச்சியில் துள்ள... காளிக்கு சந்தேகம் முளைவிட்டது.

"பாஸ்....எனக்கு ஒரு சந்தேகம்"

"என்னடா? இது ஸ்மித்தியானா?"

"அதில்ல பாஸ்..."

"வேற என்ன?"

"அவங்களுக்கு உங்க பேர் எப்டி தெரிஞ்சிது?"

“போடாங்க.... அவளுக்கு என் நம்பர் தெரிஞ்சிருக்கு என் போனை ஹாக் பண்ணி மெசேஜ் பண்ண தெரிஞ்சிருக்கு பேர் தெறிஞ்சிக்கிறது கஷ்டமா? மோர் ஓவர் என்னபத்தி மொத்த டிடெயில்ஸ் அவளுக்கு தெரிஞ்சிருக்கும்”

“அப்டினா உங்க ஃபோன்ல இருக்க டிடெயில்ஸ் எல்லாமே அவங்களுக்கு தெரியும்ல இது தப்பில்லையா பாஸ்”

“நாமளும் அவள பத்தி தேடினோம் அதுவும் நம்ம டிபார்ட்மெண்ட் சாஃப்ட்-வேர ஹாக் பண்ணி அது தப்பில்லலையா?”

இருவரும் ஹீஹீஹீ என இளித்து கொண்டனர்.

“மெசேஜ் வந்துடுச்சி அப்றம் என்ன ஹாப்பியா பாஸ் ஜாலியோ ஜிம்கானா” ஆருஷை காட்டிக்கொண்டு சில்லாகித்தான்

“அட போடா”

“ஏன் பாஸ்?... ஓய் சோகம்”

“இதுல ஒரு சட்ட சிக்கல் இருக்கு. (என்னவாம் என்பதை போல தாஸ் பார்க்க) என்னன்னா என்னால ரிப்ளை பண்ண முடியலடா” சோகமாய் கூறி-னான் ஆருஷ்

மீண்டும் ஓர் குறுஞ்செய்தி

“எதுக்காக என்னை தேடிக்கிட்டு இருக்கீங்க மிஸ்டர் ரே” வேறொரு சங்கேத மொழியில்

“ஐ... இன்னொரு மெசேஜ் இது என்ன லாங்குவேஜ் பாஸ்?”

“சிரில்லிக் எழுதுக்கள்! கிழக்கு ஐரோப்பா, வடக்கு ஆசிய நடுகள்ல ஆரம்ப காலத்துல பயன் படுத்தின மொழி இதுவும் ஒரு சங்கேத மொழி தான்டா... ஆர்மில இருக்கவங்களுக்கு ஒரு சிலருக்கு இந்த மாதிரி லாங்குவேஜ்லாம் அத்-துபுடி”

“இதெல்லாம் நீங்க எப்போ கத்துகிட்டீங்க?”

“நான் ஒன்னும் அவ்ளோ எக்ஸ்பெர்ட்லாம் இல்லடா சும்மா கூகிள் துணை-யோட கத்துகிட்டது. ஆமா மிஸ்டர் ‘ரே’ன்னு சொல்லியிருக்கா ‘ரே’னா என்ன அர்த்தமா இருக்கும்”

“அதுவா முக்கியம்.. அவங்க கேள்வி கேட்டிருக்காங்க பாஸ் அப்போ ரிப்ளை பண்ண ஆப்ஷன் இருக்கும் போங்க போங்க பேசுங்க” ஆருஷை விட காளி ஆர்வத்தில் குதித்தான்.

“ஹவ் ஆர் யு ஸ்மித்தி? உங்க உடம்பு இப்போ பரவால்லயா?”

இந்த கேள்வியை இருவருமே எதிர்ப்பார்க்க வில்லை

“யா ஃபைன்! பை தி வே தாங்க்ஸ்... இதுக்கு தான் தேடுனிங்களா?”

“இல்ல நானும் தாங்க்ஸ் சொல்லிட்டு அப்டியே ஃப்ரெண்ட்லியா ஒரு ஹெல்ப் கேக்கலாம்னு” மெதுவாய் நட்புக்கான அழைப்பு விடுத்தான்.

“ஃப்ரெண்ட்லியாவா? (சிறு இடைவெளிக்கு பின்) ஸூர் சொல்லுங்க”

“அப்போ நாம்ம ஃபிரண்ட்ஸ் தானா? நீங்க என்ன ஃப்ரெண்ட்டா அக்சப்ட் பண்ணிக்கிறீங்களா?” அனுப்பிவிட்டு இருவரும் பதிலுக்காக காத்திருந்தனர்.

“எஸ்...” பதிலைப் பார்த்த அடுத்த நொடி இவர்களும் எஸ் என கையில் அடித்துக்கொண்டனர். அதன் பிறகு அவர்களது உரையாடல் தொடர்ந்தது தின-மொரு சங்கேத மொழியில் வேலையையும் தாண்டி பொதுவாய் பேசி, பொது விஷயங்களை பேசி, சுயங்களை பரிமாறிக்கொள்ள ஆரம்பித்தனர்.

இவர்களது உறவு நட்பாய் ஆரம்பித்து ஒருமையில் தொடங்கி உரிமையில் வந்து நின்றது. உரையாடலின்போது ஒரு நாள்,

“ஸ்மித்தி ரொம்பநாளா கேக்கணும்னு நெனச்சேன். அதென்ன ‘ரே’? நீ ஏன் என்னை ரே ன்னு கூப்ற ஏதாவது ஸ்பெஷல் ரீஸன் இருக்கா?”

“நோ... ரே.. தட்ஸ் யுவர் நேம்!”

“என் பேரா?”

“ஆமா! ஆருஷ் மீன்ஸ் *ஃபர்ஸ்ட் ரே ஆஃப் தி சன்* சூரியனின் முதல் கதிர்! உங்க பேரோட அர்த்தம் கூட உங்களுக்கு தெரியாதா?

“ப்ச்... தெரியாதே... அப்போ உன் பேருக்கு என்ன அர்த்தம்?”

“ஸ்மித்தினா.... ஹாப்பினேஸ்ன்னு அர்த்தம்”

“ஓ..... ம்ம்ம்... சரியாத்தான் உனக்கு இந்த பேர வச்சிருக்காங்க.? அஹ்.... ஸ்மித்தி....”

“சொல்லுங்க...”

“என் வாழ்நாள் முழுக்க எனக்கு இந்த ஹாப்பினஸ் கெடைக்குமா? வில் யு ப்பீ மை ஹாப்பினஸ் டூ தி ரெஸ்ட் ஆஃப் மை லைஃப்?”

அவள் இதை நிச்சயம் எதிர்ப் பார்த்திருக்க மாட்டாள் என்பதை அருஷும் அறிவான் இருந்து பதிலுக்காக காத்திருந்தான்.

“ஆஹ்... அது... இத நான் எப்டி எடுத்துக்கறது ரே? நீங்க எனக்கு ப்ர-போஸ் பண்றீங்களா?”

“எஸ்....!”

“ஹவ் இட்ஸ் ஹப்பண்ட் ரே?”

“ஃபர்ஸ்ட் நைட்ல உன்ன பாத்த அப்பவே...”

“வாட்?....”

“நோ... நோ... அம் நாட் மீன் இட். ஃபர்ஸ்ட் டே நைட் உன்ன பாத்த அப்போவே... உன்னோட பைட்டிங்க் ஸ்டைல்ல இம்ப்ரெஸ் ஆகிட்டேன். நீ

பொண்ணுன்னு தெரிஞ்சப்ப டோட்டல் ஃப்ளாட். அதுக்கப்றம் உன்ன எங்கெல்லாம் தேடினேன் தெரியுமா? நீயே தாங்க்ஸ்ன்னு மெசேஜ் பண்ணதும் நா வேற உலகத்துக்கே போயிட்டேன். உன்னோட மெசேஜ்காக வைட் பண்ற செகண்ட்ஸ்லாம் ஒரு யுகம் மாதிரி இருக்கும். இது கண்டிப்பா அஃபெக்ஷன் இல்ல ஸ்மித்தி. ஐ லவ் யு! அண்ட் ஐ மீன் இட்!''

அவளிடம் எந்த பதிலும் இல்லை

"என்ன ஆச்சி ஸ்மித்தி? ஏதாச்சும் ரிப்ளை பண்ணு''

"ரே... உங்கள எனக்கு புடிக்கும்! பட்.... அம் நாட் எ நார்மல் கேர்ள்! ஐ கான்ட் லைவ் எ நார்மல் லைஃப்! யு ஆர் எ ஸ்பெஷல் ஒன் ஆஃப் மை லைஃப் பட்....''

அவளது அடுத்த மெசேஜ்க்கு காத்திராமல் "எனக்கு இந்த விளக்கம்லாம் வேணா ஸ்மித்தி. ஐ ஜஸ்ட் வான்ட் டூ நோ தி ஆன்சர். ஸே எஸ்! ஆர் நோ!''

அவள் ஏதோ டைப் செய்துகொண்டிருக்கும் போதே...

"ஸ்மித்தி பிளீஸ் நோ மட்டும் சொல்லிடாத''

அவளிடமிருந்து எந்த பதிலும் இல்லை... நொடிகள் நிமிடங்களாக கரைந்தது...

"நான்..... யோசிச்சி சொல்றேன் ரே''

"நான் வெயிட் பண்றேன்!''

"சீ யு சூன்! பை!''

அவ்வளவுதான் இரண்டு வாரங்கள் கடந்து விட்டது அவளிடமிருந்து எந்த ஒரு குறுஞ்செய்தியும் இல்லை. இந்த இரண்டு வாரங்களில் அவனது வேலையும் முடிவுக்கு வந்துவிட்டிருந்தது. அந்த கடத்தல் கும்பலையும் அவர்கள் கைமாற்ற இருந்த முந்நூறு கோடி மதிப்புள்ள போதை பொருளையும் கைப்பற்றி பத்திரமாக பாதுகாத்தனர்.

"பாஸ்.... பாஸ்... எனக்கு ஒரே பதட்டமா இருக்கு பாஸ்...''

"ஏன்டா? நீ எதுக்கு பதர்ற?''

"அதான் சரக்கெல்லாம் புடிச்சசில்ல இன்னும் எதுக்கு அத இங்கையே வச்சிக்கிட்டு... போதை பொருள் ஒழிப்பு பிரிவுகிட்ட ஒப்படைச்சிடலாமில்ல?''

"அவங்க நாளைக்கு தானடா இங்க வர்றாங்க? வந்ததும் சில பல ஃபார்மாலிட்டிஸ் இருக்கு. அதெல்லாம் முடிச்சிட்டு அவங்ககிட்ட ஒப்படைச்சிட்டு கெளம்பிட வேண்டிதான். அதுக்குள்ள நீ ஏன் டென்ஷன் ஆகுற?''

"ஏன் டென்ஷன்னா? இன்னைக்கு என் டர்ன். நான் தான் அந்த சரக்குக்கு நைட் காவல்... என்னதான் ஒரு தைரியமான போலீஸ்காரனா இருந்தாலும் பட்-

டேல் சார பாத்தாலே லைட்டா பீதி ஆகுது எங்க ஏதாவது தப்பு நடந்துடு-மோன்னு இருக்கு பாஸ்''

''அதான் நாங்கலாம் இருக்கோம்ல அப்றம் என்னடா? யார் இருக்கங்களோ இல்லையோ இன்னைக்கு நைட் உன்கூட நான் இருக்கேன் ஓகே? போ போயி வேலையப்பாரு''

இரண்டடி நடந்தவன் மீண்டும் வந்து ''பாஸ் நேத்து கூட உங்க வீட்டுக்கு ஃபோன் பண்ணி ஸ்மித்தி மேடம் கிட்ட இருந்து எந்த மெசேஜ்ஜும் வரல ரொம்ப மிஸ் பண்றேன் டிஸ்டர்ப்பா பீல் பண்றேன்னு பொலம்புனிங்களே.... என்ன ஆச்சி?''

''என்ன ஆச்சி.... என் ஃப்ரெண்ட் சுகன் சாஃப்ட் ம்யூசிக் அனுப்பியிருக்-கான். அவளோட நியாபகம் வரும்போதெல்லாம் நான் இந்த ம்யூசிக் கேக்கனு-மாம்''

''யாரு இந்த கவுன்சிலிங் சென்டர் வச்சிருக்காரே அந்த ஃப்ரெண்ட்டா?''

''அவனே தான்.''

''ரிசல்ட் என்ன? இந்த மியூசிக்னால மேடம தடுக்க முடிஞ்சதா?''

''எங்க?.... இந்த மியூசிக் கேக்கும்போது தான் அவளோட நியாபகம் ஜாஸ்-தியா வருது இந்த அருவி ஓசை நான் அவளோட அருவிகரையில இருக்-கமாதிரி பீல் பண்ண வைக்குது. இந்த குருவிகளோட குரல் நான் அவ கூட காட்டுல கைகோர்த்து நடக்குற மாதிரி ஃபீல் பண்ண வைக்குது. ஒவ்-வொரு சவுண்ட்டும் ஒவ்வொரு ஃபீல்... ஆனா எல்லாத்துலையும் ஸ்மித்தி தான் இருக்கா!''

''அப்டினா விடியவிடிய தூங்காம மியூசிக் கேட்டுகிட்டு முழிச்சிக்கிட்டே கனவுகாணப் போறீங்க அதான?... எப்டியோ நீங்க முழிச்சிட்டு இருந்தா எனக்கு ஓகே'' கூறிவிட்டு அவன் வேகமாய் வெளியேறி போதைபொருள் வைத்திருக்கும் இடத்திற்கு செல்ல

'இவன் ஒர்த்தன்..... இவனுக்கு இவன் பிரச்சன' நினைத்துக்கொண்டே ஹெட் செட்டை காதில் மாட்டிய ஆருஷ் சுகன் அனுப்பிய இசையில் மூழ்க எத்தனித்த வேலை மின்சாரம் துண்டிக்கப்பட்டதாய் விளக்குகள் அணைந்து உறு-திப்படுதியது. யாரோ போதைப் பொருளைக்கடத்த திட்டமிட்டு ஏற்படுத்திய மின்-வெட்டு என நினைத்த அனைவரும் போதைப்பொருள் இருக்கும் இடத்திற்கு பாதுகாப்பளிக்க சென்றிருந்தனர். சிலர் மின்வெட்டை சரி செய்ய சென்றனர். வாக் மேனை கழட்டிய ஆருஷ் ஏதோ தவறாக தோன்ற தனது துப்பாக்கியை எடுத்து இடையில் சொருகிக்கொண்டு வெளியில் செல்ல எத்தனிக்கையில் உள்ளே குதித்தது ஒரு கரிய உருவம்.

அத்தியாயம் 14

ஆருஷுக்கு ஏதோ தவறாக தோன்ற தனது துப்பாக்கியை எடுத்து இடையில் சொருகிக்கொண்டு வெளியில் செல்ல எத்தனிக்கையில் உள்ளே குதித்த அந்த கரிய உருவத்தை மடக்கிப் பிடித்து சுவற்றோடு அமுக்கி அவனது கழுத்தில் துப்பாக்கி வைக்க

“ஸ்அவுச்ச்.... ரே... இட்ஸ் ஹர்டிங்க்!”

பெண்ணிவளின் குரல் கேட்டு திடுக்கிட்டவன் அவளது தலையிலிருந்து முகம் முழுதும் மூடியிருந்த கருப்பு நிற துணியை உருவினான். அவள் எதிர்பா-ராத நேரத்தில் தலையிலிருந்த ஸ்கார்ஃப் விலக்கப்பட்டதில் முகத்தில் விழுந்த முடியை சரி செய்துகொண்டே அவனைப் பார்த்து புன்னைகைத்து.

“ஹாய் ரே....” என்றவளின் முகத்தை ஜென்னல் வழிவந்த நிலவொளி நீல நிறமாய் ஜொலிக்கவைத்தது.

அவளைப்பார்த்த அடுத்த நொடி தாவியணைத்து தோளில் முகம்புதைத்து தூக்கி இரண்டு சுற்று சுற்றி கீழே இறக்கிவிட்டு இருகைகளால் அவளது முகத்தை ஏந்தி நெற்றியில் இதழ் பதித்து மீண்டும் இறுக்கி அணைத்து, அணைத்தவறே...

“ஸ்மித்தி.... என்னால நம்பவே முடியல நீயா? நிஜமாவே நீயா? இவ்ளோ நாள் எங்க போன? ரெண்டு வாரமா ஏன் ஒரு மெசேஜ் கூட போடல?” அவனது குரலில் இருந்த துள்ளலே அவனது மனதை படம்பிடித்து காட்டியது.

சட்டென கிடைத்த அணைப்பிலும் நெற்றி முத்தத்திலும் அதிர்ந்து கிறங்கி மூச்சிவிடவும் மறந்து சிலையென நின்றாள். பிறகு தன்னை தானே மீட்டெடுத்-தவள் ஆள்காட்டி விரலால் அவனது தோளை சுரண்டினாள்.

“ரே....” மெதுவாய் அழைத்தாள்

அணைப்பிலிருந்து விலகாமலே “ம்ம்ம்...”

“ரே.......” கொஞ்சம் அழுத்தமாய் வந்தது குரல்

அழைப்பின் அர்த்தம் விளங்கிவன் சட்டென விலகி அசடுவழிந்து ஒற்றை கண்ணை சுருக்கி "சா... சாரி... அது ஒரு எக்ஸைமெண்ட்ல..."

அவளும் நெளிந்தவாறே தலையசைக்க... அதனை ரசித்தவரே நின்றவன் ஏதோ நினைவு வந்தவனாய்

"ஸ்மித்தி ஒரு நிமிஷம் இங்கே இரு... எவனோ ட்ரக்ஸ்ஸை கடத்த வேணுன்னே பவர் கட் பண்...." சொல்லிக்கொண்டே வெளியில் செல்ல திரும்பியவன் மீண்டும் திரும்பி இவள் புறம் பார்க்க.. அவள் கீழுதட்டை கடித்து முழியை உருட்டி அப்பாவியாய் அவனைப் பார்க்க

"இது... உன் வேல தானா?" கண்கள் மின்ன கேட்டான்.

அவள் ஆமென தலையசைத்தாள். குறும்புடன் அவளை நெருங்கியவன் அவள் முகத்தையே உற்று பார்க்க அவன் பார்வையின் வெப்பம் தாளாமல் விலகி ஜன்னல் பக்கத்தில் வந்து நின்றாள்.

"அது..... ஒரு முக்கியமான விஷயம் சொல்ல தான் வந்தேன் ரே"

தனக்குள் சிரித்துக்கொண்டவன் மீண்டும் அவள் அருகில் வந்து "ம்ம்... சொல்லு"

"ஆ..... அது.... எப்டி சொல்றது தெரில..."

"உனக்கு 17 லாங்குவேஜ் தெரியும்ல?"

"ஹாம்..."

"அதுல ஒரு லாங்குவேஜ்ல கூட வார்த்தை கிடைக்கலையா?"

அவன் தன்னை சீண்டுவதை உணர்ந்தவள் சட்டென அவனை முறைத்துக்கொண்டே ஒரு சிறு பெட்டியை எடுத்து அவன் முன்பு நீட்டினாள்

"என்ன இது?... வாட்ச்சா..?"

"ஹாம்... அது...." அவள் முடிக்கும்முன்

"இத குடுக்கதான் வந்தியா?" அவள் மீதிருந்த பார்வை விலகாமலே அவன் கேட்க

அவள் சற்று கோபமாய் "இது... நார்மல் வாட்ச் இல்ல... நானே பண்ணது... எப்பவாவது ஹெல்ப்லெஸ்ஸா பீல் பண்ணிங்கனா இந்த க்ரீன் பட்டன் பிரஸ் பண்ணுங்க உங்களுக்கு ஹெல்ப் கெடைக்கும். அட் தி சேம் டைம் எனக்கும் அலார்ம் வரும்"

அவன் அதனை சோதனை செய்ய அந்த பச்சை நிற பொத்தானை அழுத்தபோக அவனது கையைப் பிடித்தவள் கண்களைவிரித்து

"டோன்ட் செக் மீ ஓகே... கட்டிக்கோங்க" எச்சரிப்பதைப் போல இருந்தது அவளது தொனி

அவன் அவளை அணைக்க வருவது போல பாவனை செய்ய

“என்னை இல்ல வாட்ச”

அவன் குறும்பாய் சிரித்துக்கொண்டே “சரி... அப்போ நீயே கட்டிவிடு”

அவனை ஓரப்பார்வை பார்த்துக்கொண்டே இதழ் கடையோரம் புன்னகை பூக்க அவனது கைகளில் கட்டினாள்.

“ம்ம்ம்.... அப்றம்?” ஏதோ ஒரு தேடல் இருந்தது அவனது கேள்வியில்

அவனை விட்டு சற்று விலகி நின்றவள் ஜன்னலுக்கு வெளியே பார்வை வீசி தீர்க்கமாய் முடிவெடுத்தவள் போல ஒரு பெருமூச்சிவிட்டு

“ரே.... நா மத்த பொண்ணுங்கள மாதிரி கெடையது. நான் பொறந்ததுல இருந்து தனியா தான் வளந்தேன். அம்மா எனக்கு அம்மாவா இருந்ததை விட கமாண்டர்ரா இருந்தது தான் அதிகம். எனக்கு இந்த ரிலேஷன்ஷிப், லவ், கம்மிட்மெண்ட் எல்லாமே வித்தயாசமா இருக்கு. இதெல்லாம் எனக்கு செட் ஆகும்னு எனக்கு தோணல.. சோ... என்னால உங்கள கல்யாணம் பண்ணிக்கிட்டு ஒரு நார்மல் லைஃப் வாழ மு.....” சொல்லிக்கொண்டே அவன்புறம் திரும்ப தனக்கு மிக நெருக்கமாய் நின்றவனைப் பார்த்து விக்கித்து ஜன்னல் கதவோடு ஒட்டி நின்றாள். இன்னும் அவளை நெருகியவன் புருவம் ஏற்றி

“வாழ....? மேல சொல்லு...”

“வோ... மே..... க்யா ஹே... தோ... ச்ச..... ஆ... அது... ரே....”

“நான்தான்... சொல்லு...”

அவள் இதயம் ஏகத்திற்கும் துடித்தது. வார்த்தைகள் தந்தியடிக்க விலக நினைத்தவளை தீண்டாமலே கைகளால் அணைக்கட்டி அவள் முகத்தையே ஊற்றுபார்த்தான். இடவலமாக இஷ்டத்திற்கு ஓடும் கருவிழியை பார்த்துக்கொண்டே அவளது கன்னத்தில் அழுந்த முத்தம் பதித்தான். காற்று போன பலூன் போலானாள் அவள். அவனது மூச்சிக்காற்று அவளின் கன்னம் உரச கிறங்கி தவித்தவளை மேலும் சித்தம் கலங்கி பித்துபிடிக்க வைக்கும் குரலில் அவளின் காதுமடலில் தன் இதழ்கள் உரச மொழிந்தான்

“நீ சொல்ல வேண்டியத உன் கண்ணே சொல்லிடுச்சி. வீணா முயற்சிப் பண்ணாத. மறுபடியும் பொய் சொல்ல நெனச்ச (அவனது பார்வை அவளது இதழ்களை அடைந்தது) கடிச்சிடுவேன்”

தேகம் சிவந்து மோகம் துளிர்விட தன்னவன் நெஞ்சில் முகம் புதைத்து இறுக்கி அணைத்து தனது வெக்கத்தை மறைக்க போராடிக்கொண்டிருந்தாள் பேதையவள்.

தன் நெஞ்சில் சாய்ந்த மஞ்சள் நிலவை வாகாய் அணைத்து உச்சி முகர்ந்து இதழ் பதித்து அவளது முகத்தில் விழுந்த முடியை காதோரம் ஒதுக்கி கன்னம் தாங்கியவனின் கைகளை நனைத்தது கன்னியவளின் கண்ணீர் துளிகள். அவளை அணைப்பிலிருந்து விலக்கியவன் தாழ்ந்திருந்த அவளது முகத்தை

நிமிர்த்தி

“ஓய்... அழறியா?”

“ம்ஹூம்....”

“பொய் சொல்றியா?”

“ம்ம்...”

மீண்டும் அவளை நெஞ்சோடு சாய்த்துக்கொண்டவன்

“இப்ப என்ன ஆச்சி? ஏன் இந்த கண்ணீர்?”

தொண்டையை செறுமியவள் அணைத்துக்கொண்டே அவனது முகத்தைப்-பார்த்து கூறினாள்

“உண்மைய சொல்லனும்னா... நான் உங்கள வேணாம்னு சொல்ல தான் வந்தேன்”

முன்னமே தெரிந்தவன் போல முறுவளித்தவன் “இவ்ளோ ரிக்ஸ் எடுத்து பவர் கட் பண்ணி சுவாரேறி குதிச்சி என்னை வேணான்னு சொல்ல தான் வந்-தியா?”

“ஆமா...” மெதுவாய் வந்தது வார்த்தை

“ஆனா சொல்லலையே”

“சொல்லவிடலையே”

சட்டென சிரித்தவன் “அதுல என்ன பிரச்சன?”

சிறு அமைதிக்குபின்

“ரே.... நான் இதுக்கு சரியானவ தானா?”

“புரியல? எதுக்கு சரியானவளா?”

“நான் உங்களுக்கு சரியானவனு நீங்க எப்டி முடிவு பண்ணிங்க? எனக்கு யார்கிட்ட எப்டி பேசணும்னு கூட தெரியாது. நான் ரொம்ப ரிசர்வ்ட். எனக்கு ஃபிரண்ட்ஸ் கிடையது, எந்த ரிலேடிவ்ஸ் கூடயும் பழகினது கிடையது. பத்துபேர ஒத்த ஆளா அடிச்சிருக்கேன் சில நேரம் கொலகூட பண்ணிருக்கேன் ஆனா ஒரு நாலுவார்த்த சேர்ந்தப்போல உங்க கிட்ட பேச அவ்ளோ தயக்கமா இருக்கு. உங்கள ஹர்ட் பண்ணிடுவேனோன்னு பயமா இருக்கு. எனக்கு சந்தேகப்படவும் சண்டபோடவும் தான் தெரியும். நான் உங்களுக்கு சரியானவ இல்ல ரே! நான் ரொம்ப மோசமானவ. எப்ப எப்டி நடந்துக்குவேன்னு எனக்கே தெரியாது. எப்ப கோவப்படுவேன் எப்ப நார்மலா இருப்பேன்னு கூட தெரியாது. நான் வெளில பாக்கதான் பொம்மை மாதிரி இருப்பேன் ஆனா, என் உடம்புல எவ்ளோ தழும்-பிருக்குன்னு கூட எனக்கு தெரியாது.” அவள் பேசிக்கொண்டிருக்கும்போதே

“நா வேணுனா எண்ணி சொல்லவா?” கண்களில் குறும்பு மின்ன கேட்டான்.

“ரே… விளையாடாதீங்க… நான் சீரியஸ்ஸா பேசிட்டிருக்கேன் ” சிணுங்கிக்கொண்டே அவனது நெஞ்சில் குத்தினாள்.

அவளின் கன்னம் தாங்கியவன் “இப்ப உனக்கு என்னதான் ப்ராப்ளம் டைரக்ட்டா சொல்லு”

அவள் தள்ளி நின்று தலையை குனிந்துகொண்டு “உங்க வீட்டுல என்னை ஏத்துப்பாங்களா? உங்க அம்மாவுக்கு என்னை புடிக்குமா? கைகால் உடையரதோட வலியவிட மனசு உடையரதோட வலி அதிகமாமே”

“இதையெல்லாம் உனக்கு யார் சொன்னா?” சிரித்துக்கொண்டே கேட்டான் ஆருஷ்

“ப்ச்… யாரோ சொன்னாங்க அது விடுங்க… கல்யாணம் ஆனா மாமியார் நாந்தனார் கொடுமைலாம் இருக்குமாம், நிறைய சண்டை வருமாம், சொந்தக்காரங்கலாம் வருவாங்கலாம் பாத்து நடந்துக்கனுமாம், இன்னும் ஏதேதோ சொல்றாங்க எனக்கு அதுக்கெல்லாம் அற்தம் கூட தெரில நான் இதுக்கெல்லாம் சரிப்பட்டு வரமாட்டேன் ரே….” சிறுபிள்ளையாய் சிணுங்கினாள்.

சத்தமாய் சிரித்தவன் அவளது கன்னம் தாங்கி கண்களைப்பார்த்து

“நான் உன்ன மெச்சுரான பொண்ணுன்னு நெனச்சேன் நீ என்னடி இவ்ளோ கொழந்த தனமா பேசிட்டிருக்க? இப்போ நீ எங்கண்ணுக்கு சிஆர்பிஎஃப் சீனியர் ஆபிசர் மாதிரி தெரில… ஒரு சாதாரண இன்னொஸெண்ட் பொண்ணு மாதிரி இருக்க” மீண்டும் கேலியாய் சிரித்தான்.

“ப்ச்ச்….” உச்சிக்கொட்டி அவன் கைகளை விலக்கி தனியாக போய் நின்றாள். அவளை பின்னிருந்து அணைத்தவன் கன்னத்தோடு கன்னம் உரசி

“மேரேஜ் லைஃப் நீ நெனைக்கிற அளவுக்கு டிஃபிகல்ட் இல்ல செல்லம். எதுக்கு இவ்ளோலாம் யோசிக்குற? அதுமட்டும் இல்லாமா என் அம்மா சோ… ஸ்வீட் அவங்களுக்கு உன்ன ரொம்ப புடிக்கும். உனக்காக என்கிட்ட கூட சண்ட போடுவாங்க உன்கிட்ட சண்ட போட மாட்டாங்க. அப்றம் உன்ன பத்தி அல்ரெடி நான் வீட்டுல பேசிட்டேன். அதுனால நீ தேவாயில்லாம யோசிக்காம பிரீயா இரு”

அவளை தன் புறம் திருப்பி முகத்தில் விழுந்த முடிகளை காதோரம் விலக்கி ஜன்னல் பக்கத்தில் அழைத்துவந்து

“ரெண்டு முறையும் உன்ன நைட்ல நிலா வெளிச்சத்துல தான் பாக்குறேன் உன்ன எப்போ சூரிய வெளிச்சதுல பாப்பேன்னு இருக்கு… உன் ஃபேஸ் எனக்கு சரியா விசுவல் ஆகல பட் இட்ஸ் ஓகே, இது எனக்கு எவ்ளோ பெரிய சர்ப்ரைஸ் தெரியுமா? உன்ன இந்த ரெண்டு வாரம் எவ்ளோ மிஸ் பண்ணேன் தெரியுமா?”

“தெரியும்!”

“எப்டி?”

அவள் தலையை சாய்த்து அவன் கண்களை ஊடுருவ... ஒற்றை விரலால் நெற்றி தேய்த்தவன்

“ம்ம்ம்.... யா..... மறந்துட்டேன்.... திருடி...”

அவள் புன்னகைக்க, வாரி அணைத்துக்கொண்டான்

“ரே... கேஸ் முடிஞ்சிடுச்சுல? எப்போ கெளம்புறிங்க?”

“ம்ம்... நாளைக்கு தான் என்சிபில (NCB-Narcotics Control Bureau (தேசிய போதைப் பொருள் தடுப்பு பிரிவு)) இருந்து வர்றாங்க. எல்லா சரக்கையும் ஹேண்ட் ஓவர் பண்ணிட்டு, ஃபார்மாலிட்டிஸ் முடிச்சிட்டு டூ டேஸ்ல கெளம்பிடுவோம்”

“நெக்ஸ்ட் எங்க?”

“தெரில... சொல்றேன்”

“நான் இன்னும் த்ரீ டேஸ்ல டெல்லி போயிடுவேன் ஒரு முக்கியமான கேஸ் இருக்கு அப்றம் அம்மாவ பாக்கணும் திரும்ப உங்கள எப்ப பாப்பேண்ணு தெரில”

அவனது முகம் தனது வருத்தத்தை வஞ்சனையில்லாமல் வாரி தெளித்தது. அவனின் முக வட்டத்தை பார்த்தவள் அவன் உயரத்திற்கு எட்டி அவனது கழுத்தை கட்டிக்கொண்டாள் இடையை இறுக்கிப்பிடித்து தூக்கியவன் அவளது தோளில் முத்தமிட்டு கழுத்தில் முகம் புதைத்தான்.

“ரே....”

“ம்ம்....”

“நான் வந்து ரொம்ப நேரம் ஆச்சி... போட்டுமா?”

“ம்ம்ம்...”

“விட்டா தான போக முடியும். இப்டி கட்டிபுடிச்சிட்டே இருந்தா எப்டி போறதாம்?”

“விட மனசே இல்ல ஸ்மித்தி”

“எனக்கும் தான் போக மனசே இல்ல. பட் ஐ ஹாவ் டூ கோ”

அதேநேரம் தாஸும் ஆருஷை அழைத்துக்கொண்டே மேலே வர சட்டென விலகியவள்

“நான் கெளம்பனும், அப்றம் பாக்கலாம்” அவன் கைகளில் இருந்து பிரிந்து வெளியில் ஓடினாள்

“எப்போ...” ஆருஷின் தவிப்பான கேள்வி அவளை தடுத்தது.

வெளியில் சென்ற அதேவேகத்தில் திரும்பி வந்து அவனது இதழ்களை சிறைப்பிடித்தாள்.

காதலின் முதல் பரிசு

வரப்போகும் பிரிவின் நினைவுப்பரிசு

மனதைப் பறித்தவளிடமிருந்து எதிர் பாரத நேரத்தில் கிடைக்கும் இதழ் முத்தம் சித்தனையும் பித்தனாக்குமாம்.

ஒற்றை முத்தத்தில் உயிர்க்குடிக்கும் கலையறிந்தவர்கள் காதலர்கள் என்று நான் சொல்லித்தான் தெரியவேண்டும் என்பதில்லை.

இதயம் கவர்ந்தவனின் இதழ்பிரிய மனமில்லை போலும் விருப்பமில்லாமல் விலகிச்சென்றாள் விந்தைக்காரி காவலன் இவனின் காதல்காரி!

அவள் சென்ற ஓரிரு நிமிடங்களில் மின் விளக்குகள் ஒளிர்ந்தது.

கதவைத்திறந்து அவசரமாய் உள்ளே வந்த தாஸ்

“பாஸ்... பாஸ்... என்ன பாஸ் பேய் அரஞ்ச மாதிரி நிக்கிறீங்க? எங்க அவன்? ஏன் அவன தப்பிக்க விட்டீங்க? ஒருத்தன் மட்டும் தானா? இல்ல இன்னும் இருக்கங்களா?”

தாஸ் உலுக்கியதில் தெளிந்தவன் “என்னடா? என்ன ஆச்சி? யார கேக்குற?”

“அந்த திருடனத்தான்?”

“எந்த திருடன்? நீ என்ன சொல்ற?”

“இப்பதான் உங்க ரூம்ல இருந்து ஒருத்தன் ஓடுனான் நான் பாத்தேன்” தாஸ் கத்த

“டேய்.... உஷ்... உஷ்... அது திருடன் இல்ல திருடி” ஆருஷ் மிக மெதுவாய் கூற

“யார இருந்தா என்ன பாஸ் பிடிக்க வேண்டிதான?”

அவனது வாய்யை பொத்தியவன் “டேய்... வந்தது ஸ்மித்திடா”

“ஓ... உங்க இதய திருடியா? அதான் பாஸூ ஃபேஸூ ப்ரைட்டா இருக்கா?.... அய்யோடா இது என்ன வெக்கமா?..”

“டேய்... சும்மா இருடா! இவன் ஒருத்தன்.”

“இருந்தாலும் மேடமுக்கு ரொம்ப தைரியம் பாஸ்! இவ்ளோ போலீஸ் இருக்கும்போதே கரண்ட் கட் பண்ணி எல்லாரையும் ஏமாத்தி உங்கள வந்து பாத்துட்டு போறாங்க. ரெண்டுவாரம் பேசலன்னு ஃபீல் பண்ணிங்கல்ல அதான் நேர்ல வந்துட்டாங்க போல... இப்போ ஹாப்பியா?”

“சரி சரி அதிருக்கட்டும் கீழ என்ன நெலவரம்”

“ரொம்ப கலவரம் வாங்க சொல்றேன்”

“யாராச்சும் ஸ்மித்திய பாத்தாங்களா?”

“எனக்கு தெறிஞ்சி இல்ல பாஸ். நானே உங்கள கூப்ட வரும்போது யாரோ ஓடின மாதிரி இருந்துச்சி அதான் கேட்டேன்”

“சரி வா கீழ போவோம். பட்டேல் சார் எங்க”

“அவரு சிசிடிவி செக் பண்றாரு”

இருவரும் கீழே செல்ல அது எதிர்பாராமல் நடந்த மின்தடை தான் சிசிடிவியில் எந்த தவறான அறிகுறியும் தெரியவில்லை என பேசிக்கொண்டிருந்தனர். அடுத்துவந்த இரண்டு நாட்களில் ஆருஷின் மொத்தவேலையும் முடிந்திட, இவர்களது மொத்த குழுவும் வீட்டிற்கு கிளம்பினர். அப்பொழுதான் அந்த இனிய செய்தி பட்டேல் மூலம் தெரிவிக்கப்பட்டது.

ஹோம் மினிஸ்டர்ரின் மகளை காப்பாற்றியது, கடத்தல் கும்பலைப் பிடித்தது மற்றும் போதை பொருள் கடத்தலை சரியாக திட்டம் தீட்டி பிடித்தது என பெரிய குற்றங்களை கண்டுபிடித்ததால் எஸ்ஜயிலிருந்து எஸ்பியாக பதவி உயர்வு கிடைத்ததாக அறிவித்தார்.

“கங்க்ராஜிலேஷன்ஸ் ஆருஷ்! எனக்கு தெறிஞ்சி சிபிஜல இவ்ளோ சீக்ரமா எஸ்ஜயா இருந்து எஸ்பியா பிரோமோஷன் வாங்கின முதல் ஆளு நீங்கதான். இதுக்கு கொரஞ்சபட்சம் அஞ்சி வருசத்துக்கு மேல ஆகும். பட் யு டிசேர்வ் இட் ஆருஷ். ஒன்ஸ் அகைன் கங்க்ராட்ஸ்!” வாழ்த்து சொல்லிவிட்டு விடைப்பெற்றர் பட்டேல்

அவ்வளவுதான் சந்தோஷத்தில் துள்ளிகுதித்தான் காளிதாஸ். அனைவரும் வாழ்த்து சொல்ல இந்த இனிய செய்தியை தன்னவளிடம் பகிர்ந்துகொள்ள துடியாய் துடித்தது இதயம்.

“ஹேய்... ஸ்மித்தி எனக்கு ப்ரமோஷன் கெடச்சிருக்கு! நான் ரொம்ப சந்தோஷமா இருக்கேன், எனக்கு உன்ன இப்பவே பாக்கணும்... ரிப்ளை மீ ஃபாஸ்ட்”

“கஷ்டம் ரே... நான் வேற ஒரு கம்மிட்மெண்ட்ல இருக்கேன் இன்னைக்கு மீட் பண்றது ரொம்ப கஷ்டம்... நாளைக்கு?”

“நாளைக்கு காலைல நான் ஊருக்கு கௌம்புறேன். நீயும் டெல்லி போறல்ல? எப்டி பாக்க முடியும்? இத விட்டா வேற சான்ஸே இல்ல... நீவர நாம மீட் பண்றோம் அவ்ளோதான்”

“பட்... ரே...”

“நோ வே....”

அவளிடம் எந்த பதிலும் இல்லை

“ஸ்மித்தி... இதுக்கப்றம் நாம எப்ப பாப்போம் தெரியாது... லாஸ்ட்டா ஒரே ஒரு முற மீட் பண்ணலாமே”

எந்த நேரத்தில் தான் இப்படி ஒரு வார்த்தை உதிர்த்தானோ அது அவர்கள் இருவரின் வாழ்வின் கடைசி சந்திப்பாகவே அமைந்தது.

இரவு நேரம் கசாரா காஃபி ஷாப் பக்கத்தில் இருந்த ஒரு தடைசெய்யப்பட்ட பகுதி ஸ்மித்திக்காக காத்திருந்தான் ஆருஷ். என்றுமில்லாத சந்தோஷத்தில் இன்று உள்ளம் குத்தாட்டம் போட்டது. அப்பொழுது தூரத்தில் சில தடியர்கள் ஒரு பெட்டியை தூக்கிக்கொண்டு செல்வதைப் பார்த்து அவனது போலீஸ் மூளை மணியடித்தது. இவனும் அவர்களைப் பின் தொடர்ந்தான். அவர்கள் அனைவரும் ஒரு கட்டிடத்தினுள் நுழைந்தனர் சிறிது நேரம் கழித்து இவனும் அதே கட்டிடத்தில் நுழைந்தான் ஆனால் அங்கு யாருமில்லை வெறும் அறையாக இருந்தது. குழப்பதுடன் அவன் வெளியில் வர மொத்த குண்டாசும் அவன் முன்பு நின்றிருந்தனர். தான் வசமாக சிக்கிக்கொண்டதை உணர்ந்தான். முடிந்தவரை அவர்களுடன் போராட, அவர்களின் எதிர்பாராத தாக்குதலில் மயங்கி சரிந்தான். அப்போது மூளை ஆணையிட அவன் அறியாமலே அவனது கையில் இருந்த வாட்ச்சில் ஸ்மித்தி கூறிய பச்சை பொத்தானை அழுத்தியது விரல்.

ஆருஷை அடித்து ரத்தம் சொட்ட ஒரு கயிற்றில் கட்டி தொங்க விட்டிருந்தனர். அதன்பின் நடந்தவைகளையும் ஸ்மித்தி ஆருஷை காப்பாற்றிவிட்டு காரின் குறுக்கே பாய்ந்ததையும் ஆருஷ் ஸ்மித்தி என்று கத்திக்கொண்டே மயங்கியதையும் தான் நாம் இந்த கதையின் தொடக்கதில் பார்த்தோமே.

ஆருஷ் கண்விழித்த போது அவன் மருத்துவமனையில் இருந்தான். இரண்டு நாட்களாக மயக்கதில் இருந்தவன் அப்பொழுதான் கண்விழித்திருந்தான். உடல் முழுதும் கட்டுகள் போடப்பட்டிருந்தது. தலையில் யாரோ சுத்திக்கொண்டு அடிப்பதை போன்றதொரு வலி இருந்தது. அருகில் கண்கள் கலங்க சிறு புன்னகையுடன் நின்றிருந்தான் காளிதாஸ். ஆருஷின் முதல் கேள்வி ஸ்மித்தியை பற்றி தான் இருந்தது. காளிதாஸ் எதுவும் சொல்லாமல் கண்ணீர் விடுவதைப் பார்த்து புரிந்துகொண்டவன். அடுத்து கேட்டது இந்த கேள்வியை தான்.

“என்னை மட்டும் ஏன்டா காப்பத்துனீங்க?” கண்கள் கட்டுக்கடங்காமல் கண்ணீரை உகுத்தது. உடலில் ஏற்பட்ட காயத்தை விட மனதில் ஏற்பட்ட காயமே அதிக ரணத்தை தந்தது.

ஆருஷின் வாட்ச் போலீஸ் கண்ட்ரோல் ரூமுடன் கனெக்ட்டாகி இருந்தாகவும் அதனால் அவன் அளித்த எமர்ஜென்ஸி அலார்ம் வைத்து சிட்டி போலீஸ் சரியான நேரத்திற்கு சம்பவ இடத்திற்கு வந்து ஆருஷை காப்பாற்றி அந்த கும்பலை கைது செய்ததாகவும் காளிதாஸ் மூலம் ஆருஷ் தெரிந்துகொண்டான்.

அதுமட்டுமின்றி ஸ்மித்திக்கு தலையில் பலமாக அடிப்பட்டதால் அவள் மூளைச்சாவு அடைந்ததாகவும் அவளது இதையத்தை ஒரு சிறுவனுக்கு உறுப்பு மாற்று அறுவை சிகிச்சை மூலம் பொருத்தியதாகவும் அங்கிருந்த மருத்துவர் மூலம் தெரிந்துகொண்டான்.

****

சமருதாவிடம் அவர்களுக்கு தெரிந்தவரை மொத்த கதையையும் சொல்லி முடித்தனர் இரட்டை சகோதரிகள். குளமென நிரம்பி இருந்த கண்களை அவர்கள் அறியும் முன் துடைத்தவள் பொங்கி வந்த அழுகையை தன்னுள் அடக்கினாள்.

“சாரி.. ஆருஷுக்கு இப்டி ஒரு பாஸ்ட் இருக்கும்னு எனக்கு தெரியாது”

“இதுல சாரி கேக்க என்ன இருக்கு சாம்! அண்ணாவ தேத்த தான் நாங்க ரொம்ப கஷ்டப்பட்டோம்” என்றாள் வாணி

“என்னதான் எல்லார் முன்னாடியும் அவன் சிரிச்சி சந்தோஷமா இருந்தாலும் அவன் இன்னும் ஸ்மித்திய மறக்கல. எத்தனமுற ஸ்மித்தி பேர துக்கதுல ஒளரி இருக்கான் தெரியுமா? அந்த இன்ஸிடெண்ட்கு பிறகு அவன் வேலைக்கு போனப்போ ஒரு கிரிமினல போட்டு சாகுற அளவுக்கு அடிச்சிட்டான். கேட்டதுக்கு மும்பைல அவன் பாத்த கேங்ல ஒருத்தன் மாதிரி தெரிஞ்சதால அடிச்சதா சொன்னான். மெண்டலி ரொம்ப டிஸ்டர்ப்டா இருக்கான்னு மெடிக்கல் லீவு குடுத்து வீட்டுக்கு அனுப்பிட்டாங்க” என்றாள் மோனி

“இப்ப நீ வந்த பிறகு தான் அவன் கொஞ்சம் நார்மல் ஆனா மாதிரி இருந்தான். பழயமாதிரி விளையாட்டு தனமா” வாணியின் குரல் சற்று ஏக்கத்தை பூசியது

“ஃபீல் பண்ணாத வாணி உங்க அண்ணாக்கு ஸ்மித்தி மேல இருந்த காதல விட அவ அவரால தான் இறந்துட்டான்னு குற்றவுணர்ச்சி தான் அதிகமா இருக்கு, சீக்கிரமா சரியாகிடுவாரு”

“அப்டி சொல்லாத சாம் என் அண்ணா ஸ்மித்தி மேல உயிரையே வச்சிருக்கான் இப்பவும்!” அழுத்தமாய் கூறினாள் மோனி

“சாரி நான் எதுவும் தப்பா மீன் பண்ணல மோனி” அவசரமாய் தன் வார்த்தைக்கு வாபஸ் வாங்கினாள்

“விடு சாம் நான் எதுவும் தப்பா நெனைக்கல. இப்பக்கூட... அவனுக்கு ஸ்மித்தி நியாபகம் வரும்போதெல்லாம் அவன் வசிய பாக்க போயிருவான்”

“ஸ்மித்தி நியாபகம் வந்தா வசிய ஏன் பாக்கணும்” சந்தேகமாய் கேட்டாள் சம்ருதா

“ஏன்னா ஸ்மித்தியோட இதயத்தை தான் வசிக்கு வச்கிருக்காங்க. ஸ்மித்தி பாவம் தலைல பலமா அடிப்பட்டதால ப்ரெய்ன் டெத். அத கேட்டப்போ நாங்கெல்லாம் துடிச்சி போயிட்டோம்” மோனி கூறியது தான் தாமதம்

இதுவரை அடக்கிய கண்ணீர் அழுகையாய் வெளிவந்தது யார் முன்பும் அழுது பழக்கமில்லாதவள் எதுவும் பேசமாள் எழுந்து ஓடினாள் தனியறை தேடி. ஓடிவந்தவள் தன் அறையில் கதவை அடைத்துக்கொண்டு வாய்விட்டு கதறி அழுதாள்.

எதுவும் கூறாமல் வாய்ப்பொத்தி ஓடுபவளை வினோதமாய் பார்த்தனர் மோனியும் வாணியும்.

இங்கு ஆருஷ் கடற்கரை மணலில் முதுகு படிய படுத்துக்கொண்டு வெற்று வானத்தை வெறித்துக்கொண்டிருந்தான். கண்கள் இரண்டும் கண்ணீரில் மிதந்து கொண்டிருந்தது.

அத்தியாயம் 15

யுனிவெர்ஸ் மருத்துவமையில் அவசரமாக உள்ளே நுழைந்த சஞ்சய்,

“என்ன ஆச்சி? பேசண்ட் எங்க இருக்காங்க? என்ன கேஸ்?” பேசிக்கொண்டே ஐசியுவில் நுழைந்தான். அங்கு மூச்சிவிட முடியாமல் மூச்சிதிணறும் பெண்மணியின் முகத்தைப் பார்த்ததும் சர்வமும் அடங்கியது அவனுக்கு.

‘பவி ஆண்ட்டி!?’ “என்ன ஆச்சி இவங்களுக்கு ஆக்ஸிஜன் மாஸ்க் கொண்டுவாங்க பல்ஸ் செக் பண்ணிங்களா? நகருங்க...” சொல்லிக்கொண்டே தனது வேலையை பார்க்க ஆரம்பித்தான்.

ஆம் அங்கு இருந்தது கமிஷ்னர் ரமணனின் தர்ம பத்தினி பவித்ரா தான். சுமார் ஒரு அரைமணி நேரதுக்கு பிறகு வெளியில் வந்தவன். ரமணனுக்கு கால் செய்துகொண்டே

“பேசண்ட் கூட யார் வந்தது என்னை வந்து பாக்க சொல்லுங்க”

“டாக்டர்... பேசண்ட்டோட பொண்ணு தான் வந்திருக்காங்க, வரும்போதே அழுது அழுது மயங்குற நிலைமைக்கு போயிட்டாங்க அதனால அவங்கள பக்கத்து பெட்ல ரெஸ்ட் எடுக்க வச்சி நம்ம ஹாஸ்பிடல் நர்ஸ் பாத்துக்கிட்டு இருக்காங்க”

பவியின் மகளென கூறியதும் அப்படியே நின்றவன். ரமணனிடம் தகவலை கூறிவிட்டு செவிலியரைப்பார்த்து தலையசைத்துவிட்டு மெதுவாய் அடியெடுத்துவைத்தான் அடுத்த அறையை நோக்கி, அன்றைய நாளின் நினைவுகள் நிழலாடியது. சிறுவயதில் நடந்த சண்டை, உயர் பள்ளி படிப்பின் போது கிடைத்த அவளின் வெறுப்பு நிறைந்த பார்வை, கல்லூரிக் காலங்களில் அலைபேசியில் தொர்புக்கொள்ள முயற்சித்த போது கிடைத்த அவமதிப்பு, அமெரிக்கா சென்ற போது அவளது வருகைக்காக்க காத்திருந்து கிடைத்த ஏமாற்றம் எல்லாம் நொடிப்பொழுதில் வந்து சென்றது

'இப்பவும் அவ என் மேல கோவமாதான் இருப்பாளா? என்ன பாத்தா எப்டி ரியாக்ட் பண்ணுவா? ஒரு டாக்டர்ரா பாப்பாளா? இல்ல சின்ன வயசு எதிரியா பாப்பாளா? என்ன அவளுக்கு நியாபகம் இருக்குமா? கண்டிப்பா இருக்காது. யுஎஸ்ல பாக்க போனப்பா சஞ்சய்ன்னு யாரையும் தெரியாதுன்னு தான சொன்னா கண்டிப்பா நியாபகம் கூட இருக்காது' நினைவினுடே நீண்ட பெருமூச்சிவிட்டு கதவை திறந்து உள்ளே சென்றான்.

அங்கு மெத்தையின் மீது அமர்ந்து முகம்பொத்தி அழுபவளை ஆறுதல் படுத்திக்கொண்டிருந்த செவிலியாரை செல்லுமாறு சைகை செய்துவிட்டு அவளருகில் வந்தவன் எப்படி அழைப்பது என யோசித்துக்கொண்டே

"எக்ஸ்க்யூஸ் மீ..." அவன் முழுதாய் முடிக்கும்முன் அவனது குரல் கேட்டு எழுந்தவளின் அழுது தோய்ந்த முகத்தையும் செந்நிறமாய் சிவதிருந்த கண்களைப் பார்த்தவன் ஒரு நிமிடம் ஸ்தம்பித்து நின்றான். ஆள்காட்டி விரலை அவள் முன் நீட்டி நெற்றி சுருங்க

"குல்ஃபி!?...." அவன் கேட்டது தான் தாமதம்

அவள் 'சஞ்சு...' என ஓடிவந்து இறுக கட்டிக்கொண்டு நெஞ்சில் முகம் புதைத்து வெடித்து அழுதாள். அடிபட்ட குழந்தை அன்னையை கண்ட பிறகு தான் அதிகமாய் அழுமாம் அப்படிதான் இருந்தது அவளது செயல். அவள் அணைத்த வேகத்தில் சற்று பின்னால் நகர்ந்தவன் தன்னை நிதானித்துக்கொள்ள அவனது கைகள் அவளை தானாய் அணைத்ததுக்கொண்டது. கிட்டுபேபி தான் அவனது குல்ஃபி என்பதை அவனால் நம்பவே முடியவில்லை. அவளை சந்தித்த முதல் நாளில் இருந்து இன்று இந்த நொடிவரை நடந்ததை நினைத்து அதிர்ச்சியில் இருந்தவனை தீஷாவின் அழுகை கலைத்தது.

"ஹேய்... குல்ஃபி... (சற்று தயங்கியவன்) தீஷா... தீஷா... தீஷா... ரிலாக்ஸ்... ரிலாக்ஸ்... ஹேய்.... அழறத நிப்பாட்டு... ஆண்ட்டிக்கு ஒன்னும் இல்ல, அவங்க நல்ல தான் இருக்காங்க, தீஷா... தீ.... ஹேய்... என்னமா இங்க பாரு இங்க பாரு என்னப் பாரு... (அவள் தேம்புவதைப் பார்த்து முகத்தை தாங்கியவன்) நான் சொல்றேன் இல்ல... என்னை நம்புறல்ல? (அவள் ஆமென தலையசைத்தாள்) ஆண்ட்டி நல்லா தான் இருக்காங்க சரியா? அவங்களுக்கு எந்தப் பிரச்சனையும் இல்ல, ஷீ இஸ் ஃபைன், லைட்டா பிபி ஜாஸ்தி ஆகிடுச்சி அவ்ளோதான் புரிதா? ரிலாக்ஸ் நீ பயப்படுற அளவுக்குலாம் ஒன்னுல"

"நிஜமாவா?"

"ஆமா..."

"நான் அம்மாவா பாக்கலாமா?"

"இப்டி அழுதுட்டே வந்தா கண்டிப்பா பாக்க முடியாது"

அவள் சட்டென சிறுபிள்ளை போல கண்களை துடைத்துக்கொண்டு

“நான் அழல நாம போலாமா” என நிரம்பிய கண்களுடன் கேட்டாள்

அவளைப் பார்க்கவே என்னவோ போல் இருந்தது ‘சரி’ என தலையசைத்து அழைத்து சென்றான்

அங்கு பவித்ரா மயக்க நிலையில் படுத்திருக்க அருகில் சென்றவள் அவரது கைகளைபிடித்துக்கொண்டு

“அம்மா சாரிமா நான் இனிமே நீங்க கோவப்படுற மாதிரி நடந்துக்க மாட்டேன்மா... பிளீஸ்மா நீங்க என்ன சொன்னாலும் கேக்குறேன்மா என்ன மன்னிச்சிடுங்கமா பிளீஸ்மா... எனக்கு உங்கள விட்டா வேற யார் இருக்கா? பிளீஸ்மா என்னை மன்னிச்சிடுங்கமா” அவள் அழுக்கொண்டே சொல்ல

“சரி சரி போதும் தீ... அவங்க மயக்கதுல இருக்காங்க கொஞ்சம் ரெஸ்ட் எடுக்கட்டும் வா”

அவளை வெளியில் அழைத்துவந்தவன் அவனது கேபினில் அமரவைத்து

“வீட்டுல பிரச்சனையா?”

அவள் தலையை குனிந்துகொண்டே ‘ஆம்’என தலையசைக்க

“ஆண்ட்டிக்கு பிபி இருக்குறது உனக்கு தெரியும் தானா?”

கண்களில் இருந்து நீர் சொட்ட அதற்கும் அதே தலையசைப்பு தான்

“மொதல்ல அழறத நிறுத்து தீஷா”

அவள் அதற்கும் ஆழ, சட்டென அவளது கையை பிடித்து எழுப்பியவன்

“சரிவா வெளில போலாம்”

ஹாஸ்பிடல் வளாகத்தில் இருந்த ஒரு பூங்கா போன்ற அமைப்பின் நடுவில் பூச்செடிகளுக்கு பக்கத்தில் இருந்த கல் இருக்கையில் இருவரும் அமர்ந்தனர்.

“என்ன ஆச்சி? என்னப் பிரச்சன? விருப்பம் இருந்தா சொல்லலாம்” அவள் முகத்தை பார்க்க அவள் தான் முகத்தை பாதி கைகளால் மூடிக்கொண்டு கண்ணீர் வடித்தால்

‘இந்த பொண்ணுங்களுக்கு மட்டும் நன்ஸ்டோப்பா எங்க இருந்து தான் இவ்ளோ கண்ணீர் வருதோ தெரியலையே’ என யோசித்தவன் வாய் திறக்கும் முன்

“அம்மாவுக்கு நிஜமாவே பிபி மட்டும் தானா சஞ்சு” தழுதழுத்த குரலில் கேட்டாள்.

“அது... இப்போதைக்கு ஒன்னும்பிரச்சன இல்ல ஸ்கேன் ரிபோர்ட் வந்தா தான் டிடெயில்ஸ் சொல்ல முடியும்”

சிறிது நேரம் பலத்த அமைதி நீடித்தது. அந்த அமைதியை அவனே உடைத்தான்.

“டீ காஃபி ஏதாவது வாங்கிட்டு வரட்டுமா?”

அவள் வேண்டாம் என தலையசைத்தால்

"சரி... தண்ணி கூடி. நீ... இப்ப.... ஓகேவா?"

தண்ணீரை குடித்து முடித்தவள் ஆமா என தலையசைதாள்.

மீண்டும் அமைதி இப்பொழுது அவள் முறையானது

"நான் உங்கள இங்க எதிர்ப் பாக்கவே இல்ல"

"அது... ஹாஸ்பிடல்ல இருந்து கால் வந்துச்சி"

அவள் 'ஓ' என்பது போல மேலும் கீழும் தலையசைத்தாள்

"என்னால நம்பவே முடியல. நீயும் என்னை லவ் பண்ணுவன்னு நான் நெனச்சிக்கூட பாக்கல." மெல்ல வார்த்தைகளை ஆரம்பித்தான்

அவள் மெதுவாய் அவன் புறம் திரும்ப அவனே தொடர்ந்தான்.

"நீ என்மேல கோவமா இருப்பன்னு நெனச்சேன், என்னை வெறுத்துட்டு இருப்ப... என் மொகத்த பாக்க கூட விரும்ப மாட்டன்னு நெனச்சேன், ஈவென் நீ என்னை மறந்து இருந்தாலும் ஆச்சிரியப்பட்றதுகில்லன்னு நெனச்சேன்"

"ஸ்கூல் முடியற வரைக்கும் அப்டி தான் இருந்தேன்" சட்டென பதில் வந்தது

"அதுக்கப்பறம் என்ன ஆச்சி"

அவள் அமைதியாக இருக்க... அதனை புரிந்துகொண்டவன்

"அப்போ காலேஜ் டைம்ல என்னோட கால்ஸ் ஏன் அவாய்ட் பண்ண?"

"அப்போலாம் எப்பவும் யாராச்சும் என்கூடவே இருப்பாங்க... என்னால எதுவும் பண்ண முடியாது"

"யுஎஸ்ல உன்ன பாக்கவந்தப்ப என்னை யாருன்னே தெரியாதுன்னு நீ தான சொன்ன?"

"நீங்க என்னை பாக்க வந்தீங்களா? (முதலில் அதிர்ந்தவள் பின் சற்று யோசித்து) உங்க பேர சொல்லி ஒரு ரெண்டு மூனு தடவ அந்த கமிஷ்னர் என்னை பாக்க வந்தாரு. திரும்ப திரும்ப ஏமாற தயாராயில்லன்னு அந்த கோவத்துல சொல்லியிருப்பேன் நெனைக்குறேன்" முணுமுணுபாய் வந்தது குரல்

ஏதோ புரிந்தது போல தலையசைத்தவன்

"சரி... நீ ஏன் என்கிட்ட முன்னாடியே சொல்லல? ஊருக்கு வந்த அப்போவே உண்மைய சொல்லியிருக்கலாம்ல? எதுக்காக இப்டி உண்மைய மறச்ச? என்ன விளையாட்டு இதெல்லாம்? இதுல அந்த அதிபுத்திசாலி ஃப்ரெண்ட்டும் கூட்டு தான?"

"இல்ல அவனுக்கு எதுவும் தெரியாது. உங்க மனசுல என்ன இருக்குனு தெரிஞ்சிக்கணும் நெனச்சிதான் நான் எதுவும் சொல்லல அவனையும் எதுவும் சொல்லக்கூடாது சொன்னேன்" தலையை குனிந்துகொண்டு மெதுவாய் வார்த்-

தைகளை உதிர்த்தாள்

“ம்ம்.. தெறிஞ்சிக்கிட்டியா?”

மீண்டும் மெதுவாய் தலையசைத்து “ம்ம்... அடிவாங்குன அப்பவே தெறிஞ்-சிக்கிட்டேன்” சற்று தலையை அசைத்து நா-தழு தழுக்க கூறினாள்.

அப்பொழுது தான் அடிவாங்கி கண்ணிபோன கன்னத்தை கவனித்தான். அதில் அவனது விரல் தடம் சிவப்பு கொடுடாய் தெரிந்தது. சட்டென அவள் முன்பு மண்டியிட்டு அவளது இரு கைகளையும் எடுத்து தான் நெஞ்சில் வைத்து பிடித்துக்கொண்டு

“சத்தியமா நீன்னு எனக்கு தெரியாதுடி.... என் குல்ஃபிய நான் அடிப்பேனா? அது ஏதோ கோவத்துல அடிச்சிட்டேன். திடுதிப்புன்னு கைல ரத்தத்தோட பாத்-ததும் நான் எவ்ளோ பதறிபோயிட்டேன் தெரியுமா? எது எதுல விளையாடுற-துன்னு விவஸ்த்தையே இல்லையா உனக்கு?” சற்று கோவமாகவும் பாவமாகவும் கேட்டான்.

அவள் நிமிராமலே பக்கத்தில் எதையோ பார்த்துக்கொண்டு “நீங்க தான் யாரோ ஒரு பொண்ண சின்ஸியரா லவ் பண்றீங்களே உங்களுக்கு ஏன் டாக்டர் பதறுது?” அவள் அழுதுகொண்டே கேட்க,

கண்களில் நிரம்பிய கண்ணீர் கன்னத்தை தொடுமுன் துடைத்தவன் அவளது கன்னம் தாங்கி வீங்கிய கன்னத்திற்கு வலிக்காமல் அழுந்த இதழ் ஒத்தடம் குடுத்தான்.

“சாரி குல்ஃபி பிளீஸ் நான் வேணுன்னு அப்டி...” அவன் முடிக்கும்முன் அவனது கைகளை தனது கன்னம் விட்டு விலக்கியவள்

“உண்மை தான் சஞ்சு நான் தப்பு பண்ணேன். உங்க கிட்ட அப்டி விளை-யாடி இருக்க கூடாது தான் அதுக்காக ஒரு கால் கூட அட்டென்ட் பண்ண மாட்டீங்களா? அவ்ளோ கோவமா? அம்மாவுக்கு அப்டி ஆனதும் எனக்கு உங்கள தவற வேற எந்த நியாபகமும் வரல. உங்களுக்கு கால் பண்ணிட்டு நீங்க எடுக்கலன்னதும் தான் நா ஆருஷுக்கு ட்ரை பண்ணேன். அவனோ-டது ஸ்விட்ச் ஆஃப் (தேம்பி தேம்பி அழுதுகொண்டே பாதி பாதி வார்த்தை-யாக கூறினாள்) எத்தன கால் பண்ணேன்? ஒன்னு.... ஒன்னே ஒன்னாச்சும் அட்டெண்ட் பண்ணிங்களா? என் மேல அவ்ளோ கோவமா? என்ன அவ்ளோ புடிக்கமா போயிடுச்சா?”

அவளது வார்த்தைகள் அவனையும் கலங்கடிக்க கலங்கிய கண்களுடன் “ஏய் குல்ஃபி ஏன்டி இப்டிலாம் பேசுற? சத்தியமா அப்டிலாம் ஏதும் இல்லமா... நீ கால் பண்ணது எதுவும் எனக்கு தெரியாது. வீட்டுல வேற ஒரு பிரிச்சன... ஃபோன் வேற சார்ஜ் போட்டிருந்தேன் வந்து பாத்தபிறகு தான் தெரிஞ்சிது. நான் உனக்கு ட்ரை பண்ணேன் பட் ரீச் ஆகல அப்றம் ஹாஸ்பிடல்ல இருந்து கால்

வந்துச்சி... வரும்போது கூட உனக்கு எத்தன முற ட்ரை பண்ணேன் தெரியுமா? இப்டிலாம் பேசாதடி... பிளீஸ் அழுகைய நிப்பாட்டு குல்ஃபி... ஹேய்... தீ..." மீண்டும் அவளது கண்களை துடைத்துக்கொண்டே அவன் பேச

அவள் சிறுபிள்ளை போல அவனது கைகளை உதறிவிட்டு தேம்பலுடன் "என்ன சொன்னீங்க நா உங்க கண்ணு முன்னாடியே வரக்கூடாதா? எங்காச்சும் போயி செத்..."

வார்த்தையை முடிக்க விடாமல் அவளது இதழ்களை சிறைபிடித்தான். மெதுவாய் இதழ் பிரித்தவன் மீண்டும் கன்னத்தில் முத்தமிட்டு அவளது கண்களை நேராய் பார்த்து

"நெக்ஸ்ட் டைம் உன்ன கஷ்டப்படுத்துறமாதிரி நடந்துக்க மாட்டேன். ஐ ப்ரோமிஸ்! என்னை மன்னிக்க மாட்டியா?" அவன் ஏக்கமாய் கேட்க

அவள், அவனது கண்களை நேராய் பார்த்து மாட்டேன் என தலையசைத்தாள். அவளது தலையசைப்பை பார்த்து புன்னகைத்தவன் நெற்றி முட்டி மீண்டும் இதழ்பதிக்க, அவளும் சிரித்துக்கொண்டே அவனது கழுத்தை கட்டிக்கொண்டாள். அணைப்பிலிருந்து விலகாமலே

"ஏன்மா.... எவ்ளோ கோவமா, பதட்டமா பேசுனாலும் இந்த குல்ஃபிய மட்டும் விடவே மாட்டியா நீ?" என்றாள்

இன்னும் இறுக்கி அணைத்தவன் "என்ன ஆனாலும் எப்பவும் என் குல்ஃபிய நான் விடவே மாட்டேன்."

அவள் சோகமாய் 'ம்' கொட்ட

"ஏன்? மேடம்கு அதுல என்ன பிரச்சன?"

"நீ எப்போ குல்ஃபி சொன்னாலும் எனக்கு அன்னைக்கு நடந்த அந்த சண்டை தான் நியாபகம் வருது சஞ்சு" அணைப்பிலிருந்து விலகியவள் அவனது நெற்றியில் இருந்த தழும்பை தொட்டுப்பார்க்க அவன்

"இஸ் ஆ.." என நெளிந்தான்

அதிர்ந்தவள் "என்ன இப்பவுமா வலிக்குது?"

அவன் சிரித்துக்கொண்டே "இல்ல ரொம்ப நேரமா முட்டி போட்டதால கால் வலிக்குடி"

அவனது வலது கன்னத்தில் கைவைத்து அடிப்பது போல தள்ளியவள் அருகில் அமருமாறு கண் ஜாடை செய்தாள். அவன் அமர்ந்ததும் விரல்களைக் கோர்த்துக்கொண்டு தோளில் சாய்ந்தவள்

"வீட்டுல என்ன பிரச்சன சஞ்சு?"

"அதுவா ஆருஷுக்கும் சாமுக்கும் சின்ன மிஸ்அண்டர்ஸ்டாண்டிங் அதுக்கு அவன் கொஞ்ச ஓவர்ரா ரியாக்ட் பண்ணிட்டான்"

அவன் நடந்ததை சுருக்கமாய் சொல்ல,

“இந்த சாமுங்குறது யாரு சஞ்சய்?” அவள் சந்தேகமாய் கேட்க

அப்போது தான் உளறியதை உணர்ந்தான்

‘அய்யோ இப்ப என்ன சொல்றது? அவங்க அப்பா அம்மா பிரிஞ்சதுக்கு கரணமானவங்க பொண்ணு தான் சாம்’ன்னு எப்டி சொல்லுவேன்’

“அது.... குல்ஃபி நீ டீ ஏதாவது சாப்புட்றியா?”

“அதுக்கு முன்னாடி சாம் யாருன்னு சொல்லுங்க?”

“குல்ஃபி... சாம்....” அவன் தயங்க

“உங்க சின்ன அத்த பொண்ணா? பெரிய அத்த பொண்ணா? கேட்டேன்”

அவளை அதிர்ச்சியாய் பார்த்தவன் “சிந்தியா அத்த பொண்ணு” என்றான்

“அதுக்கு ஏன் இவ்ளோ ஷாக்! ஆருஷ் உங்க சின்ன அத்த பொண்ண பத்தி முன்னாடியே என்கிட்ட சொல்லிட்டான்.”

“ஆருஷ் சொன்னானா? எப்போ? என்ன சொன்னான்?”

“என்ன சொன்னன்னா கேக்குறீங்க.... இந்த மூனு நாள்ல மூச்சிக்கு முந்நூறு தரம் அவள பத்தித்தான் பொலம்புவான், ஆனா அவன் அவகிட்ட அப்டி நடந்-துக்கிட்டது என்னால நம்பவே முடியல”

“என்னது...? பொலம்புவானா?”

“ஆமா சஞ்சு... ஆருஷ் முதல் நாள் சம்ருதாவ அவனோட ரூம்ல அந்த இருட்டுல பாத்தப்போ அவ ஸ்மித்தியா இருக்க கூடாதான்னு அவனோட மனசு எங்கினதா சொன்னான். அவள பாக்குற அப்போலாம் அவனையே அறியாம அவன் அவளையே ரசிக்கிறானாம்... எங்க இருந்தாலும் அவனோட கண்ணு அவளையே தான் தேடுதாம்... அவன் மனசு அவனோட கண்டோர்ல்லையே இல்லையாம்.. சில நேரம் அவ பக்கத்துல இருந்தா சுத்தி இருக்க எல்லாமே மறந்துடுதுன்னு சொன்னான். சும்மா சண்ட போட்டாச்சும் அவ கிட்ட பேசணும் வம்பிழுக்கணுனு தோணுதாம்.... அதுனால அவன் சாம அதிகமா வெறுக்குறதா சொன்னான். இத எப்டி புரிஞ்சிக்குறதுன்னு தெரியல.... ஆனா எனக்கென்ன தோணுதுன்னா?”

“அவன் சாம் கிட்ட இருந்து விலகி இருக்க ட்ரை பண்றான்”

“எஸ்... அவனுக்கு சாம புடிச்சிருக்கு. எங்க அவள லவ்பண்ணிடுவமோன்னு அவன அவனே கண்ட்ரோல் பண்ண ட்ரை பண்றான்”

“கரெக்ட்... ஸ்மித்திக்கு உண்மையா இருக்கணுனு நினைக்கிறான்”

“உண்மை என்னன்னா ஸ்மித்தி தான் இப்போ உயிரோட இல்லையே சஞ்சு”

“அதை அவன் அக்சப்ட் பண்ணனுமே.... அவனால சாம ஏத்துகவும் முடியல ஸ்மித்திய மறக்கவும் முடியல”

“ஆருஷ நெனச்சா கவலையா இருக்கு”

“எனக்கும் தான்... இந்த ராத்திரி நேரத்துல எங்க போயிருக்கான்னு வேற தெரியில.....”

“ஆமா அந்த பொண்ணு சம்ருதா... பாக்க எப்டி இருப்பா?”

அவளை வினோதமாக பார்த்தவன்

“சாம் எங்க வீட்டுல இருக்கறது உனக்கு வருத்தமா இல்லையா?”

“நான் எதுக்கு வறுத்தப்படணும் சஞ்சு?”

“இல்ல உன் அப்பா அம்மா பிரிஞ்சதுக்கு காரணம் அவங்க அப்பா அம்மா தானே?”

முகத்தை சளிப்பாய் வைத்துக்கொண்டவள் “என் அப்பா அம்மா பிரிஞ்சதுக்கு காரணம்... என் அப்பா அம்மாதான். அன்னைக்கு சமாதானம் பேச வந்துட்டு தாத்தா சட்டைய பிடிச்சி அடிக்கபோனது மிஸ்டர் கமிஷ்னரோட தப்பு.அன்னைக்கு மட்டும் அவரு என் தாத்தாவ அசிங்கப்படுத்தாம இருந்திருந்தா...” அவள் கோவமாய் ஆரம்பிக்க அவசரமாய் தடுத்தான் சஞ்சய்

“சரி சரி விடு எதுக்கு இப்ப டென்ஷன் ஆகுற முடிஞ்சத பேசி என்ன ஆகபோகுது? நான் போயி உனக்கு காஃபி வாங்கிட்டு வரேன் நீ இங்கையே இரு” அவன் வேகமாய் எழுந்தான்.

“சரி சஞ்சு நான் அம்மாகூட இருக்கேன் நீங்க அங்க வாங்க”

“இல்ல இல்ல நீ இங்கையே இரு. அவங்க ரெஸ்ட் எடுத்துக்கிட்டு இருக்காங்கல எதுக்கு டிஸ்டர்ப் பண்ணிக்கிட்டு. நான் போயி உனக்கு காஃபி வாங்கிட்டு வரேன். எங்கையும் போயிடாத இங்கையே இரு” சொன்னவனை சற்று வினோதமாக பார்த்து புன்னகைத்தவள் அந்த கல் இருக்கையிலேயே அமர்ந்தாள்.

மயக்கத்தில் இருந்த பவித்ராவை பார்க்க வந்தவன் அங்கிருந்த ரமணனிடம் தீஷா வருவதற்குள் கிளம்பிவிடுமாறு வேண்டுதல் விடுத்துவிட்டு அவர் கலங்குவதைப் பார்த்து ஆறுதல் கூறிவிட்டு இவர்களின் இந்நிலைக்கு தான் தானே காரணம் என கலங்கி அவரிடம் மானசீகமாக ஒரு மன்னிப்பையும் வேண்டிவிட்டு வெளியில் வந்தான்.

இவன் முழியே சரிலையே... ஏதோ விஷயம் இருக்க மாதிரி இருக்கு என்னவா இருக்கும்? சரி எதுவா இருந்தாலும் கண்டுபுடிப்போம்.

அதிகாலை கதிரவனின் சுடரொளி சூடேற்ற சுற்றம் மறந்து உறங்கியவனை உலுக்கியது அந்த அழைப்பு.

“அண்ணே.... ஆருஷ் அண்ணே...” கடற்கரையில் கவிழ்ந்து கிடந்தவன் மெதுவாய் கண்விழித்தான்.

“விடிஞ்சுருச்சிண்ணே....” என்றான் அந்த பீச் ஹவுஸ்ஸில் வேலைப் பார்ப்பவன்

எழுந்து அமர்ந்தவன் கைகளை விரித்து திமிர்முறிக்க உள்ளங்கையில் ஊசி குத்தியது போன்ற வலி ஏற்பட்டது. முகத்தை சுருக்கிக்கொண்டே தனது கையைப் பார்த்தான். கட்டு போடப்பட்டிருந்தது.

“நான் தான் அண்ணே போட்டேன். நைட் சுகன் அண்ணா உங்கள தேடி வந்தாரு (ஆருஷ் அவனை திரும்பி பார்க்க) எதுவும் சொல்லலண்ணே அத உங்ககிட்ட சொல்லதான் வந்தேன் நீங்க தூங்கிட்டு இருந்தீங்க கைல வேற ரத்தம் வந்துட்டே இருந்துச்சி அதான் நானே கட்டு போட்டேன். (ஆருஷ் வெறுமனே தலையசைக்க) ஏதாவது பிரச்சனையாண்ணே?”

“அதெல்லாம் ஒன்னுலடா ரூம் ஏதாவது ஃப்ரீயா இருக்கா? ஃபிரெஷ் ஆகிட்டு டிரெஸ் சேஞ்ச் பண்ணனும்”

“ரூம் எதுவும் அவைலபெல் இல்லண்ணே உங்களுக்கு பிரச்சனயில்லன்னா என்னோட ரூம் யூஸ் பண்ணிக்கோங்களேன்”

‘சரி’ என தலையசைத்தவன் பாக்கெட்டில் இருந்து பணத்தை எடுத்து “ஒரு மீடியம் சைஸ் பேன்ட் ஷர்ட் எடுத்துட்டு வாடா!”

“என்ன கலர்ண்ணே?”

“உனக்கு புடிச்ச கலர்ல எடுத்துட்டு வாடா”

அவன் சென்றுவிட இவன் தனது கையையும் நேற்று நடந்ததையும் நினைத்துக்கொண்டே தனது மொபைலை உயிர்பித்தான். ஏதோ யோசனையிலேயே சுகனுக்கு கால் செய்தான்

அழைப்பை எடுத்த அடுத்த நொடி “டேய் ஆருஷ் எங்கடா போயி தொலஞ்ச? உன்ன எங்கெல்லாம் தேடினோம் தெரியுமா? போற இடத்த சொல்லிட்டு போக மாட்டியா? ஃபோன எதுக்குடா ஸ்விட்ச்ஆஃப் பண்ண? உன்னால வீட்டுல இருக்க எல்லாரும் எவ்ளோ பதறி போயிட்டாங்க தெரியுமா? என்ன ஏதுன்னுலாம் விசாரிக்க மாட்டியா? உனக்கு மட்டும் தான் கோவம் வருமா? கோவம் வந்தா உடனே கௌம்பி போயிடுவியா? இப்ப எங்கடா இருக்க? எதுக்குடா எதுவும் பேசாம இருக்க? ஏதாவது வாய தொறந்து பேசேன்.... டேய்... லைன்ல இருக்கியா? இல்லையா?” இணைப்பு தூங்கிக்கப்பட்டது சிறிது நேரம் கழித்து மீண்டும் ஆருஷ் அழைத்தான்.

மீண்டும் சுகன் “டேய்.... இன்னாடா சும்மா விளாட்றியா? பேசிட்டிருக்கும்போதே கட் பண்ற? இன்னாடா உனக்கு பிரிச்சன? கேட்டுகிட்டு தான இருக்கேன் பதில் சொல்றா?” மீண்டும் அழைப்பு துண்டிக்கப்பட்டது.

மீண்டும் அழைத்தான் ஆருஷ் கடுப்பான சுகன் அழைப்பை ஏற்று அமைதியாக இருந்தான். இம்முறை ஆருஷே பேச துடங்கினான்

“குட்.... இப்டி தான் இருக்கணும் யாராச்சும் ஃபோன் பண்ணா அவங்க என்ன சொல்றாங்கன்னு காது குடுத்து கேக்கணும் லொட லொடன்னு பேசக்கூ-டாது. சரி.... வீட்டுல இருக்க எல்லாரும் ஓகேவா?”

“அதபத்திலாம் உனக்கென்னடா கவல? அவ்ளோ அக்கறை இருக்கவன் நீயே உங்க வீட்டுக்கு ஃபோன் பண்ணி கேக்கவேண்டிதான?”

“சும்மா வலவலன்னு பேசிட்டே இருந்தனா மறுபடியும் கட் பண்ணிடுவேன் ஒழுங்கா கேட்டதுக்கு மட்டும் பதில் சொல்டா”

‘இதுக்கு ஒன்னும் கொறச்சல் இல்ல’ முணுமுணுத்தவன் “அதெல்லாம் ஒன்-னும் பிரச்சன இல்ல அம்மா தான் நைட் புல்லா பொலம்பிட்டு இருந்தாங்க மீரா அக்கா திட்டிக்கிட்டு இருந்தாங்க... சஞ்சய் ப்ரோ ஏதோ எமர்ஜென்ஸின்னு ஹாஸ்பிடல் போயிட்டாராம்”

“சரி... அந்த சூனியக்காரி வீட்டுல தான இருக்கா?”

“இப்ப எதுக்குடா அந்த பொண்ண பத்தி கேக்குற?” சற்று அதட்டலாய் கேட்டான் சுகன்

“கேட்டதுக்கு பதில் சொல்டா”

“வீட்டுல தான் இருக்கு, நைட்லாம் அழுதுட்டே இருந்துச்சாம் அது கைல எவ்ளோ பெரிய கட்டு...” முடிப்பதற்குள் இணைப்பு துண்டிக்கப்பட்டது

‘கொய்யால இவனுக்கு இதே வேலையா போச்சி... நண்பனா இருந்தாலும் ஓரளவுக்கு தான். வரவர ரொம்ப ஓவர்ரா போயிக்கிருக்கான் சொல்லிவை அவங்கிட்ட அப்றம் நான் மனிஷனாவே இருக்க மாட்டேன். அது என்ன அது பேசிக்கிட்டு இருக்கும்போதே கால் கட் பண்ற பழக்கம்? அவளோ திமிரா? எங்-களுக்கும் தெரியும். சின்ன வயசுல இருந்தே நீயும் அவனும் ஒண்ணுமண்ணா பழகிட்டிங்களேன்னு இதெல்லாம் பொறுத்து போறேன் நானு... இவன் இல்லனா வேற ஃப்ரெண்ட்டே இல்லையா உனக்கு?’

“டேய்... யாரும் இல்லாத ரூம்ல யார்கூட டா பேசிக்கிட்டு இருக்க? உன்ன மீரா வீட்டுக்கு வர சொல்லிட்டு போயிருக்கு” சுகனின் அம்மா கூடத்தில் இருந்து குரல் கொடுத்தார்

இதுவரை கண்ணாடி பார்த்து பேசிக்கொண்டிருந்தவன் முழியை உருட்டிவிட்டு நீண்ட பெருமூச்சிவிட்டு

‘வேற வழியே இந்த இம்சைய பொறுத்துதான் ஆகணும்’ மீண்டும் புலம்பிக்-கொண்டே

“தோ போறேன்மா” என்று கூறிவிட்டு ஆருஷ் வீட்டிற்கு கிளம்பினான் சுகந்-தன்

இங்கு ஆருஷ் சுகனுடன் பேசிக்கொண்டிருக்கும்போதே வெற்றியிடமிருந்து கால் வர சுகனின் அழைப்பை துண்டித்துவிட்டு வெற்றிக்கு இணைத்தான்.

“சொல்லுங்க வெற்றி என்ன இவ்ளோ காலைலேயே கால் பண்ணிருக்கீங்க? வேலன் கேஸ்ல ஏதாவது முக்கியமான தடயம் கெடச்சிருக்கா?”

“இல்ல சார் வேற ஒரு முக்கியமான விஷயம்”

“சொல்லுங்க என்ன விஷயம்?”

“ஹார்பர்ல வேலனுக்கு சொந்தமான கூட்ஸ் கொண்டுபோற கண்டைனர்ல ஒரு டெட்பாடி கெடச்சிருக்கு”

“யாரதுன்னு அடையாளம் கண்டுபுடிச்சிங்களா? அது வேலானோட டெட்பா-டியா?”

“இல்ல சார். யுனிவெர்ஸ் ஹாஸ்பிடல்லோட சீஃப் டாக்டர் ஜீவன்!”

“வாட்?..... டாக்டர் ஜீவா வா?” ஆருஷின் முகத்தில் குழப்ப முடிச்சிகள் விழுந்தன

நமக்கும் அதே குழப்பம் தான்ல... சரி பொறுதிருந்து பாப்போம் என்னதான் நடக்குதுன்னு

அத்தியாயம் 16

ஆருஷின் வீடு, சுகனும் மீராவும் கூடத்தில் நின்று பேசிக்கொண்டிருந்தனர்,

"என்ன சுகன் அவன் ஃபோன் ஏதும் பண்ணானா? எங்க இருக்கானாம் ஏதாச்சும் தெரிஞ்சிதா?"

"இல்லக்கா எங்க இருக்கான்னு தெரில... காலைல கால் பண்ணான் வீட்டுல எல்லாரும் எப்டி இருக்காங்கன்னு கேட்டான். அப்றம் சாம் வீட்டுல இருக்..."

அவன் சொல்லிக்கொண்டிருக்கும் போதே சோகம் தோய்ந்த முகத்தோடு படிகளில் இறங்கி வந்துகொண்டிருந்தாள் சம்ருதா.

"என்னடா பாதியிலேயே நிறுத்திட்ட? என்ன சொன்னான்? சம்ருதா பத்தி கேட்டானா? என்ன கேட்டான்?" மீரா சம்ருதா வருவதை கவனிக்காமல் சுகனிடம் கேள்விகேட்க, அவன் என்ன பதில் சொல்வதென முழித்துக்கொண்டே

"ஆமாக்க சாம் கிட்ட நேத்து கொஞ்சம் ஓவரா சத்தம் போட்டு மோசமா நடந்துகிட்டேன்னு ஃபீல் பண்ணான்" சம்ருதாவை ஒரு பார்வையும் மீராவை ஒரு பார்வையும் பார்த்துக்கொண்டே அவன் கூற

"அப்டியா சொன்னான்? அதிசயமா இருக்கு... சரி எங்க இருக்கானாம் எப்ப வர்றானாம்?" அவள் கேள்வி மேல் கேள்வி எழுப்ப இவன் எவ்வாறு பதில் சொல்வதென முழிக்க, திடீரென துள்ளி குதித்தாள் மீனுக்குட்டி

"ஐ.... மாமா..... டிவில மாமா... அம்மா இங்க பாருங்க.....டிவில மாமா... ஆருஷ் மாமா...." அவளுடன் சேர்ந்து கவினும் கத்திக்கொண்டே குதித்தான்

அனைவரும் தொலைக்காட்சியில் ஒளிபரப்பாகிக்கொண்டிருந்த முக்கிய செய்தியை பார்த்தனர்.

பிரபல யுனிவெர்ஸ் மருத்துவமனையின் தலைமை மருத்துவர்களில் ஒருவரான டாக்டர் ஜீவா இன்று அதிகாலை சென்னை துறைமுகத்தில் ஒரு கண்டெய்னரில் மர்மமான முறையில் சடலமாக மீட்க்கப்பட்டார். இது சுகாதாரத்துறை அமைச்சரின் மருமகனான குமார வேலன் அவர்களுக்கு சொந்தமான இடம்

என்பது குறிப்பிடதக்கது. இந்நிலையில் சிலநாட்களுக்கு முன்பு திரு வேலன் அவர்கள் காணாமல் போனது பற்றி எந்த தகவலும் இல்லாத நிலையில் இந்த மர்மமான மரணம் மக்களிடையே சற்று குழப்பத்தையும் அச்சத்தையும் ஏற்படுத்தியுள்ளது. அது மட்டுமின்றி டாக்டர் ஜீவா, மருத்துவ உலகின் இரட்டை ஜாம்பவான்கள் என்றழைக்கப்படும் டாக்டர் A.K. புனீத், அனேஸ்தேசியோலோஜிஸ்ட் (Anesthesiologist) மற்றும் டாக்டர் V.K. ஜெய்ன், நெயூரோசர்ஜன் (Neurosurgeon)அவர்களின் தந்தை வழி தம்பி என்பதும் குறிப்பிடத்தக்கது.

சடலத்தை மீட்டு மரணம் குறித்து நேரடி ஆய்வு செய்ய சிபிஐ குற்றப் பிரிவின் சிறப்பு அதிகாரியான எஸ்பி ஆருஷ் சம்பவ இடத்தில் உள்ளார். இது குறித்து மேலும் செய்திகளை தெரிந்துகொள்ள சம்பவ இடத்தில் உள்ள எமது செய்தியாளரை தொடர்புகொள்வோம். வணக்கம் வேல்ராஜ் அங்குள்ள நிலவரம் குறித்து கூறுங்கள்....

இப்படியே செய்தி வாசிப்பாளர் கேட்க அங்கிருக்கும் செய்தியாளர் பதிலிக்க, இது எதையும் கவனிக்காமல் சம்ருதாவின் கண்கள் ஆருஷையே அளந்தன

தேகத்தோடு ஒட்டிய அடர் நீலநிற சட்டை கருப்பு நிற பேன்ட் வலது கையில் திமிரிக்கொண்டு நிற்கும் வெள்ளி காப்பு, இடதுகையில் உள்ள கைக்கடிகாரம், சட்டையை மீறி புடைத்து நிற்கும் புஜங்கள், படர்ந்து விரிந்த மார்பு, காவிநிற பூட்ஸ் ஷூ என என்றும் இல்லாமல் இன்று ஏகத்திற்கும் மிடுக்காய் அழகாய் அசத்தலாய் தெரிந்தான் ஆருஷ்.

அவனை பார்த்த அடுத்த கணம் முகத்தில் ஒரு புது பொலிவு வந்தது இவளுக்கு இதழோரம் சிறு இளநகை எட்டிப்பார்த்தது.

செய்தி ஆரம்பிக்கும் போதே துணுக்குற்ற சுமோ

“ஹாம் இதான்கா நானும் சொல்ல வந்தேன். அவன் ஹார்பர்ல இருக்குறதா தான் சொன்னான். நான் போயி அவன பாத்துட்டு வர்றேன்கா” என சமாளிப்பாய் கூறிவிட்டு அங்கிருந்து நகர்ந்தான். மீரா செய்தியிலேயே கண்ணாய் இருந்தாள்.

சம்ருதா அசந்து அதிசையித்து நிற்பதை பார்த்த மோனி அவளுக்கு மிக அருகில் வந்து

“என்ன சாம் சைட் அடிக்கிறியா?”

அவளின் குரல் கேட்டு திடுக்கிட்டவள்

“என்ன? என்ன கேட்ட?”

“என்ன சாம் டீ குடிகிறியான்னு கேட்டேன்? ஏன் உங்க காதுல வேற ஏதாவது கேட்டுச்சா?”

“ம்ம்... ம்ஹூம்...” என ஒருவாறு தலையை அசைத்து சமாளித்தாள்

மோனி ஒரு மார்கமாய் தலையாட்டிக்கொண்டே அவளை கடந்து சென்றாள்.

******

அங்கு சென்னை துறைமுகத்தில்,

ஆருஷ் வந்ததும் பத்திரிக்கையாளர்கள் சூழ்ந்துகொண்டு கேள்வி எழுப்ப,

“வந்ததும் வழிய மறிச்சிக்கிட்டு கேள்விகேட்டா நான் என்ன சொல்றது நீங்களே சொல்லுங்க? உள்ள போனாதானங்க விஷயம் என்னன்னு எனக்கே தெரியும்... உங்க கடமை உணர்ச்சிக்கு ஒரு அளவே இல்லையா? பிரஸ் பீப்பிள்ஸ் நீங்களே இவ்ளோ இர்ரெஸ்பன்சிபில்லா இருக்கலாமா?” ஆருஷ் நிதானமாய் முறைத்தவாறே கேட்டுக்கொண்டிருக்க சூழ்ந்திருந்த கூட்டத்தை விளக்கிக்கொண்டு ஓடிவந்து அழைத்து சென்றான் வெற்றி.

“எக்ஸ்க்யூஸ் மீ... பிளீஸ்.... சாரி சார் வாங்க...” மற்ற காவல்துறைனர்களால் பத்திரிக்கையாளர்கள் அங்கேயே தடுக்கப்பட்டனர்.

“வெற்றி.... பாடிய முதல்ல பாத்தது யாரு? எப்ப பாத்தாங்கலாம்? டீடெயில்ஸ் விசாரிச்சிங்கலா? அவங்கள என்னை வந்து பாக்க சொல்லுங்க. பப்ளிக்லாம் கிளியர் பண்ணியாச்சில்ல அப்றம் என்ன அங்க அவ்ளோ கூட்டம்?” சொல்லிக்கொண்டே அந்த கண்டெய்னர் நோக்கி சென்றான் ஆருஷ்.

“பப்ளிக் யாரும் அங்க இல்ல சார் ஃபோரென்சிக் (forensic) அண்ட் ஃபிங்கர் பிரிண்ட் (finger print) ஆபிசர்ஸ்ஸும் நம்ம டிபார்ட்மெண்ட் ஆளுங்களும் மட்டும் தான் வெளில இருக்காங்க... உள்ள யாராலையும் போக முடியல”

“அப்போ நீங்க இன்னும் பாடிய பாக்கல அப்டிதான?”

அவன் தயங்கியவாறே ஆம் என தலையசைத்தான்.

“அப்டினா அது டாக்டர் ஜீவாவுடைய பாடின்னு எப்டி கண்டுபுடிச்சிங்க?”

“அவரோட ஐடி கெடச்சிது சார்!”

“ஓகே.... கமிஷ்னர் சாருக்கு இன்ஃபார்ம் பண்ணியாச்சா? ஆமா அது எஸ்பி லோகேஷ் தான? அவரு இங்க என்ன பண்றாரு?”

“கமிஷ்னர் சாருக்கு இன்ஃபார்ம் பண்ணியாச்சி சார் ஆனா அவரு இப்போ ஹாஸ்பிடல்ல இருக்காரு. லோகேஷ் சார் ஜஸ்ட் பாக்குறதுக்கு வந்திருக்காரு”

நடந்து கொண்டிருந்தவன் சட்டென நின்று “ஏன் கமிஷ்னர் சாருக்கு என்ன ஆச்சி?”

“அவருக்கு ஒன்னும் இல்லசார் அவரோட வொய்ஃப்க்கு உடம்பு சரியில்லன்னு...” வெற்றி முடிக்கும்முன்

“எந்த ஹாஸ்பிடல்?”

“யுனிவெர்ஸ் ஹாஸ்பிடல் சார்”

உடனே சஞ்சய்க்கு கால் செய்து விவரம் தெரிந்துகொண்டு. சுமோவிற்கு தொடர்பு கொண்டான். சுமோ அழைப்பை ஏற்காமல் தான் சம்பவ இடத்திற்கு வருவதாக குறுஞ்செய்தி அனுபினான். அதோடு அந்த கண்டெய்னரை நெருங்கினர். சற்று தொலைவில் இருக்கும் பொழுதே வந்த துர்நாற்றம் மூக்கை மூட-வைத்தது. உள்ளே சென்று அந்த உடல் இருந்த நிலையைப்பார்த்ததும் குடல் குமட்ட ஆரம்பித்தது வெற்றிக்கு.

இரண்டு நாட்களுக்கு முன்பே உயிர் பிரிந்திருக்கும் போலும் அந்த உயிரற்ற உடலை எலிகள் தின்று, பூச்கிகள் அரித்து, புழுக்கள் வைத்து நாற்றம் எடுத்து கொடூரமாக இருந்தது அந்த சடலம். வெற்றி மூக்கை ஒரு கையாளும் வயிற்றை ஒரு கையாளும் பிடித்துக்கொண்டு நின்றிருந்தான். ஆருஷ் மூச்சை இழுத்து பிடித்துக்கொண்டு அந்த சடலத்தை சுற்றி சுற்றி கவனமாக பார்க்த்துக்கொண்டே தனக்கு சந்தேகமாக தோன்றும் அனைத்தையும் படம்பிடித்துக்கொண்டிருந்தான். அதற்கு மேல் அங்கு நிற்க முடியாமல் இருவரும் வெளியில் வந்தனர்.

வந்தது தான் தாமதம் வெற்றி வாந்தி எடுக்க ஆரம்பித்தான்

“வெற்றி... ஆர் யு ஓகே?” ஆருஷ் கேட்டுக்கொண்டிருக்கும் போதே சடலத்தை எடுத்துக்கொண்டு வெளியில் வந்தனர் இருவர்.

“சாரி சார்.... வுவேக்...” பேசிக்கொண்டே அவன் வாந்தி எடுக்க ஒரு காவலரை அழைத்து அவனை அழைத்து செல்லுமாறு பணித்தான் ஆருஷ்.

அதேநேரம் சுகன் அங்கு வந்துவிட

“சாரி மச்சி உன்கிட்ட பேசிக்கிட்டு இருக்கும்போதே வெற்றி கால் பண்ணி விஷயத்தை சொன்னாரா அதான் சொல்லாம கொல்லாம கட் பண்ணிட்டேன். வீட்டுல ஒன்னும் பிரச்சன இல்லையே”

“அதெல்லாம் ஒன்னும் பிரச்சன இல்லடா... என்ன கருமம்டா இது இருக்குற பிரச்சன பத்தாதுன்னு இதுவேறையா? அந்த ஆளு எதுக்குடா இங்க வந்தான்? இந்த கொலக்காரனுக்கு வேற எடமே கெடைகாலயா?” எரிச்சலுடன் கேட்ட சுகனை திடுக்கிட வைத்தது அந்த குரல்

“இது கொலை தான்னு எப்டி இவ்ளோ கரெக்ட்டா சொல்றீங்க ப்ரோ... உங்களுக்கும் இந்த மரணத்துக்கும் ஏதாவது சம்பந்தம் இருக்கோ?” சிரித்துக்-கொண்டே வந்தான் காளிதாஸ்.

“வாடா நல்லவனே எப்டி இருக்க?”

“நல்லா இருக்கேன் ப்ரோ... நீங்க?” கேட்டுக்கொண்டே வந்தவனை கண்டதும் அப்டி ஒரு சந்தோஷம் பொங்கியது ஆருஷின் முகத்தில்

“டேய்... தாஸூ....”

“பாஸு...”

உட்சாகமாய் இருவரும் கட்டிக்கொண்டனர்.

“எப்டி பாஸ் இருக்கீங்க?”

“அப்டியே தான்டா இருக்கேன்”

“அப்டியேனா?” அவன் அர்த்தமாய் கேட்க அவனும் அதே அர்த்தத்தில் “அப்டியே தான்டா” சற்று சோகமாய் சொல்ல

மீண்டும் கட்டிக்கொண்டவன் “சாரி பாஸ் நியாபகப்படுத்திட்டேனா?”

“விட்றா.... மறந்தாதன?... சரி சொல்லு நீ எப்டி இருக்க இத்தன மாசதுல ஒரு கால் கூட இல்ல பயங்கர பிசியா?” அவர்கள் குஷி போங்க பேசிக்கொண்டிருக்க

“டேய்... டேய்... போதும்டா... நலம் விசாரிக்கிற இடமா இது?”

“பின்ன... இதுக்காக தானிய ரூம்போட்டா விசாரிக்க முடியும்? பாக்குற அப்போ தான கேக்க முடியும்? என்ன ப்ரோ நீங்க”

“சரி விட்றா... அவன் கெடக்குறான்.... நாம போய் கேச பாப்போம் வெட்டி பயகிட்ட நமக்கென்ன வெட்டி பேச்சி”

“எதே... வெட்டிப் பயலா? ஓஹோ.... அப்டி போகுதா? அசிஸ்டண்ட் வந்ததும் நண்பன அத்துட்டில்லடா பாத்துக்குத்துக்குறேன்... நான் கோவமா கௌம்புறேன்டா”

“நீ கோவமா போறது இருக்கட்டும் தீஷா நாம ரெண்டு பேர் மேலையும் கொலவெறில இருக்கா?”

“ஏன் இன்னவாம்?”

“நேத்து ஆண்ட்டிக்கு பிபி ஓவர் ஆகி ஐசியுல சேக்குற அளவுக்கு ஆகிடுச்சாம்டா முக்கியமான நேரத்துல நாம ரெண்டுபேருமே இல்ல... அவ எவ்ளோ ஃபீல் பண்ணிருப்பா” சொல்லிக்கொண்டே மீண்டும் கண்டெய்னர் உள்ளே சென்றனர்

‘ஐயையோ’ என தலையில் கைவைத்தவன் “சரி மச்சி நான் உன்கிட்ட அந்த வேலன் பத்தி சொல்ல தான் வந்தேன். சரி நான் போயி மொதல்ல தீஷாவையும் ஆண்ட்டியையும் பாத்துட்டு வர்றேன் நீ இங்க பாத்துட்டு நேரா ஹாஸ்பிடல் வந்துடு மத்ததை நாம அங்க பேசிகலாம்” தாசிடமும் ஆருஷிடமும் கூறிவிட்டு ஹாஸ்பிடலுக்கு விரைந்தான் சுகந்தன்.

கண்டெய்னரின் உள்ளே தடவியல் நிபுணர்கள் ஒருபக்கம் கைரேகை நிபுணர்கள் ஒரு பக்கம் என தங்கள் வேலையை செய்துகொண்டிருந்தனர்.

“பாஸ்...” காளி திடீரென கத்த அங்கிருந்த அனைவரும் அவனையே பார்க்க ஆருஷ் அவனை அதிர்ச்சியாய் பார்த்துவிட்டு

“ஏன்டா கத்துற? (மற்றவர்களிடம் திரும்பி) சாரி நீங்க உங்க வேலைய பாருங்க....” என்றான்

"என்ன பாஸ் பாடிய காணோம்?" அதிர்ச்சியாய் கேட்டான் காளிதாஸ்

"ஹாம்... நீ வரவரைக்கும் வச்சிருபங்களா? கொண்டு போயிட்டாங்கடா பாடி இருக்கும்போது நீ வந்திருந்தா இந்நேரம் உள்ளயே வந்திருக்க மாட்ட" வாய் பேசினாலும் கண்கள் சுற்றி அளந்துகொண்டிருந்தது.

"அதும் சரி தான் பாஸ். பாடி இல்லாமலே இப்டி நாறுது.... ச்சை....பாஸ் அங்க நிக்குறாரே அந்த மஞ்ச சொக்கா உங்க சொந்தகாரரா?"

"யாருடா?"

"அப்டியே கேஷுவல்லா அந்த ஜீப்ஸி பக்கத்துல பாருங்க"

அவன் ரொம்ப கேஷுவல்லாக திரும்பி பார்த்துவிட்டு "அவன் மூனு நாளா நமக்கே தெரியாம நம்மள ஃபாலோ பண்றான்டா... இப்ப நீ என்ன பண்ற..."

"அவனுக்கே தெரியாம அவன தட்டி புழியனும் அதான? நான் பாத்துக்கு-றேன் பாஸ்"

"எக்ஸாக்ட்லிடா செல்லக்குட்டி அப்டியே இங்க இருக்க எல்லா சிசிடிவி ஃபுடெஜ் வாங்கிகோ மறக்காம ஃபர்ஸ்ட் பாடிய பாத்த ஆள் கிட்ட டிடெயில்ஸ் வாங்கிக்கோ சரியா?"

"பாஸ் அப்டியே கொஞ்சம் லெஃப்ட்ல நகருங்க.."

ஆருஷ் அவனை வினோதமாய் பார்துக்கொண்டே நகர அங்கு சில எண்-களும் ஆங்கில எழுத்துகளும் கலந்த ஒரு கோட் இருந்தது அதனை உற்று பார்த்த ஆருஷ் "இது ஏதோ ஷிப் ஆர் இங்க இருக்க கண்டெய்னர் நம்பரா தான் இருக்கும்" என்றான்

இருவரும் அதனை குறிப்பெடுத்துக்கொள்ள காளி அந்த மஞ்ச சட்டையை பின்தொடர ஆரம்பித்தான்.

ஆருஷ் அங்கிருந்த ஒவ்வொரு மூலையையும் ஒவ்வொரு இடத்தையும் ஸ்கேன் செய்வதுபோல பார்த்துக்கொண்டிருந்தான்.

"சார் இங்க சில ஃபிங்கர் பிரிண்ட்ஸ் கெடச்சிருக்கு" என்றார் ஒரு அதிகாரி

"ஒரே மாதிரி கைரேகையா? இல்ல வெவ்வேற கைரேகையா?"

"வேற வேற கைரேகை தான் சார் பட் இது எதேர்ச்சையா தெரியல சார் வேணும்னே நம்ம கவனத்துக்காக வைக்கப்பட கைரேகை மாதிரி இருக்கு சார்"

சற்று யோசித்தவன் "சரி ஓகே.... நான் உங்களுக்கு சில கைரேகைகள் குடுக்குறேன் அதோட இது மேச் ஆகுதான்னு பாத்து சொல்லுங்க..."

உடனே வெற்றிக்கு கால் செய்தான் "ஹெலோ... வெற்றி இப்போ நீங்க ஓகேவா?"

"எஸ்சார் ஐ ஆம் ஓகே"

“குட்... அந்த கிட்நாபிங்க் கேஸ்சோட எல்லா ஃபிங்கர் பிரிண்ட்டும் எனக்கு வேணும் இமிடியட்லி... அப்றம் ரஞ்சித் அண்ட் வேலன் ஃபிங்கர் பிரிண்ட் கூட வேணும்”

“ஓகே சார் நான் கலெக்ட் பண்ணி அனுப்புறேன்”

“சரிங்க வெற்றி மதியம் டீடெயில்ஸ் எடுத்துட்டு சென்டருக்கு வந்துடுங்க” அவனது அழைப்பு துண்டிக்கப்பட்டது.

அந்த கைரேகை நிபுணரிடமிருந்து வேண்டிய ஆதாரங்களை பெற்றுக்கொண்டு மதியம் சுகனின் சென்டருக்கு வருமாறு கூறிவிட்டு அந்த ஹார்பரின் சிசிடிவி காட்சிகளை பார்க்க சென்றான் ஆருஷ்.

அங்கு வேலை செய்யும் ஆப்ரேட்டர் ‘இப்ப தான் சார் ஒரு போலீஸ்காரர் வந்து மொத்த ஃபுட்டெஜூம் வாங்கிட்டு போனாரு’ என கூற ஒருவேளை தாஸ்சாக இருக்கலாம் என நினைத்தவன் போஸ்ட்மார்டம் ரிபோர்ட் வாங்க யுனிவெர்ஸ் ஹாஸ்பிடல் வந்தான். வந்தவன் நேராய் சஞ்சய்யை பார்க்க சென்றான்.

“எக்ஸ்க்யூஸ் மீ... மே ஐ கம் இன்”

“டேய் கண்ணா வாடா” வெளியில் கிளம்பிக்கொண்டிருந்தவன் தம்பியை பார்த்ததும் அணைத்து அடித்து பின், சற்று அதட்டலாய்

“நேத்து நைட் எங்கடா போய் தொலஞ்ச நீ காலைல ஃபோன் பண்ண அப்போவே கேக்கணும் நெனச்சேன் பட் ஃபோன்ல கேக்குற விஷயமான்னு விட்டேன்... ஏன்டா இப்டி பண்ற உண்மையா நேத்து என்ன...”

“அதெல்லாம் அப்றம் பேசிகலாம்டா அண்ணா ஆண்ட்டி இப்ப ஓகேவா?” அவனது பேச்சை திசைதிருப்பினான் ஆருஷ்.

“ஹாம் ஓகே தான்டா இப்பதான் கொஞ்ச நேரத்துக்கு முன்னாடி தீஷாவுடைய தாத்தாவும் பாட்டியும் வந்து டிஸ்சார்ஜ் பண்ணி கூப்பிட்டு போயிட்டாங்க சுகன் அவங்கள ட்ராப் பண்ண தான் போயிருக்கான்.”

“தீஷா என் மேல கோவமா இருக்களா?”

“அதெல்லாம் இல்லடா அதான் உனக்கும் சேத்து அடிவாங்க ஒருத்தன அனுப்பி வச்சியே... வடிவேலு மாதிரி சத்தமும் இல்ல கண்ணீரும் வெளிய வரல... நல்ல ஃபிரண்ட்ஸ்டா நீங்க”

“அது இருக்கட்டும் நீ இப்ப எங்க கிளம்புற?”

“வீட்டுக்கு கெளம்பிட்டு இருக்கேன்டா நைட்ல இருந்து இங்க தான் இருக்கேன். வீட்டுக்கு போயி குளிக்கணும் சாப்டனும்”

“எனக்கு ஜீவா பத்தி டீடெயில்ஸ் வேணும்டா அண்ணா. (யோசித்தவன்) சரி... மதியம் சுமோவோட சென்டருக்கு வர முடியுமா?”

“மதியம் ஃப்ரீ தான்டா நான் வர்றேன்.... நீயும் வீட்டுக்கு வந்து போலாம்ல டா?”

“அதுக்குலாம் இப்ப டைம் இல்ல சஞ்சய். நாம மதியம் பாக்கலாம்”

கையோடு சுமோவிற்கு கால் செய்து தீக்ஷாவையும் அழைத்து வருமாறு கூறி-விட்டு போஸ்ட்மார்டம் ரிபோர்ட் வாங்க சென்றான்.

மதிய உணவு முடித்த வேலை ஆருஷ் சொன்னது போலவே அனைவருக்-கும் சுகந்தனின் கவுன்ஸ்லிங்க் சென்டரில் ஒரு பெரிய கண்ணாடி அறையில் சந்திப்பு ஏற்பாடு செய்யப்பட்டிருந்தது. அங்கு சில கணினிகளும் ஒரு புரொ-ஜெக்டரும் இருந்தது.

முதலில் வந்த தீக்ஷாவிடம்

“சாரி தீ... முக்கியமான நேரத்துல உன் கூட இல்லாம போயிட்டோம் ஈவி-னிங் வீட்டுக்கு வந்து ஆண்ட்டிய பாக்குறேன்னு ஆண்ட்டி கிட்ட சொல்லிடு” பாவமாய் முகத்தை வைத்துக்கொண்டு கண்களாலே மன்னிப்பு கடிதம் அளித்-தான்.

“ப்ச... அத விடுடா நானும் உன் மேல செம்ம கோவதுல தான் இருந்தேன் ஆனா இப்ப இல்ல... சரி நீ ஓகே தான?”

அவன் எதுவும் சொல்லாமல் ஏதோ தலையை ஆட்டிவைக்க

“எல்லாம் சீக்கிரமா சரியாகிடும்டா கை இப்போ பரவால்லையா?”

அவன் சிரித்துக்கொண்டே “ம்ம்ம்... பரவால்ல...”

அதற்குள் அந்த கைரேகை நிபுணர் அடுத்து வெற்றி என ஒவ்வொருவராய் வந்து சேர்ந்தனர்.

முதலில் சுகனே ஆரம்பித்தான் அங்கிருந்த பிரோஜெக்டரில் சில படங்களை காட்டிக்கொண்டே

“வேலன் பத்தி நான் விசாரிச்ச வரைக்கும் எதுவுமே தப்பா தெரியல... மிஸ்-டர் வேலன் ஒரு பெர்ஃபெக்ட் பிசினஸ் மேன். அதுமட்டும் இல்லாம அவரு ஹெல்த் மினிஸ்டரோட சொந்த அக்கா பையன். வேலானோட அப்பா சொந்-தமா மெக்கானிசம் சம்பந்தமான எல்லா மிஷினரீஸ்சும் உற்பத்தி செய்ற ஃபேக்ட-ரியே ஆறு வச்சிருக்காரு. அதுல இருந்து வர கூட்ஸ் எல்லாமே இந்தியாவோட சேர்த்து பதிமூனு நாடுகளுக்கு சப்ளை பண்றாங்க. ஹார்பர்ல அவங்களுக்கு சொந்தமா ரெண்டு சரக்கு கப்பல் இருக்கு. இதுமட்டும் இல்லாம அவங்களுக்கு தேவையான மூலப்பொருள் இறக்குமதி ஏற்றுமதி எல்லாமே லீகள் தான் எந்த ஒரு இல்லீகள் பிசினஸ்ஸூம் அங்க நடக்கல அப்டின்னு ரிபோர்ட் சொல்லுது. இறந்து போன ரஞ்சித்தும் வேலனும் கிளப் ஃபிரண்ட்ஸ் அத தவிர அவங்க-ளுக்குள்ள எந்த தொர்டர்பும் இருக்குற மாதிரி எந்த ஆதாரமும் கெடைக்கல... ரஞ்சித் இறக்குறதுக்கு முன்னாடி நாள் வேலன் வேல விஷயமா வெளியூர்

போறதா மட்டும் சொல்லிட்டு போயிருக்காரு ஆனா அவரப் பத்தி எந்த தகவ-லும் இல்ல. இது வேலனோட மொபைல் கால் ஹிஸ்டரி இதுலையும் எந்த க்ளூவும் இல்ல, அவர கடத்துற அளவுக்கு அவருக்கு பெரிய எதிரிங்க யாரும் இல்லைன்னு அவரோட மனைவி சொல்றாங்க மினிஸ்டர் வழக்கமான வழக்கமா எதிர் கட்சி காரங்களையே கொறசொல்லிக்கிட்டு இருக்காரு...''

''சரி வேலனுக்கும் ஜீவாவுக்கும் என்ன சம்பந்தம்?''

''பெருசா ஒன்னும் இல்ல... டாக்டர் புனீத் அண்ட் ஜெய்ன் சேர்ந்து கண்-டுபுடிச்ச ஒரு மாத்திரைய தமிழ் நாட்டுல விற்பனை செய்ய அனுமதி வாங்க அடிக்கடி ஹெல்த் மினிஸ்டர பாக்க வந்து பழக்கம் ஆனதுதான்... வெறும் அப்-பிஷியல் ஃபிரண்ட்ஸ் அவ்ளோ தான் மச்சி'' சுகன் சொல்லி முடிக்க ஆருஷ் வேலனின் மொபைல் நம்பரை எடுத்து தீஷாவிடம் கொடுத்து

''இந்த நம்பர் கடைசியா எப்போ ஆக்டிவ்வா இருந்துச்சி? லொகேஷன் என்ன? பாத்து சொல்லு தீ... அவரோட மொபைல்ல இருக்க ரீசண்ட் கால்ஸ் ரெகார்ட்ஸும் எனக்கு வேணும்'' என்றான் அவளும் சரியென தலையசைத்து-விட்டு கணினிகளுடனான தனது வேலையில் மூழிக்கினாள்.

அடுத்ததாக வெற்றி கொண்டுவந்த காணாமல் போனவர்களின் கைரேகை-களை அந்த நிபுணரிடம் கொடுத்து காலையில் அவர் அந்த கண்டெய்னரில் கண்டறிந்த கைரேகையுடன் ஏதேனும் பொருந்துகிறதா என பார்க்க சொன்னான் ஆருஷ்.

ஜீவா பத்தி தனக்கு தெரிந்த தகவல்களை கூற தொடங்கினான் சஞ்சய்

''யுனிவெர்ஸ் ஹாஸ்பிடலோட பௌண்டர்ஸ் டாக்டர் A.K. புனீத் அண்ட் V.K. ஜெய்ன் இவங்க ரெண்டு பேரோட கசின் தான் டாக்டர் ஜீவா!''

''இந்த புனீத் அண்ட் ஜெய்ன் யாரு? அவங்களோட பேக்ரவுண்ட் என்ன'' கேள்வி எழுபினான் ஆருஷ்.

''இவங்க ரெண்டு பேரும் ஹரியானா மாநிலத்தில் குர்கான்ல இருக்க NBRC (National Brain Research Centre) சைண்டிஸ்ட்! தே ஆர் மோஸ்ட் பாப்புலர் இன் திஸ் ஃபீல்ட்! இவங்கள மருத்துவ உலகின் ஜாம்பவான்னு சொல்-லுவாங்க''

''பில்ட் அப்லாம் ஓவரா இருக்கே பாஸ் பிரச்சனையே இங்க தா இருக்-குமோ?'' ஆருஷின் காதை கடித்தான் தாஸ்.

''அத கூடிய சீக்ரமே கண்டுபுடிச்சிடலாம்டா'' அவனிடம் பதிலளித்துவிட்டு சஞ்சய் சொல்வதில் கவனத்தை வைத்தான் ஆருஷ்.

''ஜீவா பத்தி தப்பா சொல்றதுக்கு பெருசா எதுவும் இல்ல. வேல சுத்தம். தன்னோட தொழில ரொம்ப மதிக்குற ஒருத்தர் தான் ஜீவா. வேலைல இருக்குற பெர்பெக்ஷன் வேற எதுளையும் இருக்காது முக்கியமா டைம்ல அவரால எங்-

களோட ஸ்செடுயல் தான் பாதிக்கப்படும். அதுனால ஹாஸ்பிடல்ல சிலரோட வெறுப்ப சம்பாதிச்சி வச்சிருக்காரு ஏதாவது ஆபரேஷன் கமிட் பண்ணிட்டு சொல்லாம காணாம போயிடுவாரு... அவங்க ஹாஸ்பிடல்ங்கறதால இஷ்டத்-துக்கு வருவாரு இஷ்டத்துக்கு போவாரு. ஓவர் ஆட்டிட்யூட். அவரோட ஃபே-மிலி மும்பைல இருக்காங்க அங்க அவருக்கு சொந்தமா பத்மா கேர் அண்ட் வெல்ஃபர்ன்னு சொந்தமா ஹாஸ்பிடல் கூட இருக்கு அத அவங்க வொய்ஃப் தான் நடத்திக்கிட்டு இருக்காங்க"

"அங்க அவருக்கு சொந்தமா ஹாஸ்பிடல் இருக்கும் போது அவர் ஏன் இங்க வேலப் பாக்கணும்" தான் சந்தேகத்தை மறைக்காமல் கேட்டான் சுகன்.

தோள்களை குலுக்கு கைகளை விரித்து யாருக்கு தெரியும் என்பது போல சைகை செய்தான் தாஸ்.

"மெடிக்கல் ஃபீல்ட்ல இதெல்லாம் சாதாரணம் சுமோ அதுமட்டும் இல்லாம அங்க வேலபாக்குறதுக்கு டாக்டர் ஜீவாவுக்கு ரைட்ஸ் இருக்கு" விளக்கினான் சஞ்சய்.

"ஜீவாவுக்கு ட்ரக்ஸ் யூஸ் பண்ற பழக்கம் இருக்கா?" தனது அடுத்த கேள்-வியை தொடுத்தான் ஆருஷ்.

"நோ... கண்ணா ஜீவாவுக்கு டீ குடிக்கிற பழக்கம் கூட கெடையது... நான் தான் சொன்னேன்ல ஆட்டிட்யூட், பஞ்ச்வல் மட்டும் தான் அவர்கிட்ட பிரச்சன" தெளிவாய் கூறினான் சஞ்சய்.

சட்டென ஒரு ஃபைலை எடுத்த ஆருஷ் "இது ஜீவாவுடைய போஸ்ட்மார்டம் ரிபோர்ட். உடம்புல எங்கயும் கைரேகை இல்ல, அடிச்சி துன்புறுத்தினதுக்கான அடையாளமும் இல்ல, கை கால்கள் கட்டப்பட்ட அடையாளங்கள் மட்டும் இருக்கு, சரியான அளவுல சரியான நேரத்துக்கு தொடர்ந்து ட்ரக்ஸ் ஊசி மூலமா செலுத்தப்பட்டிருக்கு,மொதல்ல கண்ணு தெரியாம பண்ணிருக்காங்க அதுக்கப்றம் கட்ட அவுத்து விட்டிருகனும் பிகாஸ் கை கால்கள்ல கட்டப்பட்ட தடையம் லைட்டா தான் தெரிஞ்சிது... பைத்தியம் மாதிரி தனக்கு தானே பேசிக்-கிட்டு அங்க இங்கன்னு அந்த கண்டெய்னர் உள்ளேயே சுத்தியிருக்காரு அதுக்-கான ப்ரூஃப் காலைல நான் எடுத்த போட்டோஸ்... அங்க ஒரே ஒரு ஃபுட் பிரிண்ட் தான் இருக்கு அது ஜீவாவுடையது. அதுக்கான சாம்பிள் அண்ட் போட்டோ ப்ரூஃப். சாப்பாடு தண்ணி எதுவும் இல்லாம வெறும் போதை பொருள் மட்டும் குடுத்து கொன்னுருக்காங்க" எல்லாம் டேபில் மீது கலைந்துகிடக்க விளக்கினான் ஆருஷ்.

"ஒரு வேல சைகோ கொலகரானா இருக்குமோ?" தனக்கு தோன்றியதை கூறினான் சுகன்.

"வாய்ப்பே இல்ல ப்ரோ... சைகோ கொலகரனுக்கு எந்த மோட்டிவும் இருக்-காது பட் இந்த கொலைல ஏதோ மோட்டிவ் இருக்கு"

"வெல் செட் தாஸ்... நாம மொதல்ல கண்டுபுடிக்க வேண்டியது அவனோட மோட்டிவ் என்னங்கறதை தான்"

இவர்களின் பேச்சை இடை மறித்தது அந்த கைரேகை நிபுணரின் குரல்

"சார்...."

"சொல்லுங்க சார்... எனி ப்ரூஃப்?"

"நீங்க குடுத்த கைரேகைல ரெண்டு பேரோட கைரேகை மேட்ச் ஆகுது அப்றம் வேலனோட கைரேகையும் மேட்ச் ஆகுது சார்" அதைக்கேட்டு ஆருஷ் யோசிக்கும்போதே

"ஆருஷ்...." கத்தி அழைத்தாள் தீஷா. அனைவரும் அவளருகில் வர,

"மிஸ்டர் வேலனுடைய ஃபோன் லாஸ்ட்டா நேத்து நைட் ஆன் ஆகி ஆஃப் ஆகியிருக்கு அதுவும் கடலுக்கு நடுவுல லொகேஷன் கட்டுது. அது மட்டும் இல்லாம அவரோட மொத்த கால் ஹிஸ்டரியையும் நா எடுத்துட்டேன் குறிப்பா இந்த மூனு நம்பர்ல இருந்து தான் அவருக்கு அடிக்கடி கால் வந்திருக்கு.... ஒரு நம்பர் ஜீவாவுடையது இன்னொன்னு ரஞ்சித் அண்ட் ஃபைனலி தர்ட் ஒன் இஸ்.... ஓஹ்.... நோ...." திடீரென பதறினாள்.

"என்ன ஆச்சி..." என அனைவரும் கணினியை பார்க்க அவள் பதற்றமாய் கீ போர்டை தட்டிக்கொண்டிருந்தாள்.

"என்ன ஆச்சி தீ..." என்றான் ஆருஷ் பதற்றம் குறையாமல்.

"யாரோ நம்ம சிஸ்டெம் ஹேக் பண்ண ட்ரை பண்றாங்க கொஞ்ச நேரம் யாரும் என்ன டிஸ்டர்ப் பண்ணாதீங்க ஆருஷ் அந்த டீடெயில்ஸ் இந்த சிஸ்-டெம்ல காப்பி பண்ணு நான் அந்த ஹாக்கர ஹாண்டில் பண்றேன்"

அனைவரும் பதற்றமாய் பார்க்க தீஷா ஒரு பக்கம் ஆருஷ் ஒரு பக்கம் என கீபோர்ட்டை தட்டிக்கொண்டிருந்தனர். இருந்தும் பலன் இல்லை மொத்த டேட்-டாவையும் அந்த ஹேக்கர் டெலீட் செய்துவிட்டான் இருந்தும் தீஷா போராடிக்-கொண்டிருந்தாள்

"ஆருஷ்..... ஹீ இஸ் ஹியர்...."

"என்ன சொல்ற?"

"ஆமா அவன் நமக்கு ரொம்ப பக்கத்துல தான் இருக்கான் ஐ ட்ரை டூ கேட்ச் கிம்" பரபரப்பாய் பேசிக்கொண்டே டைப் செய்தாள்.

"எக்ஸாக்ட் லொகேஷன் சொல்லு"

"500 மீட்டர் டிஸ்டன்ஸ்..."

“ஓகே... நீ அப்டேட் குடுத்துகிட்டே இரு...” ஆருஷ் ப்ளூடூத்தை மாட்டிக்கொண்டு பைக்கை எடுத்துக்கொண்டு பறந்தான்.

“இன்னும் கொஞ்சம் கிட்ட அவன் யாருன்னு நான் புடிச்சிடுவேன்” அவள் வெறியுடன் வேலை செய்ய அது ஒரு காஃபி ஷாப்.

“ஆருஷ் உனக்கு 100 மீட்டர் டிஸ்டன்ஸ்ல ஒரு காஃபி ஷாப் இருக்கு பாரு... இன்னும் கொஞ்சம் முன்னாடி போ உனக்கு லெஃப்ட்ல பாரு... ஷிர்ட்... பக்கத்துல ஒரு சிசிடிவி கூட இல்லையா ஹூ இஸ் ஹீ? ஹூ இஸ் ஹீ?...” அவள் அங்கிருக்கும் அனைத்து கேமிரவையும் திருப்பி தேட அந்த காஃபி சோப்பின் ஒரு மூலையில் தலையை மறைக்கும் சிகப்பு நிற ஜோக்கெட் போட்டு அதற்கு மேல் ஒரு கருப்பு தொப்பியை மாட்டிக்கொண்டு மடியில் லேப்டாப் வைதுக்கொண்டு இருந்தவனை கண்டு பிடித்துவிட்டாள் தீஷா.

“ஆருஷ்.... ஐ ஃபைண்ட் கிம் ரெட் ஜோக்கெட்...” அவள் கத்திக்கொண்டிருக்க அவனுக்கு எதுவும் கேட்கவில்லை மொத்தத்தையும் ஹாக் செய்துவிட்டான் அவன். இருந்தும் ஆருஷ் ஒருவாறு யூகித்து அந்த காஃபி ஷாப் உள்ளே நுழைந்த வேகத்தில் சரியாக அந்த சிகப்பு ஜோக்கெட்காரனை பின்னால் இருந்து இழுக்க கையில் வெறும் தொப்பியும் அந்த சிவப்பு ஜோக்கெட் மட்டுமே வந்தது காலி இருக்கையில் ஒரு துண்டு சீட்டு இருந்தது.

பெட்டர் லக் நெக்ஸ்ட் டைம் என அதனைப் பார்த்து கடுப்பானவன் ‘ஆ....’ என கத்திக்கொண்டே அங்கிருந்த டேபிளை ஓங்கி குத்த அங்கிருந்தவர்கள் அவனை வித்தியாசமாய் பார்க்க சூழ்நிலை உணர்ந்து அனைவரிடமும் மன்னிப்பு கேட்டுவிட்டு மீண்டும் சென்டருக்கு திரும்பினான் ஏமாற்றத்துடன்.

அத்தியாயம் 17

சுகந்தனின் கவுன்சிலிங்க் செண்டர்! உலககோப்பையின் கடைசி ஓவரில் கடைசி பந்தில் கடைசி ரன்னில் கேட்சை தவறவிட்டதால் கப்பை இழந்த வீரன் போல ஏமாற்றத்துடன் தலையை தொங்கப்போட்டுக் கொண்டு விரக்தியாய் வந்த ஆருஷின் முகத்தை வைத்தே நடந்ததை யூகித்தனர் நண்பர்கள்.

“என்ன ஆச்சி கண்ணா? அவன புடிச்சியா? அவன் முகத்த பாத்தியா?” என்று முதலில் கேட்டது சஞ்சய் தான்.

பதில் அளிக்காமல் இல்லை என தலையசைத்தவன் கையில் இருந்த ரெட் ஜோக்கெட் மற்றும் அந்த காகிதத்தையும் காட்டினான்.

“விடு ஆரு… அடுத்த முற நாம அவன கண்டிப்பா புடிக்கிறோம் அவன் இடத்த கண்டுபுடிக்க முடிஞ்ச நமக்கு அவன கண்டுபுடிக்க எவ்ளோ நேரம் ஆகிடும்… அவன நான் ரொம்ப குறைச்சி மதிப்பிட்டுட்டேன். அடுத்தமுற அவனா நானா பாக்குறேன். காலருக்கும் கழுத்துக்கும் ரொம்ப தூரம் இல்ல ஆருஷ்” பல்லைக்கடித்துக் கொண்டே அவனுக்கு ஆறுதல் சொல்வது போல தனது ஆதங்கத்தையும் சேர்த்து தெரிவித்தாள் தீஷா.

வெறுமேனே தலையசைத்தவன் “இவ்ளோ கிட்ட போன பிறகு அவன சீக்கிரமே புடிச்சிடுவேன்னு நம்பிக்கை வந்துடுச்சி தீ… நம்மளோட சிஸ்டம் ஹாக் பண்றானா அவன் நம்மகிட்ட மாட்டிக்கிறதுக்கு தேவையான ஆதாரம் அதுல இருந்திருக்குனு அர்த்தம். நம்ம மேல அவனுக்கு இருக்குற பயத்தை தான் நான் பாக்குறேன்… கூடிய சீக்கிரம் அவன புடிச்சிடுவேன்” என்றான்.

ஆளாளுக்கு ஆறுதல் கூற, சட்டென ஆருஷின் மூளையில் ஏதோ உரைக்க

“டேய்… தாஸ்”

“சொல்லுங்க பாஸ்”

“உன்கிட்ட ஒரு நம்பர் நோட் பண்ண சொனேன்ல? அந்த நம்பர் குடு”

அவன் பாக்கெட்டில் இருந்த ஒரு காகிதத்தை நீட்ட

“தீ இந்த நம்பர் என்ன? எதோடையதுன்னு பாத்து சொல்லு”

“இந்த சிஸ்டெம் இப்ப அவன் கண்ட்ரோல்ல இருக்கும் எனக்கு இப்போ வேற சிஸ்டெம் வேணும் ஆருஷ்”

“மச்சி...” ஆருஷ் சுகந்தனை அழைக்க,

“தோ வரேன் மச்சான்”

சுகன் அவனது அலுவலகத்தில் இருந்த வேறொரு கணினியை கொண்டு-வந்து கொடுத்தான். அதில் ஏதோ ஒரு டிவைசை பொருத்தி கீபோர்ட்டை தட்டி ஆருஷிடம் வாங்கிய எண்ணை போட்டு தேடினாள்.

“ஆருஷ்.... இது ஒரு பிரைவேட் ஷிப்போட நம்பர்”

“ஷிப்போட ஓனர்? அந்த ஷிப்போட லொகேஷன் அண்ட் டிராவல் ரீஜி-யன்? அந்த ஷிப் பத்தின டீடெயில்ஸ் எல்லாதையும் கண்டுபுடிச்சி சொல்ல முடியுமா தீ?” ஆர்வமாய் கணினியை பார்த்துக்கொண்டே கேட்டான்.

“எனக்கு கொஞ்சம் டைம் வேணும் ஆரு... ஃபுல் டீடெயில்ஸ் வேணும்னா இந்த செட்டப் பத்தாது.... அந்த ஷிப் இருக்க ஹாபர் லொகேஷன், கண்ட்ரோல் ரூம், ஷிப்போட கண்ட்ரோல் பேனல், சாட்டிலைட் காமிரா ஏகப்பட்ட வேல இருக்கு நா வீட்டுக்கு போயிட்டு உனக்கு டீடெயில்ஸ் அனுப்பவா?”

சற்று யோசித்தவன் “தாஸ்”

“பாஸ்?”

“அந்த மஞ்ச சட்ட என்ன ஆச்சி?”

“என் ரூம்ல தொவச்சி தொங்கப்போட்டிருக்கேன் பாஸ்” சாதாரமாக சொல்-லிவிட்டு இமைகளை மூடி தலையை வலதுபக்கம் சாய்த்து காட்டினான் தாஸ்.

சற்று புன்னகைத்தவன் சரி என்பது போல தலையாட்டிவிட்டு

“ஓகே தீ... சரி... அப்போ நீங்க எல்லாருமே கௌம்புங்க... தாங்க்ஸ் வெற்றி நாளைக்கு பாக்கலாம்... தாங் யு சோ மச் சார்”

அந்த கைரேகை நிபுணரின் கைகுலுக்கி நன்றி தெரிவித்து இருவரையும் அனுப்பிவைத்தான்.

“சரி சஞ்சய் நீயும் கௌம்பு அப்டியே தீஷாவையும் ட்ராப் பண்ணிடு” ஆருஷ் சொன்னது தான் தாமதம்.

“அய்யய்யோ... எங்க வீட்டுல இருக்க யாராச்சும் எங்க ரெண்டு பேரையும் ஒன்னா வச்சி பாத்துட்டா சீன் முடிஞ்சிது. நான் சுமோ கூடவே கௌம்புறேன்” அவசரமாய் கூறினாள் தீஷா.

“அதெல்லாம் ஒன்னும் ஆகாது யாரும் பாக்க மாட்டாங்க நானே ட்ராப் பண்றேன்” சற்று அதிகாரமாய் கூறிவிட்டு முன்னே நடந்தான் சஞ்சய். கைகளை

விரித்து தலையாட்டி வேறுவழி இல்லை என்பதுபோல அவன் பின்னாலேயே சென்றாள் தீக்ஷா.

“டேய்... சுமோ நீ கெளம்பல?”

“டேய் இது என் ஆஃபிஸ்டா!”

“ஆமால மறந்துட்டேன் மச்சி. சரிடா ஒரு முக்கியமான வேல இருக்கு நாங்க கெளம்புறோம்”

“நானும் வரவாடா?” சுகன் கேட்க

“இல்ல மச்சி நாங்க பாத்துக்குறோம் எதுனா பிரச்சனனா சொல்றேன்”

அவனிடம் கூறிவிட்டு வெளியில் வந்தான் ஆருஷ். அவனுக்காக காத்திருந்தான் சஞ்சய்.

“டேய் அண்ணா நீ இன்னும் கெளம்பலயா?”

“நீ எப்போடா வீட்டுக்கு வருவ?”

“இப்போதைக்கு வாய்பில்ல நைட் முடிஞ்சா வரேன் அம்மா கிட்ட சொல்லிடு. மீரா அக்கா கால் பண்ணாங்க பிசியா இருக்கேன் அப்றம் கூப்புடுறேன்கானு சொன்னேன் அவங்க கிட்டையும் சிட்சுவேஷன் சொல்லிடு நான் நார்மல்லா தான் இருக்கேன் ஒன்னும் பிரச்சன இல்லன்னு சொல்லிடுண்ணா தேவயில்லாம அவங்க வேற டென்ஷன் ஆகிட்டு இருப்பாங்க”

அருகில் சென்று ஆருஷை அணைத்து காதில் சொன்னான் சஞ்சய்

“நேத்து மீனுக்குட்டியும் கவினும் தான் விளையாடும்போது தெரியாம அந்த வாட்ச் பாக்ஸ கீழ தள்ளி ஒடச்சிட்டாங்க சாமுக்கும் அதுக்கும் எந்த சம்பந்தமும் இல்ல. பாவம்டா அந்த பொண்ணு நம்மள நம்பிதான் வந்திருக்கா. நேத்து நான் அவளுக்கு மருந்து போடும்போது கூட அவ உன்ன பத்தி தான் கவலப்பட்டா. நல்ல பொண்ணுடா”

ஆருஷ் சோகமாக தலையை தொங்க போட..

“சரி சரி சீக்கிரமா வேலைய முடிச்சிட்டு வீட்டுக்கு வரப்பாரு... அப்பாவும் பெரிப்பாவும் வந்ததும் உன்ன தான் கேட்டாங்கலாம்?”

“அவங்க எப்ப வந்தாங்க? அவங்களுக்கு இந்த பிரச்சன தெரியுமா?” அவசரமாக கேட்டான் ஆருஷ்.

“காலைல வந்திருப்பாங்க போல சாம் உண்மைய சொல்லாம ஏதோ விளையாடும்போது வளையல் பொத்து காயம் ஆகிடுசின்னு சொல்லி சமாளிச்சிட்டாளாம் அம்மா சொன்னாங்க... ”

அவன் வெறுமனே தலையை மட்டும் அசைக்க தம்பியின் தோளை தட்டி ‘எல்லாம் சரியாகிடும்டா’ என ஆறுதல் கூறிவிட்டு சென்றான் சஞ்சய்.

ஆருஷும் தாஸும் அந்த மஞ்சள் சட்டைக்காரனை பார்க்க தாஸின் அறைக்கு வந்தனர். கன்னம் வீங்கி, உதடு கிழிந்து, மூக்கில் ரத்தம் வழிந்து காய்ந்து இருந்தது.

“டேய்... என்னடா பண்ணிவச்சிருக்க? உன்ன ஃபாலோதான பண்ண சொன்னேன். எதுக்குடா இப்டி அடிச்சி மூஞ்சிய பேத்து வச்சிருக்க?”

“நான் ஒன்னும் பண்ணல பாஸ் நான் சாஃப்ட்டா தா கேட்டேன் அவன்தான் கை நீட்டினான்”

“அதுக்குனு இப்டியா அடிப்ப?”

“ரொம்ப பதறாதீங்க பாஸ் ஒரே ஒரு அடி தான் அடிச்சேன்”

“எது இது ஒரே ஒரு அடியா?”

“ஆமா.. அது பிஞ்சி மூக்கு போல ஒரே பஞ்ச்சுக்கே நஞ்சி போயி செவுப்பு பெயிண்ட் வெளிய வந்துடுச்சி நான் என்ன பண்ணுவேன்” அப்பாவி போல பதிலுரைத்தான் காளிதாஸ்.

“இந்த டியலாக்கு ஒன்னும் கொறச்சல் இல்ல... இவன் கூலிக்கு வேல செய்றவன்டா வில்ல விட்டுட்டு அம்ப ஒடச்சி என்ன ப்ரோஜனம்? அவன எழுப்பு... அடிக்கமா எழுப்புடா”

அந்த மஞ்சள் சட்டைக்காரன் அரைபோதையில் இருப்பவன் போல மெதுவாய் கண் திறந்து முழித்தான். அவனுக்கு மிக அருகில் போய் அமர்ந்த ஆருஷ்.

“இதோ பாரு தம்பி உன்ன அடிக்கிறதுல எனக்கு விருப்பம் இல்ல நாங்க கேக்குற கேள்விக்கு மட்டும் உண்மைய மறைக்காம சரியா பதில் சொன்னா உன்ன ஒன்னும் பண்ணாம விட்றுவோம் புரியுதா?”

அவன் பதில் எதுவும் சொல்லாமால் முறைத்துக்கொண்டே நக்கலாக சிரிக்க அதனைப் பார்த்து கடுப்பான காளி அவனை அடிக்க போக

“டேய்.... இர்றா... நான் தான் பேசிட்டிருக்கேன்ல? சும்மா சும்மா கோவப்படுற? அடிச்சிட்டா சரியா போயிடுமா? அடிக்கிறதாடா பெருசு அமையதியா டீல் பண்ண கத்துகோடா?”

ஆருஷ் சொல்வதை வாய் பிளந்து பார்த்த காளி

‘எதே... பாரா.... அமைதியாமில்ல.... திடீர்னு என்ன ஆச்சி இவருக்கு? நல்லா தான இருந்தாரு.... இல்லையே... பாஸ் ப்ரோ இவரோட காதுல ஏதோ சொன்னதுல இருந்து இவர் மூஞ்சியும் சரியில்ல பேச்சியும் சரியில்ல... சம் திங் ராங்’ யோசித்துக்கொண்டு நின்றான்.

“இன்னாடா முழிக்கிற?”

“ஒன்னுல பாஸ் உங்க அண்ணன் பேச்ச கேட்டு அகிம்சவியாதியா மாறிட்டீங்களோ?”

“எது.... வியாதியா?”

“இல்ல பாஸ்.... திடீர்ன்னு காந்தி மாதிரி பேசுறீங்களே அதான் கேட்டேன்”

“அதெல்லாம் ஒண்ணும் இல்ல சும்மா இருடா. ம்ம்... சொல்லுப்பா தம்பி உன்ன யாரு இதெல்லாம் வேவு பாக்க சொன்னது? இதுக்கு பின்னாடி யார் இருக்கா? எதுக்காக இதெல்லாம் செய்றாங்க? உனக்கு தெரிஞ்ச எல்லா உண்மையும் சொல்லு”

“ஹாஹாஹா.... ஹாஹாஹா....” அவன் திடீரென சிரிக்க

“எதுக்குடா இப்டி லுசுமாதிரி சிரிக்கிற?” என கடுப்புடன் கேட்டான் காளி

“இல்ல உங்க ரெண்டுபேரையும் நெனச்சா சிரிப்பா இருக்கு. நான் யாருன்னு தெரியாம பெரிய வெண்ணைங்க மாதிரி என்னை இங்க கடத்திட்டு அடச்சி வச்சிருக்கீங்க. நீங்க என்ன பண்ணாலும் என்கிட்ட இருந்து ஒரு ஆணி கூட புடுங்க முடியாது”

அவன் முடிப்பதற்குள் காளியின் கைவிரல் ஆசையாய் ஒரு அரை விட்டது அந்த மஞ்ச சட்டைக்காரனின் கன்னத்தில். அவன் கோவத்தில் கொந்தளிக்க ஆருஷ் காளியை முறைக்க,

“சாரி பாஸ்” என கூறி இரண்டடி பின்னால் நகர்ந்து எதிரில் இருப்பவனை முறைத்துக்கொண்டே நின்றுகொண்டான்.

“என்னை அடிச்ச விஷயம் மட்டும் எங்க சாருக்கு தெரிஞ்சிது நீங்க யாரும் உயிரோட இருக்க மாட்டீங்க. ஏன்டா இவங்கிட்ட மோதினோம்னு வருத்தப்பட போறீங்க... மரியாதையா என்னைய விட்டுருங்க அதுதான் உங்களுக்கு நல்லது. அதோட இந்த கேச குளோஸ் பண்ணிட்டு கெளம்புற வழிய பாருங்க. பாவம்னு எங்க சாரு உங்களுக்கு உயிர் பிச்ச குடுத்திருக்காரு. அவருக்கு விஷயம் தெரியாத வரைக்கும் தான் நீங்க சேஃப்” அவன் பல்லை கடித்துக்கொண்டு ஃபோர்ஸ்சாக பேச சட்டென சிரித்தான் ஆருஷ்.

“தம்பி நாங்க யாருன்னு தெரியாம நீ பேசிக்கிட்டு இருக்க, சரி இந்தா ஃபோன் உங்க மோருக்கிட்ட விஷயத்த சொல்லு அவன் வந்து என்னத்த புடுங்குறான்னு பாக்குறோம்”

“ஹாஹாஹா நீங்க சிபிஐ போலீஸ் தான அதெல்லாம் நல்லா தெரியும் எனக்கு. உன் மெரட்டல் உருட்டலுக்கு பயப்படுற ஆள் நான் கெடையாது. சிபிஐனா பெரிய பருப்புன்னு நெனப்பா”

அவன் சொல்லி முடிப்பதற்குள் வாயில் இருந்த இரண்டு கடவா பற்கள் பறந்து வந்து பக்கத்தில் விழுந்தது. அவன் அப்படியே மயங்கி சரிந்தான்.

'அது... அது தான் என் பாஸ்' பெருமையுடன் ஆருஷை பார்த்தான் காளி.

ஆருஷ் அவன் முகத்துக்கு அருகில் சென்று "இன்னொரு முற வேலைய பத்தி தப்பா பேசின?.... பேசறதுக்கு வாய் இருக்கும் உடம்புல உயிர் இருக்காது" அதே ஃபோர்ஸ்சோடு திரும்ப காளி அவனை நக்கலாக பார்த்து

"யாரோ அன்பு, அமைதி, அகிம்சைனு பேஸ்னாங்க பாஸ்"

"சர்றா தெரியாம சொல்லிட்டேன் மன்னிச்சிடு"

அவன் சிரித்துக்கொண்டே "பாம்பு பல்லிக்கு தான் பாஸ் பரிதாபம் பாக்கணும் இந்த மாதிரி பரதேசிக்கு இல்ல"

"சரி சரி அவன உன் ஸ்டைல்லயே விசாரி நான் கொஞ்சம் ரிலாக்ஸ் பண்ணிட்டு வரேன்"

"செத்துட்டானா உயிரோட இருக்கானா தெரியலையே?"

"ஒரு அடிக்கெல்லாம் செத்திருக்க மாட்டான்டா நல்லா பாரு"

ஆருஷ் சிறிது நேரம் கழித்து வந்து பார்க்க அவன் அதே நிலையில் இருந்தான் காளி அவனை குறுகுறுவென பார்த்துக்கொண்டிருந்தான்.

"என்னடா இன்னுமா அவன் கண்முழிக்கல நீ சொன்ன மாதிரியே செத்துட்டானா என்ன?"

"அதெல்லாம் இல்ல பாஸ் முழிச்சான் வழக்கம் போல பேசுனான் மண்டைலே ஒன்னு போட்டேன் மறுபடியும் மயங்கிட்டான் திரும்ப எப்ப முழிப்பான்னு பாத்துக்கிட்டு இருக்கேன்."

"டேய் நான் உன்கிட்ட என்ன சொன்னேன் நீ என்ன பண்ணிவச்சிருக்க? அவன் கிட்ட ஏதாச்சும் டிடெயில்ஸ் கேட்டியா?"

"அவன அனுப்பின ஆள் யாருன்னு தெரிஞ்சிடுச்சி ஆனா அட்ரெஸ் கேக்குறதுக்குள்ள மயங்கிட்டான் பாஸ்"

"ஆள் யாருன்னு மட்டும் சொல்லுடா அட்ரெஸ் அப்றம் பாதுக்கலாம்"

"யாரோ லோகேஷாம்..."

"ஷோகேஷா?" அதிர்ச்சியாய் கேட்டான் ஆருஷ்

"ஆமா பாஸ். அந்த வெண்ண யாருன்னு சொல்லாமலே இப்டி மயங்கிட்டானே இவன என்ன பாஸ் பண்றது?"

"அந்த வெளக்கென்ன யாருன்னு எனக்கு தெரியும். இவன நீ என்ன வேணா பண்ணிகோ" கூறிவிட்டு தனது அலைபேசியை எடுத்து வெற்றிக்கு அழைத்தான் ஆருஷ்.

'என்ன இவரு இப்டி சொல்லிட்டு போராரு' யோசித்துக்கொண்டே அவனையே பார்த்துக் கொண்டிருந்தான் காளி.

"ஹலோ வெற்றி... நான் தான்"

"...."

"உங்க எஸ்பி எங்க இருக்காரு"

"..."

"அப்டியா? எப்ப வருவாராம்"

"...."

"ஓஹ்.... இன்னைக்கு நைட்டா? சரி ஓக்கே"

"...."

"இல்ல இல்ல பிரச்சன ஒன்னும் இல்ல... சும்மா தான் கேட்டேன் தாங்க்ஸ் வெற்றி... ஓகே பை" போனை கட் செய்தவன் காளியை பார்த்து மர்மமாய் புன்னகைத்து

"இந்த பாடிய சீக்கிரமா டிஸ்போஸ் பண்ணிட்டு வாடா இன்னைக்கு நைட் நமக்கு ஒரு முக்கியமான வேல இருக்கு (அவன் என்னவென கேட்பதற்கு முன்) எதுவும் கேக்காத நானே சொல்றேன் மொதல்ல இவன தூக்கி வெளிய போடு"

இரவு நேரம் மணி ஒன்பதை தாண்டியிருக்க காளி தனது மெத்தையில் படுத்துக்கொண்டு விட்டத்தில் சுற்றிக்கொண்டிருக்கும் மின்விசிறியின் மையத்தை பார்த்துக்கொண்டிருக்க அவனது வயிற்றில் தலைவைத்து தனது உள்ளங்கையில் உள்ள காயத்தை பார்த்துக்கொண்டிருந்தான் ஆருஷ்

"பாஸ்..."

"ம்ம்ம்...."

"பாஸ்..."

"என்னடா?"

"என்ன பாஸ் நீங்க ஏதோ முக்கியமான வேல இருக்குனு சொல்லிட்டு மல்லாக்க படுத்து விட்டத்த பாத்துக்கிட்டு இருக்கீங்க?"

"டேய்.. அதுக்கு இன்னும் நிறைய டைம் இருக்குடா அதோட நான் ஒன்னும் சும்மா படுத்துட்டு இல்ல... கேஸ் பத்தி தான் யோசிச்சிக்கிட்டு இருக்கேன்"

"எது... ஹாம்?... அப்போ கேஸ் ஃபைல்ஸ் எல்லாம் கட்டு போட்ட உள்ளங்கையிலயா ஒளிச்சி வச்சிருக்கீங்க? பொய் சொன்னாலும் பொருந்த சொல்லணும் பாஸ்... அந்த காயதுக்கு பின்னாடி இருக்க கதைய கேட்டாலும் சொல்ல மாட்டேங்குறீங்க"

தலையை தூக்கி அவனை முறைத்தவன் மீண்டு அவன் வயிற்றிலேயே படுத்துக்கொண்டு

"அது ஒன்னும் இல்லடா அது என்ன ஆச்சினா...." சம்ருதாவை பார்த்த நாள் முதல் இன்று நடந்தது வரை அனைத்தையும் சொல்லி முடித்தான்.

“பாவம் பாஸ் அவங்க. ஒரு அப்பா அம்மா இல்லாத அப்பாவி பொண்ண எப்டியெல்லாம் டார்ச்சர் பண்ணிருக்கீங்க?”

“எது... நான் டார்ச்சர் பண்ணேனா? டேய் முழுக்கதையும் கேட்டுமா இப்டி சொல்ற?”

“முழுக்கதையும் கேட்டதால தான் பாஸ் இப்டி சொல்றேன்”

“ஓஹ்... அப்டியா? சரி ரைட்டு.... அந்த பேச்ச விடு நாம கேஸ் பத்தி யோசிப்போம்”

“சாப்ட்டு யோசிப்போம் பாஸ் பசிக்குது”

“சரி நீ போய் சாப்ட்டுவா நான் இங்கையே இருக்கேன்.”

“ஏன் பாஸ் நீங்க சாப்டலயா?”

“இந்த கைய வச்சிக்கிட்டு எப்டிடா?”

“அப்போ காலைல இருந்தே ஒன்னும் சாப்டலயா?”

அவன் இல்லை என்பது போல தோள்களை குலுக்க

“பாஸ் நான் சிக்கன் ரைஸ் ஆர்டர் பண்றேன் ஸ்பூன் வச்சி சாப்டுக்கலாம்”

“அதெல்லாம் வேணான்டா”

ஆருஷ் சொல்லிக்கொண்டிருக்கும் போதே காலிங் சத்தம் கேட்க... காளி கதவை திறந்தான் சஞ்சய் தான் கையில் ஒரு பையோட வந்திருந்தான்.

“வாங்க பாஸ் ப்ரோ... உள்ள வாங்க..”

“அதென்னடா பாஸ் ப்ரோ?”

“அதுவா... நீங்க பாசோட ப்ரதர் தான? அதான் பாஸ்ஸோட ப்ரோ பாஸ் ப்ரோ... சிம்பிள்” என்றான் பெருமையாக

“என்னமோ... சரி... இந்தா?”

“என்ன பாஸ் ப்ரோ இது?”

“உங்க ரெண்டு பேருக்கும் சாப்பாடுடா”

“ஹேய்... அண்ணா இந்நேரத்துல நீ இங்க என்னடா பண்ற?”

“என்னப்பா என்ன பண்றது என் தம்பி நைட் பகலா வேலப்பாக்குறான் அவனுக்கு வீட்ட பத்தியும் கவலையில்லா வீட்டுல இருக்கவங்கள பத்தியும் கவலையில்ல நாங்க அப்டியா?”

“என்னடா அண்ணா இன்டைரக்ட்டா குத்திக்காட்டுறியா?”

“சேச்ச.... டைரக்ட்டா தான்”

காளிதாஸ் கேரியர் திறந்து உணவை ஆராய்வதிலேயே கண்ணாய் இருந்தான்

“வ்வாவ்.... வாசனையே பசிய துண்டுதே.... பாஸ் இங்க பாருங்க.... கரிக்கொழம்பு வாசம் கமகமக்குது... என்ன சப்பாத்தியா?” குழம்பை வாசம் பிடித்தவன் சப்பாத்தியை பார்த்து சப்பிட்டு போனான்.

“ஏன்டா என்ன ஆச்சி நீ சப்பாத்தி சாப்ட மாட்டியா?” சஞ்சய்யின் கேள்வியில் சற்று இளித்தவன்.

“அதெல்லாம் இல்ல பாஸ் ப்ரோ நான் எதுக்குடுத்தாலும் சாப்டுவேன்.... கரிக்கொழம்ப பாத்ததும் சோறுன்னு நெனச்சிட்டேன். ஹீ...”

“சரி சரி இளிச்சது போதும் சாப்டுடா... பசிக்குதுன்னு சொன்னல்ல” என்றான் ஆருஷ்.

“நீங்களும் வாங்க பாஸ் சாப்டலாம்”

“என்னால பிச்சி சாப்ட முடியாதுடா கைல இருக்க கட்டுலாம் பாழாய்டும்”

“டேய் உனக்காக இன்னோர் கப்புல ரோல் பண்ணி குடுத்துவிடுருக்காங்க எடுத்து சாப்டுடா அதெல்லாம் கட்டு ஒன்னும் ஆகாது” என்றான் சஞ்சய்.

இருவரும் சாப்பிட ஆரம்பிக்க, வராத கண்ணீரை துடைத்தான் காளி.

“ஏன்டா அவ்ளோ காரமாவா இருக்கு?” என்ற சஞ்சய்யின் கேள்வியில் சற்று முக பாவனையை மாற்றியவன்.

“இல்ல பாஸ் ப்ரோ இத சாப்டதும் எனக்கு எங்க வீட்டு நியாபகம் வந்துடுச்சி”

“உங்க அம்மாவும் இப்டிதான் சமைப்பாங்களா?”

“சேச்ச... எங்க வீட்டுல யாருக்கும் இப்டி சமைக்க தெரியாது பாஸ் ப்ரோ இருந்தாலும் வீட்டு சாப்பட்ட ரொம்ப மிஸ் பண்றேன். சும்மா சொல்ல கூடாது பாஸ் இந்த சாப்பாடு செஞ்சவங்களோட கைப்பக்குவம் அல்டிமேட்... இன்னும் ரெண்டு சப்பாத்தி சேத்து எடுத்துட்டு வந்திருக்கலாம் பாஸ் ப்ரோ. வேற லெவல் இன்னைல இருந்து இத சமைச்சவங்களுக்கு என் நாக்கு அடிமை”

“போதும்டா ரொம்ப புகழாத.... சாப்டு”

எல்லா சப்பாத்தி ரோலையும் சாப்பிட்டுவிட்டு கடைசி ரோலை கடித்துக்கொண்டே

“அவன் சொல்றது உண்மைதான் அண்ணா சும்மா சொல்ல கூடாது சகுந்தலா கைப்பக்குவமே தனி தான் என்னதான் புள்ள மேல கோவமா இருந்தாலும் சப்பாத்தி சிக்கன் கிரேவி அதுவும் பிச்சி சாப்ட முடியாதுன்னு ரோல் பண்ணி வேற....” அவன் பெருமை பொங்க கூறுவதை கேட்டு சிரித்த சஞ்சய்

“இதெல்லாம் பெரிமா பண்ணாங்கன்னு யார் சொன்னது?”

“அம்மா இல்லன்னா அந்திமா பண்ணிருப்பாங்க... யார் பண்ணா என்ன எல்லாம் என் அம்மா எனக்காக பண்ணது தான? அம்மா சாப்பாடு வச்சிகுடுக்கமா வேற யார் குடுப்பா?”

“ஹாம் கரெக்ட் தான் சாப்பாடு வச்சி குடுத்தது பெரிமா தான். ஆனா சமைச்சது... உனக்காக ஸ்பெஷல்லா ரோல் பண்ணி குடுத்தது... எல்லாமே சம்-

ருதா தான்'' சஞ்சய் சொன்னதை கேட்ட அடுத்த நொடி ஆருஷ் சாப்பிட்டு கொண்டிருந்த சப்பாத்தி தொண்டையில் அடைத்துக்கொள்ள சட்டென புரையேறி இரும்ப ஆரம்பித்தான்.

''பாஸ் பாத்து... என்ன ஆச்சி?'' காளி அவனது தலையில் தட்டிக்கொடுத்து தண்ணீர் கொடுத்தான்.

''என்ன ஆச்சி பாஸ்?''

''சிக்கிடிச்சிடா?''

''சிக்கிடிச்சா? இல்ல சிக்கிடிங்களா?''

''டேய்...'' ஆருஷ் முறைக்க

''நான் போயி தண்ணி எடுத்துட்டு வரேன் பாஸ் ப்ரோ''

அவன் நழுவிக்கொள்ள

''நீ உண்மையிலயே சிந்தியா அத்தைக்காகதான் சாம் மேல கோவமா இருக்கியா?''

ஆருஷிடம் பதில் இல்லை. இதனை எதிர்ப்பார்த்தவன் போல

''தெரியும் உன்கிட்ட பதில் இருக்காதுன்னு.... முழுசா சாப்டு முடி'' என்றான் சஞ்சய்

சப்பாத்தியின் கடைசி துண்டோடு சம்ருதாவின் நினைவுகளையும் சேர்த்து மென்றுகொண்டிருந்தான் ஆருஷ். காளி வந்ததும் அவனிடம் இருந்து தண்ணீர் வாங்கி குடித்துவிட்டு

''சரி... அந்த சூனியக்காரி கை எப்டி இருக்கு? இப்போ பரவலையா?''

''ஹாப்பா... எவ்ளோ அக்கறடா உனக்கு?''

''அக்கறலாம் ஒன்னுல சும்மா கேக்கணும் தோணுச்சி... சாப்பாடு குத்துவிட்டால்ல அதான்''

''ஹாம் நம்பிட்டேன்... இப்பவாச்சும் கேக்கணும்னு தோணுச்சே உனக்கு... பாரவல்ல கை நல்லாதான் இருக்கு. தையல் போட்டதால ஆர கொஞ்சம் நாள் ஆகும்''

''டேய்... அண்ணா சும்மா அளக்காதடா வளையல் பொத்தா தையல் போடுற அளவுக்கு காயம் ஆகுது?''

''ஏன் பாஸ் புடிச்ச உங்க கையே இப்டி இருக்கு அவங்களுக்கு அப்டி இருக்காதா? காயமா இருந்தாலும் ஒரு நியாயம் வேணாமா? ரொம்ப மோசம் பாஸ் நீங்க?'' காளி சாமுக்கு சப்போர்ட் செய்ய

''என்னடா பொசுக்குனு அவ பக்கம் பேசுற?''

''உப்பிட்டவரை உள்ளளவும் நேசிக்கணும் பாஸ்''

“அப்டிங்களா சார் அப்போ அடுத்த முற உப்பு திங்க உயிரோட இருக்க மாட்டீங்க பரவலையா தாஸ்”

“இதெல்லாம் கொலை மிரட்டல் பாஸ்”

“தெரியும் போயி பாத்திரம் கழுவுடா”

இவர்களின் உரையாடலை கேட்டு சஞ்சய் சிரித்துக்கொண்டிருந்தான்.

“நீ என்னடா சிரிச்சிக்கிட்டு இருக்க? சரி... எக்ஸாம் எழுத போன சாலிகா என்ன தான் ஆனா வீட்டுக்கு வந்தாளா இல்லையா? இதுவரைக்கும் எனக்கு ஒரு கால் கூட பண்ணல அவ ஃபோன் வேற ஸ்விட்ச் ஆஃப்ல இருக்கு? எதுவும் பிரச்சனையா?”

“ஆமா கண்ணா நானே சொல்லணும் நெனச்சேன் இந்த சாலிக்கு என்ன தான் ஆச்சின்னே தெரில எக்ஸாம் போயிட்டு வந்ததுல இருந்தே சோகமாவே சுத்திக்கிட்டு இருக்கு யாருக்கிட்டையும் சரியா பேசுறதில்ல... சரியா சாப்றதில்ல... எல்லாத்தவிட முக்கியமா அத்த அவள தனியாவே விட மாட்றாங்க ஏதோ பாடிகாட் மாதிரி பின்னாடியே சுத்துறாங்க”

“சம்திங்ராங்” யோசனையாய் கூறினான் ஆருஷ்.

“ஆமடா இப்ப இன்னொரு புது பிரச்சன வேற?” சலிப்பாய் கூறினான் சஞ்சய்

“அது என்ன?”

“அத்த என்னையும் சாமையும் தப்பா நெனைக்கிறாங்க?”

“உன்னையும் சாமையுமா?”

“ஆமடா மதியம் அவளுக்கு மருந்து போட்டுட்டு இருந்தேனா மொரச்சிக்கிட்டே போனாங்க நா சரியா கண்டுக்கல நான் போன பிறகு சம்ருதாவ புடிச்சி செம்மையா திட்டிருப்பாங்க போல பாவம் சாம் ரொம்ப பீல் பண்ணதா வாணியும் மோனியும் பேசிட்டு இருந்தாங்க”

“அத்த என்ன லுசா?...”

“ஆமாடா”

“யார யார்கூட சேத்துவச்சி பேசுறதுன்னு அறிவே இல்லடா அவங்களுக்கு” கோவத்தில் கடுகடுத்தான்.

“அத விடுடா எங்க இந்த கொழப்பத்துல மறுபடியும் எனக்கும் சாலிக்கும் கல்யாணம் பண்றத பத்தி ஆரம்பிச்சிடுவாங்களோன்னு பயமா இருக்குடா”

“ஒருவேல அத்த உங்க கல்யாண விஷயத்த ஆரமிச்சா என்ன சொல்லுவ?”

“அன்னைக்கு சொன்னதுதான் இன்னைக்கும் சொல்லுவேன். சாலிகா அரியர் மொத்தமும் கிளியர் பண்ணிட்டு வரட்டும் கல்யாணத்த பத்தி அப்போ பேசிக்கலாம்னு”

“சாலி பாஸே ஆக மாட்டான்னு முடிவே பண்ணிட்டியா?”

“இப்பவரைக்கும் அதானடா நடக்குது?”

“ஆக நீ உன் லவ் மேட்டர வீட்டுல இப்போதைக்கு சொல்ல மாட்ட...”

“இப்போ தானடா நாங்க லவ் பண்ணவே ஆரம்பிச்சிருக்கோம் அதுக்குலேவா? சாலிகா எக்ஸாம் கிளியர் பண்றவரைக்கும் எனக்கு டைம் இருக்கு அப்றம் மெதுவா வீட்டுல சொல்லிடுவோம் அதுக்குள்ள அங்கிள் ஆண்ட்டியா சேத்துவைக்கணும்”

“நீ இப்டியே சொல்லிட்டு திரி சாலி எக்ஸாம் கிளியர் பண்ணிட்டு வந்து நீக்க போறா நீ அத்தைக்கிட்ட மாட்டிக்கிட்டு முழிக்க போற”

“அத்தையெல்லாம் அசால்ட்டா சமாளிச்சிடுவேன்டா சாலிக்கு தான் என்மேல ஏதும் பீலிங்க்ஸ் இருக்குமோன்னு கொஞ்சம் பயமாவே இருக்கு”

“சீச்சீ... அவளுக்கு உன்மேல எந்த இண்டரெஸ்ட்டும் இல்லடா”

“அது எப்டி உனக்கு தெரியும்?”

“அது.... நானும் அவளும் ஃபிரண்ட்ஸ்தான அதான் எனக்கு தெரியும்” அவன் முழித்துக்கொண்டே சொல்ல

“சரி ஏதோ அப்டி ஏதும் இல்லன்னா சந்தோஷம் தான்... சரிடா நான் கௌம்புறேன் மீரா வேற என்கிட்ட ஏதோ பேசணும் சொல்லுச்சி வெயிட் பண்ணிட்டு இருக்கும் நான் கௌம்புறேன்”

“சரி ஓக்கே பைடா எதுனான்னா உடனே கால் பண்ணு பத்தரமா பாத்துகோடா”

“யார?”

“வீட்டுல இருக்கவங்கள”

“எக்ஸாக்ட்டா யாரன்னு சொல்லுடா வீட்டுல நிறைய பேர் இருக்காங்கல்ல”

“யாரையும் இல்ல நீ கௌம்பு”

அவன் சிரித்துக்கொண்டே இருவருக்கும் பை சொல்லிவிட்டு கிளம்பிவிட்டான் ஆருஷின் எண்ணம் முழுவதும் சம்ருதாவே நிறைந்திருந்தாள். அவ்வப்போது ஸ்மித்தியின் நினைவு வேறு அவனை இம்சித்தது.

காலைநேர கதிரவன் கண் விழிக்கும்முன் விழித்த காளியும் ஆருஷும் தங்களின் திட்டப்படி லோகேஷை கமுக்கமாய் கடத்திவந்து அடைத்து வைத்தனர். தன்னை கடத்தியது கூட தெரியாமல் கன்னாபின்னவென தூங்கி வழிந்தது அந்த லோகேஷ் காண்டா மிருகம்.

அத்தியாயம் 18

ஆருஷ் மற்றும் தாஸை சந்தித்துவிட்டு வீட்டுக்கு வந்த சஞ்சய் நேராய் மீராவை பார்க்க சென்றான்.

"ஹாய்... மீரா ரொம்ப நேரமா வெயிட் பண்றீயா? பசங்க தூங்கிட்டங்களா?"

"அதெல்லாம் இல்லடா பசங்க இப்ப தான் தூங்கினாங்க... சரி ஆருஷ் என்ன சொன்னான்?"

"அவன் என்ன சொல்லுவான்... வேலைல கொஞ்சம் பிசியா இருக்கான். ப்ராப்ளம் ஒன்னும் இல்ல நல்லா தான் இருக்கான் உன்கிட்ட அப்றமா பேசுறேன்னு சொன்னான் நாளைக்கு வீட்டுக்கு வருவான் நெனைக்கிறேன்"

"அப்போ சரி.... அவன் கை எப்டி இருக்கு?"

"ஹாம் பரவால்ல.... சரி நீ சொல்லு மீரா.. உன் முகத்த பாத்தாலே தெரியுதே... ஏதோ பெத்த சம்பவம் நடந்திருக்கும் போல..." அவள் முகத்தை ஆரவமாய் பார்த்துக்கொண்டே கேட்டான் சஞ்சய்.

அலட்சியமாக உச்சி கொட்டியவள் "இன்னைக்கு நாதன் வந்தாரு...."

"அப்டியா? நல்லவிஷயம் தான் என்ன சொன்னாரு? வீட்டுக்கு வந்தாரா? உன்ன பாக்கவா?" ஆச்சரியமாய் கேட்டான்.

"ஆமா என்னை பாக்கதான் ஆனா வீட்டுக்கு வரல பக்கத்துல இருக்க பார்க்குக்கு!"

"என்ன சொன்னாரு? எதுக்கு பாக்க வந்தாராம்?"

சற்று அமைதியாக பெருமூச்சி விட்டவள் "என்னையும் பசங்களையும் மிஸ் பண்றாராம்... தப்பு பண்ணிட்டாராம் எப்பவும் சண்ட போடுறமாதிரி தான் கோச்சிக்கிட்டு போறன்னு நெனச்சேன் இப்டி ஒரேடியா கௌம்பி வருவேன்னு நினைக்கல என்னை மண்ணிச்சிடு இத்தன வருஷம் அப்டியே திமிராவே இருந்துட்டேன் கொஞ்சம் கொஞ்சமா என்னை மாத்திக்க முயற்சிபண்றேன்... கொஞ்சம் யோசி எனக்கு நீயும் பசங்களும் வேணும் பிளீஸ்'ன்னு கேட்டாரு அப்றம்

இன்னும் என்னென்னமோ சொன்னாருடா" சலிப்பாய் கூறினாள் மீரா.

"ஏன் மீரா எதுக்காக இப்டி ஏனோ தானோன்னு பேசுற? மாமா சொல்றதுல என்ன தப்பிருக்கு? அதுக்குள்ளவே மாமாவ வெறுத்துட்டியா என்ன?"

"உனக்கு தெரியாது சஞ்சு... பெங்களூர்ல இருந்து எனக்கு இன்டர்வியூ கார்ட் விந்திருக்கு அதுக்கு தான் இந்த டிராமாலாம் நான் வேலைக்கு போயிட கூடாது பாரு... இத்தன வருஷம் அந்த ஆளுக்கூட குடும்பம் நடத்திருக்கேன் அவர பத்தி எனக்கு தெரியாதா? முப்பது வருஷம் மாறாத குணம் பொண்டாட்டி புள்ளைங்கள பிரிஞ்ச மூனு நாள்ல மாறிடுமா? எங்க இவ வேலைக்கு போனா அப்றம் நமல மதிக்க மாட்டாளோ சுயமா முடிவெடுக்க ஆரம்பிச்சிடுவாளோன்னு எண்ணம் அத தடுக்கதான் இவ்ளோ சீன்..."

"எனக்கு அப்டி தோணல மீரா... நிஜமாவே அவரு பீல் பண்றருன்னு தான் நினைக்கிறேன். நம்மலாள மாத்த முடியாத விஷயத்தை நம்மளோட அன்பு மாத்தும். நிச்சயமா மாமா தன்னோட தப்ப உணர்ந்துதான் வந்திருப்பாரு... ஒரே ஒரு சான்ஸ் குடுகுறதுல தப்பிலையே மீரா"

முகம் சுளித்தவள் "எனக்கு நம்பிக்கையே வரல சஞ்சு எனக்கு என் பசங்கள பத்தி தான் கவலையே..."

"அவங்க அவருக்கும் தான் பசங்க மீரா. ஒரு அப்பவா அவருக்கும் பாசம் இருக்கும்ல?"

"ஹாம்.. ஆமா... ஆமா... பெத்த புள்ளைங்க மத்தியிலே ஆண் பெண் பேதம் பாக்குறாரு பொல்லாத அப்பா... இதுலே ஹைலைட் என்ன தெரியுமா சஞ்சு அவரும் பெங்களூருக்கு டிரஸ்பர் கேட்டிருக்காராம் நாளைக்கு நானும் உன்கூட வர்றேன்ங்கறாரு மொத்தமா அங்கையே இருந்துடலாம் எல்லாம் உன் விருப்பம் தான்னு சொல்றாரு"

"இது போதாதா மீரா? அவரு உன்ன வேலைக்கு போகாதன்னு தடுக்கவே இல்லையே"

"அவரால அது முடியாது" கர்வமாய் கூறினாள் மீரா.

"ஆமா முடியாது தான் ஆனா பாரு அவர்கிட்ட எவ்ளோ நல்ல சேஞ்சஸ் இருக்கு அவருக்கு ஒரே ஒரு சான்ஸ் குடு மீரா. கொஞ்ச நாள் போகட்டும் அப்றமும் உனக்கு விருப்பம் இல்லன்னா பாத்துக்கலாம். சேந்து இருக்கறதுக்கும் சேந்து வாழறதுக்கும் வித்தயாசம் இருக்குல மீரா... கொஞ்சம் யோசியேன்"

அவள் யோசிக்க.... "அப்டி தான் நல்லா யோசி... என்னதான் மாமா மேல கோவம் இருந்தாலும் அவர்கிட்ட உனக்கு புடிச்ச விஷயங்களும் இருக்குதான?" அவள் முகத்தை கூர்ந்து பார்த்துக்கொண்டே அவன் கேட்க சட்டென அவன்-புறம் திரும்பியவள்.

“சரி.... ஒரே ஒரு சான்ஸ் தான் அதுவும் நீ சொன்னதுக்காக தான்டா” அவன் சந்தோஷத்தில் அன்பாய் அணைத்துக்கொண்டான் தன் ஆருயிர் அக்-காவை

“அப்போ சரி நான் போயி தூங்குறேன்... குட் நைட் மீரா” வாசல் வரை சென்றவன் மீண்டும் உள்ளே வந்து

“மீராக்கா....” என்ற அவனின் உட்சகமான அழைப்பில் சிரித்தவள்.

“என்ன விஷ்யம் மை ப்ரதர்... நீ அக்கான்னு கூப்பிடும்போது தான்டா நான் உனக்கு அக்கான்னு நியாபகமே வருது... வா... வா... என்ன விஷயம் சொல்லு”

துள்ளலாய் உள்ளே வந்தவன் அவளது கைகளை பிடித்துக்கொண்டு “தீஷா என்னை லவ் பண்றாக்கா”

“சரி...?” சாதாரமாக கேட்ட மீராவை ஆச்சரியமாக பார்த்தவன்.

“இன்னா... சரியா?... சரின்னா என்ன அர்த்தம்?”

“அப்றம் சொல்லுடா”

“அவ்ளோ தான்”

“இது தான் எனக்கு முன்னாடியே தெரியுமேடா!?”

“எது?.... முன்னாடியே தெரியுமா? எனக்கே நேத்து நைட் தான தெரியும்?”

“நீ ஒரு அற்புதமான குழல்விளக்குடா என் செல்ல தம்பி அதான் உனக்கு தெரிய இவ்ளோ லேட்டாகிடுச்சி”

அவன் முறைப்பது போல பார்க்க அவள் சிரித்துக்கொண்டே அவனது கன்-னம் பிடித்து ஆட்டி நெற்றி முறித்தாள். சட்டென அவனது முகம் வாட

“அட.... அதுக்குள்ள என்ன ஆச்சி?”

“தீஷாவ பாக்கும்போதெல்லாம் லவ் ஒரு பக்கம் இருந்தாலும் கில்ட் ஒரு பக்கம் இருக்குக்கா”

“இது பாரு சஞ்சு... நான் உன்கிட்ட பலமுற சொல்லிருக்கேன் அப்போ நீ சின்ன பையன் உனக்கு விவரம் தெரியாது... தெரியாம செய்ற எதுவுமே தப்பாகுது தவறுன்னு தான் எடுத்துக்கணும். தேவாயில்லாம மண்டைய போட்டு உலட்டதா”

“என்ன இருந்தாலும் தீஷா அவ அப்பா அம்மாவ பிரிஞ்சி இருக்க நான் தான காரணம்? நான் மட்டும் அன்னைக்கு அப்டி பண்ணலன்னா அவங்க அன்னைக்கே சமாதானமாகி ஒன்னா இருந்திருப்பாங்கல”

“சஞ்சு... சஞ்சு... நான் உனக்கு எத்தனமுற சொன்னாலும் நீ இப்டியே தான் சொல்ல போற... போ போயி தூங்கு... தேவாயில்லாம யோசிக்காத... புரியுதா?” அவன் பேருக்கு மண்டையை ஆட்டிவிட்டு வெளியில் வரவும் சம்ருதா ஒளிந்து

ஒளிந்து வீட்டுக்குள் வருவதைப் பார்த்து வேகமாய் அவளை நெருங்கி

"ஹேய்... சாம் இந்த நேரத்துல எங்க போயிட்டு வர்ற?"

திடீரென வந்த அழைப்பில் திடுக்கிட்டவள் அப்படியே திரும்பாமல் நிற்க

"சாம் உன்கிட்ட தான் கேக்குறேன் பதில் சொல்லு.... ஆமா அது என்ன டிரஸ்ல ரத்தம்? சாம் இந்த பக்கம் திரும்பு..." அவன் சற்று கோபமாய் சொல்ல

அவள் சட்டென கண்களை துடைத்துக்கொண்டு கைகளை பின்னால் ஒளித்-துக்கொண்டு

"அது.... சஞ்சய் நீங்களா வாங்க எப்ப வந்தீங்க?" என சொல்லிக்கொண்டே திரும்ப

"நான் கேட்டதுக்கு மொதல்ல நீ பதில் சொல்லு"

"அது... எங்கையும் போகலையே.... நான் வீட்டுக்குள்ள தான் இருக்கேன்.... ஹாம் அது... சும்மா வாக்கிங் போயிட்டு வந்தேன் அவ்ளோ தான் சஞ்சய்" சிவந்த கண்கள் அங்கும் இங்கும் அலைபாய கைகளை பிசைந்துகொண்டே கூறினாள்.

"உண்மைய சொல்லு சாம் எங்க போயிட்டு வர்ற?"

கண்கள் குளமென நிரம்ப "எங்க போறதுன்னு தெரில சஞ்சய் அதான் திரும்ப வீட்டுக்கே வந்துட்டேன்?"

"சாம்.... எதுக்கு அழற? நீ ஏன் போகணும் என்ன ஆச்சி சாம். சாம் பிளீஸ் பதில் சொல்லு யாராச்சும் ஏதும் சொன்னாங்களா?" அவள் எதுவும் பேசாமல் கண்கலங்கி தேம்பியபடி நிற்க அவளது வலது கையை பிடித்து அழைத்து சென்று கூடத்தில் இருந்த சோபாவில் அமரவைத்து நிதானமாய் பேசினான்.

"சாம்.... சாம்.... என்னை பாரு... நான் உன் ஃப்ரெண்ட் தான? நான் உன்ன என்னோட ஃப்ரெண்ட்டா தான் பாக்குறேன்... ஆனா நீ?"

"நானும் ஃப்ரெண்ட்டா தான் பாக்குறேன்" நிமிராமலே கூறினாள்.

"அப்போ அழறத நிறுத்திட்டு என்ன நடந்துச்சி சொல்லு"

மெதுவாய் அழுகையை விழுங்கிக்கொண்டே பேச ஆரம்பித்தாள்.

"மதியம் நான் பெரிமாவுக்கு தெரியாம பாட்டிய பாத்து பேசினேன். பாட்டி என்னை பாத்ததும் கட்டிப்புடிச்சி அழுது என்னையும் அம்மாவையும் எவ்ளோ மிஸ் பண்ணாங்கன்னு சொன்னாங்க. நாங்க நிறைய பேசினோம் பாட்டி என் கைய பிடிச்சிக்கிட்டு விடவேயில்ல... கைல இருந்த காயத்த பாத்துட்டு பாத்து ஜாக்ரதையா விளையாட மாட்டியா? இவ்ளோ கொழந்த தனமாவா இருப்பன்னு திட்டவும் செஞ்சாங்க... பாட்டி என்மேல அளவுகடந்த பிரியம் வச்சிருக்காங்க" அவள் சொல்வதை நிறுத்திவிட்டு அழுகையை விழுங்கி கண்களை துடைக்க

"அதுல உனக்கு சந்தோஷம் தான அதுக்கு எதுக்கு சாம் அழற?"

"நான் அதுக்காக அழல"

"பின்ன..." சஞ்சய் அவள் முகத்தையே ஆராய

"பாட்டி அம்மாவுடைய தங்க வலையல என் கைல போட்டு விட்டாங்க... நா அப்போவே வேணான்னு தான் சொன்னேன் பாட்டிதான் கேக்காம போட்டு விட்டாங்க" மீண்டும் பொங்கி வந்த அழுகையை விழுங்கினாள்.

"சாம்..... பிளீஸ்... அழாம சொல்லு...." அவனுக்கு அவளின் கண்ணீர் பெரும் சங்கடத்தை ஏற்படுத்தியது.

"நீங்க ஆருஷுக்கு சாப்பாடு கொண்டு போன பிறகு பெரிமா இங்க வந்தாங்க..."

அவனுக்கு ஒருவாறு விளங்கியது... மேலும் அவள் கூறவேண்டுமென்று காத்திருந்தான்.

"பாட்டிக்கிட்ட பேசினதுக்காக திட்டிட்டு அந்த வலையல வேகமா வலுக்கட்டாயமா அவுத்து எடுத்துட்டு போயிட்டாங்க"

அவன் சட்டென அதிர்ந்து வேகமாய் அவளது மறைத்து வைக்கப்பட்ட இடது கையை இழுத்து பாக்க அவன் நினைத்தது போலவே கட்டவிழ்ந்து ரத்தம் வந்து இவளே ஏனோ தானோவென தற்காலிகமாக கட்டுக் கட்டியிருப்பது தெரியவந்தது. சஞ்சய்க்கு கோபம் வந்தாலும் அதனை அப்படியே அடக்கிக்கொண்டு அவளுக்கு முதலுதவி செய்தான். வழிந்த ரத்தத்தை சுத்தம் செய்து புதிய கட்டை கட்டிவிட்டான்.

"அப்போ அத்த திட்னதுனால நீ வீட்டு விட்டு போக முடிவு பண்ணிட்டியா?"

"அது மட்டும் இல்ல...." அவள் தயங்கி நிறுத்த

"பரவால்ல.... சொல்லு சாம்"

"பெரிமா உங்களையும் என்னையும்..." அவள் முடிப்பதற்குள்

"தெரியும்.... வேற காரணம் ஏதும் இருக்க?" அவனுது முகம் இப்போது இருக்கமாய் இருந்தது.

அவனை மிரட்சியாய் பார்த்துக்கொண்டே "இங்க யாருக்குமே என்னை புடிக்கல என்னதான் ரெண்டு மாமாவும் என்னை வீட்டுக்குள்ள சேத்துக்கிட்டாலும் ஒருத்தரும் என்னை ஏத்துகவே இல்ல... என் முகத்தை கூட பாக்க மாட்றாங்க... என்னால எல்லாருக்கும் கஷ்டம்... இப்ப கூட உங்க தம்பி நான் இங்க இருக்கறதுனால தான் வீட்டுக்கு வரல... எல்லாம் எனக்கு தெரியும்... அதான் நான் வீட்டவிட்டு போகலாம் நெனச்சேன் ஆனா எங்க போறதுன்னு தெரில..." இம்முறை அழுகை அடக்கமாட்டாமல் வந்தது.

“சாம்... பிளீஸ்... அப்டிலாம் எதுவும் இல்ல... உனக்கு ஒன்னு சொல்லவா?”

அவள் அழுவதை நிறுத்திவிட்டு அவனது முகம் பார்க்க

“ஆருஷ் உன்ன பத்தி தான் கேட்டான். உன் கை எப்டி இருக்குனு கேட்டான் உன்ன பத்தரமா பாத்துக்க சொன்னான். கொஞ்சம் வேல இருக்காம் அதுனால தான் வீட்டுக்கு வர முடியலையாம்... நீ தப்பா நெனச்சிக்க வேண்டான்னு சொல்ல சொன்னான்”

“நீங்க பொய் சொல்றீங்க”

“நிஜமா சாம் நம்பு நான் ஏன் பொய் சொல்லணும் வேணும்னா நான் ஃபோன் பண்ணி தரேன் நீயே பேசு”

“இல்ல இல்ல வேணா வேணா” அவசரமாய் தடுத்தவள்.

“எனக்கு உங்க மேல நம்பிக்கை இருக்கு” என தலையை கவிழ்த்துக்கொண்டே கூறினாள்.

சற்று புன்னகைத்தவன் “ஓ.... அப்டியா... சாம் உன் மனசு எனக்கு புரியுது... ஆருஷுக்கு உன் மேல எந்த கோவமும் இல்ல இன்னும் சொல்ல போனா அவனுக்கும் உன்ன புடிக்கும் அவன் பாக்க தான் கொஞ்சம் அக்க்ரஸிவ் டைப் மாதிரிதான் தெரிவான் ஆனா அப்டிகிடையது ரொம்ப நல்லவன் சீக்கிரமா எல்லாம் சரியாகிடும்” அவள் வெறுமென தலையசைக்க

“ஸ்மைல்....” என அவன் புன்னகைக்க இவளும் புன்னைகைத்து வைத்தாள்.

“சரி போ... போயி தூங்கு... இன்னொரு முற வீட்டவிட்டு போகணும்னு கனவுல கூட யோசிக்காத புரியுதா?” அவள் அதே புன்னகையோடு தலையசைத்து சென்றாள்.

‘நாளுக்கு நாள் அத்தையோட போக்கே சரியில்ல இதுக்கு கண்டிப்பா ஏதாவது செய்யனும்’ தீர்க்கமாய் முடிவெடுத்தான் சஞ்சய்.

விண்மீன்கள் மறைய
வெண்ணிற வானம் தெரிய
மேகங்கள் ஓட
குயில் இசைப் பாட
இளங்காலை தென்றல் வீச
மணம் வீசும் மலர்கள் பேச
கீழ்வனம் சிவக்க
கிழக்கே உதித்தான் ஆதவன்

சஞ்சய் அவசர அவசரமாக மருத்துவமனைக்கு கிளம்ப தானும் உடன் வரலாமா என தயங்கி தயங்கி கேட்ட சம்ருதாவையும் அழைத்துக்கொண்டு கிளம்பினான். அதனை பார்த்த தமயந்தியின் முகத்தில் எள்ளும் கொள்ளும்

வெடித்தது. விரைவாக சாலி சஞ்சயின் திருமணம் பற்றி பேசியாகவேண்டும் என தீர்க்கமாய் முடிவெடுத்தாள் தமயந்தி.

*****

இங்கு தாசின் வீட்டில்,

“டேய்.... தாஸ்... தாஸ்..... எந்திரிடா..... டேய்... எரும... எப்டி தூங்குறான் பாரு.... அடேய்.... இப்ப எந்திரிக்க போறியா இல்லையா?” தூங்கிக்கொண்டிருந்தவனை வெகுநேரமாக எழுப்ப முயற்சித்துக் கொண்டிருந்தான் ஆருஷ்.

“பாஸ்... என்ன பாஸ்... நீங்க நைட்டும் தூங்கவிடல இப்பவும் தூங்கவிட மாட்றிங்க இம்ஸ பண்றீங்க பாஸ்” அரைதுக்கத்தில் உளறினான் காளி.

“அது சரி... டேய்... நான் தீஷாவ பாக்க போறேன். தூங்கிக்கிட்டே இந்த லோகிய கோட்ட விட்டுடாத அவன் கண்முழிச்சதும் கால் பண்ணு சரியா?... டேய்... சரியான்னு கேட்டேன்”

“ஹாம் கேட்டுச்சி கேட்டுச்சி...”

“டேய்... மறுபடியும் சொல்றேன் தூங்கிட்டே கோட்டவிட்டுடாத”

“அட.. நீங்க இன்னும் போகலையா?” கேட்டுவிட்டு போர்வையை இழுத்து போர்த்திக்கொண்டு தூங்குபவனை பார்த்து தலையில் அடித்துக்கொண்டு கிளம்பினான் ஆருஷ்.

தீஷாவின் வீடு....

தீஷா தன் அறையில் ஆருஷ் கொடுத்த நம்பரை தனது கணினியின் உதவிக்கொண்டு தீவிரமாக தேடிக்கொண்டிருந்தாள். பவித்ரா நடுக்கூடத்தில் அமர்ந்து தேநீர் அருந்திக்கொண்டிருந்தார் அருகில் அவரது தந்தை செய்திதாள்களை புரட்டிக்கொண்டிருந்தார்.

சரியாக அதே நேரம் உள்ளே நுழைந்த ஆருஷ்

“ஹேலோ... ஆண்ட்டி... எப்டி இருக்கீங்க” கேட்டுக்கொண்டே வந்து காலில் விழுந்து ஆசீப்பெற்றான்.

“வா கண்ணா... வா.... வா... நல்லா இருக்கேன் தங்கம்! நீ எப்டிப்பா இருக்க?”

இவனை பார்த்த அடுத்த நொடி பவித்ராவின் தந்தை முகம் சுளித்துவிட்டு வேகமாய் எழுந்து வெளியில் சென்றார். இது வழக்கமான ஒன்று என்பதால் ஆருஷ் சிரித்துக்கொண்டே

“நல்லவேல தீயசக்தி இங்க இருந்து போயிடுச்சி அதுனால இப்ப நான் நல்லா தான் இருக்கேன் ஆண்ட்டி” என எழுந்து சென்றவரை கண் காட்டி சிரித்தான் ஆருஷ்.

“எங்க அப்பா உனக்கு தீயசக்தியா கண்ணா? உன்ன.....” என சிரித்துக்கொண்டே அவனது காதை திருகினார் பவித்ரா.

“என்ன ஆச்சி ஆண்ட்டி? எதுக்கு அந்த வாயடிக்கூட விவாதம் பண்ணி உடம்ப கெடுத்துக்குறிங்க? இப்ப என்ன புது பிரச்சன?” அவரது அருகில் அமர்ந்து கைகளை பிடித்துக்கொண்டு கேட்டான் ஆருஷ்.

“புது பிரச்சன இல்ல கண்ணா பழைய பிரச்சன தான்.... அவ கொஞ்சம் கூட அவர மதிக்கவே மாட்றா... அவர ரொம்ப வெறுக்குறா மனசுக்கு ரொம்ப கஷ்டமா இருக்கு கண்ணா... இவளுக்கு என்ன சொல்லி புரியவைப்பேன் நானு... அவரு எத்தன முற என்னை பாக்கவந்தாரு தெரியுமா? நான் தான் அவர் மேல இருந்த கோவத்துல அவர ரொம்ப அவமானப்படுத்தினேன். என் அப்பா பேச்ச கேட்டு என் பொண்ணுகிட்ட இருந்து அவர விலக்கியே வச்சி-ருந்தேன் அது எவ்ளோ பெரிய தப்புன்னு இப்போ தான் புரியிது... நான் என்ன சொன்னாலும் அவ நம்பவே மாட்டேங்குறா... நான் பண்ண தப்புக்கு அவர் என்னை மன்னிக்கவே மாட்டாரு” கண்கலங்கினார் பவித்ரா.

“பிளீஸ் ஆண்ட்டி அங்கிள் உங்கள மன்னிக்க தயாராதான் இருக்காரு ஆனா நீங்க தான் எந்த முயற்சியும் பண்ணவே மாட்டேங்குறீங்க”

“இவ தான் அவரப் பத்தி பேசினாலே என்கிட்ட சண்ட போடுறாளே கண்ணா நான் என்ன பண்றது?” அவர் சோகமாய் சொல்ல

சற்று யோசித்தவன் “சரிங்க ஆண்ட்டி நான் தீஷாவ போயி பாத்துட்டு வர்-றேன். உடம்ப பாத்துக்கோங்க கவலப்படாதீங்க... சீக்கிரமா எல்லாம் சரியாகிடும் நம்புங்க” மீண்டும் அவரிடம் ஆசீப்பெற்று தீஷாவின் அறைக்கு சென்றான்.

“வா... ஆருஷ் உன்ன தான் எதிர்ப்பாத்தேன்... இங்க பாரு எனக்கு நிறைய டிடெயில்ஸ் கெடச்சிருக்கு...” வாய்பேச கை கீபோர்ட்டுடன் போர் புரிய கண்கள் கணினி திரையை விட்டு விலக வில்லை.

“அப்டியா? அப்டி என்ன இருக்கு அந்த ஷிப் பத்தி ஏதும் டிடெயில்ஸ் கெடச்சிதா?”

“எஸ்... இந்த ஷிப்போட ஓனர் இந்தியாவோட மோஸ்ட் வான்டட் கிரிமினல் பிளாக் மார்க்கெட் கிங்! நிழல் உலக ஜாம்பவான்னு சொல்லப்படுற **ரசூல் பாய்!** இவருக்கு ஏகப்பட்ட இல்லீகள்பிசினஸ் இருக்கு முக்கியமானது கடத்தல் தொழில் தான். அதோட ஒரே நம்பர்ல ஏகப்பட்ட ஷிப்ஸ் இருக்கு இந்த ஷிப்ஸ் உலகம் பூரா பயணம் பண்ணுது... இதுல நம்ம கேசுக்கு ரொம்ப முக்கியமான ஒன்னு என்னன்னா கடைசியா வேலனோட சிம் ஆஃப்பான அதே இடத்துல தான் இந்த ஷிப் லொகேஷன் காட்டுது சாட்டிலைட் ஹெல்ப்ல பாத்ததுல அந்த ஷிப் நடுக்கடல்ல நிக்குது அதுல எந்த குட்ஸ் எதுவும் ஏற்றுமதி செய்யப்படல...”

“இந்த பேர இதுக்கு முன்னாடி எங்கையோ கேட்ட மாதிரி இருக்கு. சரி அப்போ வேலன் அந்த ஷிப்ல தான் இருக்கணும் ரைட்?”

“மே பீ... வாய்பிருக்கு ஆனா முக்கியமானது என்னன்னா... வேணும்னே நம்மள கொழப்ப அடிக்கடி லொகேஷன் சேஞ்ச் பண்ணிக்கிட்டே இருக்காங்க..”

“ஆள் இல்லாமலே இருக்கக்மாதிரி லொகேஷன் ஹாக் பண்ணி காட்ட முடியுமா தீ”

“கண்டிப்பா முடியும்.. ஒரு வகையில இது நம்மள திசைதிருப்புற முயற்சியா கூட இருக்கலாம். ஹாம் ஆருஷ் நேத்து நான் கண்டுபுடிச்ச டிடெயில்ஸ் எல்லாமே உனக்கு பிரிண்ட் எடுத்துருக்கேன் இந்தா... இதெல்லாம் முக்கியமான டிடெயில்ஸ் எதுனா தெரிஞ்சிக்கனுனா கண்டிப்பா கால் பண்ணுடா.... ஆமா இதுவரைக்கும் ஏதாவது க்ளூ கெடச்சிதா?”

“ம்ஹூம்.... கொலைக்கான மோடிவ் கூட கண்டுபுடிக்க முடியல... அந்த லோகிய தட்னா ஏதாவது தெரிய வாய்பிருக்கு.. சரி தீ... நான் கௌம்புறேன் அப்றம் கால் பண்றேன்”

“ஓக்கே டா (கிளம்ப எத்தனிக்க) ஹாம் ஆரு... போறவழில என்ன ஹாஸ்பிடல்ல ட்ராப் பண்ணிடு”

“ஏன்? என்ன ஆச்சி?”

“ஒன்னும் ஆகலனாலும் இனிமே நான் அடிக்கடி ஹாஸ்பிடல்போக வேண்டியிருக்கும்” அவள் புன்னகைக்க புரிந்துகொண்டவன் சிரித்துக்கொண்டே அழைத்து சென்றான்.

செல்லும் வழியில்....

“தீ... நாம எத்தன வருஷமா ஃபிரண்ட்ஸ்ஸா இருக்கோம்”

“எனக்கு நினைவு தெரிஞ்ச நாள்ல இருந்து... இப்ப ஏன்டா இந்த கேள்வி?”

“சும்மா தான்... சரி சொல்லு என்னைக்காவது நான் அங்கிள் ஆண்ட்டி ப்ராப்ளம் பத்தி பேசிருக்கேனா?”

“இன்னைக்கு பேச போறியோ? வேணாம் ஆரு... நான் அத பத்தி பேச தயாராயில்ல என் அம்மாவால எப்படிதான் இப்டி இருக்க முடியுதோ தெரியல நெனச்சாலே கோவம் கோவமா வருது இத்தன வருஷமா பெத்த பொண்ணனையும் கட்டிக்கிட்ட மனைவியையும் நெனச்சிக்கூட பாக்காத ஒரு மனிஷனுக்காக அம்மா இவ்ளோ பறிஞ்சி பேசுறத என்னால ஏத்துகவே முடியில ஆரு... இத்தன வருஷத்துல அம்மா எனக்காக மட்டும் தான் வாழ்ந்தாங்க... இப்பவும் எனக்காகதான் யோசிக்கிறாங்க... அவங்களுக்கு பிறகு நான் அந்த ஈரமில்லாத இதயமில்லாத மனிஷன அப்பான்னு ஏத்துகிட்டு அவரோட இருக்கணுனு அம்மா சொல்றாங்க... அந்த ஆளும் வெக்கமேயில்லாம இப்பவந்து உறவு கொண்டாடுறாரு... இத்தன வருஷம் எங்க போனாராம்.... அம்மா என்னோட மனச மாத்துறதுக்காக அவர் பண்ணதுக்கான எல்லா பழியையும் தன் மேல போட்டுகுறாங்க”

கோபமாக ஆரம்பித்தவள் சற்று கலங்கிய விழிகளுடன் முடித்தாள்.

"ஆண்ட்டி சொன்னது ஏன் உண்மையா இருக்க கூடாது தீ..."

"அம்மா என்னை கண்வின்ஸ் பண்ண சொன்னாங்களா ஆருஷ்... யார் என்ன சொன்னாலும் என் முடிவ நான் மாத்திக்கிறதா இல்ல" சட்டமாய் கூறினாள் தீஷா.

சட்டென வண்டியை நிறுத்தியவன் "இது தான் உன் பிரச்சன தீஷா... யார் என்ன சொல்லவந்தாலும் நீ எடுக்குற முடிவ மட்டும் முன்னாடிவச்சி பேசுறது மத்தவங்க பக்கம் இருக்கற நியாயத்தை பத்தி யோசிக்கிறதே இல்ல. உங்க அம்மாவோட தியாகத்த பத்தி மட்டும் எப்பவும் பெரும பேசுறியே... உங்க அப்பாவும் தான் தனக்குன்னு ஒரு துணைய தேடிக்கமா தனியா இருக்காரு அத பத்தி யோசிச்சயா? உங்க அம்மாவுக்காச்சி நீ இருக்க... அதுனால அவங்க வேற ஒரு வாழ்க்கைய தேர்ந்தெடுக்கல... சரி அவருக்கு தான் யாருமே இல்லையே அவர் ஏன் இன்னும் தனக்குன்னு இன்னொரு கல்யாணம் பண்ணாம தனியா வாழணும்? அதுக்கான வாய்புகள் அவருக்கு வந்திருக்காதுன்னு நெனைக்கிறயா? இவ்ளோ பேசுறியே... இத்தனவருஷத்துல ஒரு முற... ஒரே ஒரு முற நீ உங்க அப்பவ வந்து பாக்கணும்ன்னு யோசிச்சிருக்கியா? அவருக்கு உடம்பு சரியிலன்னா யாரு கூட இருந்து பாத்துப்பாங்கன்னு யோசிச்சிருக்கியா? அட்லீஸ்ட் அவரு சாப்டரா? எப்டி இருக்கருன்னாவது யோசிச்கிருக்கியா? வழக்கையில வர எல்லா சந்தோஷத்தையும் துக்கத்தையும் பகிர்ந்துக்க உனக்கு உங்க அம்மா இருக்காங்க அவங்களுக்கு அவங்க அம்மா அப்பா இருக்காங்க ரமணன் அங்கிள்க்கு? இதெல்லாம் என்னைக்காவது நீ யோசிச்சிருக்கியா? உங்க அம்மா சொல்றது ஏன் உண்மையா இருக்க கூடாது? உங்க அப்பா மேல இருந்த கோவத்துல அவங்க ஏன் உன்னையும் உன் அப்பாவையும் விளக்கி வச்சிருக்க கூடாது? அதுக்கு வாய்பிருக்குல்ல? அவரு அவரோட வாழ்க்கையில எவ்ளோ பெரிய சந்தோஷத்த இழந்துட்டு இருக்காரு தெரியுமா? இதெல்லாம் உனக்கு எப்டி தோணும்? உனக்கு உன்னோட நியாயம் தான் பெருசு... அவர உன் அப்பாவா ஏத்துக்க முடியலன்னா விருப்பம் இல்லன்னா அவர திட்டுறதுக்கோ அவர் மேல கோவப்படுறதுக்கோ உனக்கு எந்த உரிமையும் இல்ல.. ஹாஸ்பிடல் வந்துடுச்சி இறங்கு" கோபமாய் சத்தமாய் நிதானமாய் சொல்லவேண்டிய அனைத்தையும் சொல்லிவிட்டு சட்டென அங்கிருந்து சென்றான் ஆருஷ். இவள் அப்படியே சிலையென நின்றாள். இதுவரை ஆருஷ் அவளிடம் குரல் உயர்த்தியதே இல்லை. கோபமாய் பேசியதுமில்லை இன்று அவன் பேசியது புதிதாக இருந்தாலும் அவளுடைய தவறை சுட்டிக்காட்டியதும் சேர்ந்து கண்கள் கலங்க அப்டியே சஞ்சயை பார்க்க சென்றாள்.

ஆருஷ் வேகமாக தாஸை பார்க்க வந்துகொண்டிருக்கும் பொழுது வெற்றியிடமிருந்து கால் வந்தது, வண்டியை ஓரம் நிறுத்திவிட்டு அழைப்பை ஏற்றான்.

"ஹேலோ... சொல்லுங்க வெற்றி..."

"சார்... மிஸ்டர் வேலனோட பாடி அவங்க வீட்டு ஃபிரிஜ்ல கெடச்சிருக்கு"

"வாட்? என்ன சொல்றீங்க வெற்றி... ஃபிரிஜ்லயா?" அவனது குரலே அவனது அதிர்ச்சியை வெளிப்படுத்தி காட்டியது

"எஸ் சார் நாங்க ஸ்பாட்ல தான் இருக்கோம் நீங்க சீக்ரமா வரமுடியுமா?"

"டூ மினிட்ஸ்.. நான் இப்ப வந்துடுறேன்.. பிரஸ் கிரவுட்லாம் ஹாண்டில் பண்ணுங்க"

வெற்றியின் அழைப்பை துண்டித்துவிட்டு சுகனுக்கும் தாசுக்கும் கான்பரன்ஸ் போட்டான்.

"மச்சி... நீ தாஸ் வீட்டுக்கு போயி லோகிய பாத்துக்கோ டேய் தாஸ் நீ சீக்ரமா ஹெல்த் மினிஸ்டர் வீட்டுக்கு போ... நான் வந்துட்டே இருக்கேன்" இருவரையும் பணித்துவிட்டு ஆருஷ் சம்பவ இடத்திற்கு விரைந்தான்.

அங்கு ஹெல்த் மினிஸ்டர் வீட்டின் குளிர்சாதன பெட்டியை திறந்ததும் அதன் நடுத்தட்டில் இருந்த வேலனின் தலையைப் பார்த்து மயங்கிய அவரது மனைவி மருத்துவமையில் இருக்க மினிஸ்டர் அங்கிருக்கும் கமிஷ்னர் உட்பட அனைத்து கவலர்களுக்கும் அழுத்தம் கொடுத்துக்கொண்டிருந்தார்.

குளிர்சாதனப் பெட்டியில் நடுத்தட்டில் தலையும் மேல் தட்டில் கைகால்கள் துண்டு துண்டாக வெட்டப்பட்டும் மற்ற இடங்களில் வேலனின் அனைத்து தசைப் பாகங்களும் கச்சிதமாக இறைச்சியை வெட்டுவதுபோல வெட்டி பாக்கெட் செய்து வைக்கப்பட்டிருந்தது. மூளையை மட்டும் தனியாக எடுத்து சில மசாலாக்கள் போட்டு சமைக்கும் பத்தத்திற்கு வைக்கப்பட்டிருந்தது.

ஆருஷுக்கு முன்பு அங்கு வந்திருந்த தாஸ்... ஆருஷ் வந்ததும்

"பாஸ் இங்க பாருங்க கசாப்பு கடக்காரன் ஆட்டை பார்ட் பார்ட்டா பிரிச்சி வச்சமாதிரி வச்சிருக்கான்"

"மொதல்ல யார் பாத்தது?" நடந்துகொண்டே கேட்டான் ஆருஷ்.

"வேலனோட வொய்ஃப் தான் பாஸ். பாத்த அதிர்ச்சியில இப்போ ஹாஸ்பிடல்ல இருக்காங்க"

"ஓகே... எப்டியும் எந்த க்ளூவும் விட்டு போயிருக்க மாட்டான் இருந்தாலும் இங்க இருந்த எல்லாரையும் விசாரி... ஃபிங்கர் பிரிண்ட் பாரென்சிக் எல்லாரையும் வரசொல்லியாச்சா? இந்த பிளெஷ் ஃபிரிஜ்ல வச்சி எவ்ளோ நேரம் ஆச்சி டெத் டைம் என்ன? இந்த மாதிரி டீடெயில்ஸ்லாம் எனக்கு உடனே வேணும்"

"எஸ்... பாஸ்..."

'எப்டியும் என்கிட்ட சொன்ன எல்லாத்தையும் இந்நேரம் அவரே செஞ்சி-ருப்பாரு எதுக்கு மறுபடியும் என்கிட்ட வேற சொல்றாரு' யோசித்துக்கொண்டே ஆருஷ் பின்னாடியே நடந்தான் காளிதாஸ்.

நாளுக்கு நாள் கொலை நடந்துகிட்டே தான் இருக்கு யார் பண்றா? எதுக்கு பண்றாங்க எதுவும் தெரியமாட்டேங்குது... பாப்போம் அடுத்து என்ன நடக்கு-துன்னு.

அத்தியாயம் 19

யுனிவெர்ஸ் மருத்துவமனையின் நுழைவாயிலிருந்து ஒவ்வொரு அடியாய் எட்டு-வைத்து உள்ளே நடந்து சென்றாள் தீஷா. ஆருஷின் வார்த்தைகள் மீண்டும் மீண்டும் அவளது காதில் ஒளித்துக்கொண்டிருந்தது. கண்கள் குலமென நிரம்பி நின்றது. சஞ்சயின் கேபின்னை நெருங்கியவள் கண்களை துடைத்துக்கொண்டு கதவை தட்டிவிட்டு உள்ளே நுழைந்தாள். வந்தவளை நிமிர்ந்து பார்த்தவன்

"ஓய்..... குல்ஃபி... வா வா உனக்கு தான் கால் பண்ணிட்டு இருந்தேன் அதுக்குள்ள நீயே வந்துட்ட" அவன் புன்னகை மாற முகத்துடன் சொல்ல

அவள் எதுவும் பேசாமல் தலையை கவிழ்த்துக்கொண்டு அமர்ந்தாள். எழுந்து அவள் அருகில் வந்தவன் முகத்தை நிமிர்த்த தேம்பலோடு அவனது நெஞ்சில் முகம் புதைத்து அழுதாள்.

"ஏய்... குல்ஃபி... என்ன ஆச்சி? ஏதாவது பிரச்சனையா? ஹேய்... இங்க பாருமா..." அவளது முகத்தை நிமிர்த்த அவள் விடாப்பிடியாய் அவனை கட்டிக்கொண்டு நெஞ்சில் முகம் புதைத்து அழுது கரைந்தாள். என்ன செய்வது என புரியாமல் அவளை அணைத்து உச்சந்தலையில் முத்தமிட்டவன் மெதுவாக அவளது தலையை வருடியவறே கேட்டான்.

"என்னம்மா?.... என்ன ஆச்சி மறுபடியும் அம்மாகூட சண்ட போட்டியா?" எந்த பதிலும் இல்லை

"சரி.. வேற ஏதாவது பிரச்சனையா?" இப்பொழுதும் அழுகை மட்டுமே

"என்னன்னு சொல்லிட்டாச்சும் அழேன்டி பதட்டமா இருக்குல்ல? குல்ஃபி...." அழைத்தவறே அவளது கன்னம் தாங்கி சிவந்த கண்களைப்பார்த்து

"என்ன ஆச்சிடா?..."

அவள் அழுகையை விழுங்கியவாறு "ஆருஷ் கோவமா பேசிட்டான்" என சிறுபிள்ளை போல கண்களை துடைத்துக்கொண்டே சொல்பவளைப் பார்த்து தலையில் அடித்துக்கொள்ளாத குறையாக பார்த்தான்.

“அவன் கோவமா பேசினதுக்கா இப்டி அழற? லுசாடி நீ நா என்னவோ ஏதோன்னு நெனச்சிட்டேன்”

“அவன் என்கிட்ட இதுவர கோவமா பேசினதே இல்லையே” மீண்டும் அழ ஆரம்பித்தவளை நெஞ்சோடு அணைத்துக்கொண்டு.

“சரி... சரி... சரிமா... அழாத... அப்டி என்ன சொன்னான்?”

அவள் அழுகையினுடே அனைத்தையும் சொல்லிமுடித்து “இதுல என்னோட தப்பு என்ன இருக்கு சஞ்சு? எல்லாரும் என்னையவே கொற சொல்றாங்க முதல்ல அம்மா இப்போ ஆருஷ். யாருமே என்னை புரிஞ்சிக்கவே மாட்றாங்க” சிறுபிள்ளை போல மீண்டும் மீண்டும் பிதற்றுபவளை ஆறுதல் படுத்திக்கொண்டிருந்தான்.

சரியாக அதே நேரம் உள்ளே வந்தாள் சம்ருதா. தீஷா அவளை கேள்வியாய் பார்க்க சஞ்சய் இருவருக்கும் ஒருவரை ஒருவர் அறிமுகம் செய்துவைத்தான். இருவரும் நட்பாய் புன்னகைத்துக்கொள்ள, ஒரு செவிலியர் வந்து அழைத்ததும் சஞ்சய் வந்துவிடுவதாய் கூறிவிட்டு நகர்ந்தான்.

இருவரும் ஆளுக்கொரு பக்கம் உக்கார்ந்துகொண்டு வெறுமனே புன்னகைத்துக்கொள்ள சட்டென சம்ருதாவின் செல்ஃபோன் அலறியது.

“ஹேலோ... சொல்லுடி... இன்னும் உன் பஞ்சாயத்து முடியலயா?”

“....”

“ஆஆ..... போதும் நிறுத்துடி விட்டா பேசிட்டே போற... இப்போ என்னங்குற? உனக்கு உங்க அப்பவ பிடிக்கல அவ்ளோதான? விடு... எதுக்கு தேவாயில்லாம பேசிக்கிட்டு”

“...”

“பின்ன என்னடி ஏதோ நீ மட்டும் தான் பாதிக்கப்பட்ட மாதிரி பேசுற... ஒத்துக்குறேன்... உங்க அப்பா உன்னையும் உங்க அம்மாவையும் விட்டுட்டு போயிருக்க கூடாதுதான். உங்க அப்பாமேல இவ்ளோ குத்தம் சொல்றயே உங்க அம்மாமேல குத்தமே இல்லங்குறியா? நீ மட்டும் தான் ஏதோ இழந்துட்ட மாதிரி பேசுறியே... ஒரு விஷயம் நல்லா தெரிஞ்சிக்க பொண்ணோ பையனோ ஒரு ஸ்டேஜ் வரைக்கும் தான் குழந்தைங்க பெத்தவங்க கூட நெருக்கமா இருப்பாங்க வளர்ந்த பிறகு எல்லாமே மாறிடும். இன்னும் சொல்லனும்னா அம்மாவவிட அப்பாகிட்ட இருந்து தான் பசங்க சீக்கிரமா விலக ஆரம்பிப்பாங்க அது மரியாதையா இல்ல புரிதல் இல்லாமையா தெரியாது. உனக்கு தேவையான நேரத்துல உங்க அப்பா இல்லனு நீ வருத்தப்படுற மாதிரி தான் அவரும் வருத்தப்பட்டிருப்பாரு ரெண்டுபேரோட இழப்புமே பெருசுதான். இதுக்கப்பறம் நீயே நெனச்சாலும் உன்னோட குழந்தைப் பருவம் உன் அப்பாவுக்கு கெடைக்காது. உங்க அப்பவே நெனச்சாலும் உன்ன தோளுல தூக்கி கொஞ்ச முடியாது. உன்னை

திட்றேன் கோவப்பட்டு கத்துறேன்னு நெனைக்காத நீ புரிஞ்சிக்கணும்னு தான் நான் இப்டி பேசுறேன்... கொஞ்சம் யோசிச்சி பாருடி நம்மள தேடிவர அன்பை நாம வெறுத்து ஒதுக்குமோம்னா நாம தேடிப்போகும் போது அந்த அன்பு நமக்கு கெடைக்காத துரத்துல இருக்கும். வார்த்தைக்கு வார்த்தை அந்த ஆள மன்னிக்கவே மாட்டேன்னு சொல்றியே... பெத்தவங்கள மன்னிக்கிற அளவுக்கு வளந்துட்டியா என்ன? உங்க அம்மாவ வேணான்னு வீம்பா இருக்கறவருக்கு உன்ன வேணான்னு சொல்ல எவ்ளோ நேரம் ஆகிடும். தேடிவந்து பேசுறதால உங்க அப்பா மேல தான் தப்பு இருக்குனு நீ பேசுறத என்னால ஏத்துக்க முடியாதுடி. நா சொல்லவேண்டியத சொல்லிட்டேன் இனி உன் விருப்பம்''

சம்ருதா அழைப்பை துண்டிக்க தீஷா அவளையே பார்த்துக்கொண்டிருந்தாள். அதனை கவனித்தவள்.

''ஓ... சாரி உங்கள டிஸ்டர்ப் பண்ணிட்டேனா?''

''சச்ச.... அதெல்லாம் இல்ல. ஏதாவது பிரச்சனையா?''

''ஆமாங்க... என் ஃப்ரெண்ட் தான். அவளோட அப்பாவும் அம்மாவும் அவ சின்ன பொண்ணா இருக்கும் போதே பிரிஞ்சிட்டாங்க அதுனால அவங்க அப்பாவ அவ வெறுக்குறா... நீங்களே சொல்லுங்க அப்பா அம்மாக்குள்ள சண்ட வந்தா பசங்க தானா சேத்து வைக்கணும் இவ என்னவோ முறிக்கிட்டு திரியிறா... (தீஷாவுக்கு தன்னை சொல்வது போலவே தோன்றியது) எப்ப தான் புரிஞ்சிக்க போறாளோ தெரில... இருக்கும் போது உறவுக்காகளோட அருமை புரியாது இல்லாதப்போதான் புரியும்னு சொல்றது உண்மைதாங்க. அவளுக்காவது சண்ட போட ஒரு அம்மா கோச்சிக்கிட்டு வெறுக்குறதுக்கு ஒரு அப்பா இருக்காங்க சிலருக்கு அந்த குடுப்பினை கூட கிடையாது. கைக்கு எட்டின துரத்துல இருக்கும்போது வெறுத்து ஒதுக்கிட்டு கையவிட்டு போனபிறகு புலம்பி என்ன ஆகபோகுது'' தன்னை நினைத்து சோகமாய் கூறிய சம்ருதாவை பாவமாய் பார்த்தாள் தீஷா.

''சாரிங்க நான் ஏதோ லூசு மாதிரி ஒளர்றேன். ஆமா நீங்க ஏன் இவ்ளோ சோகமா இருக்கீங்க ஏதாவது ப்ராப்ளமா?'' சாம் கேட்டுக்கொண்டிருக்கும்போதே மீண்டும் அவளது அலைபேசி அலறியது.

''ஒரு நிமிஷம்... மறுபடியும் அவதான் கால் பண்றா இதோ வந்துடுறேன்'' என கூறிவிட்டு தீஷா தலையசைத்தவுடன் வெளியே வந்த சம்ருதா தனது மொபைலின் அலார்ம்மை அணைத்துவிட்டு கதவிடுக்கின் வழியே தீஷாவின் எண்ண ஓட்டத்தை ஆராய்ந்தாள். பின் ஓரப்புன்னகை புரிந்தவாறு சஞ்சயிடம் சென்று

''ஹாய் சஞ்சய்... தீஷா உங்கள கூப்ட்டாங்க... நா அப்டியே சும்மா ஒரு வாக் போயிட்டு வந்துடுறேன்''

அவளை வினோதமாய் பார்த்தவன் “ஏதாவது ப்ராப்ளம்மா?” என கேட்க

“இல்ல அதெல்லாம் ஒன்னும் இல்ல சும்மா தான்” சிறு புன்னகையுடன் நகர்ந்தாள்.

அவன் சரியென தீஷாவை பார்க்க வந்தான்.

“ஓய்... குல்ஃபி... இப்ப நீ ஓக்கேவா?”

தீவிர யோசனையில் இருந்தவள் சஞ்சயின் குரல் கேட்டு திரும்பி எழுந்து சென்று அவனது நெஞ்சில் தலைசாய்த்து அணைத்துக்கொண்டு

“நான் தப்பு பண்ணிட்டேன் சஞ்சுமா என்னோட அப்பா அம்மா பிரிஞ்சதுக்கு நானே கரணமாகிட்டேன். அன்னைக்கு மட்டும் உன்ன நான் கோவப்பட்டு அடிக்கமா இருந்திருந்தா இவ்ளோ பிரச்சன ஆகிருக்காதுல” அணைத்தவரே அண்ணார்ந்து பார்த்து கேட்டவளை பார்க்க மனமில்லாமல் எங்கோ பார்த்துக்கொண்டு

“இல்ல குல்ஃபி உன்னோட தப்பு எதுவுமில்ல இத நீ எப்டி எடுத்துக்குவன்னு தெரில உங்க அப்பா அம்மா பிரிஞ்சதுக்கு நான் தான் காரணம்” என்றான்.

அவள் அவனை வினோதமாய் பார்க்க அவளை விளக்கி நிறுத்தியவன் சற்று தள்ளி நின்று அன்று நடந்ததை கூறினான்.

அது ஒன்னுலைங்க ரமணன் பவித்ராவுக்காக சமாதானம் பேச நம்ம மூர்த்தி பிரதர்ஸ் பவித்ரா வீட்டுக்கு போனதும் தீஷா சஞ்சய் மண்டைய ஒடச்சதும் நியாபகம் இருக்கா? அதுக்குபிறகு தான் தீஷவோட தாத்தா சஞ்சயோட அப்பாவ அடிக்க... சமாதானம் சண்டையில போயி முடிஞ்சி இப்பவர பகை நீளுது. ஆனா உண்மை என்னன்னா தீஷவோட தாத்தா ராம மூர்த்திய அடிக்கல... சஞ்சய்ய தூக்கி வச்சிக்கிட்டு ஆளாளுக்கு கைய நீட்டி சண்ட போட்டுகிட்டு இருக்க

'நம்ம மண்ட ஒடஞ்சி ரத்தம் போயிட்டு இருக்கு இவங்க சும்மா பேசிக்கிட்டே இருக்கங்களே'ன்னு பிளான் பண்ணி சஞ்சய் அவனோட அப்பா கன்னத்துல ஒரு அப்பு விட அதே நேரம் தீஷவோட தாத்தா கை ராமன் முகத்துமுன்னாடி வந்து போக அவர் தான் தன் நம்பணை அடிச்சிட்டாருன்னு தப்பா நெனச்ச ரமணன் அவர் சட்டைய புடிச்சி நெட்டி தள்ள அது பெரிய கலவரமா போச்சி... இந்த உண்மை சஞ்சய்க்கும் மீராவுக்கும் மட்டும் தான் தெரியும் இப்பதான் அவன் எல்லாத்தையும் தீஷாகிட்ட சொல்லிக்கிட்டு இருக்கான்.

முதலில் அதிர்ந்து யோசித்தவள் பின் பெருமூச்சிவிட்டு மெதுவாய் பின்னிருந்து அவனை அணைத்துக்கொண்டு முதுகில் தலைசாய்த்து அவளது இடது கையை அவனது இதயத்தில் வைத்து

“எனக்கு புரியுது சஞ்சுமா... நீ இவ்ளோ ஃபீல் பண்ணவேண்டிய அவசியம் இல்ல சின்னவயசுல புரியாம நாம பண்ண சின்ன தப்பு இத்தன வருஷம் எத்தன

பேர பாதிச்சிருக்குன்னு நினைக்கும்போதுதான் ரொம்ப கஷ்டமா இருக்கு... இனிமே வருத்தப்பட எதுமே இல்ல நான் அப்பா கிட்ட பேசலாம்னு இருக்கேன். அப்பாவையும் அம்மாவையும் சேத்துவைக்கலாம்னு முடிவுபண்ணிடேன் என்கூட இருப்பிங்களா?'' அவள் கேட்டது தான் தாமதம் சட்டென அவள்புறம் திரும்பியவன் தன் கைகளால் அவளது முகத்தை ஏந்தி

“நீ அங்கிள அப்பான்னு சொன்னதே எனக்கு சந்தோஷம் செல்லம் நீ என்ன பண்ணாலும் நான் உன்கூட இருப்பேன்'' எனக்கூறி நெற்றியில் அழுந்த இதழ்பதித்து அணைத்துக்கொண்டான்.

ஹப்பாடா ஒருவழியா அப்பா பொண்ணு பிரச்சன முடிஞ்சிது இன்னும் இவங்க கல்யாணத்துல ஒரு கலவரம் இருக்கு... சரி அத அப்றம் பாப்போம்.

இங்கு, ஹெல்த் மினிஸ்டர் வீட்டில் வேலனின் உடலை கைப்பற்றி முடிக்கவேண்டிய ஃபார்மாலிட்டிகள் முடிந்த பிறகு வழக்கம்போல எந்த உருப்படியான ஆதாரமும் கிடைக்காததால் லோகேஷை விசாரிக்க காளிதாசின் வீட்டிற்கு கிளம்பினான் ஆருஷ்.

அவனுக்கு முன்பே வீட்டிற்கு வந்த தாஸ் இன்னும் தூங்கிக்கொண்டிருந்த லோகேஷின் முகத்தையே பார்த்துக் கொண்டிருந்தான். அவனுக்கு அருகில் இருந்த சுகன்

“டேய்... எதுக்குடா இந்த பைத்தியக்கரான புடிச்சி கட்டிவச்சிருக்கீங்க? அவன் வேற என்ன கருமத்த குடிச்சானே தெரில மத்தியானம் வரைக்கும் மப்பு தெளியாம மயங்கிகெடக்குறான். நீ ஏதோ அவன் மூஞ்சில ஆராய்ச்சி பண்ணிக்கிட்டு இருக்க... என்னடா நடக்குது இங்க?''

“அது ஒன்னுல ப்ரோ... இந்த கேசுல இதுவரைக்கும் உருப்படியா ஒரு க்ளூவும் கெடைக்கல அது உங்களுக்கே தெரியும். போர இடமெல்லாம் மூட்டுசந்தாவே இருக்கு. இப்போதைக்கு இந்த கேஸ்ல இருக்க ஒட்டுமொத்த லாக்குக்கும் நம்ம கிட்ட இருக்க ஒரேயொரு கீ''

“இந்த லோக்கி... அதான?''

“எக்ஸாக்ட்லி... ப்ரோ''

“ஐ.... சீ...! அது சரி... ஆருஷ் எங்க?''

“ஆன் த வே ப்ரோ''

“இந்த கொலகாரன்னுக்கு கொலப்பண்ண வேற ஐடியாவே கெடைக்கலயாடா? எதுக்காக வேலன கொலைப்பண்ணி அவங்க வீட்டு ஃபிரிஜ்லயே வச்சிருக்கான்''

“அதான் எனக்கும் புரியல ப்ரோ... அந்த கன்றாவிய நீங்க பாத்திருக்கணுமே.... அவன் தலைய அப்டியே கழட்டி வச்சமாதிரி வச்சிருக்கான் ப்ரோ'' ஆச்சரியமாய் கண்கள் விரிய விவரித்துக்கொண்டிருந்தான் தாஸ்

அதே நேரம் ஆருஷும் அங்கு வந்துவிட்டான்,

“டேய் இன்னுமாடா இவன் எந்திரிக்கல? வெளில எவ்ளோ பெரிய கலவரம் நடக்குது” கூறிக்கொண்டே சுகந்தன் அருகில் வந்து அமர்ந்தான் ஆருஷ்.

“கலவரமா? என்ன மச்சி சொல்ற?”

“ஆமாடா மினிஸ்டர் மருமகன்ல? சோ கொஞ்சம் கலவரம்... நம்ம சைட்ல கொஞ்சம் பிரஷர்... எல்லாமே ஜாஸ்தியா தான் இருக்கு. டேய் தாஸா அவன அடிச்சி எழுப்புடா”

அடுத்தநொடி பளிச்சென்று ஒரு சத்தம் கேக்க அலறியடித்து எழுந்தான் லோகேஷ். சுற்றம் உணரவே அவனுக்கு சில நிமிடங்கள் தேவைப்பட்டது. சேரில் கைகால்கள் கட்டப்பட்ட அவனுக்கு எதிரில் ஒரு நாற்காலியில் திமிராய் அமர்ந்து லோகேஷை வெறித்துக்கொண்டிருந்தான் ஆருஷ்.

கண்விழித்தவன் ஆருஷ் அமர்ந்திருக்கும் தோரணையைப் பார்த்து சற்று திடுக்கிட்டு சுற்றும் முற்றும் பார்வையை ஓடவிட்டு சூழ்நிலையை புரிந்துகொண்டு பின் கோபமாய் கத்தினான்.

“இதோ பாரு ஆருஷ் நீ ரொம்ப பெரிய தப்பு பண்ற மரியாதையா என் கட்ட அவுத்துவிடு” கட்டியிருந்த கயிற்றை அவிழ்க்க முயற்சித்துக்கொண்டே கோவமாய் அலற்றினான்.

“இங்க பாருங்க லோகேஷ் உங்ககிட்ட டைலக் பேச எனக்கு டைம் இல்ல ஒழுங்கா கோவாப்ரெட் பண்ணுங்க... இந்த கேஸ் இதோட முடியல... நாங்க கூப்டா நீங்க வரமாட்டீங்க அதான் கடத்தவேண்டியாதா போச்சி. தயவுசெய்து நிலமைய புரிஞ்சிக்கோங்க... எங்களுக்கு தெரியவேண்டியதெல்லாம் உங்களுக்கு பின்னாடி யார் இருக்கா? நீங்க யாருக்காக வேல செய்றீங்கங்கறது மட்டும் தான். நாளைக்கு அவங்க உயிருக்கு கூட ஆபத்து வரலாம். சோ... சொல்லுங்க எதுக்காக எங்களோட வேலைய தடுக்க நினைக்கிறீங்க? உங்கள இப்டி செய்ய சொன்னது யாரு?” பொறுமையின் சிகரமென அமைதியாய் தெளிவாய் நிதானமாய் கேட்டவனை பார்த்து பைத்தியம் பிடித்தவன் போல சிரித்தான் லோகேஷ்

“ஹாஹாஹா... நீ என்ன நெனச்ச தம்பி.. இப்டிலாம் கேட்டா நான் சொல்லிடுவேனா?” என மீண்டும் மீண்டும் லோகேஷ் சிரிக்க ஆருஷ் அமைதியாக அவனையே பார்க்க

“ஆமா ஆமா அடிவாங்கம நீ எப்டி உண்மைய சொல்லுவ?” முணுமுணுத்தான் தாஸ்

மீண்டும் லோகேஷே தொடர்ந்தான் “நீ இந்தமாதிரி என்ன ட்ரீட் பண்றதுக்கு நம்ம டிபார்ட்மெண்ட்கு மட்டும் இல்ல இன்னும் சிலருக்கும் நீ பதில் சொல்லவேண்டி வரும் தம்பி ஒழுங்கா நான் சொல்றத கேட்டு நடந்துக்கோ மரியாதையா ஏதாவது ஒரு காரணத்தை சொல்லிட்டு கேச குளோஸ் பண்ணிட்டு

டெல்லி பக்கம் போயிடு உனக்கு அதான் நல்லது. தேவாயில்லாம என்கிட்ட மோதி உசுரவிட்றாத... உனக்குன்னு ஒரு அழகான குடும்பம் இருக்கு... ரெண்டு அழகான தங்கச்சிங்க இருக்காங்க... ரெண்டு அம்சமான அத்த பொண்ணுங்க இருக்காங்க... இத்தன பேர வச்சிக்கிட்டு நீ இப்டி காங்கேயன் காலமாதிரி முருகிக்கிட்டு வேல செய்றது தப்பு தம்பி... மொதல்ல உன் அல்லகைக்கிட்ட சொல்லி என் கட்ட அவுத்துவிட சொல்லு... போனா போகுதுன்னு பாத்து எதுனா செய்றேன்'' திமிராய் தாஸை முறைத்தபடி கூறினான் லோகேஷ்.

பல்லைக்கடித்து லோகேஷை முறைத்த தாஸ் ஆருஷை பார்க்க அவனது கட்டை அவிழ்குமாறு கண்ஜாடை செய்தான் ஆருஷ். அதிருப்தியாய் ஆருஷை பார்த்துக்கொண்டே லோகேஷின் கைக் கட்டையும் கால் கட்டையும் அவிழ்த்தான் தாஸ். நாற்காலியிலிருந்து எழுந்த லோகேஷ் சோம்பல் முறித்துபடி திமிராய் நடந்து ஆருஷிடம் நெருங்க எட்டி அவன் நெஞ்சில் மிதித்தான் ஆருஷ். வந்ததைவிட வேகமாய் அப்படியே பின்புறமாகவே சேரில் போய் விழுந்தான் லோகேஷ்.

“ஆருஷ்....... நானும் போலீஸ் தான்ங்கறத மறந்துடாத.... மரியாதையா நடந்துக்கோ'' ஆவேசமாய் கத்தினான் லோகேஷ்.

“தெரியும்டா பொறம்போக்கு... நீ இந்த வேலைக்கே தகுதியில்லாத தருதலைன்னும் தெரியும் இதுவரைக்கும் நீ டிபார்ட்மெண்ட்டுக்கு எதிரா செஞ்ச ஃப்ராடு வேலையும் தெரியும்... இது வரைக்கும் போனா போகட்டும்னு மரியாதை குடுத்தேன்... விட்டா ரொம்ப பேசுற.... தோ... இதெல்லாம் நீ பண்ண அயோக்கியதனத்துக்கான ஆதாரம்... உன் சின்ன வீட்டுக்கு நீ வாங்கின பெரிய வீட்டோட டாக்குமெண்ட்... இதுவரைக்கும் நீ லஞ்சம் வாங்கிந்துக்கான ப்ரூஃப்... உன்னோட லாஸ்ட் மந்த் பேங்க் ட்ரான்ஸ்சாக்சன்.... இன்னும் எவ்ளோவோ இருக்கு'' சில டாக்குமெண்ட்டை கையில் வைத்துக்கொண்டு மிரட்டினான் ஆருஷ்.

“உன்கிட்ட என்ன தான் ப்ரூஃப் இருந்தாலும் பிராப்பர் வாரேண்ட் இல்லாம என்ன இப்டி நடத்துறதுக்கு நீ பதில் சொல்லணும்'' சற்று பயந்தபடி பதிலளித்தான் லோகேஷ்.

“யாருக்கிட்ட எப்ப என்ன பதில் சொல்லணும்னு எங்களுக்கு தெரியும் நீ ஒழுங்கா பதில் சொல்லுடா வெளக்கெண்ண'' என்றான் தாஸ்.

அவன் தாஸை முறைத்துக்கொண்டே “உங்களால என்ன ஒண்ணும் பண்ண முடியாது... ஆமா.... யாரோ சொல்லி தான் நான் உங்கள கேஸ ஹாண்டில் பண்ணவிடமா தடுத்தேன்... இனியும் தடுப்பேன்... அதுக்காக பணமும் வாங்கினேன் யார் பணம் குடுத்தது யார் எனக்கு பின்னாடி இருந்து வேல செய்றாங்கன்னு சொல்ல முடியாது உங்களால முடிஞ்சத செய்ங்க....'' சட்டமாய் சொல்-

லிவிட்டு நாற்காலியில் நன்றாக அமர்ந்தான் லோகேஷ்.

மிக நிதானமாக யோசித்து பெருமூச்சிவிட்டு முடியாது என்பதுபோல தலையை இடவலமாக ஆட்டிவிட்டு

“தாஸூ...”

“பாஸூ...”

“என்னடா இவன் இப்டி சட்டமா சொல்றான்”

“ஆமா பாஸ் என்ன பண்றது?”

“அப்போ விட்றலாங்குறியா?”

“அப்றம் என்ன பாஸ் பண்றது அவன் தான் உண்மை தெரியும் ஆனா சொல்ல மாட்டேன்னு சொல்றானே... அப்றம் எதுக்கு விசாரிச்சி டைம் வேஸ்ட் பண்ணி... தேவாயில்லாம அடிச்சி கஷ்டப்படுத்தி... எதுக்கு பாஸ் இதெல்லாம். பாவம் புள்ளக்குட்டிகாரன் வேற” பாவமாய் சொல்வைதைப்போல பாவனை செய்தான் தாஸ்.

“ஆமா.... மறந்தே போயிட்டேன் தாஸா நல்ல வேல நியாபகப்படுத்தின... ஏன்டா வெளங்காதவனே உனக்கு ஒரு பையன் இருக்கான்ல அவனுக்குவேற ஏதோ வியாதியாம். ஸ்பெஷல் ட்ரீட்மெண்ட் எடுத்துக்கிட்டு இருக்கான்ல? அவனுக்கு மெடிசின் வாங்க தானா நேத்து ஹய்ட்ரபாத் போன?” ஆருஷ் அசட்டையாய் கேள்விகேட்டுக்கொண்டிருக்க

இதுவரை கர்மவமாய் அமர்ந்திருந்த லோகேஷின் முகத்தில் சற்று பதட்டம் தெரிந்தது.

“ஆமா மச்சி நான் கூட கேள்விப்பட்டேன் ரொம்ப ரேர் மெடிசின்னாம்.... அதோட விலைக்கூட....” சுமோ யோசித்துக்கொண்டிருக்க

“ஒன்ற லட்சம் ப்ரோ...” என்றான் தாஸ்.

“உனக்கு எப்டிடா தெரியும்?” ஆச்சரியமாய் கேட்டான் ஆருஷ்.

“தோ... இது தான் அந்த மருந்து பாஸ்... பாருங்களேன் கோடரி தைலம் மாதிரியே இருக்கு”

ஆருஷ் அதனை கையில் வாங்க வேகமாய் ஓடிவந்து அதனை பிடுங்க முயற்சித்தான் லோகேஷ்

“வேணா ஆருஷ் சொன்னா கேளு என் பையன் உயிரோட விளையாடாத... நீ அவ்ளோ மோசமானவன் இல்லன்னு எனக்கு தெரியும். தேவயில்லாம பிரச்சன பண்ணாத எனக்கு ஒரு கால் வந்துச்சி அக்கவுண்ட்ல பணம் போடுறதா சொன்னாங்க உன்ன இந்த கேஸ்ல வேலபக்கவிடாம தடுக்க சொன்னாங்க அவ்ளோ தான் எனக்கு தெரியும்” படபடவென பேசிவிட்டு அந்த மருந்தையே பார்த்துக்கொண்டிருந்தான்.

“நீ சொல்றதெல்லாம் உண்மை இத நாங்க நம்பனும்?” அவன் முகத்தையே உறுத்தும் பார்வையில் பார்த்துக்கொண்டே கேட்டான் ஆருஷ்

“ஆமா இது தான் உண்மை... ஒழுங்கா அந்த மருந்த குடு” அவன் சொல்லி முடிக்கும் முன் அதனை கீழே போட்டு உடைத்தான் ஆருஷ். அந்த பாட்டில் தூள் தூளாய் நொறுங்கி அதிலிருந்த மருந்துகள் தரையில் ஓடியது.

பதறி துடித்து ஓடிவந்து தரையில் கிடந்த மருந்தைப் பார்த்து கதறினான் லோகேஷ்

“டேய்.... உனக்குலாம் இரக்கமே இல்லையா? அது எங்கையும் கெடைக்காத மருந்துன்னு தெரிஞ்சும் இப்டி பண்றீயே... என் பையனோட உயிரே இதுல தான் இருக்கு. இப்டி வீணாக்கிட்டியே உன்ன.....” ஆவேசமாய் எழுந்து ஆருஷின் சட்டையை பிடித்து அடிக்க முயல தாஸும் சுகனும் வந்து இழுத்து பிடித்து தள்ளி நிறுத்தினர். அவன் துள்ளிக்கொண்டிருக்க அருகில் வந்த ஆருஷ்

“இப்ப கீழப்போட்டு ஒடச்சது வெறும் தைலம் பாட்டில் தான் நீ ஒழுங்கா உண்மைய சொல்லலன்ன கண்டிப்பா மாருந்து பாட்டில் விழும்” மிரட்டலாய் கூறிய ஆருஷை பயத்துடன் பார்த்த லோகேஷ் உண்மையை கூற முன்வந்தான்

“எனக்கு தெரிஞ்ச எல்லா உண்மையையும் சொல்லிடுறேன் என் பையனோட மருந்தை குடுத்துடு”

“நீ மொதல்ல சொல்லு!”

“ரஞ்சித் கொலைய தற்கொலைன்னு சொல்ல சொன்னது... வேலன் காணாம போனதை கண்டுபிடிக்க விடாம தடுக்க சொன்னது ஜீவா கொலைக்கான ஆதாரத்தை உன் கைக்கு கெடைக்காம ரகசியமா சேகரிக்க சொன்னது எல்லாமே டாக்டர் புனீத்தும் டாக்டர் ஜெய்ன்னும் தான். அவங்க கொலகாரன் யாருன்னு உனக்கு முன்னாடி என்னை கண்டுபுடிக்க சொல்லி பிரஷர் பண்ணாங்க. அதுமட்டும் இல்லாம ரஞ்சித், ஜீவா, வேலன் மூணு பேரும் சேந்து ஏதோ இல்லீகள் பிசினஸ் பண்றாங்க அது என்னன்னு எனக்கு தெரியாது. அத பத்தி எந்த கேள்வியும் கேக்கக்கூடாதுன்னு அதுக்கு தனியா பணம் குடுத்தங்க.” தலையை கவிழ்திக்கொண்டு அனைத்தையும் கூறினான் லோகேஷ். புனீத் மற்றும் ஜெய்ன் பெயரைகேட்டு ஆருஷ், தாஸ், சுகன் மூவரும் ஒருவர் முகத்தை ஒருவர் பார்த்து அதிர்ந்தனர்.

குழப்பமாய் அவனை உற்றுப்பார்த்த ஆருஷ் “அந்த 13 மிஸ்ஸிங் கேசுக்கும் ரஞ்சித்துக்கும் சம்பந்தம் இருக்கா?”

ஆருஷின் கேள்வியில் வேர்த்து விறுவிறுத்தவன் நெற்றியை துடைத்துக்கொண்டு

“அத பத்தி எனக்கு தெரியாது...” என்றதும்

ஆருஷ் சுகனை பார்க்க சுகன் அந்த மருந்து பாட்டிலை கையில் எடுத்தது தான் தாமதம் சட்டென ஒப்பித்தான்

“மூணு பொண்ணுங்க மிஸ்ஸிங்கும் அவனுக்கும் சம்பந்தம் இருக்கு மத்த-தெல்லாம் சத்தியமா எனக்கு தெரியாது பிளீஸ் ஆருஷ் உன் காலபுடிச்சி கேக்-குறேன் தயவுசெஞ்சு அந்த மருந்த குடுத்துடு” கைகூப்பி பாவமாய் கெஞ்சினான் லோகேஷ்.

“சரி… குடுக்குறேன் இப்ப அந்த டாக்டர்ஸ் எங்க தங்கி இருக்காங்கன்னு சொல்லு”

“ஹோட்டல் விண்டால்”

சற்றும் தாமதிக்காமல் ஆருஷும் தாஸும் ஹோட்டலுக்கு கிளம்பினர். சுகன் லோகேஷுக்கு காவலாக அங்கேயே இருந்தான்.

ஹோட்டல் ரிசப்ஷனில் விசாரித்தபோது அவர்கள் எப்பொழுதோ ரூமை காலிசெய்து விட்டு கிளம்பிவிட்டதாக தகவல் தெரிவிக்கப்பட்டது. இதனை நம்-பாத ஆருஷ் சுகனுக்கு கால் செய்து லோகேஷை விசாரிக்க அவர்கள் ஹரி-யானா கிளம்பியிருக்கலாம் என கூறினான்.

டாக்டர் புனீத் மற்றும் டாக்டர் ஜெய்ன்னை தொடர்புகொள்ள முயற்சிக்க முடியாமல் போனது.

“தாஸ் நாம உடனே ஹரியானா கெளம்பியாகனும் அப்போ தான் இந்த கொலகாரன் யாரு? அவனுக்கும் இவங்களுக்கும் என்ன சம்பந்தம்? அவனோட மோடிவ் என்ன அடுத்த மூவ் என்னன்னு நாம தெரிஞ்சிக்க முடியும்” பரபரப்பாய் கூறினான் ஆருஷ்.

தாஸும் ஆமோதிக்க உடனடியாக ஹரியானா கிளம்ப முடிவு செய்தனர்.

“நீ போயி கெளம்பருதுக்கான ஏற்பாட்டை செய் நான் கமிஷ்னர பாத்துட்டு பட்டேல் சார்கிட்ட டிடெயில்ஸ் சொல்லிட்டு வரேன். நமக்கு ஹரியானா போலீஸ்சோட ஹெல்ப்பும் தேவ அதுக்கான எல்லா ஃபார்மாலிட்டியையும் நான் பாத்துக்குறேன். நீ போயி மத்த வேலைகல பாரு அப்டியே வெற்றிகிட்ட லோகேஷ் மேல ஒரு கண்ணு வைக்க சொல்லு… நாம ஹரியானா போனபிறகு நமக்கு இங்க நடக்குற ஒவ்வொரு மூவ் பத்தி இன்ஃபார்ம் பண்ண சொல்லு”

“ஓகே பாஸ் நான் வெற்றிய பாத்து பேசிட்டு ரூம் வந்துடுறேன் நீங்க கமிஷ்-னர் கிட்ட பேசிட்டு ரூம் வந்துடுங்க”

இவர்கள் பேசிக்கொண்டிருக்கும்போதே… ஆருஷுக்கு மீராவிடமிருந்து கால் வந்தது

“ஹேலோ சொல்லுக்கா…”

“…”

“ஸ்ஸ்ஸ்… சாரிக்கா மறந்தே போயிட்டேன்”

".."

"எப்போ கௌம்புற?"

"..."

"சரி சரி நீ கௌம்புறதுக்குள்ள நான் அங்க இருப்பேன்"

அழைப்பை துண்டித்தவன்...

"டேய்... தாஸ்... என்னால ரூமுக்கு வர முடியாது... அக்கா பெங்களூர் கௌம்புறாங்க.. சென்ட் ஆஃப் பண்ண நான் போயே ஆகணும். சோ... நைட் நான் அங்க தான் ஸ்டே பண்ணுவேன். மார்னிங் ஹரியானா கௌம்பிடலாம் சரியா?"

இருவரும் ஆளுக்கொரு பக்கம் கிளம்பினர்.

அத்தியாயம் 20

மீரா பெங்களூர் செல்வதற்காக தயாராகிக்கொண்டிருக்க அவளுக்கு உதவி செய்து கொண்டிருந்தான் சஞ்சய்.

"சஞ்சு அந்த டிரெஸ்லாம் அப்டியே மடிப்பு கலையாம இந்த பேக்ல வச்சிடு... அதுல மீனாவோட டிராயிங் திங்க்ஸ் இருக்கு பாரு அத எடு" அவள் பேசிக்கொண்டே எடுத்துவைக்க

"மீராக்கா..." சஞ்சயின் அழைப்பில் அப்படியே நின்றாள்.

"என்ன அப்டியே ஸ்டேச்யூ மாதிரி நிக்கிற... எடுத்து வச்சிக்கிட்டே கேளு" சிரித்தவாறு கூறினான்.

"நீ அக்கான்னு கூப்ட்டா ஏதோ முக்கியமான விஷயம்னு அர்த்தம் சோ... நீ சொல்லு நான் அப்றம் எடுத்து வைக்கிறேன்" கையில் இருந்ததை அப்படியே மெத்தை மீது போட்டாள்.

அவன் சிரித்துக்கொண்டே "ஒண்ணுல மீரா இன்னைக்கு நான் செம்ம ஹாப்பியா இருக்கேன்"

அவனை ஓரப்பார்வை பார்த்துக்கொண்டே "நான் ஊருக்கு போறதாலயா?"

சத்தமாய் சிரித்தவன் "அதுக்கு நான் வருத்தபடணும் மீரா வந்த கொஞ்ச நாள்லேயே போறியே... திரும்ப எப்போ வருவ? நீ நான் ஆருஷ் அந்த அரந்தவாலுங்க நாம எல்லாரும் ஒன்னா எங்கையுமே போகல.." அவன் வருத்தமாய் கூற

அவனது தோளைபிடித்து ஆறுதல் படுத்தியவள் "வேல கண்பார்ம் தான். இந்த இன்டர்வியூ சும்மா ஃபார்மாலிட்டி தான் வீடு பாத்துட்டு தேவையான அர்ரேஞ்ச்மெண்ட் முடிச்சிட்டு ஒருவாரத்துல திரும்ப வந்துடுவோம்டா இங்க நாதனுக்கு ட்ரான்ஸ்வர் கொஞ்சம் டிலே பண்றாங்க சோ அத முடிச்சிட்டு அப்றம் தான் திரும்ப போவோம். சரி... நீ சொல்லு என்ன விஷயம்"

அவன் சற்று மென்னகை புரிந்தவாறு "தீஷா கிட்ட எல்லாத்தையும் சொல்லிட்டேன்"

"பாரா... எல்லாத்தையும் சொல்லிட்டியா?"

"ஆமா இப்போதான் நிம்மதியா இருக்கு..." அப்படியே மெத்தையில் சாய்ந்தான்

"தீஷா என்ன சொன்னா?" ஆர்வமாய் கேட்டாள் மீரா

"ரொம்ப ஈசியா எடுத்துக்கிட்டா அதோட அங்கிள் கிட்டயும் பேசிட்டா கையோட எங்க லவ் மேட்டர் பத்தியும் அங்கிள் கிட்ட சொல்லிட்டா" வெக்கப்பட்டுக்கொண்டே கூறியவனைப் பார்த்து நெற்றி முறித்த மீரா சிரித்துக்கொண்டே

"உங்க லவ் மேட்டர் உங்களுக்கு முன்னாடியே எங்களுக்கு தெரியும்டா"

"எங்களுக்குனா?" அதிர்ச்சியாய் கேட்டான்.

"எனக்கு, ஆருஷுக்கு, அங்கிள்கு அவ்ளோதான் பயப்படாதடா வேற யாருக்கும் தெரியாது" அவள் சிரித்துக்கொண்டே கூறினாள்.

"அப்போ நான் தான் லேட்டா... சரிதான்"

"சரி சரி நீ இதையெல்லாம் எடுத்து வை நான் போயி மீனு கவின் கௌம்பிட்டாங்கலான்னு பாத்துட்டு வரேன்.

"அப்டியே எனக்கு குடிக்க ஏதாச்சும் எடுத்துட்டு வா மீரா"

"சரிடா.."

இங்கு ஒரு அறையில் இரட்டை சகோதரிகள் ஆளுக்கொரு பிள்ளையை தயார்படுத்திக் கொண்டிருந்தனர். கிச்சனில், ஒருபக்கம் அந்திமதியும், சகுந்தலாவும் சமையல் செய்துகொண்டிருக்க... மறுபக்கம் சம்ருதா நொறுக்கு தீனி செய்துகொண்டிருந்தாள். குழந்தைகளைப் பார்த்துவிட்டு சமையல் அறைக்கு வந்த மீரா

"ம்மா... என்னம்மா இது எதுக்கு இப்போ இவ்ளோ டிஷ் செய்றீங்க?"

"நீ ஊருக்கு போறல்லடா செல்லம் அதான் சாப்ட்டு தெம்பா போகலாம்னு செய்றோம்" என்றார் அந்திமதி.

"இவ்ளோத்தையும் சாப்டா ஊருக்கு இல்ல ஹாஸ்பிடல் தான் போகணும் நானு"

"இப்ப சாப்டமுடியலனா என்னடி பாக்ஸ்ல போட்டு எடுத்துட்டு போ.." என்றார் சகுந்தலா

"பெங்களூர்கா...?"

"ஏன்? எடுத்துட்டு போனா என்னவாம்... என் மாப்ள வராருல்ல?"

"ஹாம் வராரு வராரு... ஏதோ வேல இருக்காம் நேர ஸ்டேஷன் வந்துடுறேன்னு சொல்லியிருக்காரு... அது சரி... சாம் நீ எதுக்குமா இவ்ளோ ஸ்நாக்ஸ்

பாக் பண்ற?'' பேச்சை மாற்ற முயற்சித்து சாமிடம் கேள்வி கேட்டாள் மீரா.

"அது... உங்களுக்கும் பசங்களுங்கும் தான்''

"நாங்க அங்க வெறும்...'' அவள் முடிக்கும்முன்

"ஒரு வாரம் தான் இருக்க போறீங்க... எனக்கு தெரியும் அண்ணி அதுவரைக்கு பசங்களுக்கு ஸ்நாக்ஸ் வேணும்ல? வெளில ஹெயல்தியா இருக்குமா தெரியாது.. இது நானே பண்ணது கண்டிப்பா ரொம்ப நல்லா இருக்கும்...'' சந்தோஷமாய் கூறினாள்.

அதில் ஒரு திண்பண்டத்தை எடுத்து சுவை பார்த்த மீரா "ம்ம்ம்ம்.... டேஸ்ட் அவ்ஸோம்..... வாவ்.... சூப்பர் சாம்'' கட்டிபிடித்து பாராட்டினாள் சிரித்துக்கொண்டே சகி, மதியும் கூட சுவைத்துப் பார்த்து பாராட்டினர்.

இவர்கள் பேசிக்கொண்டிருக்கும்போதே ஆருஷ் வந்துவிட அவனைப் பார்த்த அடுத்த நொடி அங்கிருந்து விலகிச்சென்றாள் சம்ருதா. மற்றவர்களின் முகம் மாற ஆருஷ் எதையும் கண்டுகொள்ளாமல் அவளை ஒரு பொருட்டாக கூட எண்ணாமல் தன் தாய்மார்களையும் தமக்கையையும் சமாதானம் செய்வதில் கவனமாக இருந்தான். மூவரும் அவனை பாடாய்பாடுத்த இறுதியில் வென்றது ஆருஷின் நடிப்பும் அன்னையர்களின் அடியும் தான். பிறகு ஆருஷ் சமையல் மேசையின் மீது அமர்ந்திருக்க சகுந்தலா அவனின் தலைக்கோதி கொஞ்சிக்கொண்டிருக்க... அந்திமதி உணவை ஊட்டிவிட.... மீரா தண்ணீர் கொடுத்து ஸ்நாக்ஸ் ஊட்டி விட்டுக்கொண்டிருந்தாள்.

"பாரு ரெண்டு நாளா சரியா சாப்டாம எப்டி இருக்கன்னு... அப்டி என்னதான் பெரிய வேலையோ....?'' புலம்பிக்கொண்டே உணவூட்டினார்.

"ஆமா அந்திமா உங்க எல்லாரையும் முக்கியமா உங்களோட சாப்பாட்டை எவ்ளோ மிஸ் பண்ணேன் தெரியுமா?.... சகிக்கு எத்தன முற ஃபோன் பண்ணேன் எடுக்கவே இல்லையே... கோவமாம்... கொஞ்சம் கூட பாசமே இல்ல'' சகுந்தலாவை பார்த்து அவன் முறைக்க அவனின் கன்னத்தில் இடித்த சகுந்தலா

"ஆமா ஆமா அவகிட்ட சொல்லு ரெண்டுநாளா என் ஃபோன் வச்சிருந்தது அவ தான் என்னைவிட அதிக கோவமா இருந்தது அந்தம்மா தான்... வந்துட்டான் நியாயம் கேக்க''

ஆருஷ் அதிர்ச்சியாய் அந்திமதியை பார்க்க அவரோ அவனது வாயில் ஒரு வாய் சோறை திணித்துவிட்டு

"பின்ன என்னடா இந்தமாதிரி ஒரு கைய வச்சிக்கிட்டு ரத்தம் சொட்ட சொட்ட யார் பேச்சையும் கேக்கமா நீபாட்டுக்கு போனா... உனக்கு மட்டும் தான் கோவம் வருமா?''

உணவை மெல்ல மெல்ல மென்று விழுங்கியவன் “சரி சரி எதுக்கு பழசெல்லாம் பேசிக்கிட்டு ம்மோவ்.. உனக்கு பக்கத்துல இருக்க உருண்டைய எடும்மா பாக்கவே நல்லா இருக்கு”

சகி அந்த உருண்டையை எடுத்து ஊட்டிவிட “பாக்க மட்டும் இல்ல சாப்டவும் நல்லா இருக்கு கண்ணா” என்றார்

“ம்ம்ம்... வாவ்.... செம்ம டேஸ்ட்..... அப்டியே சாஃப்ட்டா இருக்கு இன்னும் ரெண்டு எடுமா”

மீரா ஒரு தட்டில் வைத்து சகியிடம் நீட்ட அவர் ஒவ்வொரு உருண்டையாக ஊட்டிவிட்டார்.

“இது பேர் என்னம்மா?”

“ஸ்.... பேர் கேக்க மறந்துட்டேன் கண்ணா”

“பேராடா முக்கியம் டேஸ்ட் நல்லா இருக்குல்ல சாப்டு” என்றாள் மீரா

“அது எப்டி பேர் தெரியாம சாப்றது மீராக்கா? என்னது கேக்க மறந்துட்டீங்களா? அப்போ யார் செஞ்சது சகி”

அவனது முகத்தை உற்று பார்த்துக்கொண்டே “சம்ருதா!” என்றார் சகுந்தலா.

சட்டென புரையேற இரும்பியவனுக்கு தண்ணீர் ஊட்டி குடிக்கவைத்தாள் அந்திமதி. தண்ணீர் குடித்து முடித்தவன் சட்டென மேடையில் இருந்து கீழே குதித்து

“நான் போயி அண்ணா என்ன பண்றான்னு பாத்துட்டு வர்றேன்” வேகமாய் வெளியே ஓடினான்.

அவனுக்கு மட்டும் கேட்கும் படி “ஓடு ஓடு.. எத்தன நாளைக்கு இப்டி தெறிச்சி ஓடுறேன்னு பாக்குறேன்” என்று சிரித்தாள் மீரா.

அதனை கவனித்த அந்தி “என்னடி சொல்ற இதுக்கு பின்னாடி ஏதாவது உள்குத்து இருக்கா” என ரகசியமாய் மீராவின் காதை கடித்தாள்.

“எந்த குத்து இருந்தா என்ன? சம்ருதாவ எனக்கு ரொம்ப புடிச்சிருக்கு ஆருஷுக்கும் புடிச்சிருந்தா சாம் என் மருமகளா வர்றதுல எனக்கு எந்த பிரச்சனையும் இல்ல” என வெடித்து கூறினார் சகுந்தலா...

மூவரும் சிரித்துக்கொள்ள மூர்த்தி பிரதர்ஸ் வந்ததும் அனைவரிடமும் கூறிவிட்டு கிளம்பினாள் மீரா. ஆருஷும் சஞ்சயும் அவளை ரயில் ஏற்றி விட்டு காரில் வீட்டுக்கு வந்துகொண்டிருந்தனர்.

ஆருஷ் காரை ஓட்டிக்கொண்டே பேச்சை ஆரம்பித்தான்

“மீராக்காக்கும் அந்த ஆளுக்கு ப்ராப்ளம் சாவ்ல் ஆகிடுச்சா? அவர் எதுக்கு அக்காகூட பெங்களூர் போராரு”

அவனை ஆச்சரியாமாக பார்த்த சஞ்சய் “உனக்கு எப்டிடா தெரியும்?”

“நீ சொல்லலன்னா எனக்கு தெரியாதா என்ன?”

“சாரிடா சொல்லக்கூடாதுன்னு எதுவும் இல்ல...”

“தெரியும்டா அண்ணா விடு! எனக்கு பிரச்சனை என்னன்னு தெரியாது ஆனா ஏதோ பிரச்சனைன்னு மட்டும் புரிஞ்சிது”

சஞ்சய் அவனிடம் அனைத்தையும் சொல்ல மிக சாதாரணமா கேட்டவன்

“ஏதோ.... இதெல்லாம் மீராக்கா என்கிட்ட சொல்லியிருந்தா சீனே வேற”

“அதுனால தான் உன்கிட்ட சொல்லலடா”

இவ்வாறு இருவரும் தீஷா ரமணனிடம் பேசியதுபற்றியும், கேஸ் பத்தியும் பேசிக்கொண்டே வீடுவந்து சேர்ந்தனர், டாக்டர் ஜெய்ன் மற்றும் டாக்டர் புனீத் இந்த கேஸில் சம்பந்தப்பட்டது சஞ்சய்க்கு வியப்பாக இருந்தது.

இரவு சஞ்சயின் அறையில் தூங்காமல் விழித்திருந்தான் ஆருஷ் தூங்கிக்கொண்டிருந்த சஞ்சய் எழுந்து

“என்னடா என்ன ஆச்சி நான் தான் எங்க ஹாஸ்பிடல் பத்தியும் அந்த டாக்டர்ஸ் பத்தியும் டெடெயில்ஸ் கலெக்ட் பண்ணி தர்றேன்னு சொன்னேன்ல அப்றம் ஏன்டா டென்ஷன்”

“டென்ஷன் இல்லண்ணே... என் கெஸ் சரின்னா அவங்க ரெண்டு பேர் உயிருமே இப்போ ஆபத்துல தான் இருக்கு...”

“டேய்.... எப்பையும் கேஸ் பத்தியே யோசிக்காதடா கொஞ்சம் வீட்ட பத்தியும் யோசி... எங்கள பத்தியும் யோசிடா”

ஆருஷ் சிரிக்க

“சிரிக்காதடா வா வந்து தூங்கு...”

ஆருஷ் சஞ்சயின் தோளில் சாய்ந்தவாறு படுக்க சட்டென நினைவு வந்தவனாய் கேள்வி எழுப்பினான் சஞ்சய்

“டேய் கண்ணா”

“சொல்றா அண்ணா”

“மீரா கௌம்பும்போது உன்கிட்ட ரகசியமா என்னவோ சொல்லிட்டு போச்சே என்ன அது?”

“அதான் நீயே சொன்னீயே ரகசியம்னு... அதே தான் விடு... தூங்கு...”

“டேய்... கொல்லப்போறேன் உன்ன... சாம் பத்தி தான? உண்மைய சொல்லு”

“எனக்கு தூக்கம் வருதுண்ணே...”

“டேய்... டேய்... நடிக்காத... டேய்... அடிங்க... பெட்ஷீட்ட விடுடா... மூஞ்சிய மூடினா விட்றுவேணா?”

“இப்ப இன்னாடா பிரச்சன உனக்கு மனிஷன நிம்மதியா தூங்க விட்றியா?”

“மீரா என்ன சொல்லுச்சின்னு சொல்லிட்டு தூங்குடா”

“வாட்ச் ஒடச்சது கவினும் மீனுவும் தானாம் அந்த ராட்சசி இல்லையாம்... நான் அவகிட்ட மன்னிப்பு கேக்கனுமாம்”

“அதுக்கு நீ என்ன சொன்ன?”

“சரி கேக்குறேன்னு சொன்னேன்”

“ம்ம்ம்?” அவன் ஒரு மார்கமாய் பார்த்துக்கொண்டே கேள்வி எழுப்ப இவன் பெட்ஷீட்டை இழுத்து போர்த்திக்கொண்டு

“நான் தூங்கிட்டேன்” என்றான்.

இருவரும் முட்டிமோதி விளையாடிக்கொண்டே தூங்கினர்.

அதிகாலை ஆருஷ் கண்விழிக்கும்போது சஞ்சய் அறையில் இல்லை மருத்-துவமனைக்கு கிளம்பியிருப்பான் என நினைத்தவன் எழுந்து சென்று பல்துலக்கி முகம்கழுவி விட்டு துண்டால் முகத்தை துடைத்துக்கொண்டு பாத்ரூமை விட்டு வெளியில் வர...

சம்ருதா அவனது மெத்தைக்கு பக்கத்தில் இந்த டிராவில் எதையோ தேடிக்-கொண்டிருந்தாள். அதனை கவனித்தவன் நெற்றி சுருங்க சற்று அதட்டும் குர-லில்

“நீ இங்க என்னப் பண்ற? என்னோட டிரால என்ன தேடிக்கிட்டு இருக்க?”

குரல் கேட்டு திடுக்கிட்டு திரும்பியவள் அப்படியே சிலையென நின்று என்ன சொல்வதென முழித்துக்கொண்டிருந்தாள்.

“அது... நா... காஃபி வச்சிட்டு போக வந்தேன்”

“எது... டிராவ் குள்ளையா?”

“இல்ல... டேபிள் மேல...”

“பை த வே... காஃபி எங்க?”

“ஹாங்.... ஆமல... அது... ‘அய்யோ வசமா மாட்டிக்கிட்டேனே... இப்-பண்ணு பாத்து மூளையே வேல செய்ய மாட்டேங்குதே.... ஏன் எதுவும் நியாபகம் வர மாட்டேங்குது?’ வந்து....”

“வந்து....”

“ஹாம்... நியாபகம் வந்துடுச்சி... நாங்க எல்லாரும் கோவிலுக்கு போறோம்... உங்களுக்கு காஃபி கீழ இருக்கு சொல்லிட்டு வர சொன்னாங்க அதான் வந்-தேன்.” அவள் பட படவென சொல்லி முடிக்க அப்போது தான் அவளை முழுதும் கவனித்தான்

அவளது வழுவழுப்பான பொன்னிற தேகத்தில் வழுக்கி விழுந்தும் விழாமலும் ஒட்டி இருக்கும் எலும்பிச்சை நிற ப்ளெயின் ஸிந்தடிக் சேலையும்.... அவளது வலது பக்க தோளில் மொத்தமாய் சரிந்து கிடக்கும் காற்குழலும்... ஆரமில்லா

கழுத்தும்... தொங்கல் துள்ளும் காதும்... வளையல் இல்லா வலக்கையும்... சுண்டி இழுக்கும் அவளது வாசனையும்.... அவனை கட்டியிழுக்க...

போதையேற்றும் பார்வையில் தலையை சாய்த்து அவளை ஆழப்பார்த்தவாறே ஒவ்வொரு அடியாய் எடுத்து வைத்து முன்னேறி அவளை நெருங்க அவளோ அவனது ஒவ்வொரு அடிக்கும் பின்னால் எட்டு வைத்து நகர்ந்தாள். அவன் முன்னேற... அவள் பின்னால் நகர... அவன் முன்னேற... அவள் பின்னால் நகர... இனி நகர இடமில்லாமல் சுவற்றில் இடித்து நின்றாள். ஒருஅடி இடை-வெளியில் அவளை நெருங்கியவன்

"உண்மைய சொல்லு என் ரூம்க்கு எதுக்கு வந்த"

"அதான் சொன்னனே..." அவள் பள்ளிபோல சுவற்றில் ஓட்டிக்கொண்டு மென்று விழுங்கி மெதுவாய் வார்த்தை உதிர்த்தாள்.

"அப்டியா?" கேட்டுக்கொண்டே இன்னும் நெருங்கினான்.

அவளின் இதயம் வேகமெடுக்க மூச்சிவாங்க... "இப்போ எதுக்கு கிட்ட வந்துட்டே இருக்கீங்க?" கேட்டுக்கொண்டே விலக முயற்சித்தவளை கைகளை சுவற்றில் வைத்து சிறையிட்டான்.

"நீ என்னோட டிராவ்ல என்ன திருடுனன்னு சொல்லமா நீ எங்கையும் போக முடியாது"

"அய்யோ... நான் எதையும் திருடல... நான் உங்க வாட்ச்...." சட்டென வாய் பொத்திக்கொண்டாள்.

"என்ன வாட்ச்?... இப்ப எதுக்கு வாய மூடுற?... இப்ப நீ சொல்றியா இல்ல" அவன் இன்னும் நெருங்க

"சொல்றேன் சொல்றேன்..." பதற்றமாய் கூறியவள்

அவனது நெருக்கத்தில் திக்கி திணறி வார்த்தைகள் தேடிக்கொண்டிருந்தாள். அவன் அவளது முகத்தையே பார்த்துக்கொண்டிருக்க

"என்னடி வாய மட்டும் தான் அசைக்கிற வார்த்தையே வரலையே"

"இவ்ளோ நெருக்கமா நின்னா எப்டி வார்த்தை வரும் மூச்சி கூட வர மாட்டேங்குது" ஹஸ்கி குரலில் கீச்சி கீச்சென கூறியவளை பார்த்து சிரித்தவன் கொஞ்சமேனும் கொஞ்சம் விலகி நின்று

"சரி இப்ப சொல்லு" என்றான்

அவனை பார்த்து முழியை உருட்டிவள் தைரியத்தை வரவழைத்து மெல்ல மெல்ல கூறினாள்

"அது... உங்கள சரிப்பண்ணி வாட்ச சமாதானம் பண்ணா நீங்க மன்னிப்பு கொறஞ்சி கோவப்படுவீங்கன்னு ச்சா... கோவம் பண்ணி மன்னிப்பு வந்து... அய்யோ..."

“என்னடி ஔரிட்டு இருக்க...”

அவள் எதுவும் பேசாமல் அவஸ்தையாய் நெளிய...

“சரி கை எப்டி இருக்கு?”

கேட்டதும் தான் தன் இடது கையை பின்னால் மறைத்தாள்.

“அதெல்லாம் ஒண்ணுல நல்லா தான் இருக்கு” சட்டென கூறிவிட்டு குனிந்து ஓட முயற்சித்தவளை விடாமல் அணையிட்டு நிறுத்தியவன்

“கைய காட்டு...”

“ம்ஹூம்...” அவள் மறுக்க

அவளை நெருங்கி அணைத்தவாறே இடையின் இடைவெளியை உரசி பின்னால் மறைத்து வைத்த கையை பிடித்து முன்னாள் எடுத்துப்பார்த்தான். கவலை தோய்ந்த முகத்தோடு

“தையல் போடுற அளவுக்கு காயப்படுத்திட்டேனாடி சாரிடி ரொம்ப வலிச்சிதா?”

அவனின் வேதனை கண்டு துடித்தவள் அவசரமாய் இல்லை என்ன தலையசைத்தாள்.

“அது சும்மா சின்ன கீறல்....”

அவள் முழுதாய் முடிக்குமுன் இடைபிடித்து இழுத்து அணைத்தவன் அவளின் இதழ்களை சிறைபிடித்தான். எதிர்பாராமல் நடந்த இந்த முத்த சிறையில் சிக்குண்டவள் விழிவிரித்து கை விரல்களை இறுக்கி மடக்கி கால் விரல்களை தரையில் அழுந்த ஊன்றி பாதங்கள் மேலெழும்ப நுனிவிரகளில் நின்றாள். அவனது கைகள் அவளது முதுகில் கோலம்போட அவளது கைகளோ அவனது தேகம் முழுதும் பிடிமானம் தேடி அலைந்தது.

மெதுவாய் இதழ் விடுத்து விலகிய பின்னும் விழி மூடி நிற்பவளை பார்த்து புன்னகைத்தவன் அவளது கழுத்தில் தனது மூச்சி காற்று பட அழுந்த இதழ்பதித்து அப்படியே முன்னேறி கன்னம் காது என ஒவ்வொன்றாய் இதழ் படித்து இறுதியாக இருக்கியணைத்து உயிரை தீண்டும் உட்ச குரலில் காதல் உரைத்தான்.

“ஐ லவ் யூ.... ஸ்மித்தி....” அவ்வளவு தான்

ஸ்மித்தி என்ற பெயரை கேட்ட அடுத்த நொடி மூடிய இமைகள் திறக்க... கண்கள் சிவக்க... வந்த கோபத்தில் தனது ஒட்டு மொத்த பலத்தையும் திரட்டி அவனை பிடித்து தள்ளினாள். தடுமாறி விழுந்தவன் அலன்று எழுந்தான் அலறியபடி படுக்கையிலிருந்து.... பக்கத்தில் பாதி துக்கத்தில் எழுந்து அதுக்குள்ள விடிஞ்சிடுச்சா என கடிகாரத்தை பார்த்துக்கொண்டிருந்த சஞ்சய் திடுக்கிட்டு பதறினான் ஆருஷை பார்த்து.

“டேய்... தம்பி... கண்ணா... என்னடா ஆச்சி... எதுக்குடா இப்டி அலர்ற?”

'ஒருவேல மறுபடியும் ஸ்மித்தி நியாபகம் வந்துடுச்சோ' உண்மையில் பதறியவன் அவனது கன்னத்தை தட்டி தண்ணீர் கொடுத்து ஆறுதல் படுத்த... கனவு கலைந்து கண்விழித்து சூழ்நிலை உணர்ந்தவன். தெமே என முழித்தான்

"இன்னாடா... பேய் அறஞ்ச மாதிரி இருக்க"

அவன் பதில் சொல்லாமல் முழிக்க

"டேய்... கண்ணா"

"அண்ணா..."

"என்னடா....? பித்து புடிச்ச மாதிரி உகாந்திருக்க?"

"அது.... ஒரு கெட்ட கனவுண்ணே... வேற ஒன்னுல்ல"

'ஸ்மித்தி வந்திருந்தா கெட்ட கனவுன்னு சொல்ல மாட்டான்... ஹப்பாடா...' என பெருமூச்சி விட்ட சஞ்சய்

"அப்டி என்ன கனவுடா? ஆவி பூதம் எதாயாவது வந்துச்சா?"

"இல்ல... சூனியக்காரி வந்தா... சரி நான் சுமோ வீட்டுக்கு போயிட்டு வரேன்" அவசரமாய் தப்பித்து ஓடினான்

"டேய்... இருடா முழுசா சொல்லிட்டு போடா...."

'எதுக்கு இப்டி தெறிச்சி ஓடுறான் என்ன ஆச்சி இவனுக்கு?' யோசித்துக்கொண்டிருந்தான் சஞ்சய்

சுகனின் வீட்டிருக்கு வந்த ஆருஷ் ஹாலில் காஃபி குடித்துக்கொண்டிருந்த சுகனின் அருகில் அமர்ந்தான்.

"மச்சான்... உன்கிட்ட ஒரு முக்கியமான விஷயம் சொல்லணும்"

"அத ஏன்டா.. இப்டி குசுகுசுன்னு சொல்ற? நல்லா சத்தமா சொல்லுடா"

அதேநேரம் அங்கு வந்த சுகனின் அம்மா

"வாப்பா ஆருஷ்... காஃபியா டீயா?"

"எதுவும் வேணாமா... சும்மா சுகன பாக்கலாம்னு வந்தேன்மா"

அவர் சிரித்துக்கொண்டே காஃபி கப்பை கொண்டுவந்து கொடுக்க சிரித்துக்கொண்டே வாங்கிக்கொண்டவன்

"அம்மா இது?"

"பால் தான் ஆருஷ் நாட்டு சக்கர போட்டு கொண்டுவந்தேன்" என்றார் அவர்

"ஓ... சூப்பர்... சோ.... ஸ்வீட் அம்மா" எனக்கூறியவன் அவர் சென்ற பிறகு சுகனைப் பார்த்து அவனுக்கு மட்டும் கேட்கும் குரலில்

"டேய்... சுமோ... உன்கிட்ட தான்டா சொல்றேன் அப்டி வாடா"

"எதுவா இருந்தாலும் இங்கையே சொல்றா" என சொல்லிக்கொண்டே அவன் காபியை ஒரு முணறு உறிய

“நான் அவள கிஸ் பண்ணிட்டேன்டா” பட்டென அவன் கூறியதை கேட்டு விக்கித்து குடித்த காஃபியை வெளியில் துப்பினான் சுமோ

“டேய்... ச்சீ... என் மேல ஏன்டா துப்புற?” ஆருஷின் கேள்வியை கவனிக்-காமல் எட்டி கிச்சன் பக்கம் படுக்கை அறை என யாராவது பார்க்கிறார்களா என கவனித்தவன் ஆருஷை இழுத்துக்கொண்டு மொட்டை மாடிக்கு சென்றான்.

மாடிக்கு இழுத்து வந்து நிறுத்தியவன்.

“என்னடா சொல்ற சாமையா கிஸ் பண்ண எப்போ எங்க?”

“காலைல அவளோட உதட்ல” முழித்துக்கொண்டே தயங்கியவாறு கூறி-னான்.

“அடச்சி அத கேட்கலடா எந்த எடத்துலன்னு கேட்டேன்”

“ஏன் அவளோட உதடு எடமா தெரியலையா?”

சுகன் அவனை கேவலமாய் பார்க்க

“மச்சான் அப்டி பாக்காதடா இதெல்லாம் வெறும் கனவு தான்”

“எதே.... கனவா?” கண்கள் விரிய அதிர்ந்தான்

“ம்ம்ம்....”

“இத மொதல்லையே சொல்ல மாட்டியா? வெறும் கனவாம் நிஜமா நடக்க-லன்னு ஃபீல் பன்றியோ... கொஞ்ச நேரத்துல மனிசன டென்ஷன் பண்ணிட்ட... உன்ன....” அவன் கொலவெறியாய் முறைக்க

ஆருஷ் பாவமாய் முகத்தை வைத்துக்கொண்டு “ப்ரபோஸ் கூட பண்-ணேன்டா”

“கனவுல தான? ஏதோ நிஜமா சொன்ன மாதிரி பில்ட் அப் பண்ற” அலட்-சியமாய் கேட்டவன் மீண்டும் காஃபியை உறிய

“ஆமா ஆனா... ஐ லவ் யு ஸ்மித்தின்னு சொல்லிட்டேன்டா”

அவன் அதிர்ந்து மீண்டும் குடித்த காபியை வெளியில் துப்ப எரிச்சலுற்ற ஆருஷ்

“டேய்... உனக்கு காஃபி புடிக்கலான மொத்தமா கீழ ஊத்த வேண்டிய-துதான? எதுக்குடா கொஞ்சம் கொஞ்சமா துப்புற?” என கேட்டுக்கொண்டே அவனது காஃபியை புடுங்கி கீழே ஊதினான்.

“டேய்.... டேய்... என் காபி..... அய்யோ ஊத்திட்டானே... மனிஷனாடா நீ காலைலே வந்து கனவு கினவுன்னு சொல்லி என்னை காஃபிய குடிக்கவிடாம கடுப்பேத்துறியேடா... வெறும் கனவுதான அதுக்கு ஏன்டா இப்டி அலப்பர பண்ற” காஃபி போன சோகத்தில் புலம்பியவனை பார்த்து பச்சை பிள்ளைபோல பாவனை செய்தவன்

“அதில்ல மச்சான் நிஜமாவே கிஸ் பண்ண ஃபீல் இருந்துச்சிடா...” அவன் தயங்கி தயங்கி சொல்ல அவனை முறைத்த சுகந்தன் வேகமாய் முகத்தை திருப்பிக்கொள்ள

“இப்ப என்னடா உனக்கு காஃபி தான வேணும் இந்தா என்னோடத நீயே குடி... எனக்கு ஒரு வழி சொல்றா... இப்ப என்ன பண்றது?”

இளித்துக்கொண்டே காபியை வங்கி குடித்தவன் “என்ன பண்றதுன்னு என்னை கேட்டா நான் என்னடா சொல்றது... அதான் நல்லாவே தெரியுதே... உனக்கு புரியலையா? நீ சம்ருதாவ லவ் பண்ற மச்சி...” அவன் குஷியாய் சொல்ல

“ப்ச்.... இல்ல மச்சி..... என் மனசுல ஸ்மித்தி தான் இருக்கா... இல்லனா கனவுல கூட நான் ஏன் அவளோட பேர சொல்ல போறேன்... எனக்கு ஒரே கொழப்பமா இருக்குடா”

“ஒரு கொழப்பமும் இல்லடா சிஸ்டர் பத்தி உன் மனசுல ஒன்னும் இல்லன்னா உனக்கு ஏன் இப்டி ஒரு கனவு வரணும்? யோசிச்சிபாரு”

“அதான்டா எனக்கும் புரியல... இப்ப என்னடா பண்றது...”

“ஹாம் அத சாம் சிஸ்டர் கிட்டையே கேளு... தோ நிக்கிறங்க பாரு”

ஆர்வமாய் அவன் தேடியவாறே “எங்கடா...” என்க

“உங்க வீட்டு மாடிய பாருடா” கை காட்டிவிட்டு காஃபியில் ஆழ்ந்தான் சுமோ.

சுகன் கைகாட்டிய திசையைப் பார்த்தவன் அப்படியே மெய்மறந்து நின்றான்

ஆருஷ் வீட்டு மாடியில் கையில் காஃபி கப்புடன் நின்றிருந்தாதள் சம்ருதா. பேண்ட் ஷர்ட் போன்ற நேவி புளூ நைட் சூட் அணிந்திருக்க... தலையை வழக்கம்போல கொண்டையிட்டு இருந்தாள். அதில் சொறுகியிருந்த ஹேர் ஸ்டிக்கை பார்த்தவன் தன்னைமீறி இதழ்மலர புன்னகைத்தான். அவளைப் போலவே அடங்காத சில முடிகள் அவளின் கன்னம் உரசி கதை பேச.. வலது கையால் காபியை பருக்கிக்கொண்டே இடதுகையால் முகத்தில் விழுந்த முடியை காதோரம் ஒதுக்கினாள். அப்போது அவளது கையில் இருந்த கட்டை பார்த்தவன். சட்டென முகம் மாற்றினான். ஏதோ யோசித்தவன்

“மச்சான் நான் முடிவு பண்ணிட்டேன்டா...” என உறுதியாய் கூறினான்.

“என்னடா என்ன முடிவு பண்ண?” ஆர்வமாய் கேட்டான் சுகன்

“அவகிட்ட சொல்லிடலாம்னு முடிவு பண்ணிட்டேன்”

“என்ன சொல்லப் போற?”

“போயிட்டு வந்து சொல்றேன்...”

“டேய்... சொல்லிட்டு போடா... அடேய்... ஆர்வத்தை கௌப்பிட்டு போறானே....”

நேராய் சம்ருதாவை பார்க்க சென்றவன் சஞ்சய் வீட்டு மாடியில் இருந்து இந்த வீட்டு மாடிக்கு தாவி வேகமாய் வந்தவன் கீழிறங்கி வீட்டிற்குள் செல்ல எத்தனித்த சம்ருதாவை அழைத்தான். இறங்குவதற்காக முதல் படியில் காலை வைக்கப் போனவள் இவனின் குரல் கேட்டு திரும்ப கால் இடறி விழப்போக சட்டென இடைபிடித்து இழுத்து அணைத்து நிறுத்தினான். அவளும் விழாமல் இருக்க அவனின் சட்டை காலரை இறுக்கமாய் பிடித்துக்கொண்டு நின்றாள்.

வீட்டில் இருந்து மாடிக்கு வந்துகொண்டிருந்த மோனியும் வானியும் இவர்கள் நிற்பதைப் பார்த்து விக்கித்து வேகமாய் மறைந்து நின்றனர்.

வானி சிரித்துக்கொண்டே... “ஹேய்... மோனி நான் சொன்னேன்ல கேட்-டியா? அண்ணனும் சாம லவ் பண்றான்... பாத்தியா? இப்ப நம்புறியா?”

“அதெல்லாம் இல்ல எனக்கு தெரியும் ஆருஷ் அண்ணா மனசுல ஸ்மித்தி தான் இருக்காங்க அவனுக்கு சாம் மேல எந்த இண்ட்ரெஸ்ட்டும் இல்ல”

“ஏன்டி உனக்கு சாம் புடிக்கும்ல? அப்றம் ஏன் இப்டி பேசுற? சாம் நமக்கு அண்ணியா வந்தா ரொம்ப நல்லா இருக்கும்” தனது விருப்பத்தை கூறினாள் வானி.

“சாம் அண்ணியா வர்றதுல எனக்கு எந்த பிரச்சனையும் இல்ல ஆனா அண்ணா மனசுல ஸ்மித்தி தான் இருக்காங்க அது மட்டும் நான் உறுதியா சொல்லுவேன்...”

இருவரும் மாற்றி மாற்றி பேசிக்கொண்டிருக்க “சரி... இப்ப நீயே பாத்தல்ல... இதுக்கு என்ன சொல்ற?” புருவமெற்றி கேட்டாள் வானி.

“இரு இரு பொறுத்திருந்து பாப்போம் அவசரப்படாத” என்றாள் மோனி

இங்கு இருவரும் விலகி நிற்க... மெதுவாய் பேச்சை துடங்கினான் ஆருஷ்

“சாரி... அன்னைக்கு உன்கிட்ட கொஞ்சம் ஹாஷா நடந்துக்கிட்டேன்... கோவத்துல ஏதேதோ பேசிட்டேன்”

“இல்ல... உங்க மேல எந்த தப்பும் இல்ல... நான் தான் அன்னைக்கு ரொம்ப ஓவரா பேசிட்டேன்.. சாரி...”

“இட்ஸ் ஓக்கே... கை எப்டி இருக்கு”

“ஹாம்... பரவால்ல... உங்களுக்கு...”

“ம்ம்ம்... சரியாகிடுச்சி...”

இருவரும் என்ன பேசுவதென தெரியாமல் அப்படியே நிற்க சட்டென

“ஓக்கே நான் கௌம்புறேன்...” என கூறிவிட்டு திரும்பியவளை

“ஒரு நிமிஷம்” என அழைத்து நிறுத்தினான்

“சம்ருதா...” என தனது பெயரை கூறினாள்.

“எனக்கு உன்ன அப்டி கூப்ட தோணல...” எங்கோ பார்த்துக்கொண்டு கூறினான்.

சரியென மெதுவாய் தலையசைத்தாள்.

“நான் சொல்ல வந்தத டக்குன்னு சொல்லிடுறேன்... நான் இன்னைக்கு கேஸ் விஷயமா ஹரியானா கௌம்புறேன்.... எப்போ வருவேன்னு தெரியாது... சோ...” எப்படி சொல்வதென தயங்கியவாறு யோசித்துக் கொண்டு நின்றிருந்தான்.

அதற்குள்,

“பாரேன்... அவன் ஹரியானா போற விஷயம் வீட்டுல யாருக்காச்சும் தெரியுமா? சாமுக்கு மட்டும் சொல்றான் பாரு... நான் சொன்னது சரின்னு இப்போ ஒத்துக்குறியா?” என பெருமை பேசினாள் வானி.

“ஆமா ஆமா... எனக்கும் அதான் சந்தேகமா இருக்கு எப்ப இடி மாறினான் இவன்” சற்று அதிருப்தியாய் கூறினாள் மோனி.

சம்ருதாவும் ஆருஷ் தன்னிடம் சொல்லிவிட்டு செல்வதாய் நினைத்து உள்ளுக்குள் நெகிழ்ந்தாள். மனதில் சந்தோஷம் பொங்க... முகம் மலர இதழோரம் புன்னகையை மறைத்து அவனது முகத்தையே பார்த்துக்கொண்டிருந்தவள்

“சோ....?” என கேள்வி எழுப்ப

“சோ.... நான் வரும்போது நீ இங்க இல்லாம இருந்தா நான் ரொம்ப சந்தோஷப்படுவேன்” சட்டென கூறிவிட்டு அவளது முகம் பார்க்காமல் விறுட்டென சென்றுவிட்டான்.

தான் கேட்டது மெய்யா பொய்யா என புரியாமல் கண்கள் கலங்க இதயம் நொறுங்க நின்றவள். ஏதோ முடிவு செய்தவளாய்... கண்ணீர் இமையை தாண்டும் முன் துடைத்துக்கொண்டு திரும்பியவள் மோனியும் வானியும் நிற்பதைப்பார்த்து அதிர்ந்து தன்னை மீறி வந்த கண்ணீரை அடக்கி

“அது... அவரு... சாரி கேட்டாரு...” என அவள் சமாளிக்க

“நாங்களும் கேட்டோம் சாம் அவன் சொன்னத”

அவளை மீறி கண்ணீர் வெளிவர அவசரமாய் துடைத்தாள் சம்ருதா

“பிளீஸ் சாம் அழாதீங்க... அவனுக்கு அறிவே இல்ல.. புடிக்கலனா கூட இப்டி மூஞ்சிக்கு நேரவா சொல்றது” என கூறிய மோனியை அதிருப்தியாய் பாத்த சாம் கண்களை துடைத்துக்கொண்டே படிகளில் இறங்கி ஓடினாள்.

“எய்..... மோகினி உன் வாய வச்சிக்கிட்டு சும்மா இருக்க மாட்டியா? ஏன் இப்டி பேசுற? பாரு சாம் எப்டி அழுதுட்டே போறாங்க” வானி மோனியை கேவலமாய் பார்த்து திட்ட

“சாரிடி நான் ஏன் அப்டி சொன்னேன்னு எனக்கு தெரில... சத்தியமா அவங்கள கஷ்டப்படுத்தனும்னு நெனைக்கல” மோனி வருத்தப்பட

“சரி விடு... இத பத்தி அம்மாகிட்ட சொல்லியே ஆகணும் வா” இருவரும் சகுந்தலாவை பார்க்க சென்றனர்.

இங்கு, சஞ்சய் மருத்துவமனைக்கு சென்றிருந்தான். ஆருஷ் ஹரியானா செல்ல தேவையான ஏற்பாட்டை முடித்துக்கொண்டு வீட்டில் அனைவரிடமும் சொல்லிவிட்டு சம்ருதாவை பார்க்காமலே சுகந்தனுடன் காளி தாஸின் வீட்டிற்கு கிளம்பினான். செல்லும் வழியில்... சுகந்தன் முகம் வாடியிருப்பதை கண்ட ஆருஷ்

“டேய்... மச்சி... டேய்... உன்ன தான்டா என்ன மூஞ்சியே சரில்ல”

“அதெல்லாம் ஒன்னுலடா சரி நீ சிஸ்டர் கிட்ட என்ன சொன்ன?”

“டேய்... பேச்ச மாத்தாத என்ன பிரச்சனன்னு சொல்றா?” அதட்டலாய் கேட்டான் ஆருஷ்.

“பெருசா ஒன்னுலடா... சாலி.... வீட்டுக்கு வந்துட்டா போல?”

“அவ வந்து ரொம்ப நாள் ஆச்சேடா”

சட்டென வண்டியை நிறுத்தியவன்

“என்னடா சொல்ற? அவ இன்னைக்கு தான் வந்திருக்கான்னு நெனச்சேன்”

“அவ எப்பவோ வந்துட்டாளே உனக்கு தெரியாதா?”

அமைதியாய் இருந்தவன் மீண்டும் வண்டியை கிளப்பிக்கொண்டு போகும்-போதே

“அவ வந்ததே எனக்கு தெரியாதுடா இன்னைக்கு நீ மாடியில இருந்து போகும்போது தான் அவள பாத்தேன்... நான் கை காட்டி சிரிச்சேன்... பாத்துட்டு பாக்காத மாதிரி போயிட்டா.... சரின்னு கால் பண்ணா.... ரெண்டு ரிங் போயி கட் ஆகிடுச்சி”

“என்னடா சொல்ற பிளாக் பண்ணிட்டாளா?” அதிர்ச்சியாய் கேட்டான் ஆருஷ்.

“அதான் நெனைக்கிறன்டா... ஆனா அவ அப்டி பண்ண மாட்டா மச்சி... ஏதோ பிரச்சனன்னு தோணுதுடா”

“எனக்கும் இந்த சந்தேகம் இருக்குடா நேத்து நைட் நான் அவகிட்ட பேசும் போதுகூட அவ எதுமே சொல்லலையே... ஆனா அத்த சாலிய விட்டு தனியா எங்கையும் நகரவே இல்ல... ஒருவேல உங்க மேட்டர் தெரிஞ்சிருக்குமா?”

“அப்டி தெரிஞ்சிருந்தா இந்நேரம் உங்க அத்த சும்மாவா இருந்திருப்பாங்க?”

“அதுவும் சரிதான்... நீ கவலப்படாத மச்சி எங்க வீட்டுல ரெண்டு டிடெக்டிவ் இருக்காங்க நான் என்ன ஏதுன்னு விசாரிச்சி சொல்றேன்... இந்த கேஸ் முடிஞ்-

சதும் உனக்கும் சாலிக்கும் கல்யாணம் பண்ணி வைக்கிறது என் பொறுப்பு'' நண்பனுக்கு ஆறுதலாய் வாக்குறுதி கொடுத்தான்.

அதற்குள் காளியின் வீடு வந்துவிட, இருவரும் அந்த பேச்சை விடுத்து காளியை பார்க்க சென்றனர்.

வீட்டிற்குள் நுழையும் முன் சஞ்சயிடம் அழைப்பு வந்தது ஆருஷுக்கு

''ஹேலோ ஆருஷ்''

''சொல்லு சஞ்சய்''

''இங்க ஐசியுல......'' அவன் சொல்லி முடிக்க அதிர்ச்சியின் உச்சத்திற்கே சென்றான் ஆருஷ் அதற்குள் வெற்றியின் மூலம் சுகனுக்கும் தாசுக்கும் தகவல் தெரிவிக்கப்பட்டது.

மூவரும் யுனிவெர்ஸ் மருத்துவமனைக்கு விரைந்தனர். அங்கு ஐசியுவில் டாக்டர் ஜெய்னின் தலை டாக்டர் புனீத்தின் உடலோடு சேர்த்து தைக்கப்பட்டி-ருந்தது.

மருத்துவமனை முழுவது போலீசார் நிரம்பி வழிய நோயாளிகள் இடமாற்றப்-பட்டனர். அந்த இடமே கூச்சலும் குழப்பமுமாய் இருந்தது. காவல்துறையின் ஒரு குழுவினர் மக்களை கட்டுப்படுத்திக்கொண்டிருக்க இன்னோர் குழுவினர் டாக்டர் புனீத்தின் தலையையும் டாக்டர் ஜெய்னின் உடலையும் தேடிக்கொண்டிருந்தனர். ஒருவழியாக அவரது உடல் அந்த மருத்துவமனையின் மருந்தகதின் மருந்து பெட்டிகள் அடுக்கப்பட்ட இடத்தில் இருந்தது. அந்த உடலின் நெற்றியில் டார்-கெட் கம்ப்ளீட் என பிரிண்ட் செய்யப்பட்ட தாள் ஒன்று ஒட்டியிருந்தது.

ஒரே மாதத்தில் அடுத்தடுத்து நடந்த தொடர் கொலைகள் சிட்டி முழுவதும் பெரும் பரபரப்பை ஏற்படுத்தியிருந்தது. பிரபலமான மருத்துவர்களின் மரணம் என்பதால் நாடு முழுவதும் மருத்துவர்களின் மத்தியில் போராட்டங்கள் எழுந்தது. சிபிஐ குற்றவியல் சிறப்புப்பிரிவின் உயர் அதிகாரியான சுரேஷ் பட்டேல் நேர-டியாக கேஸைப் பற்றி விசாரிக்க தமிழ் நாடு வந்தார். ஆருஷின் டீம்மும் அவருடன் வந்தது. ஆருஷ், காளிதாஸ், பட்டேல், ரமணன், வெற்றி என சில முக்கிய அதிகாரிகள் மட்டும் கூடி ஒரு அவசர சந்திப்பை ஏற்படுத்தி தீவிர-மாய் பேசிக்கொண்டிருந்தனர். அன்றைய நாள் முழுவதும் கூச்சலும், குழப்பமும், அலைச்சலும், எரிச்சலுமாய் இருந்தது.

சடலங்களை பற்றிய தகவல்களை சேகரித்து விட்டு... அவர்கள் சென்ற இடங்கள் எல்லாம் விசாரித்து விட்டு மருத்துவமனை சிசிடிவிகளை பார்த்துவிட்டு வழக்கம் போல குற்றவாளி பற்றி எந்த ஆதாரமும் கிடைக்காமல் மரணம் பற்றி சேகரித்த தகவல்களை மட்டும் எடுத்துக்கொண்டு கிளம்பினான் ஆருஷ், சுரேஷ் பட்டேலை பார்க்க.

ஆருஷ் பட்டேலிடம் இதுவரை சேகரித்த அனைத்து ஆதாரங்களையும் காட்ட...

"இது கேஸ் பத்தி நீங்க ஸ்டடி பண்ண விஷயங்கள் ஆருஷ்.... குற்றவாளி பத்தி எந்த ஆதாரமும் இல்லையே...?"

"அததான் சார் நாங்களும் தேடிக்கிட்டு இருக்கோம்... கேப்பே இல்லாமா இப்டி ஒன்னு ஒன்னா நடந்துட்டே இருக்கு... எதை கண்டுபிடிச்சாலும் அது அப்டியே பிளாப் ஆகுது... இன்னைக்கு இவங்கள பாத்து விசாரிக்க தான் கெளம்பினோம்... அதுக்குள்ள"

"ஓக்கே ஆருஷ் எனக்கு புரியுது.... நான் உங்கள பிரஷர் பண்ண விரும்பல... பட் எனக்கு வேற வழியும் இல்ல எல்லாமே முக்கியமான மரணம்... இதுக்கப்றம் இந்த கேஸ்ல உங்கள விட பெஸ்ட் ஆபிசர தேட முடியாது... சோ... இந்த கேச நீங்க தான் முடிச்சாகனும்.... ஓக்கே கேரி ஆன்... எல்லா டெடெயில்ஸையும் எனக்கு மெயில் பண்ணிடுங்க அப்றம் உங்களோட எல்லா மூவ்வையும் அப்டேட் பண்ணிட்டே இருங்க..." என கூறிவிட்டு கிளம்பிவிட்டார்.

இரவு பதினொரு மணி அலைந்து திரிந்து கலைத்துவந்த ஆருஷும் காளி-யும், தாசின் அறையில் அவனது மெத்தையில் ஆளுக்கொரு பக்கம் பொத்தென விழுந்தனர்.

சொப்பா.... முடியலடா... சாமி.... எவ்ளோ கொலை... எவ்ளோ டெடெ-யில்ஸ்.... எவ்ளோ அலைச்சல்.... எவ்ளோ கொழப்பம்.... ஆனா இப்பவரை கொலகரான பத்தி ஒரு தகவலும் இல்ல... கடுப்ஸ் ஆஃப் இந்தியாவா இருக்கு மக்களே... இது ஆருஷோட புலம்பல் இல்லைங்கோ என்னோட புலம்பல்... எம்-புட்டு கொலை... கொலையே இப்டி கொடூரமா கொழப்பமா இருக்கே... அப்போ அதுக்கான காரணம் நிச்சயமா பெருசா தான் இருக்கும்...

என்னவா இருக்கும்...

கூடிய சீக்கிரம் கண்டுபிடிப்போம்....

அத்தியாயம் 21

ஆருஷ் சம்ருதாவிடம் பேசிய வார்த்தைகள் மோனிஷா-வானிஷா மூலம் சகுந்தலா மற்றும் அந்திமதிக்கு தெரியவந்து. பின் மெதுவாக இது மூர்த்தி பிரதர்ஸ் காதுக்கும் போக அவர்கள் ஒன்றுகூடி பேசிக்கொண்டிருந்தனர். நால்வரும் சம்ருதாவிற்கு ஆதரவாகவும் ஆருஷ் வார்த்தைக்கு எதிராகவும் பேசிக்கொண்டிருக்க வேகமாக உள்ளே வந்த மோனி

"அம்மா அப்பா... சம்ருதா பொட்டிய எடுத்துக்கிட்டு கௌம்பி வந்துட்டு இருக்காங்க" என்றாள்.

அனைவரும் கூடத்திற்கு வர... சம்ருதா தனது பெட்டிகளை எடுத்துக்கொண்டு படிகளில் இறங்கினாள். நடுகூடத்திற்கு வந்தவள் வானிஷாவை பார்த்து

"வானி... ஒரு சின்ன ஹெல்ப்!? பாட்டியையும் பெரிமாவையும் கூப்ட்டு வறியா?" எனக் கேட்க வானியும் பெற்றோர் முகத்தை பார்த்துவிட்டு தமயந்தியை அழைத்துவர சென்றாள்.

விஷயம் தெரிந்த தமயந்தி சந்தோஷதில் பூரித்தாள்.

'பாரா... பூங்கம்பம் கௌம்புறதுக்கு முன்னாடியே பொட்டிய கட்டிட்டாளா? ரொம்ப சந்தோஷம்... சனியன் ஒருவழியா போயி தொலைய போகுது... இப்ப தான் நிம்மதியா இருக்கு.... நம்மள எதுக்கு வரசொல்லிருக்கா... சொல்லிட்டு போகவா இருக்கும். என்னை கேட்டுட்டா வந்தா சொல்லிட்டு போக... ஆத்தாள மாதிரியே நாடகக்காரியா இருப்பா போல' நினைத்துக்கொண்டே வந்தாள் தமயந்தி.

அனைவரும் நடுக்கூடத்தில் கூடியிருக்க முதலில் ஆரம்பித்தது சகுந்தலா தான்

"எங்கமா கௌம்பிட்ட?" உறுத்தும் பார்வையில் அவர் கேட்க தலையை குனிந்துகொண்டு சம்ருதா பேச ஆரம்பிக்கும் முன்

“இது என்ன கேள்வி சகி எங்க இருந்து வந்தாளோ அங்க தான். இப்பவாவது புத்தி வந்துச்சே... கௌம்பணும்னு” சோபாவில் சாய்ந்து அமர்ந்துகொண்டு எங்கோ பார்த்துக்கொண்டு அலட்சியமாய் பதில் சொன்னாள் தமயந்தி.

“ஏன்? இப்ப அங்க போகவேண்டிய அவசியம் என்ன வந்துச்சி? சொந்த பந்தமெல்லாம் இங்க இருக்கும் போது அங்க போயி என்ன பண்ண போறமா சம்ருதா?” தமயந்தியின் பதிலுக்கு சம்ருதாவை கேள்வி கேட்டார் அந்திமதி.

“என்ன மதி நீ? அவளே புத்தி வந்து போறேங்குறா நீ எதுக்கு தடுக்குற? இதுக்கு தான் நான் அப்பவே சொன்னேன் நம்ம குடும்பம் அவளுக்கு ஒத்துவராதுன்னு... என் பேச்ச யாரு கேட்டா... இப்ப அவளே புரிஞ்சிக்கிட்டு கௌம்புறேங்குறா... விடேன்...”

“அக்கா நீ கொஞ்சம் சும்மா இருக்கியா? அவ நம்ம வீட்டு பொண்ணு இதே சாம் இடதுல சாலிகா இருந்தா நீ இப்டி தான் பேசுவியா? உனக்கு சம்ருதாமேல பாசம் இல்லாம இருக்கலாம் அதுக்காக இப்டி மனசாட்சி இல்லாம பேசாத” திடீரென பொங்கினார் ராமன்.

“எதே... நா மனசாட்சி இல்லாம பேசுறேனா? ஏன்டா சொல்ல மாட்ட.... நீங்க அடிக்கிற குத்துக்கெல்லாம் நான் கைகட்டி சும்மா இருக்கேன்ல இதுவும் பேசுவ இன்னமும் பேசுவ... என் பொண்ணுக்கு இப்டி ஒரு நெலம வர்றதுக்கு நான் ஒன்னும் ஓடுகாலியில்ல... வந்துட்டான் பேச... ரொம்ப நல்ல இருக்காடா ரொம்ப நல்லா இருக்கு... நேத்துவந்த ஒருத்திக்காக கூடபொறந்தவள மனசாட்சி இருக்கானா கேக்குற... நல்லா இருப்பிங்கடா நீங்க.... ஏதோ நான் அவள வீட்ட விட்டு போக சொன்ன மாதிரி என்னைய வில்லி மாத்திரி நடத்துறீங்கல்ல...” வராத கண்ணீரை துடைத்துக்கொண்டு முந்தானையில் மூக்கை துடைத்தாள் தமயந்தி.

“அக்கா சும்மா இருன்னு சொன்னது குத்தமா எதுக்கு இப்ப வார்த்தையில வெஷத்தை வைக்கிற... இங்க யாரும் உன்ன வில்லியாக்கல நீயே தா அப்டி நெனசிக்கிட்டு இருக்க”

“வீட்ட விட்டு போன்னு மட்டும்தா சொல்லல மத்த எல்லாம் தான் பண்ணிங்களே...” முணுமுணுத்தார் சகுந்தலா .

“கேட்டியா கிருஷ்ணா உன் பொண்டாட்டி என்ன சொல்றான்னு கேட்டியா.... அப்போ நீங்க எல்லாரும் ஒன்னு இங்க நான் மட்டும் தான் வேறையா போயிட்டேன் அதான?” மீண்டும் அவள் மூக்கை சிந்த

“எல்லாரும் கொஞ்சம் அமைதியா இருக்கீங்களா? சும்மா ஆளாளுக்கு ஒன்னு பேசிக்கிட்டு... (எல்லோரையும் அதட்டிய கிருஷ்ணன்) சொல்லுமா சம்ருதா... ஏதோ சொல்ல தான எல்லாரையும் இங்க கூப்ட்ட?”

அவள் ஆம் என தலையசைக்க

“அப்போ சொல்ல வந்தத சொல்லுமா” என்றார் கிருஷ்ணன்.

“நா சொல்ல வந்தத சொல்றதுக்கு முன்னாடி உங்க எல்லார்கிட்டையும் ஒரு கேள்வி கேக்கணும் கேக்கலாமா?”

“என்ன கேக்க போற? என் அம்மா அப்டி என்ன தப்பு பண்ணிட்டா? காத-லிச்சது குத்தமா? இததான கேக்க போற?” சட்டென குறுக்கிட்ட தமயந்தியை ‘அக்கா’ என்ற ஒற்றை அழைப்பில் அடக்கினார் கிருஷ்ண மூர்த்தி.

“இனிமே நான் எதுவும் பேசல....” என முகத்தை திருபினாள் தமயந்தி.

“கேளுமா” என்றார் ராமன்.

“நீங்க எல்லாரும் இன்னும் அம்மா மேல கோவமா தான் இருக்கீங்கன்னு எனக்கு தெரியும்... என்னோட கேள்வி எனன்னா... நீங்க இன்னும் அம்மா மேல கோவமா இருக்கருதுக்கான காரணம் என்ன? அவங்க காதலிச்சதா? இல்ல உங்க சமதம் இல்லாம கல்யாணம் பண்ணதா?”

“ரெண்டும் தான் அவளே மாப்ள தேடிக்கிறதுக்கு நாங்க எதுக்கு இருக்-கோம்... திமிருபிடிச்ச எழவெடுத்த கழுத... அவள பத்தி பேசுனாளே பத்திக்கிட்டு வருது எனக்கு” என்றாள் தமயந்தி.

“காதலிச்சது குத்தம் இல்ல இப்டி சொல்லாம வீட்ட விட்டு ஓடிப்போனது தான் தப்பு... எங்க கிட்ட சொல்லிருந்தா நாங்களே பண்ணிவச்சிருபோம்ல?” என்றார் ராமன்.

“நாங்க யாரும் காதலுக்கு எதிரி இல்லம்மா... கல்யாணம் முடிவு பண்றதுக்கு முன்னாடியே எங்க கிட்ட ஒரு வார்த்தை சொல்லியிருந்தா நாங்களே ஊரக்-கூட்டி கல்யாணம் செஞ்சி வச்சிருப்போமே.... இது எங்களோட முடியல இன்-னொரு குடும்பமும் சம்பந்தபட்டிருக்கு... யாரபத்தியும் யோசிக்காம இப்டி ஒரு முடிவெடுக்க என்ன அவசியம் இருக்கு? சொல்லாம இப்டி பண்றது தப்பில்லை-யாமா?” எனக் கேட்டார் கிருஷ்ணன்.

“அப்போ நீ கேட்டிங்களா மாமா? (சட்டென அவள் கேட்ட கேள்வியால் அவர் புரியாமல் முழிக்க) இல்ல... கல்யாணத்த பத்தி என் அம்மா கிட்ட நீங்க கேட்டிங்களான்னு கேட்டேன். நீங்க அத்தைய புடிச்சி தான கல்யாணம் பண்ணிங்க? அம்மா கல்யாணம் பண்ணிக போறவர அவங்களுக்கு புடிச்சிருக்-கான்னு நீங்க கேட்டிங்களா? அவங்க சமதத்தோட தா நீங்க கல்யாண ஏற்பாடு பண்ணிங்களா? உங்களோட வாழ்க்கைய தேர்ந்தெடுக்குற உரிமை உங்களுக்கு இருக்கும் போது அம்மாவுக்கு ஏன் இல்ல? பெரிமா சொன்ன மாதிரி காதலிச்-சதும் தப்பு கல்யாணம் பண்ணதும் தப்புன்னா.... இந்த மாதிரி ஒரு சூழ்நிலைய ஏற்ப்படுத்தினதும் தப்புதான மாமா? அவங்க அவங்க வாழ்க்கைய அவங்கவங்க

வாழும் போது என் அம்மாவோட வாழ்க்கையும் சேர்த்து வாழ நினைக்கிறது தப்புதான மாமா? ஒருத்தரோட வாழ்க்கைக்கான முக்கியமான முடிவ மத்த-வங்க எடுக்குறது அவங்களோட வாழ்க்கைய வாழுறதுக்கு சமம் தான மாமா?'' தலையை குனிந்துகொண்டு அவள் கேக்கும் ஒவ்வொரு கேள்வியும் அனைவ-ரையும் சத்தமிலாமல் அறைந்தது போல இருந்தது.

"தப்பு பண்ணவங்க தல நிமுந்து நிக்கும்போது நியாயம் கேக்குற நீ ஏன்மா தலகுனுஞ்சி நிக்குற?'' திடீரென கேட்ட கர்ணனின் குரலால் அனைவரும் திடுக்-கிட்டனர்.

பிறகு அனைவரும் அவரை கேள்வியாய் பார்க்க

"நான் தான் அவர வர சொன்னேன்... நான் அவரோட திரும்பவும் போக-லாம்னு இருக்கேன்'' பதிலுரைத்தாள் சம்ருதா.

அனைவரும் சம்ருதாவையும் கர்ணனையும் மாறி மாறி பார்க்க

மீண்டும் அவளே தொடர்ந்தாள்

"என்னை மன்னிச்சிடுங்க.. நான் உங்க யாரையும் குறை சொல்லவோ குத்-திக்காட்டவோ பழிபோடவோ இந்த கேள்வி கேக்கல... யோசிச்சி பாருங்க ஒரு-வேல அம்மா உங்களுக்காக.... அவங்களுக்கு பிடிக்காத ஒருத்தர கல்யாணம் பண்ணிக்கிட்டு பிடிச்சவரோட வாழ முடியலையேன்னு தினம் தினம் துடிச்சி கஷ்டபட்டிருந்தா நீங்க சந்தோஷப்பட்டிருபிங்களா? (அனைவரிடமும் அமைதி மட்டுமே இருந்தது) நான் இங்க வந்ததுக்கு காரணம் அம்மா மட்டும் தான். அவங்களுக்கு உங்க எல்லாரோடையும் சேர்ந்து வாழணும்னு ரொம்ப ஆசை... உங்க கிட்ட மன்னிப்புகேட்டு உங்ககூட சேர்ந்து ஒரே குடும்பமா வாழணும்னு அடிக்கடி சொலுவாங்க... ஆனா உங்க எல்லாரையும் வந்து பாக்க பேச அவங்-களுக்கு தைரியம் இல்ல... தன்னால தான் தன் அப்பா இறந்தாரு குடுப சந்-தோஷம் மொத்தமும் போச்சின்னு குற்ற உணர்ச்சி... என் அம்மாவோட வாழ்-நாள் ஆச கடைசி ஆசையா போயிடுச்சி... வேற வழி இல்லாம தான் நீங்க என்னை இந்த வீட்டுக்குள்ள ஏத்துகிடிங்க. ஆனா இப்போ இந்த குடும்ப-துல ஒருத்தியாதான் பாக்குறீங்க... எப்போ என்னோட அம்மாவையும் மன்னிச்சி முழுசா ஏத்துக்குறிங்களோ அப்போ இத உங்க கிட்ட குடுக்கலாம்னு இருந்-தேன்...''

ஒரு சிகப்பு துணி போட்டு மூடிவைக்கபட்ட சிறிய பானையை கையில் எடுத்தாள்.

"இது ஆக்சிடென்ட்ல இறந்துபோன என் அப்பா அம்மாவோட அஸ்தி (அதை எடுத்துக்கொண்டு சரோஜாவிடம் சென்றவள்) பாட்டி... இது உங்க பொண்... இல்ல என் அம்மாவோட அஸ்தி... நீங்க உங்க பொண்ண மன்னிக்-கலனா பரவால்ல எனக்காக என் அம்மாவ மன்னிச்சி அவங்களுக்கு புண்ணி-

யதானம் செய்வீங்களா?'' கண்கள் கலங்க கேட்டவளை அணைத்துக்கொண்டு வெடித்து அழுதார் சரோஜா...

அவருக்கு ஆதரவாய் அருகில் வந்து இரு பக்கமும் அமர்ந்த மூர்த்தி பிரதர்ஸ் தாயை தேற்றி ஆறுதல் கூறினர்.

"இங்க பாருமா சம்ருதா... எங்கள மன்னிச்சிடு... உன்னோட அம்மாவுக்கு எங்களால புண்ணியதானம் பண்ண முடியாது'' என்றார் ராமன்.

கிருஷ்ணனை தவிர அனைவரும் அவரை அதிர்ச்சியாய் பார்க்க...

"ஆமாமா... ராமன் சொல்றது தான் நானு சொல்றேன் உன்னோட அம்மாவுக்கு எங்களால புண்ணியதானம் செய்ய முடியாது... எங்க தங்கச்சிக்கும் மச்சானுக்கும் தான் நாங்க புண்ணியதானம் செய்ய முடியும்'' என்றார்.

சட்டென சிரித்த சம்ருத்தாவை அன்பொழுக அணைத்துக்கொண்டார் கிருஷ்ணன்.

"ஆனா ஒரு கண்டிஷன்...'' என்ற சகுந்தலாவை நெற்றி சுருங்க பார்த்தார் கிருஷ்ணன்.

"உங்களோட தங்கச்சிக்கு புண்ணியதானம் செய்யணும்னா உங்க தங்கச்சி பொண்ணு இங்க தான் இருக்கணும்...'' என்றார் சகுந்தலா.

"எப்பவும்...'' தீர்க்கமாய் கூறினார் அந்திமதி.

சம்ருதா இல்ல என தலையாட்ட அவள் பேச ஆரம்பிக்கும் முன்

"அப்டினா நீ இந்த அஸ்திய எடுத்துக்கிட்டு கெளம்பிட்டே இருக்கலாம்'' என கூறிவிட்டு திரும்பி நின்றார் சகுந்தலா.

அவள் மறுத்துபேச முனைய அவளை தடுத்து நிறுத்திய கர்ணன்

"உன்ன சேக்க வேண்டிய இடத்துல சேத்த நிம்மதியில தான் நான் இங்க இருந்து போனேன்... நீ மறுபடியும் ஃபோன் பண்ணி வர சொன்னதும் எப்படியாவது பேசி மறுபடியும் உன்ன இங்கயே விட்டுட்டு போக தான் நான் வந்தேன்.... இது தான் உன் குடும்பம்டா நீ ஆசப்பட்டது நடந்துடுச்சி நீ இங்க இருக்கறது தான் சரி...'' கூறியவர் மற்றவர்களைப் பார்த்து

"உங்க வீட்டு பொண்ண உங்க கிட்டையே விட்டாச்சி ரொம்ப சந்தோஷம் நான் கெளம்புறேன்...'' என கூறி விடைபெற்றார் கர்ணன்.

ஆளாளுக்கு அன்பு மழையை பொழிந்த பிறகு கிருஷ்ணன் தனது சகோதரியை பார்த்து

"என்னக்கா நீ என்ன சொல்ற?''

"இப்பவாது நான் இருக்குறது உன் கண்ணுக்கு தெரிஞ்சிதே... எல்லாரும் சேர்ந்து முடிவு பண்ணதுக்கு பிறகு நான் என்னத்த சொல்றது... நம்ம ஐயர் கிட்ட பேசி ஒரு நாள் பாத்து ஆகவேண்டியத பாப்போம்.'' என்று கூறிவிட்டு

எழுந்து சென்றுவிட்டாள்.

“அக்கவோட சுபவமே அதுதான் அவங்க என்ன சொன்னாலும் மனசுல வச்சிக்காதம்மா... போ... ரூமுக்கு போயி ரெஸ்ட் எடு” என கூறிவிட்டு மூர்த்தி பிரதர்ஸ் நகர்ந்தனர்.

“சாம் ஆருஷ் சொன்னத மனசுல வச்சிக்காதடா எப்போதுமே அம்பாளைங்க புத்தி அவசர புத்தி தான். என்ன பேசுறோம் யார்கிட்ட பேசுறோம்னு யோசிக்கவே மாட்டாங்க மனசுல பட்டத பட்டுனு பேசிடுவாங்க... கேஸூ அது இதுன்னு அலையிரான்ல அதான் அவனுக்கு கொஞ்சம் புத்தி பெசக்கி போச்சி... நீ போடா உள்ள போயி பொட்டில இருக்குறதை எல்லாம் மறுபடியும் எடுத்து பொறுமையா அடுக்கிவை.... போ...” அன்பாய் பேசி அனுப்பிவைத்தனர் அந்தியும் சகியும்.

அறைக்கு வந்த சம்ருதா தனது பெட்டியை வைத்துவிட்டு மெத்தையில் அமர்ந்தாள். தனது பேக்கில் இருந்த சிந்தியா-ஜெய்ராஜ்ஜின் ஃபோட்டோவை பார்த்து புன்னைகைத்தவள் ‘ஒருவழியா நான் வந்த வேல முடிஞ்சிது... இப்ப சந்தோஷம் தான?’ என பேசிக்கொண்டிருக்கும் போதே

“சந்தோஷம்.... ரொம்ப சந்தோஷம்...” என கை தட்டிக்கொண்டே உள்ளே நுழைந்தாள் தமயந்தி.

“வாங்க பெரிமா” அவள் அழைத்ததுதான் தாமதம்

“அடிச்சேன்னா செவுளு பிஞ்சிடும் யாரு யாருக்கு பெரிமா... உன்கிட்ட எத்தனமுற சொல்லிருக்கேன் என்னை அப்டி கூப்டதன்னு.... இது என்ன ஃபோட்டோ? ஓ.... உன் ஓடிப்போன ஆத்தாக்காரியா ஹாம்.... நல்லாதான் இருக்கான் உன்கொப்பன்... இந்தா.... (போட்டோவை தூக்கி அவள் மீது எரிந்தவள்) உனக்கு உன் அம்மா என்ன சொல்லிக்குடுத்தாளோ என்னவோ அவள மாதிரியே எப்டி நடிக்கிறதுன்னு அருமையா சொல்லிக்குடுத்திருக்கா... ப்பா என்னா டிராமா... கொஞ்ச நேரத்துல நானே கையதட்டி சில்றைய சிதற விட்டுருப்பேன்... அப்டி இருந்துச்சி.... என்ன என்னவோ பேசி ஒரேடியா இந்த வீட்டுல தங்கிட்டல்ல? இதெல்லாம் கொஞ்ச நாளைக்கு தான் உன்ன எப்போ எப்டி என்ன பண்ணனும்னு எனக்கு தெரியும். இந்த தமயந்தி இருக்க வரைக்கும் உன் எண்ணம் ஈடேறது... நீயா நானான்னு பாக்குறேன்டி...” சொல்லிவிட்டு அவள் வெளியில் செல்ல

“தமயந்தி.... மிஸ்ஸஸ் தமயந்தி....” சம்ருதாவின் அழைப்பைக் கேட்டு கோபமாய் திரும்பியவள்.

“என்னடிசொன்ன? என் பேர் சொல்ற அளவுக்கு உனக்கு தைரியம் வந்துடுச்சா?”

அவள் அலட்சியமாய் ஒரு பார்வை பார்த்து "பெரிமான்னு கூப்ட கூடா-துன்னு சொல்லிட்டீங்க அப்போ பேர் சொல்லி தான கூப்ட முடியும்?... பை தி வே... அடுத்த முற வரும்போது கதவ தட்டிட்டு உள்ள வாங்க... தொறந்த வீட்டுக்குள்ள ஏதோ நுழைற மாதிரி...." சம்ருதா முடிக்கும்முன்

"ஏய்....." விரல் நீட்டி அவள் கத்த சம்ருதாவோ காதில் விரல் விட்டு ஆட்டி

"ப்பா என்ன சொவுண்டு... வயசானாலும் வொய்ஸ் நல்லா கணிர்ன்னு தான் இருக்கு.... எதுக்காக இப்டி கத்துறீங்க... நான் பக்கத்துல தான இருக்கேன்.... வரும்போது பர்மிஷன் கேட்டு வர சொன்னதுக்கா இப்டி ஹை பீச்ல கத்து-றீங்க?" என நக்கலாய் கூற

"எங்க எப்டி இருக்கணும்னு நீ எனக்கு சொல்ல தேவையில்ல அது என் விருப்பம் இது என் தம்பி வீடு"

"இப்ப இது என்னோட ரூம்!" அவள் கண்களை நேராய் பாத்து கூறினாள் சம்ருதா

"என்னடி வீட்டுல எல்லாரும் ஏத்துகிட்டாங்கன்னு திமிரு ஓவர் ஆகிடுச்சா"

"ஆமா அப்டிதான் வச்சிக்கோங்களேன்" மீண்டும் நக்கலாய் கூற கடுப்பான தமயந்தி

"ஏய்..... உன்ன....."

"உஷ்...... போதும் சும்மா சும்மா கத்துற வேலலாம் வேணா நீங்க என் அம்மாவோட அக்காங்குறதால தான் இவ்ளோ நாள் பொறுத்துட்டு இருந்தேன் நான் ஏதாவது சொல்றதுக்குள்ள மரியாதையா வெளிய போயிடுங்க" சம்ருதா அதட்டலாய் கூற... அவமானத்தில் முகம் சிவக்க கோபமாய் வெளியேறினாள் தமயந்தி.

அவள் சென்ற பிறகு மெத்தையில் கிடந்த சிந்தியாவின் போட்டோவை பார்த்து

"சாரி மம்மி.... ஐ கான்ட் கண்ட்ரோல்... சில நேரம் இவங்க பேசுறத கேக்-கும்போது ஓங்கி ரெண்டு அப்பு அப்பலாம் போல இருக்கும் உங்களுக்காகதான் பொறுத்து போறேன்" என கூறிவிட்டு அந்த போட்டோவையே பார்த்துக்கொண்-டிருந்தாள் சம்ருதா.

இரவு... சஞ்சய் வரும் நேரதிற்கு சற்று முன்னால் தமயந்தி தனது தம்பிக-ளிடம் சாலியின் திருமணம் பற்றிய பேச்சை ஆரம்பித்தாள்

"கிருஷ்ணா... சஞ்சய்க்கு வேற வயசு ஏறிட்டே போவுது சாலியும் பரிட்சை எழுத்திட்டா இப்பிடியே தள்ளி தள்ளி போட்டா எப்டிடா இன்னும் சின்னவன் இருக்கான் வயசுக்கு வந்த ரெண்டு பொண்ணுங்க இருக்கு ஒன்னுவொன்னா

கரயேத்தனுமா இல்லையா?'' மெதுவாய் பொடி வைத்தாள்.

“அதுக்கு என்னக்கா அவசரம்... சஞ்சய் தான் தெளிவா சொல்லிட்டானே... சாலி படிப்பு முடிஞ்சி பரிட்சைல பாஸ் பண்ணட்டும் கல்யாணத்த பத்தி பேசிக்கலாம்னு... இதுல சொல்ல என்ன இருக்கு''

“என்னடா கொஞ்சம் கூட பொறுப்பே இல்லாம பேசுற... என் பொண்ணு கடசி வரைக்கும் பாஸ் பண்ணலைன்னா கல்யாணமே பண்ண மாட்டிங்களா... இந்த முற கண்டிப்பா நல்ல ரிசல்ட் தான் வரும்''

“சரிக்கா வரும்போது பேசிக்குவோமே...'' குறுக்கிட்டார் ராமன்.

“ஏன்டா புள்ளைய பெத்தவன் பேசுற பேச்சா இது? என்னடா பேசுறீங்க ரெண்டு பேரும்? இந்த கெழவி மண்டைய போடுறதுக்குள்ள நம்ம குடும்பதுல ஒரு கல்யாணம் காட்சின்னு பாக்கணும்னு அதுக்கும் ஆச இருக்கும்ல?''

சிவனேன்னு முறுக்கு சாப்பிட்டுக்கொண்டிருந்த சரோஜா திகைத்து தமயந்தியை பார்க்க அவளோ விழிகளாளே மிரட்டினாள். அவரும் பயந்து முறுக்கை விழுங்கியதும் விழுங்காததுமாய்

“ஆமாடா கிஷ்ணா... எனக்கும் பேரன் பேத்தி கல்யாணத்த பாக்கணும்ன்னு ஆசையா இருக்குடா'' எனக் கூற

“சரிம்மா அதுக்கென்ன சஞ்சய் வரட்டும் பேசுவோம்'' என்ற கிருஷ்ணனை இடை மறித்த தமயந்தி

“என்னத்தடா பேச போற... இதுல பேச என்ன இருக்கு எல்லாம் முடிவு பண்ணதுதானா? நிச்சய தேதி பாத்து நிச்சயம் பண்ணிட்டா கல்யாணம் பொறுமையா வச்சிக்க வேண்டியதுதான்''

“எதுக்குக்கா இவ்ளோ அவசரம் இதுல என்ன இருக்கு மாப்பளையும் பொண்ணும் இங்க தான இருக்காங்க எங்க ஓடிபோயிட்டாங்க'' ராமன் சொல்லிக்கொண்டிருக்க

அதேநேரம் சகியும் அந்தியும் சம்ருதாவை கொஞ்சிக்கொண்டிருக்க கடுப்பான தமயந்தி

“ஓடிபோயிட கூடாதுன்னு தான் கேட்டுகிட்டு இருக்கேன்'' என முணுமுணுத்தாள்

“என்னக்கா என்ன சொல்ற.... ஒன்னும் புரியல'' என்ற கிருஷ்ணனிடம்

“உங்களுக்கு ஒன்னும் புரிய தேவயில்ல எனக்கு என் பொண்ணு வாழ்க்க தான் முக்கியம்... இவ்ளோ நாளா சஞ்சய் தான் சாலிக்குன்னு சொல்லி சொல்லி நாளைக்கு வேறன்னா என் பொண்ணு எங்க போவா...?''

“என்னக்கா எதுக்கு இப்டி சம்பந்தம் சம்பந்தம் இல்லாம பேசுற?''

“நான் ஒன்னும் சம்பந்தம் இல்லாம பேசலடா ராமா உன் பையன் தான் என் பொண்ணுக்குன்னு நீங்க உறுதியா சொல்லுங்க அவ்ளோதான்”

“அது எப்டி இவங்க சொல்ல முடியும்? கட்டிக்க போறவன் அவன் தான? எதாயிருந்தாலும் என் பையன் வந்த பிறகு பேசிக்கலாம் எதுக்கு இவ்ளோ அவசரம்” என கேள்வி எழுப்பினார் சகுந்தலா.

“நான் அவசரப்படல சகி நீங்க பேசுறது ஏதோ வேண்டாவெறுப்பா மழுப்புற மாதிரியில்ல தெரியுது அத தான் கேக்குறேன்.... யார் மனசுல என்ன எண்ணம் இருக்குனு எனக்கென்ன தெரியும்?” சம்ருதாவை ஜாடையாய் பார்த்துக்கொண்டே கூறினாள் தமயந்தி.

அதை கவனித்த அந்தி “அதுவும் நல்லது தான் அண்ணி பசங்க சந்தோஷம் தான நமக்கு முக்கியம் அவங்களுக்கு என்ன விருப்பமோ அதையே செய்வோம்”

தமயந்தி வாய் திறக்கும்முன்

“இப்ப எதுக்கு தேவயில்லாத பேச்செல்லாம்... சஞ்சய் வரட்டும் சஞ்சயையும் சாலியையும் ஒன்னா உக்கார வச்சி அவங்க விருப்பத்த கேட்டு ஒரு நல்ல முடிவு எடுப்போம்” என்றார் கிருஷ்ணன்.

“என் பொண்ணுகிட்ட ஏதும் கேக்கவேண்டி அவசியம் இல்ல. சாலி சஞ்சய் மேல உயிரையே வச்சிருக்கா... சஞ்சய் தான் அவ உலகம்னு நெனச்சி வாழ்ந்துக்கிட்டு இருக்கா... அவளோட சந்தோஷம் நீங்களும் சஞ்சய்யும் சொல்ற முடிவுல தான் இருக்கு” சொல்லிவிட்டு சட்டென எழுந்து சென்றுவிட்டாள்.

அவளை வினோதமாக பார்த்த அந்தி “என்னங்க மாமா இவங்க இப்டி சொல்லிட்டு போறாங்க சஞ்சய்க்கு விருப்பம் இல்லன்னா கூட சாலிக்கு தான் கட்டிவைக்கணும்பாங்க போல...”

“ஏன் அந்தி சஞ்சய்க்கு விருப்பம் இருக்காதுங்குறியா?” என கேட்ட ராமிடம்

“அப்டி இல்ல தம்பி ஒரு வேல சஞ்சய்க்கு விருப்பம் இல்லன்னா நம்ம அவன கட்டாயப்படுத்த முடியாதுல்ல அதுக்காக சொல்றோம்” என்றார் சகுந்தலா.

“சரி சஞ்சய் வரட்டும் பேசுவோம்” என்று கூறிவிட்டு சென்றனர் மூர்த்தி பிரதர்ஸ்

******

இங்கு தாசின் ரூமில் அன்று முழுதும் நடந்த நிகழ்வுகளில் உடலும் மனமும் சோர்வுற இருவரும் எதுவும் பேசாமல் ஆளுக்கொரு பக்கம் சரிந்து கிடந்தனர்.

“பாஸ்... நான் போயி சாப்ட ஏதாச்சும் வாங்கிட்டு வரவா... செம்மையா பசிக்குது...” என்றான் தாஸ்.

"சரி இருடா நானும் வர்றேன்"

ஆருஷும் தாஸும் கதவை திறக்க சரியாக அதேநேரம் அங்கு வந்தான் சஞ்சய்

"டேய்... அண்ணா இந்நேரத்துல இங்க என்ன பண்ற?"

"ஒன்னுல கண்ணா சும்மா தான் ஏன் எங்கையாவது கெளம்புறீங்களா"

"சச்ச... அதெல்லாம் இல்ல பாஸ் ப்ரோ சாப்பாடு வங்க தான் போறோம்... நீங்க பேசிட்டு இருங்க நான் போயிட்டு வர்றேன்..." சாப்பாடு வாங்க கிளம்பி-னான் காளிதாஸ்.

சஞ்சய்யும் ஆருஷும் ரூமிற்குள் வந்தனர்.

"என்ன டாக்டர் சார் ஃபேஸ் ஒரு மாதிரி இருக்கு உங்க பௌண்டர் கொலைனால ஹாஸ்பிடல்ல ஏதாவது பிரச்சனையா?"

"பிரச்சன ஹாஸ்பிடல்ல இல்லடா வீட்டுல"

"என்னவாம்... நான் தான் வீட்டுல இல்லையே அப்றம் எப்டி பிரச்சன?"

"பெரியத்த வீட்டுல தான இருக்காங்க?"

"ஆமல மறந்துட்டேன்.... என்ன உனக்கும் சாலிக்கும் கல்யாணம் பண்றத பத்தி பேசிட்டிருக்கங்களா?"

"ஆமடா.... நான் வீட்டுக்கு போனதும் என்கிட்ட முடிவு கேக்குறதா இருக்-காங்க... அதான் நைட் டியூட்டின்னு பொய் சொல்லிட்டு இங்க வந்துட்டேன்..."

"லுசாடா நீ வீட்டுக்கு போயி உண்மை என்னன்னு சொல்ல வேண்டிய-தான?"

"தீஷா அப்பா அம்மா சேந்துட்டாங்கன்னா நான் தைரியமா சொல்லிடு-வேன்... இருந்தாலும் எப்டி ஆரம்பிக்கிறதுன்னு தெரில அதோட அப்பா பெரிப்-பாவ எப்டி ஃபேஸ் பண்றதுன்னு நெனச்சலே...." அவன் தலையை பிடித்துக்-கொண்டு பின்னால் சாய

"அதுக்குனு எத்தன நாளைக்கு இப்டி வீட்டுக்கு போகாம சமாளிப்ப? நீ எவ்ளோ சீக்கிரம் உன் லவ் மேட்டர வீட்டுல சொல்றியோ அவளோ நல்லது உனக்கு சாலிக்கும்..."

"எனக்கு வீட்டுல இருக்கவங்கள விட சாலிய நெனச்சா தான் கஷ்டமா இருக்கு கண்ணா சாலி மனசுல..."

"சாலி மனசுல என்ன இருக்குனுலாம் நீ யோசிக்க தேவல்ல... நீ தீஷா பத்தி சீக்கிரம் வீட்டுல பேசு... அவ்ளோ தான் நான் சொல்லுவேன்"

சஞ்சய் யோசனையாய் தலையசைக்க

"சாரிடா அண்ணா என் மண்ட முழுக்க கேஸ் பத்தி மட்டும் தான் யோசனையா இருக்கு என்னால உனக்கு எந்த ஹெல்ப்பும் பண்ண முடியாது

கோச்சிக்காத''

''டேய்.... விட்றா.... நான் உன்கிட்ட ஹெல்ப் கேட்டனா... லவ்ல வர பிரச்சனையா ஃபேஸ் பண்ண தைரியம் இல்லாதவன் லவ்பண்ணவே தகுதி இல்லாதவன். இதெல்லாம் நான் பாத்துக்குறேன்... சரி கேஸ் என்ன நிலைல இருக்கு ஏதாவது க்ளூ கெடச்சிதா...''

''இல்ல... இப்போதைக்கு ஒரு ஐடியாவும் இல்ல தாஸ் சாப்ட்டு பொறுமையா யோசிக்கலாம்னு சொன்னான். காலைல இருந்து செம்ம டையட்டா அண்ணா... சாப்டு படுத்தா தேவலாம்னு இருக்கு'' மிக சோர்வாய் கூறினான் ஆருஷ்.

அதற்குள் தாஸ் வந்து விட மூவரும் சாப்பிட்டு விட்டு உறங்கி விட்டனர். நல்ல தூக்கத்தில் இருந்த தாஸுக்கு தனக்கு பக்கத்தில் ஏதோ உருவம் நகர்வது போல உணர சட்டென கண்விழித்தான். அவனுக்கு அருகில் ஆருஷ் ஒரு போர்டில் நியூஸ் பேப்பர் கட்டிங்க்ஸ் ஒட்டிக்கொண்டிருந்தான். அவனுக்கு வலது பக்கம் இன்னொரு போர்டில் சில குறிப்புகள் எழுதி வைத்திருந்தான் அதனை பார்த்து தலையை சொறிந்த காளிதாஸ் கண்களை உமிட்டி கடிகாரத்தை பார்க்க அதில் மணி நாலு என காட்டியது...

''என்ன பாஸ் நைட் புல்லா தூங்கவே இல்லையா? என்ன இதெல்லாம்...''

அவனை திரும்பி பார்த்த ஆருஷ்... ''எந்திரிச்சிடியாடா.... நேத்து சாப்பிடும் போது ஒரு விஷயம் சொன்னீயே நியாபகம் இருக்கா?''

''நான் நிறைய சொன்னேன் என்ன சொன்னேன்னு நியாபகம் இல்லையே பாஸ்''

சட்டென சிரித்தவன் ''சரிடா போயி மூஞ்சிய கழுவிட்டுவா தெளிவா சொல்றேன்''

இவர்களின் பேச்சு சத்தம் கேட்டு எழுந்த சஞ்சய்

''டேய்... இந்த போலீஸ்காரனுங்கலாம் தூங்கவே மாட்டிங்களாடா அர்த்த ராத்திரியில கூட ஆதாரத்த பத்தி தான் யோசிப்பீங்களா?''

''அது தானடா அண்ணா எங்க வேலையே... நீ தூங்குடா''

''இனிமே எங்க தூங்குறது...'' பெட்ஷீட்டை தலையில் முக்காடிட்டபடி சுவற்றில் சாய்ந்து அமர்ந்துகொண்டு ஆருஷை வேடிக்கை பார்த்தான் சஞ்சய்.

தாஸும் வந்துவிட ஆருஷ் பேச ஆரம்பித்தான்.

''இது நம்மளோட இந்த கேஸ்ல இருக்க பேப்பர் கட்டிங்க்ஸ்... இது என்னோட அனாலிசிஸ்... நாம ஆரம்பதுல இருந்து இந்த கேஸ பாப்போம் இதுல எனக்கு கெடச்ச முக்கியமான டீடெயில்ஸ் மட்டும் நா இந்த போர்ட்ல எழுதியிருக்கேன்... ஓக்கே... எக்ஸ்ப்ளெய்ன் பண்ணவா? ரெடியா''

சஞ்சய்யும் தாஸும் கட்டைவிரலை உயர்த்த ஆரம்பித்தான் ஆருஷ்

“நம்பர் 1: முதல் கொலை ரஞ்சித்! அதுல இருந்து நமக்கு கெடச்ச முக்கியமான டீடெயில்ஸ் இந்த 13 மிஸ்ஸிங்க கேஸ்

நம்பர் 2: ஜீவாவோட கொலை! அதுல நமக்கு கெடைச்ச டீடெயில்ஸ் ரெண்டு. ஒன்னு ட்ரக்ஸ்! இன்னொன்னு வேலனோட டிரான்ஸ்போடேஷன் பிசினஸ்!.

நம்பர் 3: வேலனோட கிட்நாப்! அதுல நமக்கு கெடச்சது மோஸ்ட் வாண்டெட் கிரிமினல் ரசூல் பாய் பத்தின இன்ஃபோ.... அதோட அந்த ஷிப் டிராவல் பண்ற ரூட்ஸ்...

நம்பர் 4: வேலனோட கொலை! அதுல நமக்கு கெடச்சது டிஃபரெண்ட் மெதட் ஆஃப் மர்டர்.... காரணம் இல்லாம அவன் அப்படி கொலை செய்திருக்க மாட்டான்... சோ.... அத நாம கண்சிடர் பண்ணுவோம்...

நம்பர் 5: டாக்டர் புனீத் அண்ட் டாக்டர் ஜெய்ன் மர்டர்! இதுல நமக்கு கெடச்சது மெதட் ஆஃப் மர்டர் மட்டும்இல்ல அதுக்கு அவன் சூஸ் பண்ண பிளேஸ்...

நேத்து நைட் தாஸ் சொன்ன மாதிரி பாத்தா இந்த கேசுக்கும் எங்களோட மும்பை கேசுக்கும் அஞ்சில நாலு முக்கியமான விஷயம் சேம்மா இருக்கு

1. கிட்நபிங்க்
2. ட்ரக்ஸ்
3. ரசூல்
4. சாலமன் மற்றும் அமேசான் தீவுல இருந்து ட்ரக்ஸ் கடத்த யூஸ் பண்ண ஷிப்

கடசியா எனக்கு ஆக்சிடென்ட் நடந்த அன்னைக்கு நடந்த ஆயுத கடத்தல் மட்டும் தான் எனக்கு கொஞ்சம் டவுட்டா இருக்கு மத்தபடி” ஆருஷ் நெற்றி தேய்த்துக் கொண்டே சொல்ல...

“இது உங்களோடமுடிஞ்சி போன மும்பை கேசோடா கன்டினியூவேஷன்னு சொல்ல வரியாடா?” என்று கேட்டான் சஞ்சய்.

“கன்டினியூவேஷன் இல்ல மும்பை கேஸ் முடியவே இல்லன்னு சொல்றேன்”

“அப்போ நம்ம கேஸ ரீஓபன் பண்ணனுமா பாஸ்?” என்றான் காளி.

“எக்ஸாக்ட்லி... தாஸ்”

“அப்போ இந்த கொலையெல்லாம் பண்ணது ரசூல் தானா பாஸ்”

“எனக்கு அப்டி தோணல ஏன்னா ஜீவவோட கொலை அப்போ தான் நமக்கு அந்த ஷிப்போட நம்பர் கெடச்சிது... தப்பு பண்றவன் தானா வந்து மாட்டிக்க மாட்டான்...”

“ஆனா அவன மாட்டிவிட ட்ரை பண்ணிருக்கலாம்ல...” தனது கேள்வியை சரியான நேரத்தில் கேட்டான் சஞ்சய்.

“புரியல...?”

“இல்லடா ஜீவா ரசூல மாட்டிவிட அந்த நம்பர எழுதியிருக்கலாம்ல?”

“ஹாம்... நீ சொல்றது கூட கரெட் தான் பட் வீ ஆர் நாட் ஸூர்...”

“எனக்கு கூட பாஸ் ப்ரோ சொல்ற மாதிரி தான் தோணுது பாஸ்... ரசூல் ஏன் இதெல்லாம் செஞ்சிருக்க கூடாது?

“ரைட்ரா... நீங்க சொல்றது உண்மையாவே இருந்தாலும் அதுக்கு ப்ரூஃப் என்ன இருக்கு நம்மாகிட்ட?” கேள்வி எழுப்பினான் ஆருஷ்.

மூவரும் யோசிக்க

“கண்ணா அன்னைக்கு தீஷா ஹேக் பண்ணப்போ மூணாவதா ஒரு பேரு ர... ல ஆரம்பிச்சதா சொன்னாலே அது ஏன் ரசூலா இருக்க கூடாது?”

“இருக்கலாம்... எதுவா இருந்தாலும் நமக்கு ப்ரூஃப் வேணும்டா அண்ணா. இந்த அஞ்சி பேருக்கும் ரசூலுக்கும் என்ன சம்பந்தம்? எதுக்காக அவன் இதெல்லாம் செய்யனும்? ஆரம்பிச்ச இடதுல தான் முடிவும் இருக்கு... அதுக்கு இப்போ நாம உடனே மும்பை கௌம்பனும்” உறுதியுடன் கூறினான் ஆருஷ்.

“சரிடா நான் எங்க ஹாஸ்பிடல்ல ஏதாவது டிடெயில்ஸ் கிடைக்குதான்னு பாக்குறேன்...”

சஞ்சய் ஹாஸ்பிடல் கிளம்ப ஆருஷும் தாஸும் மும்பை கிளம்பினர்.

அப்போ நம்மளோட அடுத்த ஸ்பாட் மும்பை. வாங்க வாங்க... மறுபடியும் மும்பைக்கே போவோம்.

அத்தியாயம் 22

மும்பை சென்ற இரண்டு நாட்களிலேயே சஞ்சய்யின் மூலம் யுனிவெர்ஸ் ஹாஸ்பிடலில் நடந்த சடலங்கள் திருட்டு பற்றியும் சில நோயாளிகளின் மர்ம மரணம் பற்றியும் தகவல் கிடைத்ததையடுத்து வெற்றி மற்றும் சுகனின் உதவியுடன் அந்த மருத்துவமனை பற்றிய ஆதாரங்களை சேகரித்து பெற்றான் ஆருஷ். அது மட்டுமின்றி ரசூல் பற்றியும் அவனது தொழில் பற்றியும் ஆதாரங்கள் சேகரித்தபோது நம்பமுடியாத தகவல் ஒன்று கிடைத்தது. அதாவது, ரசூலுக்கு பின்னால் இருந்து அவனது அனைத்து சட்ட விரோத செயலுக்கும் துண்டு கோலாய் இருந்தது டாக்டர் ஜெய்ன் மற்றும் டாக்டர் புனீத் தான் என்பது ஆருஷுக்கு அதிர்ச்சியாக இருந்தது.

அதோடு நூல் பிடித்தது போல தொடர்ந்து இரண்டு வாரங்களாக ரகசியமாக நடந்த இவர்களின் ஆய்வில் பல திடுக்கிடும் ஆதரங்கள் சிக்கியது. அதன் முதல் படியாக டாக்டர் புனீத் மற்றும் டாக்டர் ஜெய்னின் ரகசிய ஆய்வகம் கண்டுபிடிக்கப்பட்டது. அது மூளை மாற்று அறுவை சிகிச்சை ஆராய்ச்சிக்கான ஆய்வகம்.

அதுவும் கசரா காஃபி ஷாப்பிற்கு பக்கத்தில் ஸ்மித்தியின் வருகைக்காக ஆருஷ் காத்திருந்த சமயத்தில் சில தடியர்களை பின் தொடர்ந்து ஒரு தனித்த அரைக்கொண்ட கட்டிடத்தில் நுழைந்த போது அதே தடியர்களிடம் ஆருஷ் சிக்கிக்கொண்ட அந்த இடம் தான் அந்த ஆய்வகம் இருக்கும் இடமும்.

இதனை அறிந்த பிறகு அன்று அந்த தடியர்கள் கொண்டுவந்தது ஆயுதங்கள் இல்லை மனித உடல்கள் தான் என்பது ஆருஷுக்கு விளங்கியது. அடுத்தக்கட்டமாக அந்த இடத்தை முற்றுகையிட ஒட்டுமொத்த காவல் துறையும் அந்த இடத்தை சுற்றி வலைத்தது.

ஆருஷும் தாஸும் பட்டேலின் உத்தரவுக்காக அந்த இடத்தை சுற்றிவளைத்து காத்துக்கொண்டிருந்தனர். ஆருஷுக்கு அன்றைய நாள் நினைவுகள்

கண்முன் தோன்ற ஸ்மித்தியை நினைத்து கண்கள் தானாய் கலங்க ஆரம்பித்தது. இதனை கவனித்த தாஸ் அவனது தோளை பிடித்து ஆறுதல்படுத்த....

சட்டென கண்ணை துடைத்துக்கொண்டு "ஒன்னுலடா காத்து வேகமா அடிக்குதுல்ல அதான் கண்ணுகலங்குது" என ஏதோ வாயிக்கு வந்ததை சொல்லி சமாளிக்க

"தெரியும் பாஸ்... எனக்கு தெரியும் கண்ணு காத்தால கலங்குச்சா காதலால கலங்குச்சான்னு"

ஆருஷ் ஓர புன்னகை உதிர்த்து "பட்டேல் சார் வந்துட்டாரு வா" என அவரிடம் சென்றனர்.

பட்டேல் அந்த இடதிற்கு வந்த பிறகு ஆருஷ் தனது டீம்மில் இருந்த ஒரு ஹேக்கர் மூலம் அந்த இடத்தின் அருகில் இருந்த அனைத்து கணினி சார்ந்த இயந்திரங்களையும் தனது கட்டுப்பாட்டில் கொண்டுவந்தான். அன்று போல் இன்றும் அந்த தனித்த கட்டிடதுக்குள் நுழைந்தான் அந்த கட்டிடம் வழக்கம் போல காலியாக இருந்தது. அங்கு நான்கு சுவற்றிலும் நான்கு புள்ளிகள் போல ரகசிய காமிரா பொருத்தப்பட்டிருந்தது. நல்ல வேலையாக அந்த காமிராக்கள் இவர்களது கட்டுப்பாட்டில் இருந்தது. வாசல் தவிர அனைத்து இடமும் வழி இல்லாமல் இருக்க சற்று யோசித்த ஆருஷ் வந்த வாசலின் கதவை மூட உள்பக்க கதவின் கைப்பிடியில் ஒரு சிறிய பட்டன் இருந்தது அதனை அழுத்த அங்கு ஒரு பாஸ்வேர்ட் லாக் தோன்றியது. சற்று யோசித்த ஆருஷ் வெளியில் வந்து காளியுடன் சேர்த்து இன்னும் சிலரை அழைத்துக்கொண்டு கிளம்புகையில் ஆருஷ் வெளியில் இருந்த பட்டேளுக்கு தகவல் கூறினான்.

"சார் நாங்க போன பத்து நிமிஷத்துல உங்களுக்கு எங்க கிட்ட இருந்து எந்த தகவலும் வரலனா யோசிக்காம உள்ள வந்துடுங்க" என கூறிவிட்டு சென்றான்.

அங்கிருந்த ஹேக்கர் மூலம் பாஸ்வோர்டை அறிந்துகொண்டு லாக்கை திறக்க....

அங்கு ஒரு பச்சை நிற பட்டன் இருந்தது. அதனை அழுத்திய அடுத்த நொடி அந்த இடம் ஒரு லிஃப்ட் போல மாறியது. சட்டென லிஃப்ட் கீழிறங்க அனைவரும் சற்று திடுக்கிட்டு பின் கவனமாக நின்றனர். தரை தளத்தை வந்தடைந்த லிஃப்ட் தானாக திறக்க அனவைரும் அப்படியே நின்றனர். அந்த ஹேக்கர் மெல்ல அங்கிருந்த அனைத்து சாதனங்களையும் அவனது கட்டுப்பாட்டிற்கு கொண்டுவந்ததாக விரலை உயர்த்திய பிறகே ஆருஷ் மெல்ல வெளியில் அடியெத்து வைத்தான். வெளியில் ஒரே ஒருவன் நாற்காலியில் அமர்ந்தபடி சரிந்து கிடந்தான். அநேகமாக அவன் நித்திரா தேவியின் அனுக்கிரகத்தால் நிலவுக்கு சென்றிருக்க வேண்டு அவனது குறட்டை சத்தம் அதை தான் கூறி-

யது.

அந்த குறட்டை சத்தத்தோடு சேர்த்து அவனது சத்தத்தையும் சத்தமில்லாமல் முடித்தான் ஆருஷ். மெதுவாக சுற்றும் முற்றும் பார்த்தவாறு முன்னேறினர் நமது குழுவினர். அந்த இடமே அவ்வளவு சுத்தமாக இருந்தது. இதுவரை அவன் பார்த்திராத அளவு பிரமாண்டமான அதிநவீன தொழில்நுட்பங்கள் நிறைந்த ஆய்வுக்கூடமாக இருந்தது. அங்கு இருபதுக்கும் மேற்பட்ட மருத்துவர்கள் இருந்-தனர். நூற்றுக்கும் மேற்பட்ட மக்கள் மருத்துவ உபகரணகள் பொருத்தப்பாட்டு கண்காணிக்கப்பட்டிருந்தனர். அதில் அந்த மிஸ்ஸிங் கேஸ் சித்ராவும், பைஜூரும் இன்னும் நால்வரம் இருந்தனர். அந்த இடம் முழுவதும் சொர்ப்பமான தடியர்கள் காவலுக்கு இருந்தனர்.

பொறுமையா மறைந்திருந்து சமயம் பார்த்து அங்கிருந்த அனைத்து தடியர்க-ளையும் சட்சட்டென சத்தமில்லாமல் சாய்த்துவிட்டு அங்கிருந்த மருத்துவர்களை கைதிகளாக்கி அந்த இடத்தை முற்றிலுமாக கட்டுப்பாட்டுக்கு கொண்டுவந்-தனர். சற்று நேரத்தில் ஆம்புலென்ஸ் வரவழைக்கப்பட்டு அங்கிருந்த அனைத்து நோயாளிகளையும் வேறு ஒரு மருத்துவமனைக்கு அழைத்து சென்று தகுந்த சிகிச்சைக்கு பிறகு உரிய குடும்பங்களில் ஒப்படைக்குமாறு உத்தரவிட்டார் பட்-டேல்.

மற்றொரு பக்கம் கைதிகள் கொண்டு செல்லும் வாகனம் வந்து அந்த மருத்துவர்களையும் அந்த தடியர்களையும் அள்ளிக்கொண்டு சென்றது. அந்த அண்டர்கிரவுண்ட் ஆய்வகத்தின் ஒரு அறையில் ஏகப்பட்ட ஃபைல்கள் டாக்கு-மென்ட்டுகள் கிடைக்க அதனை ஆராய்ந்த ஆருஷ் அதிர்ந்தான். அதிலிருந்த விஷயங்கள் அவனால் நம்ப முடியாதவையாக இருந்தது. இது வெறும் மூளை மாற்று அறுவைசிகிச்சை ஆராய்ச்சி சம்பந்தப்பட்ட குற்றம் மட்டும் அல்ல மிகப்-பெரிய தேசதுரோக குற்றமும் இருந்தது. அந்த குற்றத்தில் ரசூல் மட்டும் அல்-லாது ரஞ்சித், ஜீவா, வேலன், டாக்டர் புனீத் மற்றும் ஜெய்ன் என ஐவரும் முக்கிய குற்றவாளிகளாக இருந்தனர். போதைபொருள் கடத்தல் மட்டுமல்லாது இன்னும் ஒரு நம்ப முடியாத குற்றம் ஆருஷையே அதிர அவைத்தது.

அது தான் சாலமன் மற்றும் அமேசான் தீவுகளில் உயிருண்ணிகளாக வாழும் ஒரு குறுப்பிட்ட காட்டுவாசி மக்களிடம் செய்யப்பட்ட ஒப்பந்தம்.

உயிருண்ணிகளா? அப்டினா?...

அதாவது, மனிதர்களை வேட்டையாடி உண்டு உயிர் வாழும் மனிதர்கள். அவங்கதான் உயிருண்ணிகள்.

ஆதிகால மனிதர்கள் இதுபோல மனிதர்களை வேட்டையாடி உண்ட வழக்கம் இருந்தது. அவர்களை இரு வகையாக பிரிக்கலாம்.

1. **என்டோ கானிபாலிசம்** — தன் பிரிவைசிசார்ந்த மனிதர்களை உண்பவர்கள்.
2. **எக்டோ கானிபாலிசம்** — வெளிப்பிரிவைச் சார்ந்த மனிதர்களை உண்பவகள்.

மேலும் உணவுக்காக மனிதனை கொலைசெய்து உண்பவர்களை **ஹோமிசைட் கானிபாலிசம்** என்றும் முன்பே இறந்த சடலங்களை உண்பவர்கள் **நெக்ரோ கானிபாலிசம்.**

இதெல்லாம் உண்மையான்னு கேட்டீங்கன்னா... உண்மைதான்! நரமாமிச விரும்பிகள் பற்றி மக்கள் முதல் முதலாக அறிந்தது 1979 ஆண்டு தான். அமெரிக்காவை சேர்ந்த மூன்று ஆவணப்படம் தயாரிக்கும் குழுவினர் நரமாமிச விரும்பிகள் பற்றி அறிவதற்காக அமெரிக்காவின் அமேசான் காடுகளை நோக்கி பயணித்தனர்.

அமேசான் காடுகளில் உள்ள 'யாக்மோ' கிராமத்தைச் சென்றடைந்த இந்த குழுவினர் காணவில்லை என அறிந்து தேடிச்சென்றவர்களுக்கு கிடைத்த வீடியோ நாடாக்கள் மூலம் அம்மூவர் கொடூரமாக கொலை செய்யப்பட்டு உணவாக உட்கொள்ளப்பட்டமை வெளி உலகிற்கு தெரியவந்தது.

இதே போன்றதொரு சம்பவம்: 2006 மற்றும் 2007க்கு இடைப்பட்ட காலத்தில் உத்திரப்பிரதேசத்தில் தில்லி புற நகர் பகுதியான நொய்டாவில் உள்ள நிதாரி கிராமத்தில் ஒரு தொழிலதிபர் மற்றும் அவரது கவலாளி இருவரும் சேர்ந்து சுமார் 30 சிறுமியர்கள் மற்றும் இளம் பெண்களை பாலியல் வன்கொடுமையில் ஈடுபடுத்தி பின் அவர்களது உடல்களை தின்றதாக வாக்குமூலத்தில் குற்றவாளிகளே உறுதி செய்திருந்தனர். இந்நிகழ்வு இந்தியாவிலும் தன்னின உயிருண்ணிகள் இருப்பதற்கான சான்றாக இருந்தாலும் ஏற்க இயலாத அதிர்ச்சியான சம்பவமாகவே இன்றளவும் பார்க்கப்படுகிறது.

சரி அதவிடுங்க இப்போ நாம்ம அந்த ஒப்பந்தத்துக்கு வருவோம்.

டாக்டர் புனீத் மற்றும் டாக்டர் ஜெய்ன் அந்த ஆதிவாசிகளிடம் போட்டுக்கொண்ட ஒப்பதம் என்னவென்றால்....

இவர்களது ஆராய்ச்சியில் உயிரிழந்த மனிதர்களை சடலமாகவும் ஆராய்ச்சிக்கு உதவாத மனிதர்களின் தேவையான உடலுறுப்புகளை எடுத்துக்கொண்ட பிறகு உயிருடனும் அவர்களுக்கு உணவாக தருவதாகவும் அதற்கு பதிலீடக அந்த காடுகளில் கிடைக்கும் குறிப்பிட்ட வகை போதை செடியையும் மூலிகைகளையும் அனுப்ப வேண்டும் என்னபதே இவர்களின் ஒப்பந்தம்.

அதன் படி ரஞ்சித் வெளியில் பெரிய பின்புலமில்லாத ஆட்களை கடத்துவதும் ஜீவா மருத்துவமனைக்கு வருபவர்களில் அவர்களின் ஆராய்ச்சிக்கு தகுதியான உடலமைப்பு உள்ளவர்களை ஏதோ ஒரு உடல் கோளாறு ஆக்கி சரிசெய்வது போல கடத்துவதுமாக இருந்தனர். இவர்கள் இருவரும் கடத்தி

வந்தவர்களை தனது கப்பல்கள் மூலம் மும்பைக்கு அழைத்துவரும் வேலை வேலனுடையது. புனீத் மற்றும் ஜெய்ன் தங்களது ஆராய்ச்சியை தொடர்ந்து-கொண்டே பணமும் சம்பாதித்தனர்.

ஆராய்ச்சியில் இறந்த மனிதர்களை வைத்து போதைப்பொருள் வாங்குவது, மனித எலும்புகளை வைத்து மருந்து தயாரிப்பது, மனிதனின் உடலுறுப்புகளை கள்ளச்சந்தையில் விற்பது, என தனது நல்லபேருக்கு பின்னால் ஏகப்பட்ட அயோக்கியதனத்தை செய்துள்ளனர்.

இப்பொழுது எல்லாம் விளங்கியது ஆருஷுக்கு....

கொலைகாரன் தெளிவாக திட்டம் தீட்டியுள்ளான். காணாமல் போனவர்களின் உறவினர்களைப் பயன்படுத்தி ரஞ்சித்தை கொலைசெய்துள்ளன், கடத்தலுக்கு பயன்படுத்தப்பட்ட வேலனின் கண்டெய்னரில் போதைப் பொருள் கொடுத்து ஜீவாவை கொலை செய்துள்ளான். மனித உடல்களை உண்ணும் உயிருன்னி-களை அடையாளம் காட்ட வேலனை கொலைசெய்து அவனது வீட்டு குளிர் சாதனப்பெட்டியில் அடைத்துள்ளான், மூளை மாற்று அறுவை சிகிச்சையை அடையாளப்படுத்த புனீத் மற்றும் ஜெய்னின் தலைகளை இடம் மாற்றி தைத்து கொலைசெய்துள்ளான். கொலைகாரன் கொலைக்காக தேர்ந்தெடுத்த இடங்களுக்-கான காரணம் கூட இப்பொழுது தெளிவாக விளங்கியது ஆருஷுக்கு.

ஆருஷ் மூலம் மற்றவர்களுக்கு தகவல் தெரிவிக்கப்பட மொத்த காவல்து-றையும் அதிர்ந்தது... நம்பமுடியாமல் வியக்கவும் செய்தனர். அது மட்டுமின்றி அந்த ஐவர் இறந்த பிறகும் ரசூல் இந்த செயலை தொடர்ந்து தலைமைதாங்கி செய்துவருகிறான். அடுத்த கட்டமாக அனைவரும் ரசூலை தேட அவனைபற்றி எந்த ஒரு தகவலும் இல்லை.

இன்னும் இரண்டு மூன்று நாட்கள் தீவிரமாக தேடே ஒரு பெயர் தெரியாத அறிமுகமில்லாத நபரிடமிருந்து கிடைத்த ரகசிய தகவல் மூலம் ரசூல் பாய் கைது செய்யப்பட்டான்.

அந்த இடம் மொத்தமும் சீல் வைக்கப்பட்டு தடைசெய்யப்பட்ட இடமாக மாற்றப்பட்டது. அங்கிருந்தவர்கள் அவரவர்களுக்கு உரிய இடங்களுக்கு அனுப்-பிவைக்கப்பட்டனர். இந்தியா முழுவது செய்தி காட்டு தீயென பரவி அதிர்ச்சி-யையும் ஆச்சர்யத்தையும் ஏற்ப்படுத்தியது.

கொலைக்கான காரணம் தெரிந்தது... ஆனால் கொலையாளியை கண்டு-பிடிக்க ஒரு ஆதாரமும் சிக்கவில்லையே என ஆருஷும் தாஸூம் ஆளுக்-கொருபக்கம் மூளையை கசக்கிக்கொண்டிருக்க.... ஆருஷுக்கு அந்த தகவல் கொடுத்த அறிமுகமில்லாத நபரைப் பற்றியே யோசனை ஓடிக்கொண்டிருந்தது. ஆனால் எந்த முன்னறிவிப்புமின்றி சந்தேகமுமின்றி பட்டேல் கேஸை முடித்தார் இவ்வாறாக.

அதாவது ரசூல் பாய் தனது வியாபார போட்டியின் கரணமாகவும், தலைமை இடத்திற்கு ஆசைப்படும் புனீத் மற்றும் ஜெய்னை கொலை செய்ய திட்டம் தீட்டியுள்ளான் எனவும் அந்த மருத்துவ ஜாம்பவானுக்கு பிறகு அந்த இடத்திற்கு அவர்களின் சகோதரனாக ஜீவா வந்துவிடுவான் என்பதால் ஜீவாவை கொலை செய்ய எண்ணி அவனுக்கு துணையாக வரும் ரஞ்சித் மற்றும் வேலனையும் சேர்த்து தீர்த்துக்கட்ட முடிவு செய்து ஒருவழியாக தனது திட்டப்படி அந்த ஐவரையும் ரசூல் தான் கொலை செய்தான் என கேஸை முடித்தார்.

அத்தோடு கேஸ் முடிந்ததால் அந்த கேஸில் இரவு பகலாக வேலை செய்த காவலர்களின் மாநிலையையும் உடல் சோர்வையும் கருத்தில் கொண்டு அனைத்து கவலர்களுக்கும் காலவரையின்றி விடுப்பு கொடுத்தார்.

இது பற்றி அறிந்த ஆருஷும் காளி தாஸும் பட்டேல் மீது அதிருப்தியாக இருக்க பட்டேல் இருவரையும் பார்க்க வந்தார்.

“என்ன ஆருஷ் எல்லாரும் கெளம்பிட்டாங்களே நீங்க வீட்டுக்கு கெளம்பலயா?”

அவரை அதிருப்தியாய் பார்த்த ஆருஷ் “கேஸ் முடிஞ்சிடுச்சா சார்?” என உறுத்தும் பார்வையில் கேட்டான்.

சற்று புன்னகைத்தவர் தாஸைப் பார்த்து “ என்ன தாஸ் போன கேஸ்லயே லீவு கேட்டிருந்தீங்க? ஊருக்கு போகணும்னு சொன்னீங்கலே போகலையா?”

“கேஸ் முடியாம கொலக்காரன கண்டுபுடிக்கமா எப்டி சார் போறது?” என்றான் அவனும்

“அதான் கொலைகாரன் ரசூல்ன்னு கண்டுபுடிச்சாச்சே? அப்றம் என்ன பிரச்சன உங்களுக்கு?” என்றார் இருவரையும் பார்த்து

“ரசூல் தான் உண்மையான கொலைகரானா சார்?” மீண்டும் கேள்வி எழுப்பினான் ஆருஷ்.

“உண்மையான கொலைக்காரன கண்டுபுடிக்க உங்க கிட்ட என்ன ப்ரூஃப் இருக்கு ஆருஷ்?” அவனது கேள்விக்கான விடையாய் இவரது கேள்வி வந்தது.

அவனிடம் பதில் இல்லை....

“அதுக்காக கொலைகாரன அப்டியே விட்டுட முடியுமா சார் இன்னும் கொஞ்ச நாள் முயற்சிப் பண்ணா கண்டிப்பா நம்மலாள அவன கண்டுபுடிக்க முடியும் சார்” என தனது ஆதங்கத்தை தெரிவித்தான்.

“கண்டுபுடிச்சி?” ஒற்றை கேள்வியில் தனது விருப்பத்தை தெரிவிக்க விரும்பினார் பட்டேல்.

“சார்?” ஆருஷ் அவரை கேள்வியாய் பார்க்க

“நீங்களே பாத்தீங்கல்ல ஆருஷ் எவ்ளோ பெரிய குற்றம்? அந்த கொலைகாரன் கொலை செயலனா நமக்கு இது எதுவுமே தெரிஞ்சிருக்காது... அப்டியே தெரிஞ்சிருந்தாலும் நாம என்ன பண்ணிருப்போம்... சட்டதுக்கு முன்னாடி நிறுத்தியிருப்போம்... சட்டம் என்ன பண்ணியிருக்கும் ரெண்டு நாள் அல்லது ரெண்டு மாசம் சட்டம் தன் கடமையை சிறப்பா செஞ்சி விட்டிருக்கும். அப்றம் என்ன நடக்கும்... இது வேற ஒரு இடத்துல இல்லனா அதே இடத்துல இன்னும் சீக்ரட்டா நடந்திருக்கும். ஆனா இப்போ? உண்மையாவே அந்த கொலகாரன் நல்லது தான் செஞ்சிருக்கான். அவன் செஞ்சது கொலை இல்ல களை. நல்ல பயிர்களுக்கு நடுவுல மொளச்ச விஷச்செடிய அகற்றும் களை. நான் சொல்ல வேண்டியதை சொல்லிட்டேன் இனி உங்க விருப்பம்” கூறிவிட்டு காளியை பார்த்தவர்

“காலைல கூட உங்க வீட்டுல இருந்து கால் பண்ணாங்கல்ல காளி? உங்களுக்கு போக விருப்பம் இல்லன்னா உங்க பாஸ் கூட சேர்ந்து தாராளமா அந்த கொலைக்காரன கண்டு புடிக்கலாம் பட் என்கிட்ட இருந்து எந்த ஹெல்ப்பும் வராது அதோட அடுத்த கேஸ் வந்ததும் நீங்க எனக்கு அவைலபுலா இருக்கணும்” கூறிவிட்டு பட்டேல் அங்கிருந்து நகர்ந்த அடுத்த நிமிடம்...

செல்பவரை துளைக்கும் பார்வையில் பார்த்த ஆருஷ்

“தாஸு....”

“பாஸு”

“நான் நினைக்கிறத தான் நீ நினைக்கிறியாடா”

“ஆமா பாஸ்!”

“அப்போ அப்டி இருக்குமோ?”

“இருக்க வாய்பிருக்கு பாஸ்”

“எப்டிடா சொல்ற?”

“நம்ம தொப்ப கிஷோரு அவனோட மாமா வீட்டுக்கு போகறத்துக்காக சென்னைக்கு டிரைன் இருக்கான்னு விசாரிச்சிட்டு இருந்தான். அவன் இப்ப தான கௌம்புனான் அப்போ டிரைன் இருக்குனு தான அர்த்தம்?”

“என்னடா ஒளர்ர?” அவனை ஒரு மார்கமாய் பார்த்தவாறே கேட்டான் ஆருஷ்

“நீங்க தான பாஸ் கேட்டீங்க எப்டின்னு?” அவன் சாதாரமாய் சொல்ல

ஒற்றை புருவமேற்றி முறைத்தவரே “நீ என்ன நினைச்ச?” கேட்டான் ஆருஷ்

“இன்னைக்கு நைட் வீட்டுக்கு போக டிரைன் இருக்குமான்னு நெனச்சேன்... ஏன் நீங்க அத நினைக்கலையா?” பாவமாய் முகத்தை வைத்துக்கொண்டு

ஆருஷை ஓரப்பார்வை பார்த்தபடி கேட்டான் காளி

“போடாங்க்.... நீ என்ன மாதிரி புத்திசாலியா இருப்பன்னு பாத்தா?”

“புத்திசாலியா இருந்தா நான் ஏன் உங்களுக்கு ஆசிஸ்ஸா இருக்க போறேன்”

“எதே.... இல்லனாமட்டும் இவரு அப்டியே சிபிஐ ஹெட்க்வாடெர்ஸ் டைரக்டர் ஆகிருப்பாரு.... போடா ஏதாச்சும் சொல்லிட போறேன்”

“சரி நீங்க என்ன நினைச்சிங்க அத மொதல்ல சொல்லுங்க”

“ஹாம்.... அந்த கொலகாரனக்கும் நம்ம சுரேஷ் சாருக்கும் ஏதோ சம்பந்தம் இருக்கும்னு நெனச்சேன்”

“அப்டியா? இருக்குமா பாஸ்?” தாஸ் ஆச்சரியமாய் கேட்க

அவனை கேவலமாய் பார்த்த ஆருஷ் “வாய மூடிட்டு ஊருக்கு கௌம்புடா”

“அப்போ நீங்க?”

“நான் இங்கையே இருந்து உண்மையான குற்றவாளிய கண்டுபுடிக்க போறேன் அதுவும் தனியா?” இடுப்பில் கைவைத்து சூப்பர் மேன் போல போஸ் கொடுத்து சொன்ன ஆருஷிடம் வேகமாய் ஓடிவந்த காளி

“பாஸ் நானு?”

“நீ ஊருக்கு கௌம்புடா போயி அம்மாவ பாரு”

“இல்ல பாஸ் என்ன ஆனாலும் நானும் உங்க கூட இருந்து குற்றவாளிய கண்டுபுடிச்சிட்டு அப்றம் ஊருக்கு போறேன்”

“டேய் லூசு நான் சும்மா சொனேன்டா இன்னும் கொஞ்சம் ஃபார்மாலிட்டிஸ் இருக்கு முடிச்சிட்டு ஊருக்கு கௌம்பிடுவேன்”

“இல்ல நான் உங்கள நம்ப மாட்டேன்.... நான் இது பத்தி பட்டேல் சார் கிட்ட சொல்லப் போறேன்”

“போ... போ... இவன் ஒருத்தன்... அவர் சொல்றதுகூட சரி தான்டா இந்த கொலகாரன் சூப்பர் ஸ்மார்ட்... எப்டி பக்கவா பிளான் பண்ணி ரீஸன்னோட பெர்ஃபெக்ட்டா கொல பண்ணிருக்கான் பாரேன்... ஒரு க்ளூ கூட விடாம அது தான்டா நம்ப முடியல”

இவன் பேசிக்கொண்டே போக அவனை உற்றுப்பார்த்த காளி

“என்னாலையும் நம்ப முடியல பாஸ்... உண்மையிலே நீங்க தான் சொல்றீங்களா? இல்ல என்கிட்ட இப்டி பேசிட்டு நான் கௌம்பின பிறகு தனியா இன்வெர்ஸ்டிகேஷன் பண்ண போறீங்களா?”

“ச்ச அதெல்லாம் இல்லடா சீரியஸ்சா தான் சொல்றேன்... நீ கௌம்பு நான் எல்லாத்தையும் முடிச்சிட்டு கௌம்புறேன்...”

கூறிவிட்டு டாக்குமென்ட் இருக்கும் அறைக்கு சென்று அங்கிருந்த ஃபைல்களை எடுத்து சரிபார்த்துக்கொண்டிருந்தான் ஆருஷ். ஊருக்கு செல்ல தயாராகி வந்த காளி ஆருஷிடம் பேசிவிட்டு கட்டிபிடித்து விடைபெற்று கிளம்பினான். அவன் சென்ற பிறகு சிறிது நேரம் கழித்து வந்த பட்டேல்

“என்ன ஆருஷ் நீங்க ஏதோ ரகசியமா கொலைகாரன கண்டுபிடிக்க போறீங்களாமே? அப்டியா?” அவர் சிரித்துக்கொண்டே கேட்க

ஆருஷ் எதுவும் பேசாமல் பார்வையாலே கேள்வி எழுப்ப

“தாஸ் தான் சொன்னான்”

ஆருஷ் சட்டென சிரிக்க அவனுடன் சேர்ந்து சிரித்த பட்டேல்

“ஒருவேல நீங்க அந்த கொலைகாரன கண்டுபுடிச்சிங்கன்னா என் சார்பா ஒரு நன்றியும் வாழ்த்துக்களும் சொல்லிடுங்க!” சொல்லிவிட்டு அவர் வெளியில் செல்ல

ஆருஷ் சிரித்துக்கொண்டே தலையசைத்து விட்டு கையில் இருந்த சில ஃபைல்களை ஒரு அலமாரியின் மேல் தளத்தில் திணித்தான். திணித்த வேகத்தில் பக்கத்தில் இருந்த சில ஃபைல்கள் கீழே விழ அதனை அடுக்கி எடுத்து மேலே வைத்துவிட்டு திரும்பி இரண்டு அடி எடுத்து வைத்தவன் நெற்றி சுருங்க எதுவோ நினைவு வந்தவனாய் அடுக்கி வைத்த அனைத்து ஃபைல்களையும் மீண்டும் எடுத்துப் பார்த்தான். அதில் கடைசியில் இருந்த ஒரு ஃபைலை பார்த்தவன் அதில் ஒரு ஃபார்மை மட்டும் எடுத்தான். அதில் இருந்த பேரைப் பார்த்து அதிர்ந்தான். தன் கண்ணை தன்னாலே நம்பமுடியாமல் திரும்ப திரும்ப பார்த்தவன் தாஸுக்கு ஃபோன் அடித்தான்.

“ஹேலோ... தாஸ்...”

“சொல்லுங்க பாஸ்”

“எங்க இருக்க?”

“ரயில்வே ஸ்டேஷன் போயிட்டு இருக்கேன் பாஸ் என்ன ஆச்சி ஏதாவது பிரச்சனையா நான் வேணுனா வரவா?”

“ஹேய்... அதெல்லாம் ஒன்னுலடா ஃபைல்ஸ் அடுக்கிட்டு இருந்தேன் எல்லாம் மொத்தமா சரிஞ்சிடுச்சி மொதல்ல நீதான அடுக்கி வச்ச அதான் எந்த ஃபைல் எங்க இருந்துச்சின்னு உன்ன கேக்க கால் பண்ணேன்”

“அப்டியா? சரி சொல்லுங்க பாஸ் இப்ப என்ன தெரியணும்?”

“அந்த சென்டர் இருக்க பீரோல லெஃப்ட் சைட் செகண்ட் கார்னர்ல இருந்ததுலாம் என்ன ஃபைல்ஸ் தாஸ்”

“அதெல்லாம் அந்த லேப்ல வேல செஞ்ச டாக்டர்ஸ் அப்பாய்ன்ட்மெண்ட் ஃபார்ம் பாஸ்... அவங்கள பத்தின டீடெயில்ஸ் எல்லாமே நம்ம கண்ட்ரோல்

ரூம்ல இருக்க மெயின் சிஸ்டம்ல லேப் கேஸ் ஃபோல்டர்ல இருக்கு பாஸ். வேற ஏதாவது தெரியனுமா பாஸ்?"

"ஒன்னுல தாஸ் அவ்ளோ தான் பாத்து பத்திரமா போயிட்டு வாடா வீட்டுல அம்மாவ கேட்டேன்னு சொல்லுடா"

"ஓக்கே பாஸ் டேக் கேர் பாஸ்... வேலைய முடிச்சிட்டு கௌம்புங்க தேவை-யில்லாம யோசிச்சிக்கிட்டு கெடக்காதீங்க..."

"சரிடா சரிடா அட்வைஸ் பண்ணாம கௌம்புடா"

அழைப்பை துண்டித்த அடுத்த நொடி கண்ட்ரோல் ரூமை நோக்கி ஓடினான். அங்கிருந்த மெயின் சிஸ்ட்டத்தில் அவன் சொன்னது போலவே தேட

அதிலும் அதே பெயர் இருந்தது. அதோடு சில தகவல்களும் கிடைத்தது.

அது என்னன்னா?

டாக்டர் சம்ருதா ஜெய்ராஜ் நியூரோ சர்ஜென்ட், பத்மா கேர் அண்ட் வெல்ஃ-பர்ல டியூட்டி டாக்டர், நேட்டிவ் பெங்களூர், பேரண்ட்ஸ் சிந்தியா-ஜெய் ராஜ். அதன் பிறகு இருந்த தகவல்கள் அனைத்தும் அவள் இதுவரை செய்திருந்த அறுவைசிகிச்சைகள் மற்றும் மருத்துவதுறையில் அவள் செய்த சாதனைகள் என அவளது மருத்துவ திறமையை பாராட்டும் வகையில் தகவல்கள் கிடைத்தது.

ஆருஷால் நம்பவே முடியவில்லை. நூறு தடவைக்கு மேல் தன்னை தானே கேட்டுக்கொண்டான்.

"சம்ருதா டாக்டர்ரா?.... சம்ருதா நிஜமாவே டாக்டரா? இது ஏன் இவ்ளோ-நாளா யாருக்கும் தெரியாம இருந்துச்சி.... அதோட அவ இந்த லேப்ல வேல செஞ்சாளா? இது அவதானா? இல்ல நான் ஏதாச்சும் தப்பா புரிஞ்சிக்கிட்டேனா" என அவனுக்குள்ளே கேட்டுக்கொண்டான்.

ஆதரங்கள் கண் முன் இருந்தாலும் இது உண்மையா என உறுதிப்படுத்-திக்கொள்ள பத்மா கேர் அண்ட் வெல்ஃபர் மருத்துவமைனைக்கு சென்றான் அங்கிருந்த ஒரு செவிலியர் தானாக வந்து என்ன உதவி வேண்டுமென கேட்க இவனும் எதார்தமாக சம்ருதா பற்றி கேள்வி எழுப்பினான். சம்ருதா என்ற பெய-ரில் யாரும் வேலை செய்யவில்லை என கூறிய செவிலியரை வினோதமாய் பார்த்து

"நிஜமாவே அப்டி யாரும் இல்லையா? அப்போ இந்த ஃபைல இருக்கறது என்ன? இது உங்க ஹாஸ்பிடல் சீல்தான? அவ இங்க வேலை செஞ்சதுக்கான ப்ரூஃப் என்கிட்ட இருக்கு நீங்க எப்டி அப்டி சொல்லலாம்? உங்க முழியே சரியில்லையே.... உண்மைய சொல்லுங்க?" ஆருஷ் மேலும் கேள்விகளைகேட்டு அந்த செவிலியரை மிரட்ட அவளோ சற்று மிரண்ட படி எங்கோ பார்த்து சமாளிக்க தெரியாமல் விழிக்க அவள் பார்த்த திசையை திரும்பி பார்த்தான் ஆருஷ்.

அங்கு கருப்பு நிற ஜோக்கெட் அணிந்த ஒருவன் ஒரு துணுக்கு பின்னால் நின்றிருந்தான். ஆருஷ் அவனை கவனிப்பதை கண்டதும் சட்டென தனது குல்லாவை (கேப்) அணிந்து கொண்டு அங்கிருந்து நகர ஆரம்பித்தான். ஆருஷ் அவனை பின்தொடர சிறிது சிறிதாக வேகத்தை அதிகரித்தவன் சாலைகளில் புகுந்து ஓட ஆரம்பித்தான் ஆருஷும் தொடர்ந்து துரத்திக்கொண்டே போக அந்த இரவுநேரத்தில் மங்கிய வெளிச்சத்தில் வாகனங்களற்ற சாலையில் முடிவில்லாமல் ஓடிக்கொண்டிருந்தனர் இருவரும். திடீரென அவன் ஒரு ப்ரிட்ஜ் மீது ஏறி ஓடிக்கொண்டிருக்க ஆருஷ் எதிர் புறமாக வந்து மடக்கி பிடித்து அடித்து அவன் யாரென விசாரிக்க அவனும் பதிலுக்கு அடிக்க இருவரும் சமமாக சண்டையிட்டுக்கொண்டிருந்தனர். சட்டென தனது துபாக்கியை எடுத்த ஆருஷ் அவனது காலில் சுட தடுக்கி சுருண்டு விழுந்தவன் எழுந்து சண்டையிடுவதற்குள் அவனது நெற்றி பொட்டில் துப்பாக்கியை வைத்து மிரட்ட வேறு வழியில்லாமல் அடங்கி நின்றான் அவன்.

“யார் நீ? எதுக்காக சம்ருதா பத்தி டீடெயில்ஸ் மறைக்க ட்ரை பண்ற? உனக்கும் அவளுக்கும் என்ன சம்பந்தம் ” சட்டை காலரை பிடித்து அவனது கழுத்தை ஒருக்கையால் அழுத்தி பிடித்து கோவம் தெறிக்க கேட்டான் ஆருஷ்.

“சந்துரு....! சம்ருதாவோட லவ்வர்!” என கத்தினான் கண்கள் சிவக்க கோவம் பொங்க,

அவனது வார்த்தைகளை கேட்ட மறுகணம் உலகம் சுழள்வது நொடியில் நின்றதுபோல இருந்தது ஆருஷுக்கு.... கால்கள் தளர கைகள் பிடிமானம் தவறியது... அவனது மூளை இதனை நம்பாதே என எடுத்துரைக்க மீண்டும் அந்த சந்ருவின் கழுத்தில் துப்பாக்கியை வைத்து அழுத்தி உண்மையை சொல்லுமாறு மிரட்டினான். அவன் மீண்டும் அதையே கூறினான். மேலும் சில உண்மைகளோடு சேர்த்து இந்த கொலைகளை செய்தது யார் என்ற உண்மையும் அவனே கூற அதிர்ந்த ஆருஷ் தனது மொபைலில் இருந்த சம்ருதாவின் ஃபோட்டோவை காட்ட அவன் ஆம் என தலையசைக்க

சட்டென அவனை பிடித்து பாலத்தின் சுவற்றின் பக்கம் தள்ளியவன் கோவத்தில் கத்தினனோ இயலாமையில் கத்தினானோ தரையில் மண்டியிட்டு தலையை பிடித்துக்கொண்டு கத்தினான். இது தான் சமயம் என நினைத்த சந்துரு

“கங்க்ராஜூலேஷன் ஆபிசர் சார்.... ஒரு வழியா கண்டுபுடிச்சிட்டீங்க! ஆல் தி பெஸ்ட் ஃபோர் யுவர் ஃப்யூச்சர்” என கூறிவிட்டு

அப்படியே பின் புறமாக பாலத்தின் மேல் இருந்து விழுந்தான் ஆருஷ் வேகமாக எழுந்து வந்து

“ஹேய்.......” என கத்திக்கொண்டே கீழே பார்க்க

கீழே வந்து கொண்டிருந்த ஒரு பஞ்சு மூட்டை லாரியில் குதித்தவன் மல்லாக்க படுத்துக்கொண்டு கால்மேல் கால் போட்டு டாட்டா காட்டிக்கொண்டே சென்றான்.

இவன் கோவத்தில் கையால் அந்த பாலத்தின் சுவற்றை ஒரு குத்து விட அந்த இடம் சற்று உள் வாங்கியது. உடனே சஞ்சய், சுகன், மீரா, தீஷா என தொடர்ந்து ஃபோன் அடித்துக்கொண்டே இருந்தான். யாரும் எடுக்காமல் போக அந்த இரவே சென்னை கிளம்பினான்.

அத்தியாயம் 23 (1)

ஆருஷ் மும்பைல கேஸ் கண்டுபுடிச்சிக்கிட்டு இருந்த நேரத்துல இங்க வீட்டுல என்ன நடந்துச்சின்னு பாத்துட்டு வந்துலாம் வாங்க.

அன்று....

ஆருஷும் தாஸும் மும்பை சென்ற பிறகு ஹாஸ்பிடலுக்கு வந்த சஞ்சய் ஆருஷ் கேசுக்கு உதவுவதாக கூறி மூன்று நாட்கள் மருத்துவமனையிலேயே தங்கிவிட்டான். அதன் பிறகு எத்தனை நாட்கள் இப்படி கண்ணம்பூச்சி ஆடி தப்பிப்பது? உண்மையை வீட்டில் சொல்லிவிடலாம் என முடிவெடுத்த அடுத்த நிமிடம் ரமணனும் பவித்ராவும் நினைவுக்கு வந்தனர். சற்று அமைதியாக யோசித்தவன் முதலில் ரமணன் பவித்ராவை சேர்த்து வைத்துவிட்டு அவர்களின் சம்மதம் பெற்ற பிறகு தன் வீட்டில் உள்ள அனைவரிடமும் தீஷாவை காதலிப்பது பற்றி கூறலாம் என முடிவெடுத்தான்.

அதன்படி தனது பகல் நேர வேலையை இரவு நேரத்திற்கு மாற்றிவிட்டு பகலில் தீஷாவுடன் சேர்ந்து ரமணன் பவித்ராவை சேர்த்துவைக்க பிளான் போடுவது என்ற பெயரில் காதலித்து ஊர் சுற்றுவது இரவில் மருத்துவமனைக்கு வந்து வேலை பார்ப்பது என தனது வேலை நேரத்தை மாற்றி அமைத்தான்.

இப்பொழுதெல்லாம் முழு நேரமும் மருத்துவமனையில் வேலையிருப்பதாக வீட்டில் பொய்யுரைத்து சமாளித்தான். ஆனால் தமயந்தி சஞ்சய்யிடம் பேச முயற்சித்துக்கொண்டே இருந்தாள். என்னதான் காதலித்து ஊர் சுற்றினாலும் சூழ்நிலையின் தீவிரம் உணர்ந்த சஞ்சய்.... தீஷாவின் உதவியுடன் ஒரு திட்டம் போட்டான். அவர்கள் திட்டப்படி ஒரு உணவகத்தில் ரமணனையும் பவித்ராவையும் தனிமையில் சந்திக்கவைத்து பேச வைத்தனர். முதலில் இருவரும் ஏதோ மூன்றாவது மனிதரிடம் பேசிக்கொள்வது போல பேசிக்கொண்டாலும் கொஞ்சம் கொஞ்சமாக ஒருவருக்கொருவர் மன்னிப்பு கேட்டுக்கொண்டு இருவரும் தங்களை தாங்களே குறைக் கூறி திட்டிக்கொண்டனர். சற்று நேரத்தில் இருவர் மீதும்

தவறு இருப்பதை உணர்ந்து வருந்த... அப்பொழுது அங்கு வந்த தீஷா

"இதே மாதிரி அன்னைக்கே நீங்க ரெண்டு பேர் மட்டும் பொறுமையா உக்-காந்து பேசியிருந்தா... இவ்ளோ பிரச்சனையும் வந்திருக்காது... இத்தனவருஷம் வேஸ்ட்டும் ஆகிருக்காது" என ரமணன் அருகில் அவரின் தோள் சாய்ந்தபடி அமர்ந்தாள்.

மூவரும் ஒன்றாய் அமர்ந்து உணவருந்த அந்த கட்சியை பார்த்து திருப்திய-டைந்தான் சஞ்சய். தீஷாவின் கண்கள் கலங்கியது....

"நாம இப்டி உக்காந்து சாப்பிட எத்தன வருஷம் தேவப்பட்டிருக்கு" என உடைந்த குரலில் கூறினாள்.

அவளது தலையை வருடி முதமிட்ட ரமணன் அவளுக்கு மட்டும் கேட்கும் படி உரைத்தார்

"இப்பவே உங்க விஷயத்தை உன் அம்மா கிட்ட சொல்லிடு.... அப்போதான் சந்தோஷத்துல உடனே ஒத்துக்குவா"

ரமணனின் வார்த்தையை கேட்டு அதிர்ந்து விழிவிரித்தவள் "அதுக்குள்-ளயா.... இப்ப தான சாமாதானம் ஆனிங்க அதுக்குள்ள இன்னொரு பிரச்-சனையா? வேணாம்ப்பா இன்னோர் நாள் சொல்லிக்கலாம்"

"அதெல்லாம் முடியாது உங்க அம்மா மூட் பத்தி உனக்கு தெரியாது... பாவம் சஞ்சய் பாரு அங்க தனியா யாரோபோல உக்காந்திருக்கான். அவன் வீட்டுல வேற இப்ப நெலமை சரியில்ல..."

"ஏன் என்ன ஆச்சி? சஞ்சய் என்கிட்ட எதுவும் சொல்லவே இல்லையே"

"இப்ப அதுவா முக்கியம் நம்ம சைட் ஸ்டார்ங்கா இருந்தா தான அவன் ராமு கிருஷ்ணான் கிட்ட தைரியமா தெளிவா பேச முடியும்"

"அதெல்லாம் சரிதான்ப்பா ஆனா"

"ஆனா ஆவன்னாலாம் இல்லா நீ தான் பேசணும்... இப்பவே சொல்லு டக்குன்னு யோசிக்காம சொல்லிடு நீ சஞ்சய்ய காதலிக்கிறன்னு சொல்லு..... ஐ லவ் சஞ்சய்மான்னு சொல்லு... சஞ்சய்ய கல்யாணம் பண்ணிக்க விரும்புறேன்னு சொல்லு"

"அப்பா...... கொஞ்சம் சும்மா இருங்க... நீங்க பேசுறத கேட்டா நானே வாய் தவறி சொல்லிடுவேன் போல... எல்லாதுக்கும் டைம் இருக்குல்லப்பா"

"ஆனா சஞ்சய்க்கு அவ்ளோ டைம் இல்ல செல்லம் ராமுவோட அக்கா அவங்க பொண்ண சஞ்சய்க்கு கட்டிவைக்க துடிக்கிறாங்க..... அப்றம் காத்தி-ருந்தவன் பொண்டாட்டிய நேத்து வந்தவன் கூட்டிட்டு போன மாதிரி ஆகிடும் பாத்துகோ"

அவரது பழமொழி கேட்டு முகம் சுளித்தவள் "என்ன பழமொழிப்பா இது?"

“இப்ப இது ரொம்ப முக்கியம்...? பழமொழிய கவனிச்ச நீ அதுக்கு முன்னாடி சொன்னதா கவனிக்கலயா? அப்டியே உன் அம்மா மாதிரியே இருக்க?”

“அப்பா.....” அவள் ஓரக்கண்ணால் ரமணனை முறைக்க

“அப்பாவ அப்றம் பாக்கலாம் உங்க அம்மா ரொம்ப நேரமா நம்மளையே பாக்குறா அத கொஞ்சம் பாரு செல்லமே” என தலையை குனிந்து கொண்டு சாப்பிடுவது போல பாவலா செய்தார் ரமணன்.

இருவரையும் கூர்ந்து குறுகுறுவென பார்த்த பவித்ரா “அப்பாவும் பொண்ணும் அப்டி என்ன ரகசியம் பேசுறீங்க... அதுவும் ரொம்ப நேரமா?” என கேட்க

“ரகசியம்லாம் ஒன்னுல பவி... தீஷா தான் உன்கிட்ட ஏதோ சொல்லணுன்னு சொன்னா.... சொல்லு செல்லம்”

“அப்பா.... (என அவரை பார்த்து பல்லை கடித்தவள்) அதெல்லாம் ஒன்னும் இல்லம்மா.... அப்பாதான் எனக்கு ஏதோ மாப்ள பாத்ததா சொன்னாரு.... அதுக்கு தான் பதில் கேட்டுகிட்டு இருக்காரு”

சட்டென பவித்ராவின் முகம் மாறியது “அதுக்கு நீ என்ன சொன்ன?” ரமணனின் முகத்தை வெறித்துக்கொண்டே தீஷாவிடம் கேட்டார் பவித்ரா.

ஏதோ தவறாக நடக்கப் போவதை உணர்ந்த தீஷா “அம்மாவ கேக்கமா பதில் சொல்ல மாட்டேன் சொல்லிட்டேன்ம்மா” என்றாள் ரமணனை பாவமாய் பார்த்துக்கொண்டு

பெருமையாய் புன்னகைத்தவர் “அப்போ முடியாதுன்னு சொல்லிடுமா” என்றார் ரமணனை கர்வமாய் பார்த்துக்கொண்டே.

“பவி.... எது எதுல உன் கர்வத்தை காட்டுறதுன்னு விவஸ்த்தை இல்லையா அந்த பையன் ரொம்ப நல்ல பையன்...” அவர் முடிப்பதற்குள் கையை குறுக்கே நீட்டி நிறுத்த சொல்லவது போல சைகை செய்த பவித்ரா

“நம்ம பொண்ணு கல்யாணத்துல முடிவெடுக்குற உரிமை நம்ம ரெண்டு பேருக்குமே இருக்கு அதவிட முக்கியம் அவளோட சம்மதம். நாம அவள கட்டாயப்படுத்தி எந்த முடிவையும் எடுக்க கூடாது.”

“அப்போ நீ பண்றது சரியா? நீயும் தான் வேணான்னு சொல்ல சொல்லி கட்டாயப்படுத்துற”

“நா ஒன்னும் கட்டாயப்படுத்தல அவ ஒன்னும் சின்ன கொழந்த இல்ல ஒருவேல அவளுக்கு அந்த பையன பிடிச்சிருந்தா டைரக்ட்டா எங்கிட்டயே சொல்லியிருப்பா.... இப்டி யோசிச்சி மழுப்ப மாட்டா”

இருவரும் மாறி மாறி பேசிக்கொள்ள பவித்ராவின் முடியாது என்ற பதிலில் அதிர்ந்த தீஷா அப்படியே சிலையென அவர்களின் வாயை பார்த்துக்கொண்டே அமர்ந்திருந்தாள்.

“தீஷா.... உங்க அப்பா சொன்ன பையன உனக்கு புடிச்சிதா இல்லையா நீயே சொல்லு”

இது தான் சமயம் என ரமணன் கண் காட்ட தீஷா வாயி திறக்கும் முன் குறுக்கிட்ட பவித்ரா

“அதுக்கு முன்னாடி நான் சொல்றதையும் கேட்டுக்கோ... நீ எதுக்காக சஞ்சய் தம்பிய வேண்டான்னு சொன்னன்னு எனக்கு தெரியாது.... ஆனா எனக்கு சஞ்சய் தம்பிய ரொம்ப புடிச்சிருக்கு அவர் உன்ன சந்தோஷமா பாத்துக்குவாருன்னு எனக்கு நிறைய நம்பிக்கை இருக்கு உங்க அப்பா உனக்கு பாத்த அந்த கமல விட சஞ்சய் 100 டைம்ஸ் பெட்டர் நல்லா யோசிச்சி முடிவெடு... நான் வாஸ் ரூம் போயிட்டு வர்றேன்... நான் வர்றதுக்குள்ள மறுபடியும் அவளோட மானச மாத்தா முயற்சி செஞ்சிங்க அவ்ளோ தான்” என ரமணனை எச்சரித்து விட்டு சென்ற பவித்ராவை வினோதமாய் பார்த்தாள் தீஷா.

பிறகுதான் புரிந்தது பவித்ராவை ஒப்புக்கொள்ள வைக்க ரமணனும் சஞ்சய்யும் சேர்ந்து செய்த சதி தான் இந்த கமல் என்ற ஒரு புது கதாப்பத்திரம். அன்று பவித்ராவுக்கு சிகிச்சையளித்த பிறகு சஞ்சய்யும் பவித்ராவும் நன்றாக பேசி பழக ஆரம்பித்தனர்.

அதன் படி சஞ்சய் தீஷாவிடம்... தான் காதல் உரைத்ததாகவும் அவள் அதனை ஏற்க மறுத்ததாகவும் ரமணன் தீஷாவிற்கு அவரின் சக அதிகாரியின் மகன் கமலுக்கு திருமணம் முடிக்க இருப்பதாகவும் பவித்ராவிடம் கூறி வருந்தினான் சஞ்சய்.

அதன் விளைவே பவித்ராவின் இந்த முடிவு. உண்மையில் இது தீஷாவிற்கு சந்தோஷமான முடிவுதான்.

ஒருவழியாக தீஷாவின் பக்கம் பிரச்சனை தீர்ந்து மகிழ்ச்சி பொங்க அடுத்து தனது வீட்டில் வெடிக்கவிருக்கும் பூகம்பத்தை எதிர்கொள்ள தயாரானான் சஞ்சய்.

அதன்படி அடுத்த நாள் காலையில் வீட்டிற்கு சென்றவன் இன்று எப்படியாவது அவனது காதல் பற்றி வீட்டில் பேசிவிடுவது என முடிவு செய்தான். வீட்டில் உள்ள அனைவரையும் எப்படி அழைப்பது என யோசித்துக்கொண்டே படிகளில் இறங்கினான். அதிசயமாய் அன்று அவனது மொத்த குடும்பமும் வீட்டின் நடுக்கூடத்தில் ஒன்றுகூடி அமர்ந்திருந்தனர். யோசைனையுனூடே வந்து அமர்ந்தான்.

“என்னப்பா சஞ்சய் இன்னைக்கு ஹாஸ்பிடல் போகலையா?” என பேச்சை ஆரம்பித்தார் கிருஷ்ணன்

“இல்ல பெரிப்பா இன்னைக்கு நைட் டியூட்டி ஈவினிங் தா போவேன்”

“ரெண்டு வாரமா நிறைய வேல போல?”

“ஆமா பெரிப்பா...” கிருஷ்ணாவின் கேள்விக்கு பதில் சொல்ல மட்டும் நிமிர்ந்து விட்டு மீண்டும் குனிந்து யோசித்துக்கொண்டே இருந்தான் எப்படி ஆரம்பிப்பது என மூளை குடைந்து கொண்டே இருந்தது. சட்டென...

“ஒரு முக்கியமான விஷயம் சொல்லனும் பெரிப்பா”

“ஒரு முக்கியமான விஷயம் சொல்லனும்பா சஞ்சய்”

இருவரும் ஒரே நேரத்தில் பேசிக்கொள்ள சற்று நிறுத்திய கிருஷ்ணன்

“என்ன விஷ்யம்பா சஞ்சய் சொல்லு”

“ஒன்னுலங்க பெரிப்பா நீங்களே சொல்லுங்க”

“இல்ல பரவல்லப்பா நீயே சொல்லு”

“இல்ல இல்ல பெரிப்பா நீங்களே சொல்லுங்க” என்றான் சஞ்சய்

அருகில் இருந்த ராமனையும் சகுந்தலாவையும் பார்த்தவர் மெல்ல பேச ஆரம்பித்தார்.

“அது தமயந்தி அக்கா சாலிகாவுக்கு கல்யாணம் பண்ணனுன்னு ஆசப்படு-றாங்க”

இந்த விஷயத்தை கேட்டதும் அவனுக்கு சற்று தயக்கம் கூடிப்போனது, அவர் சொல்வதற்குள் சொல்லிவிடலாம் என நினைத்து வாய் திறக்க போன-வனை சம்ருதாவின் கையசைப்பு நிறுத்தியது. மொபைலை பார்க்கும்படி சைகை செய்தாள். அவனும் மொபைலைப் பார்க்க அதில் அவளிடமிருந்து ஒரு குறுஞ்-செய்தி வந்திருந்தது ‘பதட்டப்படாம இதுல இருக்குறத மட்டும் பேசுங்க வேற எதுவும் அவசரப்பட்டு சொல்லாதீங்க.....’ என வந்தது அந்த குறுஞ்செய்தி. அடுத்து வந்த குறுஞ்செய்தியில் அவளது பதிலைப் பார்த்து அதிர்ந்தவன் முடி-யாது என்பது போல தலையசைக்க அவள் மெதுவாக கண்களை மூடி திறக்க வேறுவழி இல்லாமல் சரி என தலையசைத்தான்.

“என்னப்பா சஞ்சய் எந்த பதிலும் சொல்லாம இருக்க?” என மீண்டும் பேச்சை துவங்கினார் கிருஷ்ணன்

“அத்த அவங்க பொண்ணுக்கு கல்யாணம் பண்ண ஆசப்படுறாங்க இதுல என்ன தப்பு இருக்கு பெரிப்பா பண்ணட்டுமே” சாதாரணமாக கூறினான்.

“என்ன சஞ்சய் இப்டி சொல்ற? இதுல உனக்கு சம்பந்தம் இல்லாத மாதிரி யாரோ போல பேசுறியே” என்றாள் தமயந்தி

சஞ்சய் சம்ருதாவை பார்த்துவிட்டு மொபைலை பார்க்க மீண்டும் ஒரு குறுஞ்-செய்தி

“அப்டிலாம் எதுவும் இல்ல அத்த சாலிக்கு கல்யாணம்னா எனக்கு சந்தோ-ஷம் தான் சரி மாப்ளலாம் பாத்தாச்சா யார் மாப்ள?” என்றவனை அனைவரும் ஆச்சரியமாய் பார்க்க தமயந்தி அதிர்ச்சியாய் பார்த்தாள்.

“என்ன பேசுற சஞ்சய்... உனக்கும் சாலிக்கும் கல்யாணம் பண்றதாதன பேசி-னோம்...”

“யார் பேசினது?” மொபைல் பார்த்தபடி கேள்வி எழுப்பினான் சஞ்சய்.

“யார் பேசினதா? என்னடா ராமா இதெல்லாம் சஞ்சய் என்ன பேசுறான்? (தம்பியை கேட்டுவிட்டு சஞ்சய்யின் பக்கம் திரும்பி) நீதான சஞ்சய்.... சாலி எக்ஸாம் கிளியர் பண்ணா கல்யாணம் பண்ணிக்கிறேன்னு சொன்ன?”

“நானா....? நான் எப்போ சாலிய கல்யாணம் பண்ணிக்கிறேன்னு சொன்-னேன் அத்த? சாலி எக்ஸாம் கிலியர் பண்ணா அவ ஃப்யூச்சர்க்கு நல்லதுன்னு அவ படிக்கிற வரைக்கும் வெயிட் பண்ணுங்கன்னு சொன்னேன் அத நீங்க இப்டி புரிஞ்சிபிங்கன்னு நான் நெனைக்கல என்ன பெரிப்பா இதெல்லாம்” சற்று தயக்கத்துடன் தெளிவாய் சம்ருதாவை பார்த்துக்கொண்டே கேட்டான் சஞ்சய்.

சம்ருதா புன்னகைத்து ‘மறந்து கூட உங்க லவ் மேட்டர இப்போ சொல்லி-டதீங்க அப்றம் உங்க அத்த தீஷாவ வில்லி ஆக்கிடுவாங்க..... ஐடியா கெடச்-சிடுச்சில்ல இனி உங்க பாடு சமாளிச்சிக்கோங்க’ என்று மீண்டும் குறுஞ்செய்தி அனுப்பினாள் அவன் முழிக்க அவள் மீண்டும் சிரித்தாள்.

அவன் ‘தேங்க் யு ஃப்ரெண்ட்’ என பதில் அனுப்பினான்.

தமயந்தியின் உச்சந்தலையில் நெருப்பை அள்ளி கொட்டியது போல ஆடிக்-கொண்டிருந்தாள்.

“என்னடா கிருஷ்ணா இதெல்லாம் அவன் என்ன சொல்றான் கேட்டீங்களா? என்ன ராமா நீ பாட்டுக்கு கேட்டுகிட்டு அமைதியா இருக்க? அன்னைக்கு அவன் தான என் பொண்ண கல்யாணம் பண்ணிக்கிறேன்னு அரியர் எழுதி பாஸ் பண்ணட்டும் சொன்னான். இப்ப இப்டி பேசுறான்...”

“இதுல நாங்க சொல்ல என்னக்கா இருக்கு கல்யாணம் பண்ணி வாழ போறது அவங்க தான் அவங்க எடுக்குற முடிவுதான் கடைசி முடிவு அவன் அப்போ அப்டி சொல்லலனா என்ன இப்ப கேட்டுடுவோம் எதுக்கு நீ இப்டி பதறுற? என்னப்பா சஞ்சய் அப்ப பேசினதெல்லாம் விடு இப்ப என்ன சொல்ற? அத்த சாலிகாவ உனக்கு கல்யாணம் பண்ணி குடுக்க விரும்புறாங்க உனக்கு சாலிய கல்யாணம் பண்ணிக்க விருப்பமா இல்லையா?” என்று கேட்டார் கிருஷ்ணா.

“என்ன பெரிப்பா நீங்க என்ன இப்டி கேக்குறிங்க எனக்கு மீரா, நிஷா எப்-டியோ அப்டி தான் சாலிகாவும் நான் எப்பவும் சாலிய அப்டி யோசிச்சது கூட இல்ல”

அவ்வளவுதான் சாமியாட ஆரம்பித்தாள் தமயந்தி.

“எப்டி எப்டி அத்த பொண்ணும் அக்கா தங்கச்சியும் ஒன்னா? என்ன மொத்த குடும்பமும் என்னைய பைத்தியக்காரின்னு நெனச்சிட்டீங்களா?

மொதல்லே சாலி தான் சஞ்சய்க்குன்னு இவங்களே சொல்லி எம்பொண்ணு மனசுல ஆசைய வளப்பாங்கலாம்.... இப்ப பழசெல்லாம் விடுங்கன்னு பேசுவாங்கலாம் இதோ இந்த உத்தம புத்திரன் பரீட்சைல பாஸ் பண்ணட்டும் அத்த சாலிய கல்யாணம் பண்ணிக்கிறேன்னு சொல்லுவாறாம் அப்றம் கேட்டா பாஸ் பண்ணா நல்லதுன்னு தான் சொன்னேன் கல்யாணம் பண்ணிக்கிறேன்னு சொல்லலம்பாறாம் என்ன அப்பனும் மகனும் சேந்து எங்காதுல பூ சுத்துறீங்களா? மரியாதையா என் மக வாழ்க்கைக்கு ஒரு வழி சொல்லுங்க.... அவ இவன் தான் ஒலகம்னு நெனச்சி வாழ்துக்கிட்டு இருக்கா...."

"அக்கா நீ பேசுறது உனக்கே சரியா இருக்கா? அவன் தான் அவனோட மனசுல அப்டி ஒரு எண்ணமே இல்லங்குறான்ல மீண்டும் நாம கட்டி வச்சா நாளைக்கு ஒன்னுன்னா யார் பாக்குறது நமக்கு நம்ம புள்ளைங்க சந்தோஷம் தான முக்கியம்" என்றார் ராமன்.

"ஆமாடா எனக்கு எம்புள்ள சந்தோஷம் தான் முக்கியம்... ஒழுங்கா உன் பையனுக்கு புத்திமதி சொல்லி சாலிய கல்யாணம் பண்ணிக்க சொல்லு என்கிட்ட வந்துட்டான் பேச" கோபமாய் கொதித்தாள் தமயந்தி.

"அப்டிலாம் பண்ண முடியாதுப்பா... சாலிய கூப்ட சொல்லுங்க நா அவக்கிட பேசி புரியவைக்கிறேன்..." என்றவனை முறைத்த தமயந்தி பேச வாய் திறக்கும் முன்

"என்னப்பா சஞ்சய் ஏன் இப்டி கோவமா பேசுற?" என கேட்க ஆரம்பித்த அந்திமதியை கைப் பிடித்து நிறுத்திய சகுந்தலா.

"சும்மா இரு அந்தி நீ ஏதாவது கேக்க போயி அப்டியே நம்ம பக்கம் திரும்பிடுவாங்க நம்ம தா சஞ்சய்ய பேச வச்சோம்னு... எதுக்கு?" என அவருக்கு மட்டும் கேட்கும் விதத்தில் கூறி அடக்கினார்

"பின்ன என்னம்மா? நான் தான் சொல்றேன்ல என் மனசுல சாலி மேல அப்டி எந்த எண்ணமும் இல்லன்னு மீண்டும் மீண்டும் கல்யாணம் பண்ணிக்க சொல்லுன்னு சொன்னா என்ன அர்த்தம்?" என்றான் சஞ்சய்.

"கேட்டையாடா ராமா.... உன் பையன் என்ன சொல்றான் கேட்டியா? எனக்கு தெரியும் அவன் யார மனசுல வச்சிக்கிட்டு இப்டி சொல்றான்னு.... எனக்கு தெரியும் இதோ நிக்கிறாளே அந்த ஓடுகாலி பெத்த ஒதவாக்கர இவள மனசுல வச்சிக்கிட்டு தான் அவன் இவ்ளோவும் பேசுறான்... எனக்கு தெரியாதா இவங்களுக்குள்ள என்ன ஓடுதுன்னு... இதுக்கு உங்க பொண்டாட்டிகளும் ஒடந்த அதான் ஆரம்பதுல இருந்து மகன பேச விட்டு வேடிக்க பாக்குறாளுங்க..."

"அத்த... தேவயில்லாம பேசுற வேல வேணா" கோவப்பட்ட சஞ்சய்யை அடக்கிய கிருஷணன்.

“சஞ்சய் அத்தைய எதுத்து பேசாத.... என்னக்கா எதுக்கு இப்ப அந்த பொண்ண கொற சொல்ற? இதுல சம்ருதா எங்க இருந்து வந்துச்சி எதுக்கு எல்லா பிரச்சனையும் அந்த பொண்ணுகிட்டையே கொண்டு போயி விடுற?”

“யாரு நானா?.... நான் உண்மைய தான் சொல்றேன்.... இல்லயானு உன் மவன்ட கேளு.... கொஞ்சி கொலாவி பேசுறதும் கூட்டிக்கிட்டு ஊர் சுத்துறதும் நடக்குதா இல்லையான்னு... இந்த சிறுக்கிய மனசுல வச்சிக்கிட்டு தான் என் பொண்ண வேணாங்குறான். இவ அம்மா நம்ம குடும்ப மானத்த வாங்குனா இவ என் மக வாழ்க்கைய நாசமாக்க வந்திருக்கா... இவளெல்லாம் எப்டி தான் இப்டி அடுத்தவன் குடிய கெடுத்து சந்தோஷமா இருக்களோ... இவ அம்மா இது தான் சொல்லி வளத்தா போல” தமயந்தி பேசிக்கொண்டே போக

“அத்த... இதுக்கு மேல சம்ருதாவ ஏதாவது பேசுனிங்க அப்றம் உங்களுக்கு மரியாத இருக்காது சொல்லிட்டேன்” என கத்தினான் சஞ்சய்.

“ஏன்? ஏன்? அவள சொன்னதும் உனக்கு வலிக்குதோ... பாத்தீங்களா நான் சொன்னப்ப யாரும் நம்பல இல்ல.... இப்ப பாருங்க... எல்லாம் இவ இவ... தான் இப்டி மயக்கி பேச வச்சிருக்கா” தமயந்தி சம்ருதாவை அடிக்க போக குறுக்கே வந்து நின்றான் சஞ்சய் தமயந்தியை முறைத்த படி

“அக்கா உனக்கு என்ன மூள கொழம்பிடுச்சா எதுக்கு இப்டி நாக்குல நரம்பில்லாம பேசுற... அவங்க வெறும் நட்பா தான் பழகுறாங்க... சஞ்சய் சாலிய வேணான்னு சொன்னதுக்கு சம்ருதாவ குத்தம் சொல்றது கொஞ்சம் கூட சரியில்ல... நீ இப்டி சம்ருதாவ தப்பா பேசுறத கேட்டுகிட்டு சும்மா இருக்க முடியாது.”

“எப்டி எப்டி எம்பொண்ணு அவனுக்கு அக்கா தங்கச்சி மாதிரி அந்த ஓடி போன ஓடுகாலி பொண்ணு இவனுக்கு நட்பா.... இப்பதான தெரியுது... ஓட்டு மொத்த குடும்பமும் சேந்துதான் எனக்கு எதிரியா இருக்கீங்கன்னு”

“நாங்க யாரும் அப்டி நெனைக்கல நீ தான் இப்ப தேவயில்லாம என்னென்னவோ பேசிக்கிட்டு இருக்க... போ... போயி சாலிக்கு எடுத்து சொல்லி புரியவை... விருப்பம் இல்லாம எதையும் யாருக்கும் செய்ய முடியாது புரிஞ்சிகோக்கா”

“போறன்டா போறேன் ஒரெடியா போறேன் எனக்கு அண்ணன் தம்பி யாரும் இல்ல ஆத்தா ஊடு ஏதுமில்லன்னு போறேன்.... எல்லாருமா சேந்து என்னைய அசிங்கப்படுத்திட்டீங்கல்ல.... எனக்கு தெரியும் நீங்க எல்லாரும் இப்டி தான் பேசுவீங்கன்னு முன்னாடியே தெரியும் எல்லாரும் சேர்ந்து என்னைய நம்ப வச்சி கழுத்த அறுத்துடிங்கல்ல.... நல்லா இருப்பிங்கடா அப்பன் மொவன் அத்தன பேரும் நல்லா இருபிங்க.... என் பொண்ணோட கண்ணீருக்கும் எனக்கு பண்ண துரோகத்துக்கும் நீங்க பதில் சொல்லியே ஆகணும். ஆச காட்டி மோசம் பண்-

ணிடிங்கல்லடா இதுக்கு நீங்க அனுபவிப்பீங்க.... வயிறு எறிஞ்சி சொல்றேன் உங்களுக்கும் ரெண்டு பொண்ணுங்க இருக்காங்க.... அத என் வாயால நான் சொல்ல விரும்பல....''

அவள் இன்னும் விஷமான வார்த்தைகளை அள்ளி கொட்டிவிட்டு அங்கிருந்து கிளம்பினாள். சஞ்சய் என்ன செய்வது என தெரியாமல் கோபமாய் ஹாஸ்பிடலுக்கு கிளம்பி சென்றான். அதே நேரம் தீக்ஷா அவனை பார்க்க அங்கு வரவும் தீக்ஷாவிடம் நடந்ததை கூறி தனது கோபத்தையும் எரிச்சலையும் குறைக்க முயற்சித்து கொண்டிருந்தான்.

‘‘சஞ்சு பிளீஸ் எதுக்கு இவ்ளோ டென்ஷன் நீங்க பேசாம உங்க அத்த பொண்ணுகிட்ட பேசிப் பாக்கலாம்ல?''

‘‘அவள பாக்கவே முடியல எங்க இருந்து பேசுறது... எங்க அத்த ஏன் இவ்ளோ மோசமா நடந்துகுறாங்க தெரில குல்ஃபி... கோவமா வருது''

அவள் மெதுவாய் புன்னகைக்க

‘‘என்னவாம்...''

‘‘எவ்ளோ கோவமா இருந்தாலும் குல்ஃபியா?''

அவனும் சிரித்துக்கொண்டே...

‘‘எப்பவும் குல்ஃபி மட்டும் தான்'' என்றபடி அவளை நெருங்க ஃபோன் அலறியது.

உச்சிக்கொட்டி விலகியவன் போனை எடுத்து பேசினான்.

‘‘ஹேலோ சொல்லு சாம்''

‘‘ஹேலோ சஞ்சய்... சாலி எலி பேஸ்ட் சாப்ட்டு சூசைட் ட்ரை பண்ணிட்டா.... ஹாஸ்பிடல்க்கு தான் கூப்பிட்டு வர்றோம்....''

‘‘என்ன? என்ன சொல்ற சாம்?''

‘‘திரும்பலாம் சொல்ல முடியாது சஞ்சய் நீங்க அங்க செய்ய வேண்டிய ஏற்பாட்ட செய்ங்க'' என கூறிவிட்டு இணைப்பை துண்டித்தாள் சம்ருதா

அவள் கூறியதை கேட்டு அதிர்ந்தவன் தீக்ஷவைப் பார்த்து

‘‘சாலி சூசைட் ட்ரை பண்ணிட்டாளாம்'' என தலையில் அடித்துக்கொண்டான்

‘‘எல்லாம் என்னால தான்...'' என சோர்ந்து அமர்ந்தவனை ஆறுதல் படுத்தினாள் தீக்ஷா....

‘‘சாலி மனசுல அப்டி ஒரு எண்ணம் இருந்தது கூட எனக்கு தெரியாது.... நாங்க சரியா பேசிக்கிட்டது கூட கிடையாது.... இப்ப நான் என்ன பண்ணுவேன்... மாமாக்கு என்ன பதில் சொல்லுவேன் அவருக்கு சாலினா உயிரு... எல்லாம் என்னாலதான்... நான் எப்டி அவர் முகத்துல முழிப்பேன்... வீட்டுல

இருக்க எல்லாரும் என்னை தான் குற்றவாளியா பாப்பாங்க..... எனக்கு அவள ஃபேஸ் பண்ணவே அசிங்கமா இருக்கு...'' என புலம்பியவனை தேற்ற தெரியாமல் முழித்தாள் தீஷா...

சஞ்சய் டாக்டர் சேதுவிடம் கூற அவர் அவர்கள் வருவதற்குள் வேண்டிய ஏப்பாடுகளை செய்தார்.... கார் வந்தவுடன் சாலியை ஒரு ஸ்ட்ரக்சரில் படுக்கவைத்து எமர்ஜென்சி வார்டுக்கு அழைத்து சென்றனர்... சஞ்சய் தீஷாவை தனது அறையிலேயே இருக்க சொல்லிவிட்டு சாலிகாவை பார்க்க ஓடிவர.... அவன் முன்பு வந்த தமயந்தி

“எதுக்குப்பா வர்ற என் பொண்ணு செத்துட்டாளா இருக்களான்னு பாக்க வர்றியா... இப்ப சந்தோஷமா... உங்க எல்லாருக்கும் இப்போ சந்தோஷமா என் பொண்ண எல்லாருமா சேந்து கொன்னுட்டீங்கல்ல... நா சும்மா விட மாட்டேன்... எம்பொண்ணுக்கு மட்டும் ஏதாவது ஆச்சி.... உங்க யாரையும் சும்மா விடமாட்டேன். யாரும் வராதிங்க...எங்கண்ணு முன்ன நிக்காம போங்க இங்க இருந்து...'' என அழுது அலரி கத்தினாள் தமயந்தி...

சஞ்சய்யுடன் சேர்த்து அவனது மொத்த குடும்பமும் சற்று தள்ளி நின்றனர். அதற்குள் தீஷா சஞ்சய்க்கு அழைக்க... அங்கிருந்து தன் அறைக்கு வந்தான் கலங்கிய கண்களுடன்.

“சஞ்சு... இப்ப ஸ்ட்ரக்சர்ல போனது தான் உங்க அத்த பொண்ணு சாலியா?'' என கேட்ட தீஷாவிற்கு அவளது முகம் பார்க்காமல் தலையை மட்டும் அசைத்து பதில் கூறினான் சஞ்சய்.

“சஞ்சு உனக்கு நியாபகம் இருக்கா... ஒருநாள் உன்கிட்ட நான் சொன்னேன்ல சுமோவ ஒரு பொண்ணு வெரட்டி வெரட்டி லவ் பண்ணா.... அவ எக்ஸாம்ஸ் கிளியர் பண்ணா அவங்க அம்மா அவளோட மாமாவுக்கு அவள கல்யாணம் பண்ணி வச்சிடுவாங்கன்னு காலேஜ் முடிஞ்ச பிறகும் வேணும்ன்னே எக்ஸாம் கிளியர் பண்ணாம சுத்திக்கிட்டு இருக்கான்னு''

“ஹாம்... ரொம்ப வினோதமான பொண்ணுன்னு சொன்னியே... இப்போ அதுக்கென்ன?''

“அந்த வினோதமான பொண்ணு உங்க அத்த பொண்ணுதான்''

“என்ன?'' பெரும் அதிர்ச்சியுடன் கேட்டான் சஞ்சய்.

“ஆமா சஞ்சு நான் யுஎஸ்ல இருக்கும்போது சுமோ கூட ஒரு ரெண்டு முற வீடியோ கால்ல பாத்திருக்கேன்... பட் அவ பேரு எனக்கு தெரியாது அவன் எப்போதும் அவள லூசுன்னு தான் கூப்டுவான். ஐ ஆம் சூர்... இது அவ தான்''

“அப்போ சாலிக்கு நம்ம லவ் மேட்டர் தெரியுமா?''

“இல்ல... நா உன்ன லவ் பண்ற விஷயம் சுமோவுக்கு தெரியும் நீயும் என்ன லவ் பண்றது தெரியுமா தெரியல... தெரிஞ்சிருந்தா அவன் சாலிகிட்ட சொல்லி-யிருப்பான்.... என்ன இருந்தாலும் இப்போ நீ கல்யாணம் வேணான்னு சொன்ன பிறகு எதுக்காக அவ சூசைட் பண்ணனும்? ஒன்னும் புரியலையே.... இரு நான் சுமோக்கு கால் பண்றேன்....”

உடனே தீஷா சுமோவுக்கு அழைப்பு விடுத்தாள். ரெண்டு முறைக்கு பிறகு அழைப்பை ஏற்றவன்...

உடைந்த குரலில் பேசினான் “சொல்லு தீ”

“என்னடா என்ன ஆச்சி வாய்ஸ் ஏதோ மாதிரி இருக்கு?”

“ஒன்னுல தீ... கொஞ்சம் உடம்பு சரியில்ல... சரி என்ன விஷயம் சொல்லு?”

“அது... ஆக்ச்சுவலி... உன் ஆளு சாலி...” பெயரை கேட்டதும் குறுக்கிட்-டவன்

“இப்ப என்ன திடீர்ன்னு அவள பத்தி... வேற ஏதாவது முக்கியமான விஷ-யமா இருந்தா சொல்லு... எனக்கு நிறைய வேல இருக்கு”

“என்னடா என்ன ஆச்சி ஏன் இப்டி பேசுற... உங்களுக்குள்ள ஏதாவது பிரச்சனையா?”

சிறிது நேரம் அமைதியாய் இருந்தவன் “எங்களுக்குள்ள பிரேக் அப் ஆகிடுச்சி அவளுக்கு என்னை புடிக்கலையாம்... வேணான்னு சொல்லிட்டு போயிட்டா”

“என்னடா சொல்ற? அவ தான உன்ன தேடி தேடி வந்து லவ் பண்ணா”

“ஆமா இப்ப அவளே தான் வேணான்னு சொல்லிட்டு போயிட்டா... என்ன பண்ண சொல்ற... ஃபோன வை தீஷா நானே நொந்து போயிருக்கேன்...” இணைப்பை துண்டிக்க போனவனை

“டேய்... லூசு சாலி சூசைட் ட்ரை பண்ணிருக்கா” என்ற தீஷாவின் வார்த்-தைகள் தடுத்தது.

“என்ன சொல்ற தீ?”

அவள் விவரம் சொல்ல இணைப்பை துண்டித்தவன் மருத்துவமனைக்கு கிளம்பினான்.

மருத்துவமனை வளாகத்தில் ஒரு சிகப்பு நிற நேனோ கார் வந்து நின்றது அதிலிருந்து ஒரு முறுக்கு மீசை மனிதர் இறங்கினார். கண்கள் சிவக்க, மூக்கு விரைக்க, புஜங்கள் புடைக்க, தடக் தடக் என அவரது ஷூ தரையை அதிர வைக்க வேகமாய் மருத்துவமனைக்குள் நுழைந்தார். அவர் தான் செல்வக்குமார் சாலிகாவின் அப்பா! தமயந்தி பேச்சிக்கு எதிர் பேச்சு என்ன எதிர் பார்வை

கூட வீசாதவர்... மனைவி சொல்லே மந்திரம் என வாழ்பவர்.

நேராய் எமர்ஜென்சி அறையை நோக்கி சென்றவர் வழியில் நின்றிருந்த ராமன், கிருஷ்ணனை ஒரு பார்வை பார்த்தவர் பேச வந்த கிருஷ்ணனை கைகாட்டி நிறுத்திவிட்டு அப்படியே நிற்காமல் அந்தக் அறையின் வாசலை பிடித்துக்கொண்டு அழுதுகொண்டு இருந்த தமயந்தியிடம் சென்றார்.

அவரைப் பார்த்த தமயந்தி "பாத்தீங்களா செல்வா நம்ம பொண்ணு நிலமைய பாத்தீங்களா? நம்ம பொண்ணு மனச ஒடச்சி இந்த நிலமைக்கு ஆகுனது இவங்க தான் செல்வா... எப்டி நிக்கிறாங்க பாரு நம்பிக்கை துரோகிங்க.... இவங்கள...." அவள் அடுத்த வார்த்தை உதிர்க்கும் முன் பளீர் என்ற சத்தத்-துடன் அவளது கன்னத்தில் சுரீர் என்ற ஒரு எரிச்சல் உணர்வு ஏற்பட்டது...

"கன்னத்தில் கையை தாங்கியவள்... நம்பமுடியாத அதிர்ச்சியில் "செல்வா" என கோபமாய் கத்த அதற்கும் சேர்த்து இன்னொரு அறையும் வாங்கினாள்.

"ஷ்...... இன்னும் ஒரு வார்த்த பேசுன வாயில ஒரு பல்லு கூட இருக்காது"

தமயந்தியால் மட்டும் அல்ல அங்கு இருக்கும் யாராலும் நம்ப முடியவில்லை செல்வகுமாரின் செயலை.

அத்தியாயம் 23 (2)

செல்வக்குமார் தமயந்தியை அறைந்ததைப் பார்த்து சம்ருதா அதிர்ச்சியில் விழி விரிக்க இங்கு ஐசியுவில் மயக்கத்தில் இருந்த சாலிகா திடுக்கிட்டு கண்விழித்து முழியை உருட்டி மீண்டு கண்ணை இறுக்கி மூடிக்கொண்டாள். அருகில் இருந்த டாக்டர் சேது

"எம்மாடி சாலி... என்ன சவுண்ட் அது... உங்க அப்பா ஏதோ புள்ள பூச்சி கணக்கா சொன்னீயேமா இப்டி காது சவ்வு கிழியற அளவுக்கு சத்தம் வர்றத பாத்தா.... லைட்டா எனக்கே பயமா இருக்கே... நாம மாட்டமாட்டோம்ல? அப்டியே மாட்டிக்கிட்டாலும் உங்க அப்பா என்னைய ஒன்னும் பண்ண மாட்டாருல்ல?" சற்று பயந்த படி கேட்டார் சேது

"தெரில அங்கிள்... சாம் சொன்ன மாதிரி நடிக்கலனா கண்டிப்பா மாட்டிபோம்.... மாட்டுனா அப்றம் நடக்குற சம்பவதுக்கு நான் பொறுபில்ல" கண்களை திறக்காமலே பதில் கூறினாள் சாலிகா.

"என்னமா இப்டி பதில் சொல்ற?"

"பயப்படாம போங்க அங்கிள்... போயி ஒரு 8 மணிநேரம் கழிச்சி சொல்றேன்னு சொல்லுங்க"

"எதே.... எலி மருந்துக்கு 8 மணி நேரமா?"

"இல்லயா சரி ஒரு 16 மணிநேரம் சொல்லுங்க...."

"ஹையோ.... உங்களோட.... பெரும் அக்கப்போரா இருக்கே" என தலையில் அடித்துக்கொண்டு கிளம்பினார் சேது.

அது ஒன்னுலைங்க ஆக்ச்சுவலி என்ன நடந்துச்சின்னா....

சம்பவம் நடக்குறதுக்கு முன்னடிநாள் நம்ம சுகந்தன் அதாவது நம்ம சுமோ சாலிகாவ பாக்க ஆருஷ் வீட்டு சுவர் எகிறிகுதிச்சி திருட்டுதனமா உள்ள வர அத சரியா சாலிகாவும் பாத்துட்டா. மத்தவங்க பாக்குறதுக்கு முன்னாடி கிடு கிடுன்னு ஓடி போயி அவன் கைய புடிச்சி ஒரு மறைவான இடத்துக்கு கூட்-

டிட்டு போயி கண்டமேனிக்கு கத்துறா...

“இப்ப எதுக்காக இங்க வந்த.... உன்ன யார் இங்க வர சொன்னது யாராவது பாத்தா பிரச்சனையாகிடும் ஒழுங்கா இங்க இருந்து போயிடு” அப்டி இப்டின்னு சாலி கத்திக்கிட்டே இருக்க நம்ம சுகன் நசுன்னு ஒரு இச்சி குடுத்ததும் அதிர்ச்சியில அமைதியாகி அப்டியே நிக்குறா.

“ஓய்.... லூசு... இன்னா இவ்ளோ நேரம் ப்ளா ப்ளான்னு பேசிட்டு இருந்த இப்ப என்ன ஆச்சி” அவன் கேட்டதும் நினைவு வந்தவ புஸூ புஸூ மூக்குல காத்தடிச்சிட்டு அந்த பக்கம் திரும்பி நின்னு

‘ஹையோ ஆண்டவா.... முன்னாடிலாம் கெஞ்சி கேட்டா கூட ஒரு முத்தம் குடுக்க மாட்டான் இப்ப கேக்கமலே குடுக்குறானே நேரங்கலாம் தெரியாம நடந்துகுறானே நான் என்ன பண்ணுவேன்....’

“ஏய்... என்னடி நீபாட்டுக்கு அந்த பக்கம் திரும்பி நின்னு வானத்த பாத்து பிச்ச எடுத்துக்கிட்டு இருக்க என்ன நிலாவுல வட சுடுற ஆயா உனக்கு மட்டும் தனியா வடை ஏதும் போட்டு விடுறாங்களா?” அவன் கேள்விக்கு முறைத்தபடியே திரும்பியவள்

“இப்ப எதுக்கு இங்க வந்தீங்க? உங்க ஃப்ரெண்ட் மும்பை போயி மூனு வாரம் ஆகிடுச்சி... இங்க யார பாக்க இப்டி ஒளிஞ்சி ஒளிஞ்சி வர்றீங்க யாராவது பாத்தா தேவயில்லாம பிரச்சனையாகிடும் மொதல்ல இங்க இருந்து கிளம்புங்க”

“ஏய்... உனக்கு என்ன ஆச்சி லூசாடி நீ என்ன என்னென்னவோ ஒளர்ர? என்னதான் ஆச்சி உனக்கு ஊர்ல இருந்து வந்ததுல இருந்து என்ன பாக்க வரவேயில்ல அதவிடு வந்துட்டேன்னு கூட ஒரு வார்த்த சொல்ல... அதிசயமா என் நம்பர பிளாக் பண்ணி வச்சிருக்க... எங்க வீட்டுல இருந்து நா உன்ன பக்கலன்னு ஃபோன் பண்ணி திட்ர ஆளு நான் அவ்ளோ தூரம் கத்தி கூப்புடுறேன் திரும்பி கூட பக்கமா நீபாட்டுக்கு வீட்டுக்குள்ள போற.... என்னடி நடக்குது இங்க?... சரினு நானே பாக்க வந்தேன் எதுக்கு வந்தன்னு துரத்துற... என்ன நினச்சிக்கிட்டு இருக்க உன் மனசுல”

“நான் என்ன வேணா நெனைப்பேன் உங்களுக்கு என்ன? ஆனா உங்கள மட்டும் நெனைக்கலன்னு புரிஞ்சிக்கோங்க”

“இல்ல எனக்கு புரியல?”

“உங்களுக்கு புரியுற மாதிரி தெளிவாவே சொல்றேன் எனக்கும் சஞ்சய் மாமாவுக்கும் கல்யாணம் பண்ண போறாங்க சோ... இனிமே இப்டிலாம் வராதிங்க... கால் பண்ண ட்ரைப் பண்ணாதீங்க... முக்கியமா என்ன இனிமே டிஸ்டர்ப் பண்ணாதீங்க”

சட்டென சத்தமாக சிரித்தவன்...

"இந்த டைலாக்லாம் யார் உனக்கு எழுதி குடுத்தா... உனக்கு இப்டிலாம் கோர்வையா பேச வராதே... என்னடி இதெல்லாம் எனக்கு சிரிப்பு தான் வருது.... நீ நல்லா தான இருக்கு இல்ல உடம்பு ஏதும் சரியில்லையா" கேட்டுக்கொண்டு அவளது கன்னம் பிடிக்க போனவனது கையை தட்டிவிட்டவள்

"அதான் சொல்றேன்ல எனக்கும் எங்க மாமாவுக்கும் கல்யாணம் நடக்க போகுதுன்னு... இதுக்கு மேல என்ன சொல்லனும்.... தயவு செஞ்சி இங்க இருந்து போயிடுங்க...." என அவள் சற்று உரக்க கத்த.... சட்டென முகம் மாறியவன்.... மிகவும் தன்மையாக...

"என்ன ஆச்சிமா சாலி வீட்டுல ஏதாவது பிரச்சனையா? உங்க அம்மாவுக்கு நம்ம விஷயம் தெரிஞ்சிடுசா? நான் வேணுனா எங்க வீட்டுல சொல்லி உங்க அம்மா கிட்ட பேச சொல்லவா"

"அய்யோ... அதெல்லாம் ஒண்ணும் வேணா பிளீஸ் அப்டி எதுவும் செஞ்சிடாதிங்க... மொதல்ல இங்க இருந்து கௌம்புங்க"

"சரி... வீட்டுல வேணா நானே பேசுறன் ஓக்கேவா"

"அய்யோ..... எதும் வேணா... நான் தான் சொல்றேன்ல இதுக்கு மேல எப்டி சொல்றது... எனக்கு உங்கள புடிக்கல நான் எங்க மாமாவ கல்யாணம் பண்ணிக்க போறேன் அவ்ளோ தான் தயவுசெய்து இங்க இருந்து போயிடுங்க இனிமே இப்டி சொல்லிக்கிட்டு வராதிங்க" சட்டென சொல்லிவிட்டு கிளம்பியவளை கைபிடித்து நிறுத்தியவன்

"ஏய்... என்னை என்ன பைத்தியக்காரன்னு நெனச்சியா? லூசு மாதிரி சொன்னதையே திருப்பி திருப்பி சொல்லிக்கிட்டு இருக்க... நானாடி உன்ன தேடி வந்தேன்.... நீயே தான வந்து லவ் சொன்ன?"

"அது தான் நான் பண்ண தப்பு... இப்ப புரிஞ்சிடுச்சி... நானே தான வந்தேன் நானே போயிடுறேன்... என்ன விட்டுடுங்க பிளீஸ்..." என கண்களில் கண்ணீர் நிரப்பிக்கொண்டு கேட்டவளை என்ன செய்வது என தெரியாமல் நொறுங்கிய இதயத்தோடு நெருங்கியவன் அவளது கண்களை நேராய் பார்த்து

"நான் செத்தா கூட என் முகத்துல முழிக்காத" என சொல்லிவிட்டு திரும்பி பார்க்காமல் சென்றுவிட்டான்.

அன்று இரவு மொட்டைமாடி இருளில் கையில் எலி மருந்தை வைத்துக்கொண்டு தேம்பி தேம்பி சத்தமில்லாமல் அழுதுக்கொண்டிருந்தாள் சாலிகா.

சிறிது நேரம் அழுதவள் ஏதோ முடிவு எடுத்தவளாய் அந்த மருந்தை பிரித்து உண்ண போகும் சமயம்

"உங்க முடிவுல நீங்க தெளிவாதான் இருக்கிங்களா?" என்ற கேள்வியில் சாலி திடுக்கிட்டு திரும்ப அங்கு சுவரில் சாய்ந்தபடி நட்சத்திர கூட்டத்தை பார்-

துக்கொண்டிருந்த சம்ருதா மெதுவாய் திரும்பி சாலிகாவை பார்த்தாள்.

“நீ இங்க என்ன பண்ற?” கோபமாய் கேட்டாள் சாலிகா.

“இல்ல இதுவர சூசைட் நேர்ல பாத்ததில்ல அதான் பாக்கலாம்னு வந்தேன்”

“என்ன நக்கலா?”

“சத்தியமா இல்ல... நான் உங்கள டிஸ்டர்ப் பண்ண மாட்டேன் அப்டி ஓரமா நின்னு வேடிக்க மட்டும் பாக்குறேனே பிளீஸ்...” அவள் கெஞ்ச சாலிகா முறைத்தாள்.

“காட் பிராமிஜியா உங்கள தடுக்க வரல அக்கா நம்புங்கோ...” அவள் இவளை நக்கல் செய்வது நன்றாக தெரிய கோபமாய் அங்கிருந்து செல்ல முயன்ற சாலிகாவை தடுத்து நிறுத்தினாள் சம்ருதா.

“சரி சரி... நானே இங்க இருந்து போயிடுறேன்... வொய் டென்ஷன்...?” என சொல்லிவிட்டு இரண்டடி எடுத்து வைத்தவள் மீண்டும் வந்து

“ஆக்ச்சுவலி ஒரு டவுட் கேக்கதான் வந்தேன்....” என கூற

சாலிகா என்ன என்பது போல அவளைப் பார்க்க

“இல்ல இந்த எலி பேஸ்ட் குடல்ல போயி ஒட்டிக்குமாமே... அதோட இது ஒரு மாதிரி நாத்தம் வேற அடிக்குது இதையா திங்க போறீங்க” அவள் ஒரு மாதிரி முகத்தை வைத்துக்கொண்டு கேட்க சாலிகாவுக்கு அவள் சொல்லும் விதமே குமட்டலாய் இருந்தது.

“ஹாம் பாத்தீங்களா உங்களுக்கே குமட்டுதா அதுக்கு தான் சொன்னேன்... இது வேணாம்” சட்டென அவள் கையில் இருந்ததை பிடுங்கி எறிந்தாள்.

“ஹேய்... என்ன பண்ற?”

“ஒன்னுல ஒன்னுல பதறாதீங்க... என்கிட்ட கைவசம் வேற மேட்டர் இருக்கு டண்டடைங்க்.... இது தான் பவர்ஃபுல் பாய்சான்... எலி பேஸ்ட் சாப்டா கூட பொழைக்க வாய்பிருக்கு இது சாப்டா நோ வாய்ப்பாம்... ம்கும்... நம்புங்க இந்-தாங்க இத குடிச்சிட்டு செத்துபோங்க...”

“எனக்கு ஒண்ணும் வேணா நீ இங்க இருந்து போ... என்ன பண்ணனுன்னு எனக்கு தெரியும்” கூறிவிட்டு மாடியின் மேல் சுவரில் ஏறி நின்றாள்.

“ஓ.... கவுண்டமணி மாதிரி தலைகீழா தான் குதிப்பேன்னு குதிக்க போறீங்-களோ? ஹையோ... இங்க இருந்து குதிச்சா ஒரு எலும்பு கூட தேறாதே.... ஒருவேல தலகீழா குதிக்கும் போது மண்ட வெடிச்சி மூள சிதரிடுச்சின்னா.... சை... பாக்க ரொம்ப கன்றாவியா இருக்குமே” மேலிருந்து கீழே பார்த்துக்-கொண்டே சம்ருதா சொல்லக் கடுப்பான சாலிகா

“ஆ...... நான் உன்ன இங்க இருந்து போன்னு சொன்னேன்... நீ இன்னும் போகலையா?” என கத்தினாள்

“ஓக்கே ஓக்கே.... தோ போயிட்டேன்.....”

சம்ருதா மறையும் வரை பார்த்துக்கொண்டிருந்தவள் சென்றதும் மீண்டும் சுவரின் மீது ஏறி நின்று கண்களை இருக்க மூடி குதிக்க போகும் சமயம்

“என்ன ஆச்சி சிஸ்டர் பயமா இருக்கா நான் வேணுனா தள்ளிவிடவா” என கேட்ட சம்ருதாவை முறைத்தபடி கீழிறங்கிய சாலிகா

“எதுக்குடி இப்டி என்ன நிம்மதியா சூசைட் பண்ண கூட விடாம சாவடிக்கிற”

“நீங்களும் சாக தான ஆசபட்டீங்க அதான்” சற்று தயங்கியது போல கூற மீண்டும் அவளை முறைத்த சாலி

“ஒரு தங்கச்சி மாதிரியாடி பேசுற?”

“அப்ப இவ்ளோ நேரம் நீங்க என்ன அக்கா மாதிரியா பேசுனிங்க?”

அவள் எங்கோ பார்க்க சிறு புன்னகை உதிர்த்த சம்ருதா

“என்ன ஆச்சி? என்ன பிரச்சன?”

“அது தெறிஞ்சி தான காப்பாத்த வந்த அப்றம் என்ன கேள்வி” என அவளது முகம் பார்க்காமலே கேட்டாள் சாலிகா

சிரித்த சம்ருதா “இந்த கல்யாணத்த நிறுத்தவும் சுகன் ப்ரோவ நீங்க கல்யாணம் பண்ணிகவும் என்கிட்ட ஒரு ஐடியா இருக்கு”

அடுத்த கணம் கண்கள் மின்ன சம்ருதாவை பார்த்தாள் சாலி

“நாளைக்கு பெரிப்பாவுக்கு கால் பண்ணி நான் சொல்ற மாதிரி சொல்லுங்க... இப்ப சீரியஸ்சா ட்ரை பண்ண இந்த சூசைட் நாளைக்கு ரியல் மாதிரி ஒரு ட்ராமா பண்ணுக... அப்றம்....” சம்ருதா தனது பிளானை சொல்லிக்கொண்டே போக அவளை இடை மறித்த சாலி

“உன் பிளான் எல்லாம் சரி தான் ஆனா அதுக்கு நீ சூஸ் பண்ண ஆள் தான் தப்பு... என்னோட அப்பா அப்டியே அம்மாவோட கைப்பாவை... அம்மா நில்லுன்னா நிப்பாரு உக்கருன்னா உக்காருவாரு அவர்ட்ட போயி... அட போமா”

“ஹெல்லோ சிஸ்டர்.... டிரஸ்ட் மீ... ஆண்கள் சைக்காலஜியே தெரில உங்களுக்கு ஆண்கள் என்னதான் அம்மா பையனா இருந்தாலும் பொண்டாட்டி தசனா வாழ்ந்தாலும் தான் பெத்த பொண்ணுக்கு ஒன்னுனா பொண்டாட்டிய என்ன? புயல் பூகம்பத்தை கூட நிறுத்த துணிவாங்க... கண்டிப்பா நம்ம பிளான் வேல செய்யும். நம்புங்க”

“அப்போ சஞ்சய் மாமா...”

“அவருக்கு வேற பிளான் இருக்கு... அத நான் பாத்துக்குறேன் யு டோன்ட் வொர்ரி”

இது தாங்க நடந்துச்சி இப்ப எல்லாம் இவங்க பிளான் படி தான் போகுது... ஆனா பாவம் நம்ம சுகன் பயந்துபோயி பதறியடிச்சிக்கிட்டு ஓடிவர்றான் ஹாஸ்பிடலுக்கு.

சுகன் வந்ததும் அனைவரது பார்வையும் அவன் மீது செல்ல... அவன் வந்த வேகத்தையும் கோலத்தையும் பார்த்த மற்றவர்களுக்கு என்ன புரிந்ததோ என்னவோ செல்வக்குமாருக்கு நன்றாக புரிந்தது அவன் மனது.

சற்று நேரத்தில் வெளியில் வந்த டாக்டர் சேது ஏதோ சொல்ல வாய்திறக்க வேண்டாம் என தலையசைத்த சம்ருதாவை பார்த்து அப்படியே அமைதியானார். அவள் பிளான் டூ என கையால் சைகை செய்ய... தலையசைத்துவிட்டு பேச ஆரம்பித்தார்.

“கவலப் படாதீங்க ஷீ இஸ் ஃபைன்... எலி பேஸ்ட்ன்னு நெனச்சி டூத் பேஸ்ட் சப்புட்டாங்க அதான் வாயில நுரை வந்திருக்கு ஒன்னும் பிரச்சன இல்ல... நீங்க அவங்கள கூட்டிக்கிட்டு போகலாம்... பிளீஸ் இவ்ளோ கூட்டம் கூடாதீங்க கொஞ்சம் பேர் வெளில இருந்தா நல்லா இருக்கும்... மத்த பேசண்ட்க்கு டிஸ்டர்ப் இல்லாம இருக்கும்” என கூறிவிட்டு புன்னகைத்த படி நடந்தார் சேது. உள்ளுக்குள் இருந்த பயத்தை மறைத்தவரே.

உள்ளே செல்ல முற்பட்ட தமயந்தியை தடுத்த செல்வம்

“எங்க போற?” என பல்லை கடித்துக்கொண்டே கேட்க

“என் பொண்ண பாக்க....”

“இன்னும் ஒரு அடி எடுத்து வச்ச உன்ன உசுரோட பொதச்சிடுவேன்....” என தமயந்தியை எச்சரித்தவர் இவர்கள் புறம் திரும்ப

“நீங்க போயி பாருங்க மாமா நாங்க வெளில வெயிட் பண்றோம்” என கூறிவிட்டு மூர்த்தி பிரதர்ஸ் அண்ட் ஃபேமிலி வெளியில் சென்றனர்.

சுகந்தன் தயங்கி தயங்கி நிற்பதை பார்த்த செல்வம்

“சாம்.....” என அழைக்க

“சொல்லுங்க பெரிப்பா....” என சென்று கொண்டிருந்தவள் மீண்டும் வந்தாள்

“அந்த தம்பிய கூப்ட்டுகிட்டு உள்ள வாமா” என கூறிவிட்டு சென்றார்.

உள்ளே சென்றதும் தலையை கவிழ்த்துக்கொண்டு தயக்கமாய் அமர்ந்திருந்த சாலியை அருகில் சென்று தலையை வருடியவர்...

“அப்பா வர்றதுக்குள்ள அப்டி என்னமா அவசரம்?” என கலங்கிய படி கேட்டார் செல்வம்

“சாரிப்பா....” உடைந்த குரலில் கூறியவளை அணைத்துக்கொண்டவர்

“சரி சரி விடு அதான் அப்பா வந்துட்டேன்ல இனி எல்லாம் சரியாகிடும்.... (என்றவாறே சுகந்தனை பார்த்தவர்) நான் ஹாஸ்பிடல் ஃபில் செட்டில் பண்ணிட்டு கௌம்புறேன்... வீட்டுக்கு வந்துடுங்க” என மகளிடம் கூறிவிட்டு நகர்ந்-

தவர் சுகந்தனின் தோளில் கைவைத்து

“உன்ன நம்பி தான்பா விட்டு போறேன் பத்திரம்” என்றவர் காலில் விழுந்-தான் சுகன். அவனை காலை தொட விடாமல் அணைத்து புன்னகைத்து சென்-றார் செல்வம்.

சுகன் சாலிகாவைப் பார்த்து “ஏன்டி?” என உடைந்த குரலில் கேட்க...

அவள் சம்ருதாவை பார்க்க சம்ருதா அனைத்தையும் கூறிவிட்டு “சீக்கிரம் வீடுவந்து சேருங்க” என கூறிவிட்டு சஞ்சயுடன் வீட்டிற்கு கிளம்பினாள். வழியில் தீஷா சஞ்சய்க்கும் நடந்த நாடகத்தை தெரிவித்தாள் சம்ருதா. முதலில் அதிர்ந்-தாலும் பிறகு அவளது சாமர்த்தியத்தை புகழ்ந்து கொண்டே வந்தனர்.

தீஷா அவளது வீட்டிற்கு சென்றுவிட சஞ்சய் உட்பட அனைவரும் வீட்டின் நடுக்கூடத்தில் அமர்ந்திருந்தனர். முதலில் செல்வக்குமாரே ஆரம்பித்தார்.

“மன்னிச்சிடுங்க மச்சான்.... வீட்டுல நடந்த எல்லா பிரச்சனைக்கும் நான் மன்னிப்பு கேட்டுக்குறேன்... நாங்க கௌம்புறோம்... சாரிப்பா சஞ்சய்...”

“அய்யோ மாமா என்ன மாமா நீங்க நாங்க தான் உங்க கிட்ட மன்னிப்பு கேக்கணும்....” என அவசரமாய் தடுத்தார் கிருஷ்ணா.

“இல்ல மச்சான்... இது வரைக்கும் நீங்க உங்க அக்கா மேல நிறைய நம்-பிக்கையும் பாசமும் வச்சிருக்கீங்க ஆனா இந்த (வாயில் வந்த வார்த்தையை விழுங்கியவர்) என்ன வார்த்த சொல்லி திட்றதுன்னு தெரியல இவளா மாதிரி ஒரு கேவலமான பிறவிய நான் பாத்ததே இல்ல... நான் என் பொண்ண கூட்டிக்கிட்டு கௌம்புறேன்... இவ இவளோட இஷ்டத்துக்கு என்ன பண்-ணனுமோ பண்ணட்டும்.... அதோட சாலி இப்டி பண்ணதுக்கும் சேத்து நானே மன்னிப்பு கேட்டுக்குறேன்... சாலி விருப்பப்படி அவள சுகனுக்கே கல்யாணம் பண்ணி கொடுக்கலாம்னு முடிவு பண்ணிருக்கேன்....” அவர் பேசிக்கொண்டிருக்-கும் பொழுதே குறுக்கிட்ட தமயந்தி

“என்ன செல்வா என்ன பேசுறீங்க? யாருக்கு யார கல்யாணம் பண்ணி வைக்கிறது... வர வர உங்க நடவடிக்கையே சரியில்ல... நானும் எதுவும் பேச-வேண்டாம்னு பாத்தா ரொம்ப ஓவர்ரா போயிக்கிட்டு இருக்கீங்க... என் பொண்-ணுக்கு யார கல்யாணம் பண்ணி வைக்கணுன்னு எனக்கு தெரியும்... அதோட இவங்க கிட்ட நீங்க ஏன் மன்னிப்பு கேக்கணும் சாலி தற்கொலை பண்-ணவே இவங்கதான் காரணம்.....” முடிக்கும் முன் அவளது கன்னம் பழுக்கும் அளவிற்கு ஒன்று விழுந்தது

“நானும் எவ்ளோவோ பொறுத்து பொறுத்து தான் போயிக்கிட்டு இருக்கேன்... பொண்ணாடி நீ ச்சீ.... என்ன ஜென்மம்டி நீ இவ்ளோ நடந்தும் நீ திருந்தலல்ல? நீயெல்லாம் உயிரோட இருக்குறதுக்கு பதிலா எங்கையாவது போயி செத்து தொலையலாம்.... சை.... இத்தன வருஷம் உன்கூட வாழ்ந்தேன்னு நெனைக்-

கும்போதே அறுவருப்பா இருக்கு...''

“மாமா என்ன இதெல்லாம் எதுக்காக இப்டி அக்கவா திட்டிக்கிட்டு இருக்-கீங்க... எங்க அக்கா கொஞ்சம் அடமண்ட் தான் அதுக்குன்னு வார்த்தைகள கொட்டாதீங்க'' அக்காவிற்காக பொங்கினர் மூர்த்தி பிரதர்ஸ்

“அய்யோ... மச்சான் இவ எவ்ளோ பெரிய துரோகின்னு உங்களுக்கு தெரி-யாது... இவள்லாம் இந்த பூமியில வாழவே தகுதியில்லாதவ....''

செல்வம் பேச பேச தமயந்தி கண்கள் சிவக்க மூச்சிவாங்கி நின்றிருந்தாள்.

“மாமா போதும்.... அப்டி என்ன பண்ணிட்டாங்கன்னு இப்டி இஷ்டதுக்கும் பேசிக்கிட்டு இருக்கீங்க''

“இனிமே என்ன பண்ணனும் சிந்தியா இவள வெறும் அக்காவா பாக்கல இன்னொரு அம்மாவா தான் பாத்தா... மொத மொதல்ல அவளோட காதல் விவகாரம் இவளுக்கு தான் தெரியும் அது உங்களுக்கு தெரியுமா? வேணுன்னு அவள வீட்டுல இருக்கவாங்க கிட்ட சொல்ல விடாம அவளுக்கு உதவி பண்ற பேர்ல அவளுக்கு துரோகம் பண்ணது தான் உங்களுக்கு தெரியுமா? உங்க அப்பா சிந்தியா ஓடிபோனதால தான தற்கொலை பண்ணிக்கிட்டாருன்னு நீங்க நெனச்சிக்கிட்டு இருக்கீங்க? உண்மை என்ன தெரியுமா... இதோ இங்க நீக்கி-றாளே... **** இவ தான் உங்க அப்பாவ வார்த்தைகளாலே கொன்னது... ஒரு பொண்ணு தன் அப்பவ என்ன என்ன வார்த்தை சொல்ல கூடாதோ அத்தனை-யும் சொன்னா இவ... அந்த மனிசன் இவ பேசின பேச்சிலயே மனசொடிஞ்சி தற்கொலை பண்ணிக்கிட்டாரு.... இவ இவ்ளோ பண்ணதுக்கும் பொறுத்துகிட்டு பொண்டாட்டி தாசன்னு பேர் எடுத்துக்கிட்டு என்னைக்காவது மாறிடுவான்னு நம்பிக்கையில இருந்தேன்... ஆனா அப்டி எதுவுமே நடக்கல. இப்ப கூட சாலி சுகனை விரும்புர விஷயம் தெரிஞ்சதால தான் அவள ஹவுஸ் அரஸ்ட் பண்ணி அவள தினம் தினம் தொல்ல பண்ணி இப்போ அவளையும் தற்கொலை பண்ண வச்சிட்டா.... இவ தங்கச்சிக்கு நல்ல அக்காவாவும் இல்ல.... பெத்தவங்-களுக்கு நல்ல பொண்ணாவும் இல்ல.... புருஷனுக்கு நல்ல பொண்டாட்டியாவும் இல்ல.... அட்லீஸ்ட் புள்ளைங்களுக்கு நல்ல அம்மாவா இருப்பானு நெனச்சேன் இவ அதுக்கு கூட லாயக் இல்லனு நிரூபிச்சிட்டா.... ச்ச.... இவள பாக்கும் போதெல்லாம் பத்திக்கிட்டு வருது.... மரியாதையா வீட்ட விட்டு வெளிய போ... இல்லன்னா நாங்க போறோம்'' என கூறிவிட்டு கிளம்ப எத்தனித்த செல்வத்தை நிறுத்திய தமயந்தி

“என்ன விட்டா ரொம்ப பேசிக்கிட்டே போறீங்க.... நான் பண்ணதுல என்ன தப்பு இருக்கு.... என் தங்கச்சி தப்பு பண்ண கூடாதுன்னு நெனச்சேன் அதான் அப்டி பண்ணேன்... எங்க அப்பா பண்ணது தப்புன்னு அவருக்கு எடுத்து சொனேன்... அவரே தற்கொலை பண்ணிக்கிட்டா அதுக்கு நான் பொறுப்பா?

நான் எந்த மாதிரி குணம் உள்ளவன்னு தெரிஞ்சி தான கட்டிக்கிட்டு ரெண்டு புள்ள பெத்தீங்க.... இப்ப ஏதோ திருந்தல வருந்தலன்னு பேசுறீங்க.... என் பொண்ணு எங்க இருந்தா சந்தோஷமா இருப்பானு எனக்கு தெரியும். இதெல்லாம் நான் அவ நல்லதுக்கு தான் பண்ணேன் நீங்க தான் என்ன தப்பா காட்ட முயற்சி பண்றீங்க...'' அவள் பேசிக்கொண்டிருக்கும் போதே இடையிட்ட மூர்த்தி பிரதர்ஸ் தமயந்தியை பார்த்து

“அக்கா..... தயவு செஞ்சி நாங்க எதாவது சொல்றதுக்குள்ள நீயே இங்க இருந்து போயிடு.... உன்ன பக்கவே அசிங்கமா இருக்கு'' என அவள் முகத்தை பார்க்க விருப்பம் இல்லாமல் திரும்பி நின்றனர் மூர்த்தி பிரதர்ஸ்

மற்றவர்கள் அவளை கம்பளி பூச்சியை விட அறுவருக்க தக்க ஜந்துவாய் பார்க்க கூனி கூறுகியவள்...

“நீங்க என்னடா என்ன போக சொல்றது நானே போறேன் எனக்கு மரியாத இல்லாத வீட்டுல ஒரு நிமிஷம் கூட நான் இருக்க மாட்டேன்... இதுக்கெல்லாம் நீங்க பதில் சொல்லிதான் ஆகணும்.... எல்லாதுக்கும் நீங்க அனுபவிப்பீங்க..... முக்கியமா நீ'' என சம்ருதாவை பார்த்து கூறிவிட்டு வேகமாய் கோபமாய் தனது பெட்டியை எடுத்துக்கொண்டு கிளம்பினாள் தனது மகன் இருப்பிடம் தேடி... சில ஜென்மங்கள எப்பவும் திருத்த முடியாதுங்க... தானா அடிபட்டு திருந்தி திரும்ப வரட்டும்.

பிறகு சஞ்சய் தனது காதலையும் சூட்டோடு சூடாக வீட்டில் சொல்ல முதலில் தயங்கிய மூர்த்தி பிரதர்ஸ் பிறகு ரமணனுடன் சேர்ந்து பவியின் அப்பாவை பார்த்து மன்னிப்புக்கேட்டு தீஷா சஞ்சய் காதலுக்கும் பச்சை கொடி காட்டினர்.

அதன் பிறகு இந்த சந்தோஷத்தை கொண்டாட குலதெய்வம் கோவிலுக்கு சென்று பூஜை செய்து வர விரும்பிய சரோஜாவுக்காக எல்லோரும் குடும்பத்துடன் அவர்களின் குலதெய்வ கோவிலுக்கு சென்றனர்.

சரியாக ஆருஷ்..... சஞ்சய், சுகன், மீராவுக்கு அலைபேசியில் அழைக்கும் போதெல்லாம் இவர்கள் குலதெய்வ கோவிலில் நடந்த பங்காளி வீட்டு கிடாவெட்டில் பசியாக... சாரி பிசியாக இருந்தனர். பம்பை சத்தத்தில் எதுவும் அவர்களுக்கு கேட்கவில்லை. அன்று இரவு அவர்களின் குடும்ப பூசாரியிடம் திருமணம் பற்றியும் நிச்சயத்தை பற்றியும் பேசிக்கொண்டிருக்க... அந்த பூசாரி

“இன்னைல இருந்து மூனாவது நாள் ரொம்ப நல்ல முகூர்த்த நாள் அன்னைக்கு கைத்தாம்பூலம் மாத்திக்கோங்க இல்லன்னா உங்களால முடிஞ்சா சொந்த பந்தத்துல சொல்லி நல்லா பெருசா நிச்சயம் பண்ணிடுங்க அதுக்கு பிறகு மூனு மாசம் கழிச்சி தான் நல்ல முகூர்த்தம் வருது.... அப்போ கல்யாணத்தை வச்சிக்கலாம்'' என்றார்

அனைவரும் ஒருவர் முகத்தை ஒருவர் பார்த்துவிட்டு... "ஆருஷுக்கு லீவு கெடைக்குமா.... அவனுக்கு சொல்லாம எப்டி நிச்சயம் பண்றது.... கேஸ் முடிஞ்-சிடுச்சின்னு நியூஸ் வந்துடுச்சி ஆனா அவன் இன்னும் ஒரு ஃபோன் கூட பண்ணலையே" என பேசிக்கொண்டிருக்க

அப்போது தான் அனைவரும் தங்களின் அலைபேசியை கவனித்தனர். ஆருஷின் அழைப்பை பார்த்துவிட்டு மீண்டும் அழைக்க ஸ்விட்ச் ஆஃப் என வந்தது... சரியென சுகன் தாசுக்கு அழைக்க

"ப்ரோ பாஸ்சுக்கு கொஞ்சம் கேஸ்ல முடிக்க வேண்டிய ஃபார்மாலிட்டி இருக்கு நாளை மறுநாள் காலைல வந்துடுவாரு" என பொத்தாம் பொதுவாய் கூறினான் காளிதாஸ். அதனால் அந்த பூசாரி சொன்ன தேதிக்கே... அதாவது ஆருஷ் வீட்டிற்கு வந்த அடுத்த நாளே நிச்சயம் வைக்கலாம் என முடிவு செய்தனர்.

ஆனால் ஆருஷோ அன்று இரவே சென்னை ஃப்ளைட் ஏறியிருந்தான். விடிய விடிய வீட்டிற்கு வந்தவன். வீடு பூட்டியிருப்பதை பார்த்துவிட்டு மீண்டும் அவரகளை அழைக்க மொபைலை தேடினான் அது அல்ரெடி செத்துபோய் இருந்தது... அதனால் வழக்கம் போல சுவர் ஏறிகுதித்து தனது அறைக்குள் நுழைந்தான்.

சம்ருதாவின் அனைத்து பொருட்டுகளையும் ஆராய்ந்தான். அதில் ஏகப்பட்ட டைரி இருந்தது... அவை அனைத்தும் சம்ருதாவின் வாழ்வில் நடந்த முக்கிய-மான தருணங்கள் என்பது தெளிவாக புரிகிறது. அதில் அறிமுகம் இல்லாதவர் ஆருயிராய் மாறிய தருணம் என தலைபிட்ட ஒரு டைரியை எடுத்து படித்தான்.

முதலில் அதிர்ந்தவன்... பிறகு இடையிடையே புன்னகைத்து பின் கண்-கலங்கி மேலும் மேலும் படித்துக்கொண்டிருந்தான் சட்டென இடையில் தனது பர்ஸ்சில் இருந்த அந்த குட்டி தேவதையின் போட்டோவை பார்த்து சிரித்து முத்தமிட்டான். முழுவதும் படித்து முடிக்கும் போது மாலை பொழுது நெருங்கி விட்டது. அந்த டைரி படித்து முடித்ததும் கோவத்தில் சிவந்ததா இல்லை அழு-தாதால் சிவந்ததா என அறியாவண்ணம் கண்கள் சிவந்து இருக்க மனதில் என்னவோ சொல்லமுடியாத ஒரு உணர்வு வாட்டி எடுக்க கண்கள் மட்டும் கண்ணீரை வார்த்துக்கொண்டே இருந்தது.

நெஞ்சம் கனத்தது... சம்ருதாவின் முகம் கண்முன் தோன்றி மறைந்தது.... அவளது முதல் சந்திப்பிலிருந்து யோசனை செய்து கொண்டே இருந்தான். தீடி-ரென கார் வரும் சத்தம் கேட்டது. ஆம், கோவிலுக்கு சென்றவர்கள் வீட்டிற்கு வந்துவிட்டிருந்தனர்.

இவன் அவளுக்காக காத்திருந்தான்.

வீட்டிற்குள் நுழைந்தவர்கள் ஆளாளுக்கு ஒரு பக்கம் சோர்ந்து விழுந்தனர். மீராவை பார்த்து சிரித்த சம்ருதா

“அண்ணி இந்த பட்டு சாரீ ரொம்ப ஹெவியா இருக்கு நான் ரூம் போயி சேஞ்ச் பண்ணிட்டு கொஞ்சம் ரெஸ்ட் எடுத்துட்டு வர்றேன்... யாரும் டிஸ்டர்ப் பண்ணாதீங்க பிளீஸ்” என கூறிக்கொண்டு அந்த பட்டு சேலையை தூக்கி பிடித்துக்கொண்டே வந்தாள்.

தன் அறையில் நுழைந்தவள் அவசரமாய் கதவை தாழிட்டு விட்டு முதலில் தனது ஆபரணகளை கழட்டி வைத்தாள். ‘சொப்பா.... எவ்ளோ ஹெவியா இருக்கு...’ தனது பின்னலை பிரித்து விட்டவள் மொத்தமாய் வாரி கொண்டையிட்டு விட்டு தனது சேலையின் தலைப்பில் தோளில் இருந்த சேஃப்டி பின்னை கழட்டிக்கொண்டே திரும்ப பின்னால் நின்றிருந்தவனை பார்த்து திடுக்கிட்டு திகைத்து அப்படியே சுவரில் ஒட்டிய படி நின்றவள் அவனை அடையாளம் கண்ட பின்

“ஃப்..... நீங்களா ஒரு நிமிஷம் பயந்துட்டேன்....” என தன்னையறியாமல் கூறியவள்

கண்கள் சிவந்து சோர்ந்த முகத்துடன் அழுது தோய்ந்த குழந்தையை போல இருக்கும் அவனது நிலையை பார்த்து திடுக்கிட்டவள்

“என்ன ஆச்சி உங்களுக்கு” என ஒரு அடி முன்னால் எடுத்து வைத்தது தான் தாமதம் ஓடிவந்து இறுக்கி அணைத்துக்கொண்டான். தன்னையும் மீறி தேம்பி அழுபவனின் கண்ணீர் அவளது நெஞ்சாங்குழியில் இறங்கி அவளது தேகம் சிலிக்க வைப்பது ஒரு புறமிருக்க அவனது அழுகை அவளையும் தொற்றிக்கொண்டது.

எதுவும் புரியாமல் அவள் யோசிக்கும் போதே தனிச்சையாய் அவளது கைகள் அவனை அணைத்துக்கொண்டிருந்தது. சட்டென ஒரு நிமிடம் தனது அறையை கவனித்தவள் பிரிந்து கிடந்த டைரியைப் பார்த்து புரிந்துகொண்டாள். தன்னை மீறி வந்த அழுகையை கட்டுப்படுத்த முயன்று தோற்றவள் அவனை இன்னும் இறுக்கி அணைத்து அழுதாள்.

கண்ணீரால் நிரம்பிய அவனது முகத்தை தனது கைகளில் ஏந்தியவள் தனது முத்தத்தால் நிரப்பினாள். அவனது மனதில் இருந்த அனைத்து காயங்களுக்கு அந்த இதழ் ஒத்தடம் இதமாக இருந்தது.

இப்பொழுது அவன் முறையானது... முத்தத்தின் இடையிடையே... அவளை திட்டவும் செய்தான்... உன் மேல செம்ம கோவதுல இருக்கேன்... உனக்கு கண்டிப்பா தண்டனை உண்டு... நிச்சயமா உன்ன மன்னிக்கவே மாட்டேன்டி... என திட்டிக்கொண்டே முத்தமிட்டான்.

அவள் கண்ணீருடன் சத்தம் இல்லாத குரலில் “சாரி ரே” என்ற மறுகணம் அவளது இதழ்களை சிறைபிடித்தது அவனது இதழ்கள்.

எத்தனை மாதங்கள்? எத்தனை வாரங்கள்? எத்தனை நாட்கள்? எத்தனை கோடி நிமிடங்கள் இந்த ஒற்றை எழுத்து அழைபிற்காக ஏங்கியிருப்பான். அவனது ஓட்டு மொத்த பிரியத்தையும் ஏக்கத்தையும் தவிப்பையும் காதலையும் இந்த ஒற்றை முத்தத்தில் உணர்த்தி விட முடியுமா என்ன? அதற்கான முயற்சி தான் நடந்துகொண்டிருந்தது.

அப்போ.... இவ சம்ருதா இல்லையா.... ஸ்மித்தியா...... ஸ்மித்தி உயிரோடவா இருக்கா? அடக்கடவுளே....

என்னங்க இது அநியாயமா இருக்கு இவ்ளோ நாள் இவ சம்ருதானுல்ல நெனச்சிக்கிட்டு இருந்தேன்... அந்த சந்துரு வேற சம்ருதாவ அவனோட லவ்வர்னுல்ல சொன்னான்? என்னங்கடா இது? ஒரே புரியாத புதிரா இருக்கு?

இவ ஸ்மித்தின்னா அப்போ சம்ருதா எங்க? இவளுக்கு அவளுக்கும் என்ன சம்பந்தம்? இவ எதுக்காக சம்ருதா பேர்ல இங்க வந்தா... ஆக இந்த கொலையெல்லாம் பண்ணது இவ தானா? ஆனா இதெல்லாம் இவ எதுக்கு பண்ணனும்? அந்த சந்துரு கடன்காரன் ஆருஷ் கிட்ட அப்டி என்ன சொன்னான்...? இந்த டைரில அப்டி என்ன இருந்துச்சி...?

ஒரே கண்பிஸ்ஸா இருக்குல்ல? எனக்கும் தான் மக்களே...

சரி... இவங்க இப்படியே... ரவ்ஸ்வுட்டுகிட்டு இருக்கட்டும் வாங்க நாம அப்டியே சத்தமில்லாம போயி திருட்டுதனாமா அந்த டைரில அப்டி என்ன இருக்குனு ரகசியமா படிச்சி தெறிஞ்சிக்கிட்டு அப்டியே ரீவைன் பண்ணி கொஞ்சம் பின்னாடி போயி இந்த சந்துரு என்ன சொன்னன்னு கேட்டுகிட்டு வருவோம்.

என்னவாம்....? எதுக்கு இப்டி முழிச்சிபையிங்க்...?

இப்ப எதுக்கு அம்புட்டு பேரும் ரொம்ப ஆக்ரோஷமான அன்போட என்னைய பாக்குறீங்களாம்? எனக்கு மட்டும் எப்டி தெரியும் இவ ஸ்மித்தின்னு.... நம்புங்கப்பா... சரி சரி பாத்தது போதும் அப்டியே ஃபாலோ மீ பண்ணுங்க...

அத்தியாயம் 24 (1)

ஆருஷ் ஸ்மித்திய முதல் முறையா மீட் பண்ண சீன் நியாபகம் இருக்கா மக்களே? ஸ்மித்தி ஹோம் மினிஸ்டர் பொண்ணை காப்பாத்தி ஆருஷ் கிட்ட ஒப்படைச்ச சீன்! நியாபகம் இல்லன்னா அத்தியாயம் 13 ஒருக்கா படிச்சிட்டு வாங்க. அன்னைக்கு ஸ்மித்தி ஆருஷ் கிட்ட கார் சாவியை தூக்கி போட்டுட்டு அதை அவன் பிச்சிட்டு நிமிர்வதற்குள் ஸ்மித்தி காணாம போயிருப்பா கரெக்ட்டா? இங்க இருந்து நாமா ஸ்மித்திய ஃபாலோ பண்ணுவோம் வாங்க....

ஃபாலோ மீ!

ஸ்மித்தி ஆருஷிடம் சாவியை கொடுத்துவிட்டு யாரும் கவனிக்கும் முன் அங்கிருந்து தப்பித்தாள். சிறிது தூரம் மறைந்து மறைந்து அந்த அடிப்பட்ட காலுடன் ஓடி வந்தவள் ஒரு கட்டதிற்கு மேல் நடக்கமுடியாமல் சோர்ந்து சோர்ந்து விழுந்து விழுந்து நடந்து சென்றுகொண்டிருந்தாள். காலில் இருந்த கட்டு மொத்தமாக கழண்டு விழுந்தது அதற்கு மேல் ஒரு அடிக்கூட எடுத்து வைக்க முடியவில்லை. முன்னமே தலையில் அடிப்பட்டு இருந்ததால் கொஞ்சம் கொஞ்சமாக தன் நினைவை இழந்துகொண்டிருந்தாள். ஒரு கையால் தலையை பிடித்துக்கொண்டு இன்னொரு கையால் பக்கத்தில் ஏதேனும் கிடைக்கும் பிடிப்பை பிடித்துக்கொண்டு ஒரு காலை இழுத்து இழுத்து நகர்ந்து வந்தவள் ஒரு சுவற்றின் அருகில் வந்து மொத்தமாக மயங்கி சரிந்தாள்.

அதே நேரம் வேலை முடிந்து மருத்துவமனையிலிருந்து மிகவும் தாமதமாக வந்த சம்ருதா தனது வீட்டின் அருகில் ஸ்மித்தி மயங்கி கிடப்பதைப் பார்த்து வேகமாக ஓடிவந்து அவளை தனது வீட்டில் வைத்து சிகிச்சை அளித்து காப்பாற்றினாள். அடுத்த நாள் காலை சம்ருதா சிந்தியாவுடன் போனில் பேசிக்கொண்டிருக்கும்போது

“ம்மா அதெல்லாம் ஒன்னும் இல்லமா பாத்தா டெர்ரரிஸ்ட் மாதிரிலாம் தெரியலம்மா. ஷீ லூக்ஸ் லைக் ஜெனுய்ன்லி இன்னொஸெண்ட் கேர்ள்மா. மம்மா

ஆப் ஜிந்தா மத் கர்! மே ஜாந்தாஹூம் மே கியா கர் ரக் ஹா ஹூம். வக் அபி பீ பேகோஷ் ஹே. மாம் லிஸ்டெர்ன் ஆம் எ டாக்டர்! இட்ஸ் மை ஜாப். பப்பா ஆப் பீ? தும் தோனோ கியு டர் ரகே ஹோ? ஆம் சேஃப்! ஹாம் ஹாம் மே ஜாந்தாஹூம் ஏ தோடா கராப் இலாக்கா ஹே. அய்யோ.... மம்மா பிளீஸ் ஜஸ்ட் ஸ்டாப் இட். ஹாம் சூர்! குச் கலத் ஹே சுக்கா ஹோ தோ மே ஆப்கோ கால் கருங்கா. அய்யோ பப்பா மம்மாக்கு சொல்லி புரியவைங்க... சரி... கண்டிப்பா அவங்க கண் முழிச்சதும் நா உங்களுக்கு இன்ஃபார்ம் பண்ரேன்.'' இப்படியாக தமிழ், ஹிந்தி, இங்கிலீஷ் என மூன்று மொழிகளில் மாறி பேசிக்கொண்டிருந்தாள் சம்ருதா.

மெல்ல மெல்ல நினைவு திரும்ப அரைமயக்கத்தில் இருந்தவளின் நினைவுகளை எழுப்பியது சம்ருதாவின் குரல். மெல்ல கண்விழித்தவள் தட்டுத் தடுமாறி எழுந்து அமர முயன்றாள். அவள் முனங்கிக்கொண்டே எழுவதை கவனித்த சம்ருதா அவரசமாக அழைப்பை துண்டித்துவிட்டு இவளிடம் ஓடிவந்தாள்.

‘‘அராம்ஸே... அராம்ஸே... மே ஆரி ஹூம்'' சொல்லிக்கொண்டே அவளை தாங்கி பிடித்தாள் சம்ருதா

‘‘ஓ.... காட்....'' என வலி பொறுக்கமுடியாமல் கத்திக்கொண்டே சாய்ந்தபடி அமர ஸ்மித்திக்கு உதவினாள் சம்ருதா

‘‘தாங் யு சோ மச்!'' என்றாள் ஸ்மித்தி

‘‘இட்ஸ் ஓக்கே... கியா தும் டீக் ஹோ!''

‘‘எனக்கு தமிழ் தெரியும் நீங்க தமிழ்லையே பேசுங்க!'' என்றாள் ஸ்மித்தி

‘‘ரொம்ப நல்லதா போச்சி... அது சரி நா தமிழ்னு உங்களுக்கு எப்டி தெரியும்?''

‘‘இப்ப நீங்க உங்க அப்பா அம்மாகிட்ட தான பேசுனிங்க?''

‘‘ஆமா'' அவளை சந்தேகமாய் பார்த்தபடி கூறினாள் சம்ருதா

‘‘நீங்க பேசினத நான் கேட்டேன். பை த வே... இது என்ன இடம் நான் எங்க இருக்கேன் நீங்க யாரு?''

‘‘ஆம் டாக்டர் சம்ருதா ஜெய்ராஜ் நியூரோ சர்ஜென்ட். நீங்க என்னோட ரெண்டிங்க் ஹவுஸ்ல இருக்கீங்க... நேத்து நைட் நான் டியூட்டி முடிச்சிட்டு வரும்போது என் வீட்டுக்கு பக்கத்துல மயங்கி கிடந்தீங்க நாங்க உங்கள தூக்கிட்டு வந்து ட்ரீட்மெண்ட் பண்ணோம்... ஓக்கேவா இன்னும் எதுனா தெரியனுமா?''

‘‘நாங்க மீன்ஸ்?'' என கேள்வி எழுப்பினாள் ஸ்மித்தி

‘‘நானும் என்னோட கொலீக்கும்''

“எனி வேஸ் தேங்க் யு சோ மச்... ஆனா நா இப்போ போயே ஆகணும்” என எழுந்து செல்ல முயற்சித்தாள் ஸ்மித்தி

“உங்களால முடிஞ்சா நீங்க தாராளமா போகலாம்” என கூறிவிட்டு அவளுக்கு முன் ஒரு நாற்காலியில் அமர்ந்து ஜூஸ் பிழிந்து கொண்டிருந்தாள் சம்ருதா.

அவளது செய்கையை பார்த்து நெற்றி சுருக்கியவள் எழுந்து நடக்க முயல கால் அதற்கு சற்றும் அசைந்து கொடுக்க வில்லை. தலையில் இருக்கும் கட்டு ஒரு பக்கம் புருவத்தின் மேல் பக்கம் யாரோ ஊசிவைத்து குத்தியது போல வலியை உண்டாக்கியது.

“என்னை என்ன பண்ணி வச்சிருக்கீங்க? ஏன் என்னோட கால அசைக்கக் கூட முடியல?”

“நேத்து நைட் உங்க கால்ல இருந்து ரெண்டு புல்லட் எடுத்தேன். இதோ... இந்தாங்க அண்ட் உடம்பு புல்லா நிறைய கீறல்கள் காயங்கள் இருந்தது... அப்டிப்பட்ட காலோட ரொம்ப தூரம் நடந்திருப்பீங்க போல ஏகப்பட்ட பிளட் லாஸ் என் கொலீக் தான் உங்களுக்கு பிளட் குடுத்தாரு. நீங்க போலீஸ்சா டெர்ரர்ரிஸ்ட்டா எனக்கு தெரியாது... என்னை பொறுத்த வரை நீங்க என்னோட பேசண்ட்... உங்க பாடி இருக்குற கண்டிசனுக்கு நீங்க கண்டிப்பா டூ வீக்ஸ் கம்ப்ளீட் ரெஸ்ட் எடுக்கணும்... இதுக்கு மேலையும் நீங்க போகனும்ன்னு நெனச்சிங்கனா.... உங்களாக போக முடிஞ்சா நீங்க தாராளமா போகலாம். அதுக்கு முன்னாடி இந்த ஜூஸ் குடிங்க நான் உங்களுக்கு சாப்பிட ஏதாவது செய்றேன்... இன்னும் கொஞ்ச நேரத்துல உங்களுக்கு தேவையான மெடிசன் வந்துடும்” கூறியவள் ஸ்மித்தியின் பதிலுக்கு காத்திறாமல் ஜூஸ்சை கொடுத்து விட்டு தனது வீட்டின் கிச்சனுக்குள் நுழைந்தாள்.

ஜூஸ் குடித்துக்கொண்டே அவளை விந்தையாக பார்த்த ஸ்மித்தி “டாக்டர் சம்ருதா....” என அழைத்தாள்

“நோ இஷ்ஸூ கால் மீ சாம்.... என்ன வேணும் சொல்லுங்க”

“நீங்க இன்னைக்கு ஹாஸ்பிடல் போகலையா?”

“அப்றம் உங்கள யார் பாத்துக்குவா? என்னோட பேசண்ட் இப்டி இருக்கும் போது என்னால எப்டி போக முடியும்?” வாய் பதிலிக்க கை வேலை செய்து கொண்டிருந்தது.

சற்று நேரத்தில் சந்துரு அங்கு வந்து சேர்ந்தான். ஸ்மித்திக்கு தேவையான மருந்துகளை வாங்கிக்கொண்டு. அதற்குள் சம்ருதா ஸ்மித்திக்கு ஒரு ஹெல்தி சூப் செய்து கொடுத்தாள்.

“இவர் சந்துரு... என்னோட கொலீக்” சந்துருவை அறிமுகம் செய்தாள் சம்ருதா

அவன் சட்டென கைகளை நீட்ட ஸ்மித்தியும் கை குலுக்கி ரத்தம் கொடுத்-ததற்கு நன்றி தெரிவித்தாள். இருவரும் கை குலுக்குவதை பார்த்த சம்ருதா-வுக்கோ முகத்தில் எள்ளும் கொள்ளும் வெடித்தது. அவள் முறைப்பதை பார்த்த சந்துரு சட்டென கைகளை விடுத்து

“அக்கா சாப்டிங்களா? (அவள் இல்லை என தலையசைக்க) நீங்க தமிழா நானும் தமிழ் தான்கா சென்னை இங்க வந்து வேல பாக்குறேன். இப்ப உடம்பு பரவால்லைங்களாகா” என கேட்டு விட்டு சம்ருதாவை பார்க்க அவள் எதையும் கவனியாதது போல நகர்ந்தாள். தனக்குள்ளே சிரித்தவன் ஸ்மித்தியை பார்க்க. அவ்ளோ சிறு புன்னகையுடன்

“என்ன லவ்வா?” என கேட்க

“எங்க சிஸ்டர் அவளும் சொல்ல மாட்றா என்னையும் சொல்ல விட மாட்றா இப்டிதான் எண்ணையும் தண்ணியும் மாதிரி போயிட்டிருக்கு” என சளிப்பாய் கூறினான் சந்துரு.

ஸ்மித்தி சிரிக்க மீண்டும் சந்துருவே தொடர்ந்தான்

“இவ வீட்டுளையும் இப்டிதானா? எப்பவும் தனியாவே தான் இருப்பாளா?”

“நீங்க என்ன கேக்குறீங்க எனக்கு புரியலையே?”

“நீங்க அவளோட கசின் தான? இவள பாக்க வந்ததால கார் ஆக்சிடென்ட் ஆகிதான ஹாஸ்பிடல் கொண்டு வர முடியாத சுச்சிவேஷன் ஆச்சி? (ஸ்மித்தி முழிக்க) நைட் அவ என்கிட்ட அப்டிதான சொன்னா?” என கேட்டுக்கொண்டே சம்ருதாவை பார்க்க

“அது.... நைட் நீ ஹாஸ்பிடல்ல இருந்தல்ல சோ... பக்கத்துல யாருக்கும் தெரிய கூடாதுன்னு அப்போ தோனினதை அடிச்சி விட்டேன். அந்த நேரத்துல என்ன சொல்றதுன்னு தெரியல இவங்க வேற பாக்க ரொம்ப டேமேஜ்ஜா இருந்-தாங்க சோ... ஹெல்ப் பண்ணணும்னு மட்டும் தான் மைண்ட்ல இருந்துச்சி... அதான்...” என தோள்களை குலுக்கினாள் சம்ருதா. அவளை ஒருமாதிரி மேலும் கீழும் பார்த்தவன் ஸ்மித்தி பக்கம் திரும்பினான்.

“அப்போ நீங்க யாரு? உங்க பேர் என்ன? எதுக்காக இங்க வந்தீங்க எப்டி அடிபட்டுச்சி?” என விடாமல் கேள்விகளை தொடர்ந்த சந்துருவை கை காட்டி நிறுத்தியவள்

“வெயிட் வெயிட் நானே சொல்றேன். நான் ஸ்மித்தி! சிஆர்பிஎஃப் சீனியர் ஆபிசர். [CRPF —Central Reserve Police Force] இட்ஸ் எ பிரீ-மியர் பாராமிலிட்ரி ஃபோர்ஸ் ஆஃப் தி ஆர்முடு ஃபோர்ஸ் ஆஃப் அவர் நேஷன். இப்ப நான் மினிஸ்ட்ரிகாக சீக்ரட்டா வொர்க் பண்ணிட்டு இருக்கேன்... ஹோம் மினிஸ்டர் பொண்ணை நேத்து கடத்திட்டாங்க அவங்கல காப்பாத்த நடந்த ஃபைட்ல தான் எனக்கு இப்டி ஆகிடுச்சி... அவ்ளோ தான் ஓக்கேவா...

இஸ் தட் கிளியர்?''

சம்ருதாவும் சந்துருவும் முழிக்க... "என்ன ஆச்சி?" என கேட்டாள் ஸ்மித்தி.

"இல்ல நீங்க சொல்றது உண்மையா நம்பலாமான்னு யோசிக்கிறோம்..." என்றான் சந்துரு.

"எனக்கு நீங்க சொல்றதே புரியல... நீங்க சொல்றது உள்ளூர் மில்லிட்ரி மாதிரியா?" என தன்பங்கிற்கு புரிந்ததை கேட்டாள் சம்ருதா.

"ஹாம்....? லைக்... அப்டியும் சொல்லலாம்" என்றாள் ஸ்மித்தி.

இருவரும் ஆச்சரியமாய் பார்த்தனர் அவளை. இருவரும் சேர்ந்து அவளுக்கு மருத்துவ உதவி செய்தனர்.

அதன் பிறகான நாட்கள் மருத்துவனைக்கு செல்வதை விட அதிக நேரம் ஸ்மித்தியுடன் செலவழித்தாள் சம்ருதா. அடிக்கடி சிந்தியாவும் அலைபேசியில் அழைப்பு விடுத்து பேசிக்கொண்டிருந்ததால் அவர்களுக்குள் அழகானதொரு பந்தம் உருவானது. தினம் தினம் ஏதோ ஒன்று புதிதாக கற்றுக்கொண்டாள். நாளுக்கு நாள் ஸ்மித்தியின் அனுபவத்தையும் அவளது நேர்மறை கோணத்தையும் பார்த்து வியந்தாள் சம்ருதா.

ஒருநாள்....

"ஹேலோ மேடம் நானும் ரொம்ப நாளா கவனிக்கிறேன்... இந்த லேப்டாப் பாக்கும் போதெல்லாம் வெக்கப் படுறீங்களே என்ன காரணம்? யார் அந்த கள்வன்?"

சட்டென சிரித்தவள் "கள்வனா? அதெல்லாம் ஒன்னும் இல்ல சாம். அன்னைக்கு எனக்கு ஹெல்ப் பண்ண ஒரு சிபிஐ ஆபிசர். ஜஸ்ட் ஃப்ரெண்ட்லியா தான் பேசிக்கிட்டு இருக்கேன். பெருசா ஒன்னும் இல்ல"

"பொய்.... கண்ணியவள் காதலை மறைக்கலாம் அவளது கண்கள் மறைக்குமா?... ஹேய்..." என கேலி செய்துகொண்டே அவளது அருகில் வந்து அமர்ந்தாள் சம்ருதா.

"அப்டியா... அப்போ நீங்க எப்ப சொல்ல போறீங்க?"

"நானா? நான் என்ன சொல்லணும்?"

"சந்துருவ நீ லவ் பண்றல்ல அதை எப்ப அவர் கிட்ட சொல்ல போற?"

சட்டென எழுந்து நின்றவள்... "சந்துருவா? யார் சொன்னது அதெல்லாம் ஒன்னுலையே... அது நாங்க ஜஸ்ட் ஃபிரண்ட்ஸ்"

"ஓஹ் அப்டியா....? என்ன மேடம் சொன்னீங்க கண்ணியவள் காதலை மறைக்கலாம் அவளது கண்கள் மறைக்குமாவா?... அது எப்டி நா அடிச்சா ரத்தம் வரும் நீ அடிச்சா மட்டும் தக்காளி சட்னியா வருதோ? இது எந்த தெரு நியாயம். உண்மைய சொல்லு சாம் நீயும் சந்துருவ லவ் பண்றதான?"

சற்று அமைதியாய் இருந்தவள்

“என்ன சொல்றது ஸ்மித்தி... எனக்கும் சந்துருவ ரொம்ப புடிக்கும்... இன்னும் சொல்லனும்னா அவன் என்னை விரும்ப ஆரம்பிக்கிறதுக்கு முன்னாடியே நான் அவன லவ் பண்ண ஆரம்பிச்சிட்டேன்... ஆனா எனக்கு மூளை மாற்று அறுவை சிகிச்சைல சாதிக்கணும்னு ரொம்ப ஆசை அதுக்காக நான் ரொம்ப போராடிக்கிட்டு இருக்கேன். அது என்னோட கனுவுன்னே சொல்லலாம். என்னோட காதல் ஒரு பக்கம் கனவு ஒருபக்கம். ஏதாவது ஒன்ன இழந்தா தான் இன்னொன்னு கிடைக்கும் எதை இழக்குறதுன்னு தெரியாம இப்ப நடுவுல நின்னுக்கிட்டு இருக்கேன். சோ... சந்துரு கிட்ட என்னால எதையும் வெளிப்படுத்த முடியல.”

“உனக்கு ரெண்டுமே கிடைக்கும் நீ எதையும் இழக்க வேண்டிய அவசியம் இல்ல சாம்.... முதல்ல உன்னோட கனவை பத்தி சந்துருக்கு சொல்லு உன் காதல் உன்னோட கனவுக்கு தடையா இருக்காது... ஒரு வேல அப்டி இருந்தா நீ உன் கனவை நோக்கி தைரியமா போகலாம். அட்லீஸ்ட் ஒரு தெளிவான முடிவாவது எடுக்கலாம்ல பாவம் இதுல சந்துருவோட பீலிங்க்ஸ்சும் இருக்குல்ல? ஹீ லவ்ஸ் யூ!”

“எனக்கு தெரியும் ஸ்மித்தி ஆனா.... எனக்கு அவங்கிட்ட பேச தைரியமே வரமாட்டேங்குது... ஃப்ரெண்ட்லியா என்னவேணா பேசுறேன்... பட் ரீலேஷன்சிப் பத்தி பேச அவ்ளோ தயக்கமா இருக்கு. இன்னொரு பக்கம் என்னோட கனவும் அப்டியே இருக்கு. எந்த முன்னேற்றமும் இல்ல... நான் மும்பை வந்து ரெண்டு வருஷம் ஆச்சி நான் இங்க வந்ததே டாக்டர் ஜெய்ன் அண்ட் டாக்டர் புனீத்தோட ஜெபி லபாரட்டரில ஜாயின் பண்ண தான். டாக்டர் ஜீவாவுடைய வொய்ஃப் டாக்டர் பத்மாவோட ரெக்கமேண்டேஷன்ல இப்போ தான் அப்ளிகேஷன் போட்டிருக்கேன். அது எப்போ கெடைக்கும் தெரியல.... ஒருவேல எனக்கு அந்த ஜாப் கெடச்சிடுச்சினா என்னால சந்துரு கூட நார்மல் லைஃப் வாழ முடியாது ஸ்மித்தி... எந்த முடிவும் எடுக்க முடியாத நிலமைல இருக்கேன்”

“சந்துருவும் நியூரோ சர்ஜென்ட் தானா?”

“இல்ல இல்ல அவன் அனேஸ்தேசியலோஜிஸ்ட்.”

“ஓஹ்... இந்த மயக்க மருந்து குடுக்குற பிரிவா?”

“என்ன இவ்ளோ சாதாரணமா கேட்டுட்ட? ஆப்ரேஷன் தியேட்டர் ஹீரோஸ் அவங்க தான். சர்ஜரி அப்போ மயக்க மருந்து குடுக்குறது மட்டும் இல்ல... சர்ஜரி முடியர வரைக்கும் பேசண்ட்ஸ் அவங்க பொறுப்பு தான். இவ்ளோ ஏன் செயற்கை சுவாசம் கொடுக்குற வெண்டிலேட்டர்கள் கூட அவங்க கட்டுபட்டுல தான் இருக்கும். சுய நினைவு இல்லாதவங்க, ஆக்சிடென்ட்ல தலைல காயம் ஆனவங்க, கோமா பேசண்ட்ஸ் இவங்களோட உயிர காப்பதுறதுக்கு குடு-

குற TOTAL PARENTERAL NUTRITION இந்த மயக்கவியல் மருத்துவர்கள்லால தான் தீர்மானிக்கப்படுது. எல்லா ஐசியூக்களும் இவங்க கண்ட்ரோல்ல இருக்குறதால தான் இவங்கள INTENSIVIST னு சொல்றாங்க. இதெல்லாம் சாதாரண மக்களுக்கு தெரியவே தெரியாது... பிகாஸ்... யாரும் இவங்க கிட்ட நேரடியா எந்த ஆலோசனையும் கேக்குறதில்ல... அதுனாலதான் இவங்கள THE UNSUNG HEROES IN THE FIELD OF MEDICINE னு சொல்லுவோம். என்னதான் அனஸ்தீஸியாலஜி படிச்சிட்டு MS general surgery படிச்சி இருந்தாலும் ஒரு அனஸ்தேசியலஜிஸ்ட் ஹெல்ப் இல்லாம எந்த சர்ஜரியும் செய்ய முடியாது.. செய்யவும் கூடாது... அது சட்டபடி குற்றம்"

[ஆமா மக்களே... இந்த மயக்க மருந்து நிபுணர்கள் பத்தி நமக்கு பெருசா அவர்னேஸ் இல்ல அதுனாதான் இந்த சின்ன இன்ஃபோ... அதோட இந்த கொரொனா காலத்துல ICUல பல ஆயிரம் உயிர்களை காப்பாற்றிய பெருமை மாக்கவியல் மருத்துவர்களையே சாரும்... மத்தவங்க ஒன்னும் செயலையா கேக்கதிங்க இவங்களோட பங்கீடு அதிகமேனும் அதிகம்]

"அடேங்கப்பா.... ஒரு அனஸ்தேசியலஜிஸ்ட்கு பின்னாடி இவ்ளோ விஷயம் இருக்கா? அது சரி இந்த மூளை மாற்று அறுவை சிகிச்சை சாத்தியமா என்ன?"

"ஏன் சாத்தியம் இல்ல ஸ்மித்தி? ஒரு 60 வருசத்துக்கு முன்னாடி இதயமாற்று அறுவை சிகிச்சை நடக்கும்னு யாரும் நம்பியிருக்க மாட்டாங்க. உலகத்துல முதல் முறையா தென் ஆப்ரிகாவுல 1967லையும் இந்தியாவுல 1994லையும் தான் முதல் முறையா வெற்றிகரமா இதயமாற்று அறுவை சிகிச்சை நடந்துச்சி. அதுக்கு முன்னாடிவரைக்கும் யாரும் இத நம்பியிருக்க மாட்டாங்க. ஆனா இப்போ அது ரொம்ப சாதாரணம் ஆகிடுச்சி. அப்டிதான் இந்த மூளை மாற்று அறுவை சிகிச்சையும். இதுல என்ன பிரச்சனைனா ஒரு பயிற்சி பெற்ற குத்து சண்டை வீரனோட மூளைய ஒரு சாதாரண மனிஷனுக்கு பொருத்துரோம்னு வை அவனோட மூளை திடமா இருக்கும் ஆனா அவனோட உடம்பு பலவீனமா இருக்கும். அந்த நேரத்துல இந்த சாதாரண மனிசன் யார்க்கிட்டையாச்சும் சண்டைக்கு போனா மூளை என்னால அடிக்க முடியும் அதேநேரம் வலியையும் தாங்க முடியும்னு கட்டளையிடும். ஆனா உடல் ரெண்டுதுக்கும் தயாரா இருக்காது. அவ்ளோதான். நாம பொறுத்துற மூளை அந்த உடலுக்கு ஏற்புடையதா இருக்கனும். இப்ப இல்ல 1908லேயே... சார்லஸ் குத்ரி நாயின் தலையை இன்னொரு நாயின் தலையோடு மாத்தி அறுவை சிகிச்சை செஞ்சிருக்காரு. பட் வொர்க் ஆகல... நெக்ஸ்ட் 1907ல ராபர்ட் ஒயிட் குரங்கு வச்சி ட்ரை பண்ணியிருக்காரு... 8 நாட்கள் எல்லா உணர்வுகளும் இருந்து அடுத்தநாள் இறந்துடுச்சி.. அதுக்கப்றம் 2015ல எலினு இப்டி எல்லாத்துலையும் ட்ரை பண்-

ணிட்டு கடைசியா 2017ல முதல் தலை மாற்று அறுவை சிகிச்சை மனிஷனோட தலைய வச்சி பண்ணியிருக்காங்க அவர் ஒரு கேன்சர் பேசண்ட்... கிட்டதட்ட 80 அறுவை சிகிச்சை நிபுணர்கள் சேர்ந்து 19 ஹவர்ஸ் நடந்துச்சாம் அந்த சர்ஜரி''

“ரிசல்ட் என்ன ஆச்சி...''

“ஹாம் (பெரு மூச்சி விட்டவள்) ரிசல்ட் சக்ஸஸ் ஆகியிருந்தா இந்நேரம் மூளை மாற்று அறுவை சிகிச்சை நடைமுறைக்கு வந்திருக்காதா? அதுக்கு தான போராடிக்கிட்டு இருக்கோம்... மருத்துவ உலகத்துல ஒரு மாற்றத்தை ஏற்படுத்தணும். யு நோ ஸ்மித்தி நம்மளோட உயிர் இதயதுல இல்ல மூலைல தான் இருக்கு...''

“எப்டி சொல்ற?''

“யோசிச்சி பாறேன்.... ஹார்ட்ல ப்ராப்ளம் இருந்தா வேற ஹார்ட் வச்சிக்கிறோம்... பட் இதயம் துடிச்சலும் மூளை சாவு அடஞ்சா செத்து போயிட்டோம்னு தான அர்த்தம்?''

ஸ்மித்தியும் யோசித்தபடி ஆமோதித்தாள்.

“சரி ஸ்மித்தி நான் சாப்பாடு கொண்டு வரேன் இரு...'' அவள் சாப்பாடு கொண்டுவருவதற்குள் கொஞ்சம் கொஞ்சமாக எழுந்து நடக்க முயற்சித்து கொண்டிருந்த ஸ்மித்தி டேபில் மீது இருந்த ஒரு டைரியை எடுக்க அதிலிருந்து சில ஃபோட்டோகள் விழுந்தது. சாப்பாடு எடுத்துக்கொண்டு வெளியில் வந்த சாம் சிரித்துக்கொண்டே

“அது என்னோட பெர்சனல் டைரி... அந்த போட்டோஸ் என்னோட சின்ன வயசு போட்டோஸ்'' என்றாள்.

“எனக்கு தெறிஞ்சி பெர்சனல் டைரினா ஒன்னு ரெண்டு இருக்கும் நீ என்ன பத்து பதினஞ்சி வச்சிருக்க?''

சட்டென சிரித்தவள் “எனக்கு ஃபிரண்ட்ஸ் யாரும் கிடையது. சந்துரு கூட இந்த ரெண்டு வருஷமா தான் என்னோட பேசிக்கிட்டு இருக்காரு. அவரோட நிறைய ஷேர் பண்றதால டைரி எழுதுறது கொஞ்சம் கொறஞ்சிருக்கு மத்தபடி என்னோட கோவம், சந்தோஷம், சோகம், பொலம்பல், சீக்ரட் எல்லாமே இந்த டைரிக்கு மட்டும் தான் தெரியும்''

“அப்போ இத யாராவது படிச்சிட்டா அவங்களுக்கும் உன் சீக்ரட் தெரிஞ்சிடுமே..''

“என் பெர்மிஸ்ஷன் இல்லாம இந்த டைரிய யாராவது படிக்கிறங்கன்னா அப்போ நான் உயிரோட இல்லான்னு அர்த்தம் நான் உயிரோட இல்லாதப்ப யார் படிச்சா எனக்கென்ன?''

“அப்போ உன்ன தவிர யாரும் இந்த டைரிய படிச்சதில்லையா?”

“இப்பவரைக்கும் இல்ல ஆனா நான் சந்துருக்கு அந்த பர்மிஷன் குடுத்தேன்”

“அப்போ அவர் படிச்சாரா?”

“இல்ல... இது உன்னோட சீக்ரட்ஸ். இத நான் உன் வாயால சொல்லி கேக்க தான் ஆசப்படுறேன். இப்டி படிச்சி தெரிஞ்சிக்கணும்னு எதுவும் இல்ல... உனக்கு எப்ப சொல்லணும் தோணுதோ அப்போ சொல்லு நான் வெயிட் பண்றேன்னு சொல்லிட்டாரு. (உதட்டை சுழித்து அவள் புறம் திரும்பியவள்) ஓவர்ரா லவ் என் கண்ட்ரோல் மீறி பொங்குற அப்போ சிலதை சொல்லியிருக்கேன். (மெல்லமாய் சிரித்தவள்) சரிவா சாப்டலாம்” என்றாள்

“இரு இரு உன்னோட போட்டோஸ் பாத்துட்டு அப்றம் சாப்டலாம்”

“தென்... ஓக்கே..”

இருவரும் சம்ருதாவின் சிறுவயது புகைப்படங்களை பார்த்து ரசித்துக்கொண்டிருக்க சட்டென

“உன்னோட சின்ன வயசு ஃபோட்டோ இருக்கா ஸ்மித்தி?” என கேள்வி எழுப்பினாள் சம்ருதா

“ஓஹ்... இருக்கே... ஒன்னே ஒன்னு... இதோ... இது தான்...”

அந்த குட்டி தேவதையின் போட்டோவை வாங்கி பார்த்த சம்ருதா

“அவ்.... கியூட்.... முட்ட கண்ணு, குண்டு கன்னம், முயல் குட்டி மாதிரி இருக்க... அந்த எலி பள்ளு தான் என்னை அப்டியே இழுக்குது எவ்ளோ கியூட் ஸ்மைல்...”

ஸ்மித்தி சிரிக்க

“ஸ்மித்தி இந்த ஃபோட்டோவ நானே வச்சிகாட்டுமா?”

ஸ்மித்தி சற்று யோசித்து “ம்ம்ம்.... ஓக்கே...” என்றாள்

“சரி நீ இப்ப வரைக்கும் உன்ன பத்தி உன் ஃபேமிலி பத்தி எதுமே சொல்லவே இல்லையே... டெல் மீ அபௌட் யுவர்செல்ஃப்” என சிரித்தாள் சம்ருதா.

“ஹாம்.... என்ன பத்தி என் ஃபேமிலி பத்தி என்ன சொல்ல... என்னோட அம்மா ஒரு ஆண்டி இந்தியன். ஷீ இஸ் எ இன்டர்நேஷனல் கிரிமினல் ஹேக்கர். இந்திய ராணுவ தளவாடங்களோட ரகசியங்கள ஹேக் பண்ணதால இந்திய ராணுவத்தால கைது செய்யப்பட்டாங்க... அப்பவே அவங்க கன்ஸிவ்வா தான் இருந்தாங்கலாம் சோ என்னோட அப்பா யாருன்னு எனக்கு தெரியாது. பிரசவத்துல அவங்க இறந்துடாங்க... அதுக்கப்றம் என்னை வளத்தது ஆர்மி ஆபிசர் டானியா ஷெர்கில். அவங்க எனக்கு அம்மாங்குறத விட ஒரு நல்ல குரு அவ்ளோதான் மத்தபடி பெரிய பாசபிணைப்பு எதுவும் இல்ல எங்களுக்குள்ள. இயல்-

பாவே ஹேக்கிங்கல இண்ட்ரெஸ்ட் வந்துடுச்சி... சின்ன வயசுலையே நிறைய ஃப்ராடு தனம் பண்ணிருக்கேன்... ஸ்கூல் சிஸ்டெம் ஹாக் பண்ணி மார்க் சேஞ்ச் பண்றது... கொஸ்டீன் பேப்பர நெட்ல வைரல் பண்றது... ஸ்கூல் பிரின்சிபல் மொபைல் ஹாக் பண்ணி ராங் கால் கனெக்ட் பண்ணி கடுப்பேத்தூறது... இப்டி நிறைய பண்ணி பணிஷ்மெண்ட் வாங்கியிருக்கேன். அதுக்கப்றம் மிஸ் டானியா என்கிட்ட எல்லா உண்மையும் சொன்னாங்க நானும் என் அம்மா மாதிரி இருக்கேன்னு இன்சல்ட் பண்ணாங்க. அன்னைக்கு எடுத்த முடிவுதான் என் அம்மா பண்ண தப்புக்கு நான் இந்த நாட்டுக்காக உயிர் இருக்க வரைக்கும் சேவை பண்ணுவேன்னு. அதுக்கப்றம் எனக்கு நினைவு தெரிஞ்சதுல இருந்து.... இப்பவரைக்கும் எல்லாமே இந்த வேலைக்கான ட்ரைனிங் தான். ஏகப்பட்ட ரிஸ்க். ஏகப்பட்ட காயம். இப்டி நிறையா... இதுவரைக்கும் ஏகப்பட்ட கேஸ் கண்டுபுடிச்சிருக்கேன் நெறைய பேரோட உயிர காப்பத்திருக்கேன். அதுக்காக நிறைய பேர கொன்னுருக்கேன். எதுக்காகவும் பெரும பட்டதும் இல்ல வருத்தப்பட்டதும் இல்ல. மிஸ் டானியா மேல இருக்க மரியாதையா இல்ல பயமா தெரியாது இப்பவரைக்கும் அவங்க பேச்ச தவிர யார் பேச்சையும் கேட்டதில்ல. அவ்ளோதான் என்னோட ஹிஸ்டரி.''

அவளை அப்படியே பிரமிப்பாய் பார்த்த சம்ருதா ''மிஸ் டானியாவா?'' என கேட்க

''ஆமா அவங்க கல்யாணமே பண்ணிகல... அவங்க ஒரு கன்னி தாய்''

''உனக்குள்ள இவ்ளோ சீக்ரட்ஸ் இருக்கா ஸ்மித்தி....?'' அதிசயமாய் கேட்டவளை பார்த்து சிரித்தவள்

''அப்டி இல்ல எனக்கும் ஃபிரண்ட்ஸ் யாரும் இல்ல. நான் எங்கையும் பத்து நாளுக்கு மேல தங்கினதில்ல... இத்தன நாள் நான் இங்க இருக்குறது எனக்கே ஆச்சரியம் தான்.''

''சரி உன்னோட கனவு என்ன ஸ்மித்தி?'' சட்டென கேட்டாள் சம்ருதா

யோசிக்காமல் சொன்னால் ஸ்மித்தி ''ஒரு நார்மல் லைஃப்... சீக்ரட்ஸ் இல்லாம.... ஒளிஞ்சி வாழாம... ஓடிக்கிட்டே இருக்காம... எனக்குனு சில உறவுகளோட... (சட்டென சிரித்தவள்) இதுக்கெல்லாம் வாய்பே இல்ல... பிகாஸ்... எனக்கு எந்த ஃபேமிலியும் இல்ல''

''நீ உன்னோட மிஸ்டர் சிபிஐக்கு ப்ரபோஸ் பண்ணி கல்யாணம் பண்ணிக்கோ உனக்குனு ஒரு ஃபேமிலி கெடைக்கும்''

''இம்பாஸிபிள் சாம்... எனக்கு இந்த மாதிரி ஃபேமிலியா வாழ்ந்து பழக்கம் இல்ல அதோட மிஸ்டர் ரே! அவரோட பீலிங்க்ஸ் கூட நான் விளையாட விரும்பல... ஹீ இஸ் சோ ஸ்வீட். ஐ டோன்ட் திங்க் ஐ லவ் ஹிம். பட் ஹீ மேக் மை டே. ஹீ மேக் மீ ஃபீல் லைக் எ ஸ்பெஷல் ஒன். எனக்கும்

ஆசையா தான் இருக்கு பட் என்னால இப்டி வாழ முடியாது... என்னோட கால் சரியானதும் கொஞ்ச நாள்ல நான் இங்க இருந்து போயிடுவேன். அப்றம் நீயும் இல்ல மிஸ்டர் ரேவும் இல்ல. அவ்ளோ தான்"

"நஹி... மே தும்னே ஜானே நஹி தூங்கா" என சிறுபிள்ளை போல கூறி-னாள் சம்ருதா

மென்னகை புரிந்தவள் "நான் உன்கிட்ட சொல்லிட்டு போனாதான? (சம்ரு-தாவின் முகம் வாடுவதை கண்ட ஸ்மித்தி) சுனு சாம். ஹமாரி பாஸ் கொய் விகல்த் நஹி ஹே. இஸ்கே பாரிமே சோச். இன்கேஸ் நாளைக்கே உனக்கு நீ ஆசப்பட்ட வேலை கெடச்சிடுச்சினா. அப்போ நீயும் போயி தான ஆகணும்? வீ ஹாவ் டூ டூ திஸ்"

சம்ருதாவின் கண்கள் கலங்குவதை போல தோன்ற...

"சாம் இதெல்லாம் நடக்கும்போது பேசிகலாம் இப்ப எனக்கு ரொம்ப பசிக்குது சாப்டலாமா?" என பேச்சை மாற்றினாள்.

அடுத்த நாள் வழக்கம் போல சம்ருதா ஹாஸ்பிடல் சென்று விட்டு நேரமே வீடு திரும்பினாள். வீட்டிற்குள் நுழையும் போதே ஸ்மித்தியை அழைத்துக்-கொண்டே நுழைந்தாள்

"ஸ்மித்தி.... ஸ்மித்... எங்க இருக்க உன்கிட்ட ஒரு முக்கியமான விஷயம் சொல்லணும் ஸ்மித்தி.... எங்க போனா இவ... ஸ்மித்தி..." ஒவ்வொரு அறை-யாக தேடிவிட்டு குளியலறை பக்கத்தில் சென்றவள்

"ஸ்மித்தி... இங்க தான் இருக்கியா... உன்கிட்ட ஒரு முக்கியமான விஷயம் சொல்லணும்.... கெஸ் வாட்? ஒரு குட் நியூஸ் ஒரு பேட் நியூஸ் ரெண்டு இருக்கு என்கிட்ட.... என்ன சொல்லு பாப்போம்... என்ன தெரியலையா... சீக்-கிரம் வெளில வா" வெகு நேரம் காத்திருந்தவள் அப்போது தான் கவனித்தாள் குளியலறை வெளிபக்கம் தாழிடப்பட்டிருந்தது.

'ஒரு வேல நேத்து சொன்ன மாதிரி சொல்லாமலே போயிட்டாளோ' கண்கள் குலமென நிரம்பியது.

அப்படியே தனது மெத்தை மீது அமர்ந்தாள்.

அத்தியாயம் 24 (2)

வீட்டில் எங்கு தேடியும் ஸ்மித்தி கிடைக்கவில்லையே என வருத்தத்தில் அமர்ந்திருந்த சம்ருதா ஏதோ நினைவு வந்தவளாய் வேகமாய் எழுந்து வீட்டின் பின்புறம் சென்று பார்க்க... அங்கு ஸ்மித்தி ஆழ்ந்த சிந்தனையில் அமர்ந்திருந்தாள். நிம்மதி பெருமூச்சி விட்ட சம்ருதா அவளது அருகில் சென்று தோள் மீது கைவைத்து அழைக்க சட்டென திரும்பினாள் ஸ்மித்தி.

"ஹேய்.... சாம் என்ன இவ்ளோ சீக்கிரமா வந்துட்ட?" ஆச்சரியமாய் கேட்டாள் ஸ்மித்தி.

"நீ இவ்ளோ நேரம் இங்கையா இருந்த? நான் எவ்ளோ நேரமா கூப்புடுறேன்.... அப்டி என்ன பலமான யோசனை?"

"அது..." என தயங்கியபடி யோசித்தாள் ஸ்மித்தி.

"ம்ம்... அது?"

"ரே எனக்கு ப்ரபோஸ் பண்ணாரு...."

"வாவ்.... நிஜமாவா இது உண்மைலேயே ரொம்ப சந்தோஷமான நியூஸ்... நீ என்ன சொன்ன?"

"யோசிச்சிட்டு நானே கூப்புடுறேன்னு சொன்னேன்"

"இதுல யோசிக்க என்ன இருக்கு? உனக்கு தான் அந்த சிபிஜய புடிச்சிருக்குல்ல சரின்னு சொல்ல வேண்டி தான?"

"அது அவ்ளோ ஈசி இல்ல சாம்... 'ரே' என்ன மாதிரி கிடையாது... அவருக்கு ஃபேமிலி இருக்கு... என்னால அவங்களோட சேர்ந்து அட்ஜஸ்ட் பண்ணி வாழ முடியுமா தெரியல... நான் ரே கூட இருந்தா ஹாப்பியா இருப்பேன் எனக்கு தெரியும் பட் அவரு ஹாப்பியா இருப்பாரா தெரியல... நிச்சயமா நான் அவர டிசப்பாய்ண்ட் பண்ணுவேன். என்னால ஒரு நல்ல வொய்ஃப்பா இருக்க முடியாது. நோ... ஐ கான்ட்"

"பட் ஸ்மித்தி..."

“பிளீஸ் சாம் என்ன கண்வின்ஸ் பண்ண ட்ரை பண்ணாத”

“சரி அப்போ என்ன சொல்ல போற?”

“எதுவும் சொல்ல போறதில்ல... என்னால அவருக்கு நோ சொல்ல முடியாது... சோ... இப்டியே விட்றலாம்னு இருக்கேன்... ஊருக்கு கௌம்ப போறேன்... கால் நல்லாவே சரியாகிடுச்சி... அப்றம் என்ன? எல்லாம் கொஞ்ச நாளைக்கு தான். அவருக்கு இருக்க ஜாப் டென்ஷன்ல என்னை மறந்துடு-வாரு.... மறந்துடுவாரோ? மறக்கணும். அது தான் நல்லது. சரி என்னை விடு நீ என்ன சொல்ல வந்த? ஏன் இவ்ளோ சீக்கிரம் வந்துட்ட?”

“அது... ஆக்ச்சுவலி உன்கிட்ட சொல்ல எனக்கு ஒரு குட் நியூஸ் ஒரு பேட் நியூஸ் இருக்கு எத மொதல்ல சொல்லட்டும்?”

மென்னகை புரிந்தவள் “குட் நியூஸ்ஸே சொல்லு”

“எனக்கு ஜெபி லேப்ல வேல கெடச்சிடுச்சி...”

சட்டென சிரித்தவள் “அப்போ பேட் நியூஸ் என்னன்னு எனக்கு தெரியுமே! ‘கங்க்ராஜுலேஷன்ஸ் டார்லிங்’ உன் கனவுக்கான முதல் அடி ரொம்ப சந்தோ-ஷம்! சரி எத்தன நாளைக்கு பிறகு திரும்ப வருவ?”

“ஆராய்ச்சி முடியரவரைக்கும் இருப்பேன்னு அக்ரிமெண்ட் ஸைன் பண்ணி-ருக்கேன். திரும்ப எப்ப வருவேன்னு எனக்கே தெரியாது.”

அதை கேட்ட அடுத்த கணம் ஏதோ இழந்ததை போல உணர்ந்தவள்

“ஃபர்ஸ்ட் டைம் அழணும்னு தோணுது ஃபீல் லைக் (வார்த்தைகள் தந்தியடிக்க) கிவ் மீ எ டைட் ஹக்”

இருவரும் கண்ணீர் வழிய அணைத்துக்கொண்டனர்.

“நீ என்ன ரொம்ப ஃபீல் பண்ண வைக்கிற சாம். சரி இந்த விஷயத்தை வீட்டுல சொல்லிட்டியா?”

“நேர்ல சொல்லலாம்னு இருக்கேன்.”

“நேர்லையா?”

“ஆமா 15 டேஸ் டைம் கேட்டிருக்கேன். அப்பா அம்மா கூட டைம் ஸ்பெண்ட் பண்ண. நீயும் என்கூட வாயேன் பிளீஸ்...”

“நோ... சாம்... என்னால முடியாது... நான் இப்பவே கௌம்புறேன். (கூறிக்-கொண்டே கண்களை துடைத்தவள்) சரி அப்போ சந்துரு?”

“சந்துரு.... சென்னை போயிருக்கான். அவனுக்கு எதுவும் தெரியாது... அவங்கிட்ட இத நான் எப்டி சொல்ல போறேன் தெரியல... ஆனா சொல்ல-ணும்”

“அப்போ உன்னோட லவ்?”

“இப்டியே மறச்சிடலாம்னு முடிவு பண்ணிட்டேன்... எனக்காக அவன் ஏன் வெயிட் பண்ணனும்?”

இருவரிடமும் பெரிய அமைதி... இருவரும் ஆளுக்கொரு பக்கம் துணிகளை எடுத்து வைத்துக்கொண்டிருந்தனர்... சாம் பெங்களூருக்கு கிளம்பிக்கொண்டிருந்தாள். ஸ்மித்தி டெல்லிக்கு கிளம்பிக்கொண்டிருந்தாள். சிறிது நேரம் கழித்து சிந்தியாவிடமிருந்து அழைப்பு வந்தது.

“ஸ்மித்தி அம்மா உன்கிட்ட பேசனுமாம்” என போனை ஸ்மித்தியிடம் கொடுத்துவிட்டு செவ்வனே தன் துணிகளை அடுக்கிக்கொண்டிருந்தாள் சம்ருதா.

“சொல்லுங்க ம்மா... ஆமாமா ஊருக்கு கெளம்பிட்டோம்... இல்லமா அது... அங்க கொஞ்சம் வேல இருக்கு... இன்னோர் நாள் வர்றேன்மா... இல்லமா ஆக்ச்சுவலி நான் டெல்லிக்கு டிக்கெட் போட்டேன். கேன்ஸல் பண்ண முடியா...... (ஸ்மித்தி சொல்லிக்கொண்டிருக்கும் போதே சம்ருதா அந்த டிக்கெட்டை கிழிக்க...) ஹேய்.... அய்யோ... என் டிக்கெட்.... (ஸ்மித்தி சாமை முறைக்க அவள் சற்றும் கண்டுக்கொள்ளவில்லை) அது... ஒன்னுலமா ஒரு பெரிச்சாலி என் டிக்கெட்ட கிழிச்சிடுச்சி... சச்ச... அப்டிலாம் எதுவும் இல்லமா.... ஹாம் சரிங்கமா” இணைப்பை துண்டித்துவிட்டு இடுப்பில் கைவைத்து சம்ருதாவை முறைத்தாள் ஸ்மித்தி...

“சைட் அடிச்சது போதும் இந்தா பெங்களூர் போக டிக்கெட் பத்ரம்... நான் போயி கேப் வந்துடுச்சா பாத்துட்டு வர்றேன்” என கூறிவிட்டு சென்றாள் சம்ருதா.

‘இவள.... ம்ஹூம்... ஒன்னும் பண்ண முடியாது...’ என தலையை உலுப்பிக்கொண்டு அவள் பின்னாலேயே சென்றாள் ஸ்மித்தி.

இருவரும் பெங்களூரு வந்து சேர்ந்தனர். இரண்டு வாரங்களில் ஸ்மித்தி சிந்தியாவின் இன்னொரு மகளாகவே மாறிவிட்டாள். அநேக நேரங்கள் ஸ்மித்தி சிந்தியாவுடனே தன் நேரங்களை செலவழித்தாள். தாயன்பின் தனித்துவம் அத்தனை மகிமை வாய்ந்தது. ஸ்மித்தி சிந்தியாவை தனது அன்னையாகவே ஏற்றுக்கொண்டாள்.

சிந்தியா ஸ்மித்தியுடன் ஒரு தோழிபோல பல கதைகள் பேசி சிரித்து மகிழ்ந்திருந்தார். அப்படியே பேச்சினுடே அவரது குடும்பம் பற்றி பேச தொடங்கி அவரது மொத்த கதையையும் சொல்லி குடும்பதை பிரிந்தது பற்றி வருந்தும் சமயம் அங்கு வந்த சம்ருதா....

“ஆரமிச்சிட்டீங்களா மம்மா... இதே தான் ஸ்மித்தி எப்பவும் இப்டிதான் அவங்க தான் நம்ம வேணான்னு இருக்கங்கல்ல நாம மட்டும் ஏன் அவங்கள பத்தி யோசிக்கணும்... கொஞ்சம் கூட மனசாட்சி இல்லாதவங்க.... ஒரு சந்தோஷமான நேரத்துல கூட இப்டிதான் அவங்கள நெனச்சி அழவேண்டியது.

அவங்க நம்மள பத்தி யோசிச்சாங்களா? எனக்கு மட்டும் அவங்கள மீட் பண்ண வாய்ப்பு கெடச்சா ஒவ்வொருத்தரையும் தனித்தனியா நிக்கவச்சி நல்லா நாலு கேப்பேன்.'' தனது ஆதங்கத்தை கொட்டிவிட்டு போனாள் சம்ருதா.

''பாருமா ஸ்மித்தி இவ எப்டி பேசிட்டு போறா''

''விடுங்கம்மா அவ கெடக்குறா கண்டிப்பா ஒருநாள் பாட்டி, பெரிய மாமா, சின்ன மாமா எல்லாரும் உங்கள ஏத்துபங்க... உங்க ஆசை கண்டிப்பா நிறைவேறும்மா''

''அந்த நம்பிக்கைல தான் வண்டி ஓடிக்கிட்டு இருக்குடா. சில நேரம் நான் தப்பு பண்ணிட்டனோன்னு கூட யோசிச்சிருக்கேன்... ஆனா பல நேரம் நான் எடுத்த முடிவு சரிதான்னு என்னை உணரவச்சது உங்க அப்பா தான். உங்க அப்பா எனக்கு எல்லாமுமாவும் இருக்காரு... இருந்தாலும் நான் அவங்கள மிஸ் பண்றேன் என்ன செய்றது...'' தனது இயலாமையை பெருமூச்சில் சொல்லிவிட்டு சென்றார் சிந்தியா.

அன்று... பெங்களூரில் நடந்த ம்யூசிக் பெஸ்டிவெலில் ஒரு பக்கம் ஸ்மித்தியும் சம்ருதாவும் இசைக்கருவிகளை வேடிக்கைப் பார்த்துக்கொண்டிருந்தனர். மறுபக்கம் சிந்தியாவும் ஜெய்ராஜும் புல்லாங்குழல் இசையை கேட்டு ரசித்துக்கொண்டிருந்தனர். அந்த இசைத் திருவிழா மிக பிரம்மாண்டமாக இருந்தது. ஒவ்வொரு இசை கருவி ஸ்டால்களுக்கு பக்கதிலும் ஒரு பெரும் கூட்டம் இருந்தது. அந்த கூட்டத்தில் ஒருத்தராய் இருந்தார் கர்ணன். தூரத்தில் இருந்து சிந்தியாவை பார்த்த கர்ணன். துள்ளலாய் ஓடிவந்து

''அம்மாடி சிந்தியா... எப்டிமா இருக்க எத்தன வருஷம் ஆச்சி உன்ன பாத்து...?'' என உள்ளம் பூரிக்க நலம் விசாரித்தார்.

''ஹையோ.... கர்ணா அண்ணா... எப்டி இருக்கீங்க... வாட் எ பிளசண்ட் சர்ப்ரைஸ்... நாங்க நல்லா இருக்கோம் அண்ணா... வீட்டுல எல்லாரும் நல்லா இருக்கங்களா?''

''எல்லாரும் நலம்டா சிந்தியா. என்ன மாப்ள என் தங்கச்சிய கண்கலங்காம பாத்துக்குறிங்களா?'' என சிரித்துக்கொண்டே கேட்டார் கர்ணன்.

''அதெல்லாம் நான் நல்லா தான் பாத்துக்குறேன்... ஆனா அடிக்கடி அவங்க வீட்ட நெனச்சி நெனச்சி கண்கலங்குறது தான் உங்க தங்கச்சியோட முழுநேர வேலையே... என்ன சொன்னாலும் அப்டியே தான் இருக்கா மச்சான்''

''சரி விடுங்க அவங்களும் அப்டியே தான் இருக்காங்க... சரி சம்ருதா எங்க? குழந்த புள்ளையில பாத்தது இப்போ நல்லா வளந்திருப்பால? எங்க என் மருமக?''

''அதோ அங்க பியானோ பாத்துக்கிட்டு இருக்கா பாருங்க''

“யாருமா... அந்த பிங்க் சுடியா?”

“இல்ல அண்ணா அந்த க்ரீன் சுடி. பக்கத்துல இருக்கா பாருங்கண்ணா கூட இருக்குறது அவளோட ஃப்ரெண்ட் ஸ்மித்தி”

பிங்க் சுடிதாருக்கு பக்கத்தில் இருக்கும் க்ரீன் சுடியை சொல்கிறார் சிந்தியா ஆனால் கிரீன் சுடிக்கு பக்கத்தில் இருக்கும் சந்தன நிற சுடி அணிந்திருந்த ஸ்மித்தியை பார்க்கிறார் கர்ணன். சரியாக அதேநேரம் எதேர்ச்சையாக திரும்பிய ஸ்மித்தி சிந்தியாவுக்கு கை காட்ட... ஸ்மித்தியை சம்ருதா என்றே உறுதி செய்துவிட்டார் கர்ணன்.

“நல்லா வளந்துட்டாமா ரொம்ப அழகா இருக்க... சரிமா சிந்தியா நான் கௌம்புறேன்... அப்டியே சாம்கிட்ட ஒரு வார்த்தை சொல்லிட்டு கௌம்புறேன்.” என கூறிவிட்டு கர்ணன் சம்ருதா இருக்கும் இடத்திற்கு வந்தார்.

“ஹாய்மா சாம் எப்டி இருக்க?” என ஸ்மித்தியை பார்த்து கேட்டார் கர்ணன்

ஸ்மித்தி ஏதும் புரியாமல் முழிக்க

“என்னம்மா என்னைய அடையாளம் தெரியலையா? நான் தான்மா கர்ணன் உங்க பெரியமாமாவோட ஃப்ரெண்ட் நியாபகம் இல்லையா? நீ சின்ன பொண்ணா இருக்கும் போது நான் உங்க வீட்டுக்கு வந்திருக்கேன். ரொம்ப வருஷமாகிடுச்சி அதான் உனக்கு என்ன அடையாளம் தெரியல... இதோ இப்போ தான் அப்பா அம்மாவா பாத்துட்டு வந்தேன்” அவர் விளக்கவும் தான் ஸ்மித்திக்கு விஷயம் புரிந்தது.

‘ஓஹ்... இவர் கிருஷ்ணா மாமாவோட ஃப்ரெண்ட்டா... என்னை சாம்ன்னு நெனச்சி பேசிட்டிருக்கரு போல’

“ஹாய் அங்கிள்... எப்டி இருக்கீங்க?”

“நான் நல்லா இருக்கேன்மா... நீ எப்டி இருக்க?”

“நல்லா இருக்கேன் அங்கிள். பை த வே... இவ தான் சா...”

“சுமதி! தெரியுமே... உன்னோட ஃப்ரெண்ட் தானமா?” என குறுக்கிட்டார் கர்ணன்.

“எதே சுமதியா?...” சாம் ஸ்மித்தி இருவரும் அதிர்ச்சியாய் கேட்டனர்.

“ஆமாமா இப்போ தான் சிந்தியா சொன்னா இந்த பொண்ணு உன்னோட ஃப்ரெண்ட் சுமதின்னு. நீ எந்த ஊருமா?” என சம்ருதாவை பார்த்து கர்ணன் கேட்க,

இல்லை என உண்மையை சொல்ல முயன்ற ஸ்மித்தியை தடுத்த சம்ருதா...

“ஹாம் ஆமா அங்கிள் நான் சுமதி தான். சம்ருதாவோட குளோஸ் ஃப்ரெண்ட். சொந்த ஊரு அஹ்மதாபாத். இங்க பெஸ்டிவெல்காக வந்தேன்” தன் வாயிக்கு வந்ததை கூறிய சம்ருதாவை வாயை பிளந்து அதிசயமாய் பார்த்தாள்

ஸ்மித்தி.

சரியென பேசிவிட்டு கர்ணன் கிளம்பிவிட....

“சாம் பாவம் அவரு ஏதோ மிஸ் அண்டர்ஸ்டாண்டிங்ல மாத்தி சொல்லிட்டாரு அதுக்குனு இப்டியா பண்ணுவ?”

“விடு ஸ்மித்! எங்க அம்மா வீட்டு ரிலேடிவ்ஸ் யாரையுமே எனக்கு புடிக்காது. இப்போ அவரு உன்ன நான்னு நெனச்சதுனால என்ன மாறிட போகுது ஒன்னும் இல்ல... விடு... வா.. அந்த வயலின் டிசைன்லாம் செம்மையா இருக்கு அங்க போகலாம் வா..”

இருவரும் பேசிக்கொண்டே.... அந்த இடத்தை சுற்றி பார்த்து ரசித்தனர். அவர்களின் அந்த இரண்டு வாரத்தை சிந்தியா ஜெய்ராஜுடன் சந்தோஷமாக கழித்தனர். மும்பைக்கு கிளம்ப வேண்டிய நாளும் வந்தது. இருவரும் சோர்ந்த முகத்துடன் கிளம்ப... ஸ்மித்தியின் அருகில் வந்த சிந்தியா....

“ஸ்மித்தி கண்ணா...”

“மம்மா....”

“அம்மா உன்கிட்ட ஒண்ணு சொல்லுவேன் கேட்டுப்பியா?”

“சொல்லுங்க மம்மா...”

“நீ ஏன் அந்த போலீஸ்கார தம்பிய கல்யாணம் பண்ணிக்கக் கூடாது?”

“ம்மா?” ஸ்மித்தி சம்ருதாவை முறைக்க

“எனக்கு எதுவும் தெரியாது... நான் அப்பா கிட்ட மட்டும் தான் சொன்னேன்” என அப்பாவி போல தோள்களை குலுக்கியவளை தலகாணியால் அடித்தாள் ஸ்மித்தி.

அவர்களைப் பார்த்து சிரித்த சிந்தியா “உண்மையாவே உனக்கு அந்த தம்பிய புடிச்சுருக்குல செல்லம் அப்றம் என்னடா?”

“ம்மா... அது... நான் எப்டி சொல்லுவேன்... எனக்கு அவர புடிக்கும் தான்... ஆனா... மேரேஜ்....? அது அவ்ளோ ஈசி இல்லமா... என்னால ஒரு நார்மல் வொய்ஃப்ஃபா இருக்க முடியாது... அவங்க ஃபேமிலி என்னை கண்டிப்பா ஏத்துக்க மாட்டாங்க... இது செட் ஆகாதுமா”

“அதெல்லாம் செட் ஆகும்டா குட்டி... யோசியேன் லைஃப்லாங் நீ இப்டியே இருந்துடுவியா? உனக்குன்னு ஒரு துணை வேணுல்ல? இந்த காதல் கல்யாணம்லாம் வாழ்க்கையோட ஒரு பார்ட் தான். உண்மையான லவ் அவ்ளோ சீக்கிரம் கெடைக்காதுடா... இந்த மாதிரி லவ்லாம் எல்லாருக்கும் அமஞ்சிடாது... சாம் சொன்னா அந்த தம்பி உன்ன விரும்புறதா சொன்னாராமே... வேலைக்காக காதலையும் காதலுக்காக வேலையும் விட்டு குடுக்குறத பெரிய தியாகம் மாதிரி நினச்சிக்கதிங்க... ரெண்டுத்தையும் பேலன்ஸ் பண்ண தெரிஞ்சவங்கதான் புத்தி-

சாலி... ரெண்டு பேருக்கும் சேத்துதான் சொல்றேன்...'' சிந்தியாவின் பேச்சை கேட்டு இருவரும் அமைதியாய் ஒருவரை பார்த்து ஒருவர் முழிக்க...

அங்கு வந்த ஜெய் "நாங்க உங்க அப்பா அம்மா.... பிள்ளைங்க மனசு பெத்தவங்களுக்கு புரியும்மா.. சாம் நீ லேப் போறதுக்கு முன்னாடி சந்துருவ பாத்து உன் மனசுல இருக்குறத சொல்லிடு... உன்கூட ஃப்ரெண்டாக ரெண்டு வருஷம் காத்திருந்தவரு உன்ன கல்யாணம் பண்ணிக்க ஆறுமாசம் வெயிட் பண்ண மாட்டாரா?''

"ஆறுமாசா?... அதென்ன கணக்கு ஆறுமாசம்'' என கேள்வி எழுப்பினாள் ஸ்மித்தி.

"அது... என்னோட ப்ராஜக்ட் ஆறுமாசத்துல முடிஞ்சிடும்ல ஸ்மித்தி... அத தான் சொல்றாங்க.... ரெண்டு மூனு வருஷம்னா இவங்க விட்டிருக்கவே மாட்டாங்க... ஆறுமாசம்னு சொன்னதால தான் ஒப்புக்கிட்டாங்க... இல்லப்பா?''

சாம்ருதா உண்மையை மறைத்த விவரம் இப்போது தான் ஸ்மித்திக்கே புரிந்தது. தப்பு பண்ற சாம் என்பது போல தலையை அசைத்தாள் ஸ்மித்தி. அதோடு ஸ்மித்தியின் புறம் திரும்பிய ஜெய்

"ஸ்மித்திமா''

"சொல்லுங்க ப்பா...''

"நீ சிந்தியா சொல்றதெல்லாம் கேக்காத... உன் மனசு சொல்றத கேளு... உனக்கு அந்த தம்பிய புடிக்கலனா அந்த தம்பி கிட்ட நேர்ல போயி சொல்லிட்டு வந்துடு... எந்த பதிலும் சொல்லாம இருக்குறது தப்புமா ஒரு வேல உன்னால நோ சொல்ல முடியாலான அங்க என்ன நடந்தாலும் அத ஏத்துகோ நீ சந்தோஷமா இருப்ப அப்பா பேச்சை கேப்பல்லடா?''

முதலில் அவர் சொன்னதை கேட்டு குறுக்கிட்டு ஏதோ பேச முயற்சித்த சிந்தியா அடுத்து அவர் சொன்னதை கேட்டு சிரித்தபடி அமைதியானார்.

இருவரும் மும்பை வந்து சேர அன்று இரவானது... கசாரா வந்து இறங்கிய அடுத்த நிமிடமே...

"சாம் நான் மிஸ்டர் ரேவ பாத்துட்டு வந்துடுறேன்... அப்பா சொன்ன மாதிரி நான் அவர்கிட்ட நேர்ல போயி நோ சொல்றது தான் சரி... நான் கௌம்புறேன்... நீ ரூம் போ...''

"அப்போ கண்டிப்பா நோ தான் சொல்ல போறியா ஸ்மித்தி?''

"ஆமா... அது தான் ரெண்டுபேருக்கும் நல்லது''

"அப்போ சரி... அப்டியே நீ அவருக்காக விழுந்து விழுந்து ரெடி பண்ண வாட்ச்சையும் கொண்டுபோ... (அவள் யோசிக்க) என்ன யோசிக்கிற... இத அவரோட சேஃப்டிக்காக தான பண்ண... இது குடுக்குறதுல தப்பில்ல...

இந்தா...'' வலுக்கட்டாயமாக அவளது கையில் அந்த வாட்ச்சை திணித்து அனுப்பினாள் சம்ருதா...

ஸ்மித்தி ஆருஷை பார்க்க சென்றாள். சம்ருதா தன் வீட்டிற்கு வந்தாள்.

அங்க என்ன நடந்துச்சின்னு தான் நமக்கு தெரியுமே... இப்ப இங்க என்ன நடக்குதுன்னு பாப்போம்.

சம்ருதா வீட்டிற்கு வந்த சிறிது நேரத்தில் சந்துரு அங்கு வந்தான்.

“சந்துரு... நீயா? நீ இங்க என்ன பண்ற?''

“ஏன் சாம் நான் வரக்கூடாத?''

“இல்ல அது.. ஆக்ச்சுவலி... வா... நானே உன்ன கூப்டணும்னு இருந்தேன்''

“எப்போ லேப்க்கு போனதுக்கு அப்றமா?''

“சந்துரு...?'' இப்போது தான் அவனது முகத்தை பார்த்தாள். சோர்ந்துபோன அந்த முகமே கூறியது அவனது மனநிலையை

“இப்ப கூட எதுவும் சொல்ல மாட்டல்ல சாம்... உன்னோட கனவு எனக்கும் முக்கியம் தான்.... ஆனா... அத விட நீ எனக்கு முக்கியம்.. நான் உனக்கு எப்டி சொல்லுவேன்... அக்ரிமெண்ட் ஸைன் பண்றதுக்கு முன்னாடி என்கிட்ட ஒரு வார்த்தை சொல்லணும்னு கூட உனக்கு தோணலயா? நான் உன் நியாபகத்துலயே இல்லையா?'' அவன் என்ன சொல்வதென தெரியாமல் திரும்பி நின்று தன்னை மீறி வந்த கண்ணீரை துடைத்து கொண்டிருக்க திடீரென பின்னால் வந்து அணைத்துக்கொண்டாள் சம்ருதா... அவளது கண்ணீர் அவனது முதுகை நனைத்தது.

“சாரி சந்துரு... உங்கிட்ட சொல்லிட்டு போற அளவுக்கு எனக்கு தைரியம் இல்ல அதான் சொல்லாம மறச்சிடலாம் நெனச்சேன்... சாரி சந்துரு...''

அவளது அழுகையை தாங்க முடியாதவன் சட்டென அவளை முன்புறம் இழுத்து நெஞ்சோடு அணைத்துக்கொண்டான்.

“எனக்கு உன் மேல நிறைய நம்பிக்கை இருக்கு சாம் கண்டிப்பா இந்த ஆராய்ச்சி உன்னால தான் முடிவுக்கு வரும். நீ இந்த ஆராய்ச்சி முடிச்சிட்டு சந்தோஷமான செய்தியோட வரவரைக்கும் உனக்காக நான் வெயிட் பண்ணுவேன்... இப்டியே... எவ்ளோ நாள் ஆனாலும் எத்தன வருஷம் ஆனாலும் உனக்காக மட்டும். அத மைண்ட்ல வச்சிக்கோ...'' என கூறி நெற்றியில் முத்தமிட்டான்.

இருவரும் மாறி மாறி தங்களின் காதலை பிரிமாறிக்கொண்டனர்.

அடுத்த நாள் காலை சம்ருதா, சந்துரு மற்றும் ஸ்மித்தியிடம் விடைபெற்று ஜெபி லேப்பிற்கு கிளம்பினாள். கையில் ஸ்மித்தி ஆருக்கு கொடுத்த அன்பு பரிசு போன்ற இன்னொரு வாட்சை அணிந்துகொண்டு.

இரண்டு நாட்கள் கழித்து ஸ்மித்தியை பார்க்க வந்தான் சந்துரு. சம்ருதா சென்ற பிறகு வெறிச்சோடிய அந்த வீட்டை பார்த்து கலங்கியவனுக்கு ஆறுதல் கூறிய ஸ்மித்தி...

“அவ கௌம்பின அன்னைக்கு ஆள் சேஃப்ன்னு மெசேஜ் செஞ்சா அதுக்கு பிறகு எந்த மெசேஜ்ஜும் இல்ல சோ... ஷீ இஸ் சேஃப்.... எனக்கு இங்க இருக்க முடியல... அதோட எனக்கு டெல்லில ஒரு முக்கியமான கேஸ் இருக்கு நான் கௌம்புறேன் பையா...”

“எப்போ..?”

“நாளைக்கு நைட்...”

“ஓக்கே சிஸ்டெர்... எனக்கும் இங்க இருந்தா அவளோட நியாபகமாவே இருக்கு வேலைல கான்சந்த்ரேட் பண்ண முடியல. அதுனால நானும் டாக்டர் ஜீவாகூட சென்னைல இருக்க யுனிவெர்ஸ் ஹாஸ்பிடல்ல போயி ஜாயின் பண்ணிடலாம்னு இருக்கேன்.”

“சரிங்க ப்ரோ... நான் கௌம்புறதுக்கு முன்னாடி கால் பண்றேன்.”

சரியென சந்துரு அங்கிருந்து கிளம்பினான்.

அன்று மாலை ஸ்மித்தி அந்த டெல்லி கேஸ் பற்றி முக்கியமான டிடெயில்ஸ் பார்த்துக்கொண்டிருக்கும் ஆருஷிடம் இருந்து மெசேஜ் வந்தது.

“ஹேய்... ஸ்மித்தி எனக்கு ப்ரமோஷன் கெடச்சிருக்கு! நான் ரொம்ப சந்தோஷமா இருக்கேன், எனக்கு உன்ன இப்பவே பாக்கணும்... ரிப்ளை மீ ஃபாஸ்ட்”

அவனது குறுஞ்செதி பார்த்து புன்னகைத்தவள் “கஷ்டம் ரே... நான் வேற ஒரு கம்மிட்மெண்ட்ல இருக்கேன் இன்னைக்கு மீட் பண்றது ரொம்ப கஷ்டம்... நாளைக்கு?” என பதில் அனுப்பினாள்

“நாளைக்கு காலைல நான் ஊருக்கு கௌம்புறேன். நீயும் டெல்லி போறல்ல? எப்டி பாக்க முடியும்? இத விட்டா வேற சான்ஸே இல்ல... நீவர நாம மீட் பண்றோம் அவ்ளோதான்”

“பட்... ரே...”

“நோ வே....”

“ஸ்மித்தி... இதுக்கப்றம் நாம எப்ப பாப்போம் தெரியாது... லாஸ்ட்டா ஒரே ஒரு முற மீட் பண்ணலாமே”

‘அய்யோ ரே... புரிஞ்சிக்கோங்க நான் இப்ப இருக்குற மைன் செட்டுக்கு உங்கள பாத்தா உங்க கூடவே வந்துடுவேன்’ என டைப் செய்தவள் எல்லாதையும் அழித்து விட்டு சரி என மட்டும் அனுப்பினாள்.

ஆருஷுக்கு பதில் அளித்த இரண்டொரு நொடிகளில் சம்ருதாவிடமிருந்து குறுஞ்செய்தி வந்தது... அது இரண்டு நாளுக்கு முன்பே அனுப்பிய செய்தி

“ஸ்மித்தி... சம்திங் ராங் இன் திஸ் பிளஸ்... ஏதோ தப்பா வந்து மாட்டிக்கிட்டேன்” என குறுஞ்செய்தி அனுப்பியிருந்தாள்.

அதனை பார்த்த ஸ்மித்தி பதட்டமாக... அடுத்து இன்னொரு ஆடியோ வந்தது. அது ஜஸ்ட் நோ என காட்டியது. அதில் அவள் சொல்லியிருந்ததாவது,

“தாங் காட் ரெண்டு நாளா இந்த வாட்ச் வேலையே செயல... ஸ்மித்தி இங்க எல்லாமே இல்லீகலா தான் நடக்குது... இந்த விஷயம் பத்மா மேடம்க்கு தெரியாது போல அவங்க முன்ன பின்ன தெரியாம இங்க ஜாயின் பண்ணி விட்டுட்டாங்க... இங்க நடக்குறது பத்தி எனக்கே நேத்து தான் தெரிஞ்சிது... இங்க இருக்குற பேசண்ட் எல்லாருமே அப்பாவி மக்கள் தான். என் கண்ணு முன்னாடியே இங்க எத்தனையோ பேர் இறந்து போறாங்க... இறந்த சடலங்கல கூட இங்க வியாபாரம் பண்றாங்க... இது தப்புன்னு கேட்டதுக்கு...

‘உரியிழப்புகள் இல்லாம எந்த ஒரு உலக சாதனையும் நடக்காது... இவங்கலாம் சாகறாங்கன்னு ஏன் நினைக்கிற சாம் சரித்திரம் படைக்க உயிர் தியாகம் செய்றாங்கான்னு நினைச்சிக்கோ இந்த உலகத்துல சாதிக்கணுனா எதுவும் தப்பில்ல’ அப்டின்னு என்னையே கண்வின்ஸ் பண்றாரு டாக்டர் ஜெய்ன்.

அதுக்கு மேல என்னால ஆர்க்யூ பண்ண முடியல... பிகாஸ்... இங்க தனியா என்னால எதுவும் செய்ய முடியாது ஸ்மித்தி இங்க இருக்குற டாக்டர்ஸ் எல்லாரும் ஒரே மைண்ட் செட்ல தான் இருக்காங்க... பட் என்னால இங்க வேல பக்க முடியல... குற்ற உணர்ச்சியா இருக்கு... இவங்க எல்லாரையும் காப்பாத்தணும் ஸ்மித்தி... அதுக்கு மொதல்ல நான் இங்க இருந்து எப்டியாவது வெளில வரணும். பிளீஸ் ஹெல்ப் மீ ஸ்மித்தி” பயத்தில் தயங்கி தயங்கி திக்கி திணறி மூச்சி வாங்கி ஒருவழியாக நினைத்ததை பேசி அனுப்பியிருந்தாள் சம்ருதா.

இதனை கேட்ட மறுகணம் சம்ருதா பெரிய பிரச்சனையில் சிக்கியிருப்பதை உணர்ந்த ஸ்மித்தி திட்டத்தை யோசிக்க ஆரம்பித்தாள்.

“டோன்ட் கெட் பேனிக்... ரொம்ப நார்மலா நடந்துக்கோ.... அங்க இருந்து உள்ளவர வெளில போக என்ன வழி எப்ப எப்ப என்டர் எக்சிட் எல்லாதையும் சொல்லு. நான் இருக்க வரைக்கும் உனக்கு ஒண்ணும் ஆகாது. ஐ ஆம் கம்மீங்” என பதில் அனுப்பினாள்.

சில மணி நேரங்களுக்கு பிறகே பதில் வந்தது.

“இங்க உள்ள வர ஒரு வழி இருக்கு கசாரா காஃபி ஷாப் பக்கத்துல கொஞ்ச தூரம் தள்ளி வந்தா ஒரு ஃபாரஸ்ட் மாதிரி இடதுக்கு நடுவுல ஒரே ஒரு ரூம் மட்டும் இருக்கு அதுல டோர்க்கு பின்னாடி இருக்க ஹாண்டில் பட்டன் பிரஸ் பண்ணா பேஸ்மெண்ட் வர லிப்ட் இருக்கு. அதுக்கு பஸ்வோர்ட்

வேணும் முக்கியமா அங்க நாலு சிசிடிவி இருக்கு. அந்த வழியாதான் பீப்பிள்ஸ உள்ள கொண்டுவராங்க. இங்க இருந்து வெளில போக வேற வழி இருக்கு இங்க இருந்து டெட் பாடீஸ், ஆர்கன்ஸ் எல்லாம் இந்த வழியா தான் போகுது... பட் இந்த வழி எங்க போயி எக்சிட் ஆகுதுன்னு எனக்கு தெரியாது. பக்கத்துல எங்கையாவது தான் இருக்கும். என்ட்ரி எப்ப வேணா இருக்கும் ஆனா எக்சிட் மார்னிங் அண்ட் நைட் மட்டும் தான்" மீண்டும் ஆடியோ அனுபினாள் சம்ருதா.

"ஓக்கே லிசன் சாம். அந்த டெட் பாடி கொண்டுவர பெட்டில எப்டியாவது நீ ஏறிடு வாட்ச் சிக்னல் மட்டும் கட் ஆகாம பாத்துகோ. மத்ததை நான் பாத்துக்குறேன். இன்னைக்கு நைட் நீ அங்க இருந்து தப்பிக்கிற... ஓக்கே டோன்ட் வொர்ரி. பிளான் படி நடந்துக்கோ... ஆரம்பிச்சதும் எனக்கு ஒரு மெசேஜ் போடு" பதில் அனுபினாள் ஸ்மித்தி.

அவர்களின் திட்டப்படி ஸ்மித்தி லொகேஷன் டிராக் செய்து அந்த இடத்திற்கு வந்துவிட்டாள். சம்ருதாவும் மிகவும் சிரமப்பட்டு ஒரு டெட் பாடி பக்கத்தில் பயத்துடன் படுத்துக்கொண்டு தன்னை மறைத்துக்கொண்டாள். மூச்சி விட சற்று சிரமமாக இருந்தது. என்றுமில்லாத கனமாக இருப்பதாக பேசிக்கொண்டே சில தடியர்கள் அந்த பெட்டியை தூக்கிக்கொண்டு வெளியில் வந்தனர். சரியா அதே நேரம் தான் ஆருஷ் அங்கு தனியாக என்ட்ரி ஆகும் இடம் இருந்த அறைக்குள் நுழைந்தான்.

இந்த தடியங்களில் ஒருவன் அதனை கவனித்து விட அந்த பெட்டியை அங்கேயே வைத்துவிட்டு ஒருவனை மட்டும் காவலுக்கு விட்டு விட்டு மற்றவர்கள் ஆருஷிடம் சென்றனர். அங்கு காவலுக்கு நின்றவன் அந்த பெட்டியின் மீது அமர்ந்து அங்கு நடப்பதை வேடிக்கை பார்க்க. திடீரென அவனது முகம் முதுகிற்கு வந்தது. ஆமாம் ஸ்மித்தி அவனது தலையை அப்படியே திருப்பிவிட்டாள். அவனை இழுத்து கீழே தள்ளி ஒரு புதரில் மறைத்து விட்டு, அவனிடம் இருந்த சாவியை வைத்து பெட்டியை திறந்து சம்ருதாவை காப்பாற்றினாள்.

சம்ருதா அவளை கட்டியணைத்து தனது பயத்தை பற்றி சொல்ல முயற்சிக்க "எப்படியாவது அங்க இருக்க அப்பாவி மக்களையும் காப்பாத்தணும் ஸ்மித்தி... அவங்கள இத செய்ய அனுமதிக்க கூடாது... அங்க என்ன நடக்குது தெரியுமா ஸ்மித்தி..."

"சாம் இப்ப இதெல்லாம் கேக்க எனக்கு டைம் இல்ல. இந்த நிமிஷம் நீ சேஃப்ஃபா இங்க இருந்து போகணும் அவ்ளோதான் மத்ததை அப்றம் பேசிகலாம். நான் சந்துருவ வர சொல்லிருக்கேன். அவருக்கு விஷயம் எதுவும் தெரியாது.. நீ இந்த புதருக்கு பின்னாடியே இரு... வெளில என்ன நடந்தாலும் வராத... என்ன நடந்தாலும்... புரிஞ்சிதா..." கூறிவிட்டு அவரசமாய் சென்றவள்

மீண்டும் வந்து

“சாம், சந்துரு வந்ததும் நீங்க இங்க இருந்து கிளம்பிடுங்க... எனக்காக வெயிட் பண்ண வேணா....”

“நீ எங்க போற... என்கூடவே வா ஸ்மித்தி...”

“இல்ல சாம்... ரே பிரச்சனைல இருக்காரு... நான் போகணும்... டேக் கேர்” என கட்டியணைத்துவிட்டு வேகமாய் அங்கிருந்து ஓடினாள் ஸ்மித்தி.

இங்கு சந்துருவின் பைக் பஞ்சர் ஆகிவிட அவன் வண்டியை நிறுத்திவிட்டு அவனது நண்பனுக்கு ஃபோன் செய்துவிட்டு வண்டிக்காக காத்திருந்தான். அங்கு சம்ருதாவோ பதட்டத்திலும் பயத்திலும் துடித்துக்கொண்டிருந்தாள்.

திடீரென ஒரு சத்தமும் உடனே ஸ்மித்தி என்ற ஆருஷின் குரலும் சம்ருதாவை தூக்கிவாரி போட செய்தது... ஸ்மித்தி கார் அடித்த வேகத்தில் பறந்து சுவற்றில் அடித்து கீழே விழுந்து புரண்டு ஒரு முட்புதருக்குள் விழுந்து கிடந்தாள். அதுவரை ஒளிந்து இருந்து சம்ருதா ஸ்மித்தியை நோக்கி அவள் ஓடிவர பின்னால் இருந்து ஒரு தடியன் கையில் இருந்த ஒரு பெரிய ராடால் பின்னந்தலையில் அடிக்க அவ்வளவுதான். சம்ருதா அங்கேயே மயங்கி விழுந்தாள்.

அதற்குள் தாஸ் மற்றும் போலீஸ் ஃபோர்ஸ் வந்துவிட சம்ருதா மற்றும் ஆருஷ் மருத்துவமனைக்கும் மற்றவர்கள் கைது செய்யப்பட்டு போலீஸ் ஸ்டேஷனுக்கும் அழைத்து செல்லப்பட்டனர். முட்புதரில் இருந்த ஸ்மித்தியை யாரும் கவனிக்கவில்லை. போலீஸ் சென்ற பிறகு வந்த சந்துரு... ஸ்மித்திக்கு கால் செய்ய அவளது செல் ஃபோன் வெளிச்சதில் இடத்தை கண்டுபிடித்து அவளை காப்பாற்றினான். ஸ்மித்தி கண்விழித்ததும் கேட்ட முதல் கேள்வி....

“சாம் எங்க சந்துரு? ஆருஷ் நல்லா இருக்கரா?”

இதுவரை நடந்த எதுவும் தெரியாத சந்துரு... ஸ்மித்தி சொன்ன பிறகு மருத்துவமனையில் விசாரிக்க... உண்மை தெரிந்து கதறி அழுதான். ஆம் சம்ருதா தலையில் பலமாக அடிப்பட்டதால் மூளைச்சாவல் இறந்துவிட்டிருந்தாள். இதை கேட்ட ஸ்மித்தி மொத்தமாய் நொறுங்கினாள். ஆருஷ் நலம் என்ற செய்தி மட்டுமே அவளுக்கு கொஞ்சம் ஆறுதலாக இருந்தது... காதலன் பிழைத்ததில் சந்தோஷம் கொள்வதா தோழி இறந்ததில் துயரம் கொள்வதா என மனம் வெதும்பிக்கொண்டிருந்தது.

சில நாட்களுக்கு பிறகு சம்ருதா சிபிஐக்கு ரகசியமாக உளவு பார்த்ததாகவும் அதனால் போலீஸ்ஸுக்கும் கடத்தல் கும்பலுக்கு இடையில் நடந்த சிறு கலவரத்தில் இறந்ததாகவும் மும்பை போலீஸ் மூலம் சிந்தியா மற்றும் ஜெய்ராஜுக்கு தகவல் சொல்லப்பட்டது.

ஸ்மித்தி மற்றும் சந்துரு மூலம் உண்மையை தெரிந்து கொண்ட சிந்தியா-ஜெய்ராஜ். ஸ்மித்தியின் அறிவுறுத்தலையும் மீறி டாக்டர் ஜெய்ன் மற்றும் டாக்டர்

புனித் போலீஸ் மீது புகார் கொடுத்தனர். ஆனால் அங்கிருந்த காவல்துறையினர் மருத்துவர்களுக்கு சாதகமாக இருந்ததால் ஒரு விபத்து போல ஏற்பாடு செய்யப்பட்டு அநியாயமாக கொலை செய்யப்பட்டனர் சிந்தியா-ஜெய்ராஜ் தம்பதியனர். தோழிக்கு தோழியாக சகோதரிக்கு சகோதரியாக இருந்த சம்ருதாவையும் அவளது பெற்றோரையும் இழந்த ஸ்மித்தி கையோடு தனது வேலையையும் ராஜினாமா செய்தாள். சம்ருதாவிற்காக அவர்களை பழிவாங்க சந்துருவை துணைக்கு வைத்துக்கொண்டு அனைத்து தகவல்களையும் சேகரித்தாள். அதன்படி திட்டம் வகுத்து ஒவ்வொருவரையும் நினைத்தபடி கொலை செய்தாள்... மன்னிக்கணும் களை எடுத்தாள்.

சிந்தியாவின் கடைசி ஆசைக்காக தமிழ் நாட்டிற்கு வந்த போது வழியே வந்து உதவினார் கர்ணன். அஸ்தியை ஒப்படைத்துவிட்டு கிளம்பிட நினைத்தவளை அங்கேயே தங்கவைத்தது அன்று இரவு நடந்த சம்பவம். அதாவது அவள் ஆருஷை அங்கு சந்தித்தது. அது அவளே எதிர் பாரத ஒன்று தான்.

சரி இப்ப கொலை எல்லாம் செய்தது ஸ்மித்தி தான்னு தெரிஞ்சிடுச்சி ஆனா இதெல்லாம் அவ எப்போ செஞ்சா எப்டி செஞ்சான்னு தெரிய வேணாமா? கொலை எப்டி நடந்துச்சின்னு அப்போ அப்போவே சொல்லிட்டேன். ஸ்மித்தி இதெல்லாம் எப்ப செஞ்சான்னு சொல்றேன்.

அதாவது முதல் கொலை ரஞ்சித்.

ஸ்மித்தி சென்னை வந்ததும் ரஞ்சித்த ஃபாலோ பண்ண ஆரமிச்சிட்டா அவன் யாரெல்லாம் கடத்தினானோ அவங்க ஃபேமிலி வச்சே அவன கொலை செய்ய நெனச்சவ அவங்க அப்பவோட கால் ஹாக் பண்ணதுல அவர் கிருஷ்ண மூர்த்திய மிரட்டினதை கேட்டு அதையே யூஸ் பணிட்டா... அப்போ கூட கிருஷ்ண மூர்த்தி ஆருஷோட ஃபேமிலின்னு தெரியாது.

ரெண்டாவது கொலை ஜீவா.

9 வது அத்தியாயத்துல... ஆருஷும் சுகனும் ஸ்மித்திய அதாவது அப்போதைய சம்ருதாவ பயம்புருத்த ஏணி போட்டு ஏறி நம்ம இரட்டை சகோதரிகளின் ஃபேஸ் மாஸ்க் பாத்து அரண்டு கீழ விழுவாங்களே... அப்போ ஸ்மித்தி ஜீவாவ கொன்னுட்டுதான் வீட்டுக்கு மறஞ்சி மறஞ்சி வந்திருப்பா... அப்போதான் இவங்க ரெண்டுபேரும் போறதை பாத்து என்ன செய்றாங்கன்னு கவனிச்சி சிரிச்சிக்கிட்டு இருப்பா

மூனாவது கொலை வேலன்.

18 வது அத்தியாயதுல... சஞ்சய் மீரா கிட்ட பேசிட்டு வரும்போது ஸ்மித்தி ஒளிஞ்சி ஒளிஞ்சி போறத பாத்துட்டு கேள்வி கேப்பான். அது மட்டும் இல்லாம டிரஸ்ல இருக்க ரத்தத்தையும் கவனிச்சிடுவான். அதுக்கு அவ தமயந்தி தன்னோட வலையல வலுக்கட்டாயமா உருவினதால தான் கட்டு பிரிஞ்சி காயம்

ஆனதா சொல்லியிருப்பா....அது வேலனை கொன்னு துண்டு துண்டா வெட்டும் போது தெரியாம தெரிச்ச ரத்தம் தான் அது. உண்மை என்னனா... தமயந்தி வலையல கழட்டி தான் வாங்கிட்டு போயிருப்பா... இவ சஞ்சய்கிட்ட மாட்டிக்க கூடாதுன்னு அவன் கூப்பிட கூப்பிட தானே தன்னோட கட்ட பிரிச்சி மறுபடியும் காயத்தை கீறி ரத்தம் வரவச்சி... சமாளிச்சிருப்பா அதுனால தான் அவ திரும்புறதுக்கு நேரம் ஆகியிருக்கும்.

கடைசி இரட்டை கொலை ஜெய்ன் அண்ட் புனித்.

அவர்கள் இருவரும் ஹரியானா செல்ல ஹோட்டலில் இருந்து கிளம்பியதிலிருந்து அவர்களை பின் தொடரந்து திட்டமிட்டு கடத்தி... முன்னமே கொலை செய்துவிட்டவள் மருத்துவமனையில் ஐசியு மற்றும் மெடிக்களில் பிணத்தை போடுவதற்கு தான் அத்தியாயாம் 19இல் சஞ்சய்யுடன் யுனிவேர்ஸ் ஹாஸ்பிடல் சென்றிருப்பாள். தடயம் இல்லாமல் நினைத்த அத்தனையும் செய்து முடித்து விட்டாள்.

அவ்ளோ தாங்க இது தான் சம்ருதா டைரில இருந்த விஷயமும் சந்துரு சொன்ன விஷயங்களும். இப்போ ப்ரெசெண்ட்க்கு வருவோம் வாங்க.

அத்தியாயம் 25

ஆருஷின் அறையில் அவனது மெத்தையின் மீது இருவரும் அருகருகே அமர்ந்திருந்தனர். முதலில் ஆரம்பித்தது ஆருஷ் தான்.

"என்னால நம்பவே முடியல... ஆபிசர் டானியா ஷெர்கில் இறந்த அப்போ கூட நீ இல்லையே... அத வச்சி தான் அன்னைக்கு கெடச்ச டெட் பாடி உன்னோடதுன்னு கன்ஃபர்ம் பண்ணாங்க"

"இது மாதிரி இதுக்கு முன்னாடி நிறைய முறை நடந்திருக்கு... அஞ்சி வருசத்துக்கு முன்னாடியே நான் இறந்துட்டதா நியூஸ் வந்துச்சி... அது என்னோட வேலைக்கு பாதுகாப்பா இருந்ததால நாங்க அப்டியே விட்டுட்டோம்.... இப்போவரைக்குமே டிபார்ட்மெண்ட்ல நான் இருக்கேனா இல்லையாங்குறது ஒரு டிபட் மாதிரி தான் இருக்கு." தலையை குனிந்துகொண்டே கூறினாள்.

"அப்போ அன்னைக்கு அங்க தான் இருந்தியா?"

"இல்ல... அம்மா இறக்கும் போது நான் சாலமன் தீவுல இருந்தேன். வந்தத்துக்கு பிறகு தான் எனக்கு விஷயம் தெரிஞ்சிது. கடசியா அவங்களோட என்வோளப்பும்... ப்ராப்பர்டி டாக்குமெண்ட்டும் தான் கெடச்சிது" வெகுவாக கண்கள் கலங்க கூறியவள்

"நான் உங்கள விரும்புறேன்னு சொன்னப்போ அவங்க ரொம்ப சந்தோஷப்பட்டாங்க.... அவங்களோட கடைசி ஆசையா என்கிட்ட சொல்ல நெனச்சது... நான் உங்கள கல்யாணம் பண்ணிக்கிட்டு ஃபேமிலியோட வாழணுங்குறது தான். என்னைமாதிரி தனியா வாழந்து தனியாவே இறந்துடாதான்னு எழுதி இருந்தாங்க" நா-தழுதழுக்க கண்ணீரை துடைத்துக்கொண்டே கூறினாள்.

"ஏன் ஸ்மித்தி.... ஏன் எல்லாத்தையும் என்கிட்ட மறைச்ச ஸ்மித்தி? என்கிட்ட சொல்லணும்னு உனக்கு தோணவே இல்லையா?" அவளை உறுத்தும் பார்வையில் கேட்டான் ஆருஷ்.

“முன்னாடியே சொல்லியிருந்தா இதெல்லாம் நடக்க விட்டிருப்பீங்களா?” அவனது முகத்தை பார்க்காமலே தயக்கமாய் கேட்டாள்.

“அப்போ வேணும்னு தான் சொல்லல்ல... உனக்கு இந்த ரிவேஞ்ச் மட்டும் தான் பெருசா தெரிஞ்சிருக்கு... என்னோட பீலிங்க்ஸ் மேடம் டானியாவோட அன்பு எதுவுமே இல்ல.... ஈவென் நாங்க உன்னோட நியாபகத்துலையே இல்ல... இல்லையா?” விரக்தியாய் வந்தன வார்த்தைகள்.

பதட்டமாய் தடுத்தவள் “அப்டி இல்ல ரே... நான் இங்க வர்றதுக்கு முன்னாடியே இந்த ரிவேஞ்ச ஸ்டார்ட் பண்ணிட்டேன். எல்லாம் முடிஞ்சதுக்கு பிறகு உங்கள தேடிவரலாம்னு இருந்தேன். அன்னைக்கு நைட் இந்த ரூம்ல உங்கள பாக்குறதுக்கு முன்னாடி வரைக்கும் நீங்க சம்ருதவோட மாமா பையன்னு சத்தியமா எனக்கு தெரியாது. அன்னைக்கு கூட நீங்களே என்னை யாருன்னு கேக்குறவரைக்கும் நான் அதிர்ச்சியில தான் இருந்தேன். நீங்க பேசுறதுக்கு ஒரு ரெண்டு நிமிஷம் லேட் பண்ணிருந்தா கூட நானே எல்லாதையும் சொல்லி அழுதிருப்பேன்” என்றவள் அவனது அமைதியைக்கண்டு

“அன்னைக்கு சாம் இல்லன்னா இன்னைக்கு நான் இந்த வீட்டுல இருந்திருக்க மாட்டேன். அன்னைக்கே அவ என்னை போக விட்டிருந்தா எனக்கு ஒரு ஃபேமிலி கெடச்சிருக்காது. ஈவென்... மிஸ் டானியா உயிரோட இருந்திருந்தாலும் அவங்க இததான் செய்ய சொல்லியிருப்பாங்க... இது உங்க வீடுன்னு தெரிஞ்சிருந்தா நான் ஸ்மித்தியா வந்திருக்க மாட்டேனா? எதுக்கு சாமா வரணும். புரிஞ்சிக்கோங்க ரே... நான் உங்கள கஷ்டப்படுத்தணும் நெனைக்கல... அப்போ எனக்கு....” அவள் பேசிக்கொண்டிருக்கும் போதே...

“நான் உன்ன எவ்ளோ மிஸ் பண்ணேன் தெரியுமா? நீ என் பக்கத்துல இருந்தும் என்னால உன்ன ஃபீல் பண்ண முடிஞ்சப்பவும் நீ சம்ருதாவா நடந்துக்கும் போது கொழப்பத்துல... உன்ன எழந்த வலியில... எப்டி துடிச்சேன் தெரியுமா? மும்பைல நாம தூரமா இருக்கும்போது கூட நீ என் பக்கத்துல தான் இருந்த... ஆனா இங்க இவ்ளோ கிட்ட இருந்து தூரமா இருந்துட்ட....”

எங்கோ பார்த்துக்கொண்டு அவன் பேச பேச அவளது கண்கள் கண்ணீரை சுரந்துகொண்டே இருந்தது. துடைக்க துடைக்க வழியும் கண்ணீரை கட்டுப்படுத்த முடியாமல் திணறினாள்.

“என்னையும் மீறி என்னோட மனசு உன்ன தேடும்போதெல்லாம் அத கட்டுப்படுத்த நான் பட்ட பாடு.... அதெல்லாம் உனக்கெங்க புரியபோகுது... உனக்கு உன்னோட ரிவேஞ்ச் தான் முக்கியம். எப்டி ஸ்மித்தி இவ்ளோ பக்கத்துல இருந்தும் உன்னால விலகி இருக்க முடிஞ்சிது... என்னால யோசிச்சிகூட பாக்க முடியல நீ உண்மையாவே என்ன லவ் பண்ணியா ஸ்மித்தி?” பட்டென வார்த்தையை விட்டான்.

இந்த கேள்வியில் உண்மையிலே உடைந்து நொறுங்கித்தான் போனாள். அதற்குமேல் அங்கு இருக்க முடியாமல் எழுந்து செல்ல முயன்றவளை கைப் பிடித்து நிறுத்தியவன்.

“பதில் சொல்லிட்டு போ....” அவனது சிவந்த கண்கள் அவளை வெறித்தன.

பேச வார்த்தைகள் வரவில்லை அவளுக்கு. ‘வாய் திறந்தால் கதறிவிடுவேன் திறக்காதே என்றது மனது’ அழுகையை விழுங்கியவள்

“நான் யாருன்னு தெரியாமலே நீங்க இவ்ளோ ஃபீல் பண்ணும்போது, எல்லாம் தெரிஞ்சும் இவ்ளோ பக்கத்துல இருந்தும் உங்கள நெருங்கவும் முடியாம விலகவும் முடியாம உண்மைய சொல்லவும் முடியாம நான் எப்டி துடிச்சிருப்பேன்னு உங்களால உணர முடியலயா ரே....” முடிக்கும் முன் வெடித்து அழுதே விட்டாள். மண்டியிட்டு முகம் பொத்தி கதறுபவளை பார்த்து துடித்தவன். அப்போது தான் உணர்ந்தான் தன் கேட்ட கேள்வியின் வீரியத்தை. அப்படியே அவளை வாரியெடுத்து நெஞ்சில் புதைத்துக்கொண்டான்.

“சாரிடா நான் ஏதோ கோவத்துல சொல்லிட்டேன்... என்ன மன்னிச்சிடுரா... பிளீஸ் ஸ்மித்தி அழாதமா.... பிளீஸ் டா” அவளது விரல்களை முகத்தில் இருந்து பிரித்து எடுத்தவன். அவளது முகத்தை கைகளில் ஏந்தி தனது பெருவிரலால் அவளது கண்ணீரை துடைத்து. அந்த சோர்ந்து சிவந்த கண்களுக்கு இதழ் ஒத்தடம் கொடுத்தான். அப்படியே நெஞ்சில் சேர்த்து அணைத்துக்கொண்டான்.

சிறிது நேரம் கழித்து அழுகை அடங்கியப் பின்னும் அப்டியே அவனது இதயத்துடிப்பை கேட்டவாறு அமைதியை சாய்ந்துகொண்டிருந்தாள். ஆருஷும் அவளது தலையில் தலை சாய்த்து இறுக்கமாய் அணைத்தபடி அமர்ந்திருந்தான். திடீரென ஸ்மித்தியின் ஃபோன் அலற இருவரும் திரும்பி மொபைலை பார்த்தனர். மீரா தான் அழைத்திருந்தாள்.

ஆருஷ் ஃபோனை எடுத்துகொடுக்க அப்படியே அவன் மீது சாய்ந்தபடியே மீராவிடம் பேசினாள் ஸ்மித்தி

“சொல்லுங்க அண்ணி”

“என்ன சாம் அழுதையா? வொய்ஸ் ஒரு மாதிரி இருக்கு?”

ஸ்மித்தி ஆருஷை பார்த்துக்கொண்டே

“இல்ல அண்ணி படுத்துட்டே பேசுறேன் அதான் உங்களுக்கு அப்டி கேக்குது.”

“சரி சாம் வா சாப்டலாம்... எல்லாரும் டையர்ட்ல தூங்கிடங்க... யாரும் சாப்டல நீயாவது வந்து சாப்டு."

"இல்ல அண்ணி நீங்க சாப்டுங்க நான் கொஞ்ச நேரம் கழிச்சி வறேன் ரொம்ப டையர்ட்டா இருக்கு”

“நான் வேணுனா மேல கொண்டுவரட்டுமா சாம்?”

“இல்ல இல்ல அண்ணி அதெல்லாம் வேணா நானே வறேன்” என அவசரமாய் கூறினாள்.

“இல்ல இல்ல நீ இரு... அங்க எல்லாரவிட அதிக வேல பாத்தது நீ தான் ஏற்கனவே கால் வலிக்குது சொன்னல நான் சாப்ட்டு ரூம்கு வரும்போது கொண்டுவறேன்” என கூறியவள் ஸ்மித்தியின் பதிலை கேட்காமல் இணைப்பை துண்டித்தாள்.

“அச்சோ போச்சி... அண்ணி சாப்பாடு கொண்டு வர போறங்கலாம்... உங்கள இங்க பாத்தா என்ன ஆகுறது?” என பதறியவளைப் பார்த்து சிரித்தவன்

“என்ன ஆகும் நம்ம ரெண்டு பேருக்கும் கல்யாணம் ஆகும்”

“சும்மா விளையாடாதீங்க ரே....” என அவனது கையை பிடித்து இழுத்துச்சென்று அலமாரிக்குள் ஒளிய சொல்ல

“ஏய்... பீரோக்குள்ள ஒளிச்சி வைக்க நான் என்ன பொம்மையா... ரிலாக்ஸ் ஸ்மித்தி அக்கா ஒண்ணும் சொல்ல மாட்டாங்க...”

“அய்யோ ரே... இந்த வீட்ட பொருத்தவரைக்கும் நான் சாம் தான். ஸ்மித்தினு ஒருத்தி இல்லவே இல்ல. இது இப்பிடியே இருக்கட்டும். என்னால இவங்க கிட்ட உண்மைய சொல்ல முடியாது...”

“என்னாலையும் என் ஸ்மித்திய விட்டுக்குடுக்க முடியாது” சட்டென சொல்லியவனை ஆழமாய் பார்த்தவள்

“அதுக்கு அவசியம் இல்ல ரே... ஸ்மித்தியே நெனச்சலும் உங்கள விட்டு போக முடியாது” என்றாள். இருவரும் ஒருவரை ஒருவர் பாத்துக்கொள்ள, ஆருஷ் மெதுவாய் அவளை நெருங்கிய சமயம் கதவு தட்டும் சத்தம் கேட்டு திடுக்கிட்டவள் அவனை வலுக்கட்டாயமாக முதுகை பிடித்து தள்ளிக்கொண்டு போய் கதவின் பின் நிற்க வைத்துவிட்டு உஷ் என சைகை செய்துவிட்டு கதவை திறந்தாள்.

“இந்தா... சாம் இதுல சப்பாத்தி இருக்கு இதுல உனக்கு புடிச்ச பிரட் டோஸ்ட் இருக்கு எக், சுக்கர்லாம் போட்டு உனக்கு புடிச்ச மாதிரியே எடுத்துட்டு வந்திருக்கேன் எது புடிச்சிருக்கோ சாப்டு அப்றம் நிறையா சப்பாத்தி இருக்கேன்னு ஷாக் ஆகாத... மீதி சப்பாத்தி இருந்தா அப்டியே மூடி வச்சிடு பிரச்சன இல்ல.. சின்ன கப்புல சன்னா கிரேவி இருக்கு...” என பாத்திரத்தை பிரித்துக் காட்டி சொல்லிக்கொண்டிருந்தவள் அப்போது தான் நிமிர்ந்து அவளது முகத்தை பார்த்தாள்.

“சாம் என்ன இது அழுதையான்னு கேட்டதுக்கு இல்லன்னு சொன்ன? மூக்கும் கண்ணும் இப்டி சிவந்து இருக்கு... என்ன ஆச்சி? ஏன் இப்டி டிரஸ் கூட

சேஞ்ச் பண்ணாம இருக்க''

அவள் பதில் சொல்லாமல் முழிக்க 'போச்சி மாட்டிக்கிட்டேன்... இனி என்ன ஆக போகுதோ' என உள்ளம் பதற... அதற்கும் விடையை மீராவே கூறினாள்.

"என்ன சாம் அப்பா அம்மாவ மிஸ் பண்றீயா?..."

'ஹப்பாடா...' என அவளும் ஆமென தலையாட்டி வைத்தாள்.

"கவலப்படாத சாம் சிந்தியா அத்தையும் மாமாவும் எப்பவும் உன்கூடவே தான் இருப்பாங்க... நாங்க கூட இப்ப தான் அவங்கள ரொம்ப மிஸ் பண்-றோம்... அழாம சாப்ட்டு தூங்கு... மொதல்ல டிரஸ் சேஞ்ச் பண்ணு... இருக்குற டையர்ட்டுக்கு காலைல பத்தாகுதோ பதினொன்னாகுதோ எழுந்துக்க..." என முணங்கிய படியே சென்றாள் மீரா.

மீரா சென்றதும் கதவின் பின் இருந்து வெளியில் வந்தவன்

"எங்க வீட்டுல அதுவும் என்னோட ரூம்லயே என் அக்காவ பாத்து பயந்து மறைய வச்சிட்டியே ஸ்மித்தி'' என கூறி சிரித்தான். அவளும் உடன் சிரித்தபடி உணவை மேசை மீது வைக்க

"சரி சரி... போயி டிரஸ் சேஞ்ச் பண்ணிட்டுவா... சாப்பாட்டை பாத்த பிற-குதான் நியபக்கம் வருது காலைல இருந்து எதுவும் சாப்டல... பயங்கரமா பசிக்-குது..."

"என்ன சொல்றீங்க... காலைல இருந்தே சப்டலயா?"

"என்ன பண்றது... என் ஸ்மித்திய தேடினதுல பசி, தாகம் எதுவும் தோண-லையே'' அவன் புன்னகைக்க அவளுக்கு கண்கள் கலங்கியது. கைகளை விரித்து அழைக்க அப்படியே அவளை இடைபிடித்து வரி அணைத்துக்கொண்-டான் ஆருஷ். அவனது கன்னத்தில் இதழ் பதித்தவள்

"ஐ லவ் யூ ரே'' என காதல் பொங்க கூற

"ஐ ஞோ (know) பட் ஐ ஹேட் யூ...'' என இறுக்கி அணைத்து முத்-தமிட்டவனை அழும் குழந்தை போல உதட்டை பிதுக்கி பார்த்தாள் அவள். அவளது பாவனை பார்த்து கிறங்கியவன் அவளை அப்படியே பார்க்க...

'ஆருஷ்.... கண்ட்ரோல் டா....' என தனக்கு தானே கூறிக்கொண்டவன் சட்டென சிரித்து விலகி நின்றான்.

"சரி சரி சீக்கிரம் போய்ட்டு வா... பசிக்குதில்ல'' என சமாளித்தான்.

அவள் உடைமாற்றி நைட் டிரஸ் போட்டுக்கொண்டு வந்து நிற்க சாப்பாட்டை எடுத்து வைத்தபடி நிமிர்ந்தவன் தன் நிஞ்சில் கைவைத்து தேய்த்தபடி தொண்-டையை செருமினான்.

"என்ன ஆச்சி?" என்றவளை விழுங்கும் பார்வையில் பார்த்தவன் ஒன்று-மில்லை என தலையசைத்து எழுந்து நின்று அந்த பக்கம் திரும்பி கண்களை இறுக்கி மூடி மூச்சை இழுத்து விட்டு சிரித்த படி நின்றவன். மெதுவாய் இவள்

புறம் திரும்ப மீண்டும் அவள் என்ன என சைகை செய்ய...

"இல்ல... அது எப்டி எந்த ஜூவெல்ஸூம் இல்லாம எந்த ஒப்பனையும் இல்லாம இப்டி இருக்க?" என பிரம்மிப்பாய் கூற

"எப்டி?" என நெற்றி சுருக்கினாள் ஸ்மித்தி

'எப்டியா.... எப்டி சொல்லுவேன்.... கொல்ரியே.... டி....' நினைத்தபடி தலையை கோதியவன்

"ஒண்ணுல வா சாப்டலாம்" என கூறி சாப்பிட அமர்ந்தான்.

அவனது உணர்வுகளை புரிந்தவள் போல தனக்கு தானே சிரித்தபடி வந்து அமர்ந்தாள்.

இருவரும் எதுவும் பேசாமல் ஒருவர் முகத்தை ஒருவர் பார்த்தபடி சாப்பிட்டு முடித்தனர். ஸ்மித்தி சாப்பிட்ட பாதிரங்களை எடுத்து வைக்க ஆருஷ் சாப்பிட்ட இடத்தை சுத்தம் செய்தான். இருவரும் அப்படியே மெத்தையில் முதுகு சாய்த்து தரையில் அமர்ந்தனர்.

"ஆமா எங்க போனிங்க எல்லாரும்?" என கேட்டான் ஆருஷ்

"நீங்க இங்க இல்லாதப்போ நிறைய நடந்துச்சி ரே..." என அதிசயம் போல அவள் கூற

"நான் இங்க இருக்கும் போதே தான் எனக்கு தெரியாம நிறைய நடந்துச்சி" அவன் எதை சொல்கிறான் என புரிந்ததும் அவளின் முகம் வாட அதனை கண்டவன் அவளுடன் நெருங்கி அமர்ந்து...

"சொல்லி காட்டனும் நெனைக்கல ஸ்மித்தி... என்னோட மனசு அப்பவே சொல்லுச்சி நீ என்னோட ஸ்மித்தி தான்னு.... ஆனா நீ சாம்ருதாவா நடந்துக்கும் போது என்னால உன்ன ஏத்துக்க முடியல... உன்ன இந்த வீட்டுல இருந்து அனுப்ப நான் என்னெல்லாம் பண்ணேன் தெரியுமா..." சட்டென அவள் சிரிக்க அதனை கண்டவன்

"சாரி ஸ்மித்தி... உன்ன நிறைய கஷ்டப்படுத்திட்டேன் நிறைய அழவச்சிருக்கேன்..." என அவளது இடது கையில் இருந்த தழும்பை பார்த்துக்கொண்டே அவன் கூற

"இல்ல ரே... நீங்க சாம தானா வெறுக்க ட்ரை பண்ணிங்க ஸ்மித்திய இல்லையே... அத கூட ஒழுங்கா பண்ணல" என புன்னகைத்தவள் அவனது விரலோடு விரல் கோர்த்து தோளில் சாய்ந்து

"நீங்க என்ன ஹர்ட் பண்ணதா நெனச்ச அப்போலாம் நான் ஃபீல் பண்ணதுக்கு காரணனும் நீங்க சாம திட்டினாதால இல்ல ஸ்மித்திய அளவுக்கு அதிகமா லவ் பண்ணதால..... அப்போலாம் என்னால உங்கள ஃபேஸ் பண்ணவே முடியல... எங்க என்னை மீறி என்னோட காதல் வெளிய வந்துடுமோன்னு பயந்தேன்"

நிமிர்ந்து அவனது முகம் பார்த்தவள்.

"எதுக்காக ரே... என்ன இவ்ளோ லவ் பண்றீங்க..."

புன்னகைத்தவன் "தெரியலையே... புடிச்சிருக்கு அவ்ளோதான்..." என்றான்.

அவளது கண்களை ஆழப்பார்த்து "ஸ்மித்தி...." என அழைக்க

"ஹாம்..."

"இனிமே என்னை விட்டு எங்கையும் போயிட மாட்டல்ல?" ஏக்கமாய் வந்தது வார்த்தைகள்.

வேண்டுமென்றே அவனை சீண்ட நினைத்தவள் "யாரோ சொன்னாங்க... 'நான் ஒரு கேஸ் விஷயமா ஹரியானா கெளம்புறேன்.... எப்போ வருவேன்னு தெரியாது... சோ.... நான் வரும்போது நீ இங்க இல்லாம இருந்தா நான் ரொம்ப சந்தோஷப்படுவேன்' அவங்களோட சந்தோஷதுக்காக நான் நாளைக்கு இங்க இருந்து கெளம்பலாம்னு இருக்கேன்." என அவனது முகத்தைப்பார்க்க

அவள் விளையாடுகிறாள் என தெரிந்தாலும் தான் சொல்லும்போது அந்த வார்த்தை அவளுக்கு எவ்வளவு வலித்திருக்கும் என நினைக்கும்போதே வலித்தது இவனுக்கு. இருந்தும் அதனை வெளிக்காட்டாமல்

"ஓஹ்... அப்போ எதுக்காக மேடம் நாளைக்கு வரைக்கும் வெயிட் பண்றீங்க நீங்க இப்ப கூட கெளம்பலாம்... போங்க..." என முகத்தை திருப்பிக்கொண்டான்

"அய்யடா... ரொம்ப தான்..." என அவனது தோளில் அடித்தவள் அப்படியே தலை சாய்த்து அமர்ந்திருந்தாள்.

"சரி மேடம் வேலைய விட்டீங்களே நெக்ஸ்ட் என்ன பண்ண போறீங்க?"

"ஹாம்... நான் தான் என் வேலைய விட்டேன் என் வேலை என்னை விடல..."

"புரியலையே..."

"அவங்க என் ரெஸிக்னேஷன் லெட்டர அக்சப்ட் பண்ணல... டேக் எ பிரேக்... உனக்கு எப்ப தோணுதோ திரும்ப வந்துடுன்னு ரெக்குவஸ்ட் பண்ணாங்க"

"நீ என்ன சொன்ன?"

"யோசிச்சி சொல்றேன்ன... மிஸ் டானியா இல்லாததால அவங்க என்னை அவ்ளோ சீக்கிரம் எப்டியோ போன்னு விட மாட்டாங்க..." அவள் பேசிக் கொண்டிருக்கும் போதே

"ஸ்மித்தி...." என அழைத்து அவளது முகத்தை நிமிர்த்தியவன்

"நாம கல்யாணம் பண்ணிகலாமா?"

மெதுவாய் புன்னகைத்தவள் "நாம லவ் பண்றோம்னு சொன்னா வீட்டுல யாரும் நம்ப மாட்டாங்க"

ஆம் என தலையசைத்தவன். "நாளைக்கே நான் அம்மா கிட்ட சொல்ல போறேன்"

"அய்யோ... அதுக்குள்ளயா? நாள மறுநாள் சஞ்சய்க்கும் சுகன் ப்ரோக்கும் நிச்சயதார்த்தம். நிச்சயம் முடிஞ்ச பிறகு பொறுமையா சொல்லுவோமே.."

"என்னது.... சஞ்சய்க்கும் சுகனுக்கும் நிச்சயதார்த்தமா? என்னடி ஔர்ர?"

"அய்யோ... சஞ்சய்-தீஷா அண்ட் சுகந்தன்-சாலி நிச்சயதார்த்தம்"

"பர்ரா.... இதுலாம் எப்போ எப்டி நடந்துச்சி..."

"அது ஒரு பெரிய கதை ரே..."

"சரி சரி... அப்டினா நான் அத காலைல தெறிஞ்சிக்கிறேன்... வா தூங்க-லாம்"

"அதுக்குள்ளயா? இன்னும் கொஞ்ச நேரம் பேசலாமே..." என அவள் கெஞ்ச...

"அடிவாங்குவ... பாரு கண்ணெல்லாம் எப்டி சோர்ந்து போயி ரெட்டா இருக்கு பாரு... எழுந்திரி வா..." என இருவரும் எழுந்தனர்.

சரியென... ஸ்மித்தி மெத்தையில் இருந்த படுக்கை விரிப்புகளை சரிசெய்ய... ஆருஷ் ஒரு பெட்ஷீட்டை எடுத்து தரையில் விரித்தான்

"ரே... என்ன பண்றீங்க?"

"தூங்கணும்ல பெட்ஷீட் போடுறேன்"

"அதான் ஏன் கீழ போடுறீங்க... எனக்கு எந்த ப்ராப்ளமும் இல்ல பெட் ஷேர் பண்ணிகலாம் வாங்க" அவள் சாதாரணமாய் சொல்ல,

'உனக்கு ப்ராப்ளம் இல்லதான். ஆனா எனக்கு ப்ராப்ளம் செல்லம்... நாம தனி தனியா படுக்குறது தான் நமக்கு சேஃப்' என நினைத்தவன்

"இல்ல ஸ்மித்தி... நான் இங்கையே படுத்துக்குறேன்"

ஸ்மித்தி அவனை வினோதமாய் பார்க்க,

"அய்யோ ஸ்மித்தி... நம்ம ஆக்சிடென்ட்க்கு பிறகு நான் தனியா தூக்கினதே இல்ல எப்பவும் சஞ்சய்கூடாதான் அப்போலாம் அவன கட்டிபுடிச்சி தூங்கியே பழகிட்டேன். தாஸ் கூட அப்டிதான். பை மிஸ்டேக் நம்ம சேஃப்டிக்காக தான் சொல்றேன்."

சட்டென அவள் சிரித்துவிட

"எய்... சீரியஸ்லி ஐ மீன் இட்."

"அதெல்லாம் ஒண்ணும் ஆகாது உங்க மேல எனக்கு நிறைய நம்பிக்கை இருக்கு"

'ஆனா எனக்கு இல்லையே...'

"இன்னும் என்ன யோசிக்கிறீங்க.... ரே...."அவள் அழைக்க

'அய்யோ.... புரிஞ்சிக்காம சிணுங்குறாளே....'

"சொன்னா கேளுமா... நான் இங்கையே தூங்குறேன்...."

"அதெல்லாம் முடியாது..." சொல்லிக்கொண்டே வேகமாய் விரிக்கப்பட்ட பெட்ஷீட்டை எடுத்து மெத்தை மீது போட்டாள்.

'விதி யார விட்டுது...' நினைத்தபடியே கட்டில் மீது ஒரு ஓரமாய் அமர்ந்தவன்

'சரி எதுக்கும் ஒரு சேஃப்டிக்கு இந்த பில்லோவ குறுக்க வச்சிக்குவோம்' என நினைத்தபடியே

ஆருஷ் பில்லோவை இருவருக்கும் நடுவில் அடுக்குவதை பார்த்தவள் நமட்டு சிரிப்புடன்

"இந்த தலாகாணி என்ன தடுப்பு சுவாரா?" என கேட்க

"இல்ல உன்னோட பாதுகாப்புக்குதான்" என அவன் இழுக்க

"அடச்சீ... எடுத்து தூறப்போடுங்க..." சொல்லியபடி அதனை எடுத்து எறிந்தாள்.

"எய்... ஏய்... ஸ்மித்தி.... அடங்க மட்டல்ல... அப்றம் உன் விருப்பம். அர்த்த ராத்திரில அய்யோ அம்மான்னு கத்துன அதுக்கு நான் பொறுபில்ல..." என கூறியவனை

"ச்சீ... பொறுக்கி பொறுக்கி..." என தலாகணியால் மொத்தினாள்.

"ஏய்... உண்மைய சொன்னா பொறுக்கியா?.... அடிக்காதடி வலிக்குது..." என கூறியபடி தலாகாணியை பிடுங்கி எறிந்துவிட்டு அவளது கைகளை பிடித்து மடக்கி இழுத்து நெஞ்சோடு சாய்த்துக்கொண்டான். அப்படியே சிரித்தபடி அவனது மார்பில் தலை சாய்த்தாள்.

வெகு நாட்களுக்கு பிறகு தனக்கான இடம் கிடைத்துவிட்ட திருப்தியில் அவனது இதயச்கூட்டில் இதமாய் இமைமூடினாள் ஸ்மித்தி. தன்னவள் தன்னை சேர்ந்த சந்தோஷத்தில் மெதுவாய் கண்ணயர்ந்தான் ஆருஷ்.

அதிகாலை அழகாய் விடிய... ஆருஷின் அணைபிற்குள் அடங்கி கிடந்தவள் அவனது மூச்சிக் காற்றின் வெப்பதில் மெதுவாய் கண்விழித்தாள். கண்கள் திறக்க சற்று சிரமமாக இருந்தது. மெல்ல மெல்ல கண்திறக்க தனது வயிற்றில் கைபோட்டு தோளில் முகம் வைத்து உறங்குபவனை பார்த்து ரசித்துக்கொண்டிருந்தாள். அவனை எழுப்ப மனமில்லை ஆனால் மற்றவர்கள் எழும்பும் முன் அவன் இங்கிருந்து கிளம்பியாக வேணும் அல்லவா.

மெதுவாய் அவனது கன்னத்தை தட்டி

"ரே....." என அழைக்க,

"ம்ம்..."

"எந்திரிங்க..."

அவளது குரல் கேட்டு கண் திறந்தவன்... மீண்டும் அவளை தன் பக்கம் இழுத்து அவளது கழுத்தில் முகம் புதைத்து உறங்க ஆரம்பித்தான். அவனது மீசியின் குறுகுறுப்பும் பட்டும் படாமலும் இருக்கும் இதழின் தீண்டலும் அவளை இம்சித்தது.

'ஏன்டா... எழிப்பினோம்' என தன்னை தானே நிந்தித்துக் கொண்டாள்.

வேறு வழியின்றி... அவனை பிடித்து உலுக்கினாள்.

"ரே... எந்திரிங்க... மத்தவங்க எந்திரிக்கிறதுக்குள்ள இங்க இருந்து கௌம்புங்க.. தாஸ் நீங்க இன்னைக்கு தான் வீட்டுக்கு வருவீங்கன்னு சொல்லியிருக்காரு... ரே, ரே...." அவளது அழைபிற்கு செவி சாய்க்கும் எண்ணம் இல்லை போலும் வேண்டுமென்றே அப்படியே படுத்து கிடந்தான்.

"ப்பா... எந்திரிப்பா... டைம் ஆகிடுச்சி..." இப்பொழுதும் எந்த அசைவும் இல்லை

"ம்மா... நாம ரெண்டு பெரும் ஒன்னா இருக்குறத நம்ம வீட்டுல யாராது பாத்தா என்ன நெனைப்பாங்க"

"ஒண்ணும் நெனைக்க மாட்டாங்க... ஒன்னாதான இருந்தோம் அதான் ஒன்னும் நடக்கலைல?"

இதற்கு மட்டும் பதில் வந்தது.

"ஆஹாம்.... இதெல்லாம் நல்ல பேசுங்க... எந்திரிங்க..."

"முடியாது போடி..."

"டேய்... அடி வாங்க போற... எந்திரிடா"

"என்னடி வர வர மரியாதை கொறையுது...."

"அப்டி தான் கொறையும் எந்திரி நீ"

"பரவால்ல இதுவும் நல்லாதான் இருக்கு... அப்டியே கூப்டு..."

"ரே... விளையாடாதீங்க.... ரே..."

"இப்ப என்ன உனக்கு நான் யார் கண்ணுலையும் படாம இப்டிகா போயி அப்டிக்கா வரணும் அதான?"

அடக்கிய சிரிப்புடன் "ஆமா..." என்றாள்

"ரைட்டு விடு... இன்னைக்கு வீட்டுக்கு வந்ததும் மொத வேலையா அம்மாகிட்ட நம்ம விஷயத்தை சொல்லணும்"

"சொல்லிட்டாலும்... அதுக்கு மொதல்ல நீங்க எந்திரிக்கனும்...." புன்னகையுடன் கூற

தலையை தூக்கி அவளது முகக்தை பார்த்தவன்

"மனசு வர மாட்டேங்குதே..." என்க சிரித்தே விட்டாள் அவள்.

பிறகு வலுக்கட்டாயமாக அவனை குளிக்க வைத்து கிளப்பி அனுப்ப... வந்தவழியே இறங்க போனவன் மீண்டும் வந்து அவளை அணைத்து எதிர்பாராத நேரத்தில் இதழ் சுவைத்து.... கண்களை நேராய் பார்த்து....

“ஐ லவ் யூ ஸ்மித்தி” என கூற அவள் வெக்கத்தில் சிவந்தாள்.

அவன் அங்கிருந்து கிளம்பி பால்கனி வழியே இறங்கி சென்றுவிட்டான். சற்று நேரத்திற்கெல்லாம் நன்றாக விடிந்துவிட்டது. அனைவரும் எழுந்து அவரவர் வேலையை பார்க்க...

ஆருஷ் சஞ்சய்க்கு அழைத்து சென்னை வந்துவிட்டதாக தகவல் சொன்னான். இன்னும் ஒரு மணி நேரத்தில் வீட்டிற்கு வந்து விடுவதாக கூறினான்.

ஆருஷ் வீட்டிற்கு வந்ததும் சகியும் அந்தியும் தங்களது மகனை மாறி மாறி வரவேற்று சிறு பிள்ளையை கொஞ்சிவது போல கொஞ்சி பாசம மழையை பொழிய... சில நிமிடங்களில் வீட்டில் உள்ள அனைவரும் அவனை சூழ்ந்துகொண்டு நலம் விசாரித்து தாங்கு தாங்கு என தாங்கிக்கொள்ள ப்பே வென பார்த்தபடி படிகளில் இறங்கி வந்தாள் ஸ்மித்தி.

‘இவங்களோட அன்பு வெள்ளத்துல அடிச்சிட்டு போயிடுவோம் போலியே... ஒரு கேஸ் முடிக்க தான போனாங்க... ஏதோ போருக்கு போயிட்டு வந்த மாதிரி இப்டி கொஞ்சிறாங்க....’ என நினைத்தபடி அதிசயமாய் ஆருஷை பார்க்க அவனோ, இது வழக்கமான வழக்கம் என்பது போல அமர்ந்திருந்தான் ஆருஷ். அவ்வப்போது அவளை திரும்பி திரும்பி பார்த்துக்கொண்டே இருந்தான்.

சற்று நேரதிற்கெல்லாம் சுகனும், தீஷாவும் குடும்பதுடன் வந்துவிட அந்த வீடே அதகளப்பட்டு போனது. பெரியவர்கள் நலவிசாரிப்புடன் நகர்ந்துகொள்ள, இளசுகள் அனைவரும் ஆருஷ் இல்லாத நேரத்தில் நடந்தவைகளை மாறி மாறி சொல்லிக்கொண்டிருந்தனர். அனைத்தையும் ஆச்சரியம் விலகாது கேட்டுக்கொண்டிருந்தான் ஆருஷ்.

தீஷா சஞ்சய் திருமணம் பற்றியும் சுகன் சாலிகாவின் திருமண ஒப்புதலின் போது நடந்த கலவரம் பற்றியும் பேசிக்கொண்டிருக்கும் போது செல்வம் வந்துவிட்டார். அவருடன் சற்று நேரம் உரையாடியவன் தமயந்திக்காக சற்று வருத்தம் தெரிவித்து பின் சாலியை கேலி செய்து வெறுப்பேற்றி விளையாடினான். பெரியவர்கள் நிச்சைய வேளையில் மூழ்க...

சுகன்,சாலிகா, தீஷா, சஞ்சய், ஆருஷ், மீரா, ஸ்மித்தி மட்டும் தனியே ஒதுங்கினர். இரட்டை சகோதரிகள் மீனு, கவினுடன் விளையாடிக் கொண்டிருந்தனர். சுகன் சம்ருதாவின் நாடக கதையையும், அவர்களின் திருமணத்தில் அவளின் முக்கிய பங்கு பற்றியும் சொல்ல சொல்ல ஸ்மித்தியை பெருமை பொங்க காதலோடு பார்த்தான் ஆருஷ். ஆருஷின் பார்வையை மீரா கவனித்தாலும் கண்டுகொள்ளாமல் இருந்தாள். இப்படியே பேச்சுகள், கேலி, கிண்டல்,

விளையாட்டு என ஆருஷை சுற்றி எப்போதும் ஒரு கூட்டமிருக்க அவனால் எங்கும் நகர முடியவில்லை.

அடுத்த நாள் நிச்சயம் வைத்துக்கொள்வதாக பேச்சு இருந்ததால் வீட்டையே திருமண மண்டபம் போல அலங்காரம் செய்ய ஏற்பாடுகள் நடந்துகொண்டிருந்தது. வீடு சந்தோஷ கோலம்பூண்டு... கலைகட்ட ஆரம்பித்தது... கொண்டாட்டம் துவங்கியது.

வீட்டு பெண்கள் எல்லாம் அலங்காரதிற்கு பெரிய பெரிய சாமந்தி பூ கோர்ப்பது, தோரணகள் செய்வது, கோலம் போடுவது, பூங்கொத்துகள் அடுக்குவது என ஆளுக்கு ஒரு வேலை செய்துகொண்டிருந்தனர்.

பெரியவர்கள் எல்லோரும் ஆளுக்கொரு ஃபோனை வைத்துக்கொண்டு சில நெருங்கிய நண்பர்களை மட்டும் அழைத்து தகவல் சொல்லிக்கொண்டிருந்தனர். டெக்ரெஷன் டீம், டிஜெ, ஃபுட் காண்ட்ராக்டெர்ஸ், கூல் டிரிங்க்ஸ் சப்ளையர்ஸ் என அனைவருக்கும் ஒருவர் பாக்கி இல்லாமல் தகவல் சென்றுகொண்டிருந்தது.

இப்டி அங்கும் இங்கும் பரபரப்பாய் வேலை நடந்துகொண்டிருந்தது. ஆருஷும் வேலை செய்யும் சாக்கில் ஸ்மிதியிடம் பேச முயற்சிக்க அவளது முகத்தை கூட பார்க்க முடியாத அளவிற்கு வேலைவாங்கினர் வீட்டில் உள்ளவர்கள். கடுப்பானவன் ஸ்மித்திக்கு ஃபோன் செய்தான்.

“எய்... ஸ்மித்தி... எங்க இருக்க...”

“காஸ்டியும் டிசைன்னர்க்கு மேல ரூம் அரேஞ்ச் பண்றேன் ரே...”

“அவங்க எப்போ இங்க வராங்க...?”

“எல்லாரும் இன்னைக்கு ஈவினிங் வந்துடுவாங்க...”

“நாளைக்கு ஈவினிங் தான ஃபங்சன்”

“ஆமா இப்போ இருந்தே எல்லாம் செஞ்சதான் நாளைக்கு ஃபங்சன்க்கு எல்லாம் சரியா இருக்கும்.. சரி என்ன சொல்லுங்க நிறைய வேல இருக்கு”

“எது... வேலையா... நான் உன்ன பாக்கணும் இப்போ”

“அதெல்லாம் முடியாது... வேல இருக்கு”

“ஹேய்... எனக்கு உன் கூடவே இருக்கணும் போல இருக்குடி”

“இருக்கும் இருக்கும் யாராச்சும் பாத்தா அவ்ளோதான். மொதல்ல ஃபோன வைங்க உங்க அக்கா வராங்க”

“ஹேய்... எய்... ஸ்மித்தி...”

சட்டென அழைப்பை தூண்டித்தாள் ஸ்மித்தி

‘ம்ஹூம்... இதெல்லாம் சரிவராது.... ஒரே வீட்டுல இருந்துட்டு ஒரு வார்த்த கூட பேச முடியாம என்னலலாம் இருக்க முடியாது... இதுக்கு இப்பவே ஒரு முடிவு கட்றேன்... எங்க என் அம்மா’ என யோசித்த ஆருஷ் நேராய் சகுந்தலாவிடம் வந்து அவரை தனியாக இழுத்து வந்து

“ம்மா....”

“என்ன கண்ணா....?”

“இங்க என்ன நடக்குது?”

“இப்பதான கண்ணா சொன்னோம்... நாளைக்கு நம்ம சஞ்சய், சாலிக்கு நிச்சையதார்த்தம்”

“அதுக்கு ஏன் இவ்ளோ அவசரம் பொறுமையா பண்ணலாம்ல... நானே இன்னைக்கு தான் வந்திருக்கேன்... இப்டி வந்ததும் வராததுமா.... வேலவாங்கிட்டு இருக்காரு அப்பா...”

“அதில்ல கண்ணா... நாளைக்கு ரொம்ப நல்ல முகூர்த்த நாளாம். நாளைக்கு எந்த நல்ல விஷயம் செஞ்சளும் ரொம்ப சுபமா இருக்குமாம். அதுனால தான் நாளைக்கே நிச்சயம் வச்சிடலாம்னு முடிவு பண்ணிட்டோம்... கிராண்ட்டாலாம் இல்ல ரொம்ப சிம்பிள் தான் கண்ணா”

“எது... இது... சிம்பிள்....?” என சுத்தி இவர்கள் செய்யும் அலப்பறையை காட்டினான்.

“எனக்கென்னவோ ஃபங்சன் நாளைக்கு மாதிரி தோணல இன்னைக்கே டேபிள் சேர்லாம் ஷிப்ட்டிங்க நடக்குது... ஆள்ரெடி... ஃபங்சன் ஸ்டார்ட் ஆகிடுச்சி... தோ... அங்க ஒரு கேங் தோரணம் ரெடி பண்ண ஆரம்பிச்சிட்டாங்க... நீங்க பண்றத பாத்தா யாரும் தூங்க கூட மாட்டீங்க போல...” என அவன் சலித்துக்கொள்ள...

சிரித்தவர்... “ஃபங்சன்னா அப்டிதான்... சரி போ... போயி வேலையப் பாரு போ..”

“ம்மா.... ”

“என்ன கண்ணா...” இவனிடம் கேட்டுவிட்டு... அங்கு கிருஷ்ணரிடம் பேசிக்கொண்டிருந்தார் சகுந்தலா

“என்னங்க அந்த நகை கடக்காரர வர சொல்லிட்டீங்களா... நாளைக்கு சரியான நேரத்துக்கு மோதிரம் வந்துடுமா? அளவெல்லாம் சரியா இருக்கானு பசங்க கிட்ட சொல்லி பாக்க சொல்லுங்க”

“ம்மா.....” என கத்தினான் ஆருஷ்

“சொல்லு கண்ணா கேக்குது...”

“நான் உங்க கிட்ட ஒரு முக்கியமான விஷயம் சொல்லணும்”

“இன்னுமா சொல்லல?”

“நான் சம்ருத்தவா லவ் பண்றேன்”

“ஹாம் சரிப்பா... போயி அந்த.... என்ன சொன்ன?” அதிர்ச்சியாய் கேட்டார் சகுந்தலா

“அதான் சொன்னனே.... நானும் சாமும் ஒருத்தர் ஒருத்தர் லவ் பண்றோம் கல்யாணம் பண்ணிக்க போறோம்... நாளைக்கு நல்ல முகூர்த்தம்லமா பேசாம நாங்க கல்யாணம் பண்ணிகட்டுமாமா?” அவன் விளையாட்டாய் கேட்டுக்-கொண்டே திரும்ப மொத்த குடும்பமும் அவனை தான் கவனித்துக் கொண்டி-ருந்தது.

அப்படியே விழிபிதுங்கி நின்றான். மூர்த்தி பிரதர்ஸ் முறைத்தபடி எழுந்து நின்றனர்.

சஞ்சய் வந்து ஆருஷின் காதில் கிசு கிசுத்தான். “என்னடா சொல்ற... நிஜ-மாவா?”

“அது...” அவன் வாய் திறக்கும் முன்

“மோனி....” என சத்தமாய் அழைத்தார் கிருஷ்ணா

“சொல்லுங்கப்பா”

“சம்ருதாவ கூப்டு”

சம்ருதா கீழே இறங்கி வர அனைவரும் அவளையே பார்க்க... அவளோ முழித்தபடி இறங்கி வந்து சகுந்தலா பக்கத்தில் நின்றாள்.

“என்ன ஆச்சி அத்த?”

“நான் தான்மா கூப்டென்”

“சொல்லுங்க மாமா...”

“ஆருஷ் சொல்றது உண்மையா?”

‘என்ன சொன்னாருன்னு தெரியலையே’ அருகில் நின்றிருந்த ஆருஷின் புறம் திரும்பி என்ன என சைகை செய்ய

“சொல்லிட்டேன்” என அவளுக்கு மட்டும் கேட்கும்படி கூறினான்.

“என்ன சொன்னீங்க?”

“நாம லவ் பண்றோம்னு”

அவள் விழிவிரிக்க...

“ஓய்... இன்னா முழிக்கிற... என்னாலலாம் பயந்து பயந்து லவ் பண்ண முடியாது... இதுவரைக்கும் பிரிஞ்சி இருந்ததே போதும்... பக்கத்துல வச்சிக்கிட்டு பேசாம பாக்காமலாம் என்னால முடியாது..”

“அதுக்குனு இன்னைக்கேவா...”

“ஹேய்... நான் சும்மா அம்மா கிட்ட ஒரு ட்ரயல் பாத்தேன்... அத எல்-லாரும் கவனிச்சிட்டாங்க... நான் என்ன பண்றது?”

“ரே... உங்கள...” என அவள் பல்லைகடிக்க

இருவரும் மெல்லமாய் பேசிக்கொள்வதை கூர்ந்து கவனித்த சஞ்சய்

“டேய்... என்னடா நடக்குது இங்க?” என கேட்க... இருவரும் முழித்தனர்.

“என்னமா சம்ருதா நீயும் ஆருஷ விரும்புறியா? சொல்லுமா....” கேட்டார் ராமன்

எல்லோரும் அவள் முகத்தையே பார்க்க அவள் முழித்தபடி மெதுவாய் ஆம் என தலையசைக்க... அனைவர் முகத்திலும் புன்னகை அரும்பியது.

உடனே கிருஷ்ணன் “ராமா”

“அண்ணே...”

“நம்ம ஐயருக்கு ஃபோன் பண்ணி மூனு ஜோடிக்கும் சேத்து நிச்சய ஓலை எழுதிட்டு வர சொல்லு” என்றார்.

பிறகென்ன ஆருஷுக்கு சந்தோஷம் தாங்கவில்லை... குஷியில் சூழ்நிலை மறந்து ஸ்மித்தியை தூக்கி சுற்றினான். சஞ்சய், சுகன், தீஷா, சாலி, மீரா, இரட்டை சகோதரிகள் என எல்லாரும் ஒரு சேர ‘ஹே’ என கத்தி கூச்சலிட சகுந்தலாவும் அந்தியும் சந்தோஷத்தில் வாய்விட்டே சிரித்தனர்.

பெரியவர்கள் திட்டமிட்டபடி செய்தபடி நிச்சயதார்த்த ஏற்பாடு வெகு ஜோராக நடந்துகொண்டிருந்தது. ஆண்கள் மூவருக்கும் ஒரே அறையும். பெண்கள் மூவ-ருக்கும் தனித்தனியும் ஏற்பாடு செய்தனர்.

நிச்சய நேரமும் நெருங்கியது. ஆண்கள் மேடைக்கு அழைக்கப்பட்டனர்.

சஞ்சய்யும் சுகனும் மேடைக்கு வந்துவிட்டனர்.

“ஆருஷ் எங்க?” சகுந்தலா கேட்க...

‘கூடவே தான வந்தான் அதுக்குள்ள எங்க போனான்’ என இருவரும் முழித்தபடியே ஆளுக்கொரு பக்கம் காட்டினர்.

சகுந்தலா முறைக்க... மீரா

“ம்மா எனக்கு தெரியும் அவன் எங்க இருப்பான்னு... நான் போயி கூப்பிட்டு வரேன்” என கூறிவிட்டு நகர்ந்தாள்

இங்கு ஆருஷின் அறையில்.

“ஹேய்... ஸ்மித்தி...”

“எஸ்... நான் தான் சொல்லுங்க... ஏதோ முக்கியமான விஷ்யம் சொல்ல-ணும்னு அவசரமா வர சொன்னிங்களே... என்ன?” என கண்ணாடியில் தன் அலங்காரத்தை சரிபார்த்துக்கொண்டே கேட்டாள் ஸ்மித்தி.

“ப்பா.... நீ பாக்க அப்டியே சிலை மாதிரியே இருக்கடி... பிரமன் வடித்த அழகு சிலையே...”

மெதுவாய் அவன் புறம் திரும்பியவள் “ஹட.... பார்ரா.... நான் சிலையா... ஹூம்.... ஆனா எனக்கு உயிர் இருக்கே...” என்றவளை காதல் பெருக்கெடுக்க பார்த்தவன்

“ஆமா... உயிர் சிலையே எந்தன் வரம் நீயடி” என கையை பிடித்து இழுத்-தான்.

“ஹாஹா... இத பர்ரா..... அப்றம்?” என விலகி மீண்டும் கண்ணாடி முன் நின்றவளை பின்னிருந்து அனைத்து கன்னத்தோடு கன்னம் உரசி கண்ணாடியை பார்த்தபடி கூறினான்.

“உனக்கெனவே நான் பிறந்தேனடி...”

“ஆங்ஹாங்....”

“என் உடலின் சரி பாதி உயிர் நீயடி”

“ம்ம்ஹூம்.....”

“என் வாழ்வின் வழி நீயடி”

“ஹாஹா அப்டியா?”

“என் உயிரிலே கலந்தாயடி”

“ம்ம்ம்... அப்றம்?”

“என் விரலோடு விரல் கோரடி”

“ஹூம்.... நெஸ்ட்”

“விரைவினில் எனை சேரடி...”

“ஹாஹா.... ரே••• என்ன ஆச்சி உங்களுக்கு... ஏன் இப்டிலாம் பேசி என்னை வெக்கபட வைக்கிறீங்க....” என சொல்லியபடியே அவனை அணைத்-துக்கொண்டாள்.

மெதுவாய் அவளது கன்னம் தாங்கி நெற்றி முட்டி, மூக்கை உரசி, இதழ் பதித்து விவரிக்க இயலா காதலோடு அணைத்துக்கொண்டான் ஆருஷ்.

ஸ்மித்தியின் ரே.

அதே நேரம் “நான் எதையும் பாக்கல...” என கூறியபடி அங்கு வந்த மீரா

“டேய்... உன்ன எல்லாரும் அங்க தேடிக்கிட்டு இருக்காங்க நீ இங்க என்-னடா பண்ணிக்கிட்டு இருக்க? போ... கீழ போடா...” என ஆருஷை அனுப்-பிவிட்டு ஸ்மித்தி பக்கம் திரும்பியவள்

“என்ன மேடம் இப்டியே... ரொமான்ஸ் பண்ணிட்டே இருந்தீங்கன்னா எப்ப மோதிரம் மாத்திக்குவீங்க?” என கேலி செய்ய... வெக்கத்தில் சிவந்தாள் ஸ்மித்தி.

“ஆருஷ் உன்ன லவ் பண்ணுவான்னு தெரியும் ஆனா இவ்ளோ சீக்கிரம் வீட்டுல சொல்லுவான்னு நெணைக்கல.... ரொம்ப சந்தோஷமா இருக்கு” என அன்பாய் அணைத்துக்கொண்டாள் மீரா.

மீரா ஸ்மித்தியை அழைத்துக்கொண்டு வர... பவித்ரா தீஷாவை அழைத்-துவர, சகுந்தலா சாலிகாவை அழைத்துவந்தார். மூன்று ஜோடி மணமக்களும்

மேடையில் ஒன்றாய் நின்றனர். சம்பிரதாயங்கள் எல்லாம் முடித்து ஐயர்ரால் நிச்சைய ஓலை படிக்கப்பட்டு மணமக்கள் அறுவரும் மோதிரம் மாற்றிக்கொள்ள நிச்சயதார்த்தம் சிறப்பாக முடிந்தது.

இறுதிவரை ஸ்மித்தி சிந்தியாவின் மகள் சம்ருதாவாகவே வாழ முடிவு செய்துவிட்டாள். ஆஷுக்கு அவனது ஸ்மித்தி கிடைத்து விட்டாள். ஸ்மித்திக்கு அவள் ஆசைப்பட்டது போல ஒரு அன்பான குடும்பம் கிடைத்துவிட்டது.

இனி...

இனி என்ன...

கல்யாணம் தான் அத அவங்களே பாத்துப்பாங்க.... வாங்க நாம சாப்புட்டு கௌம்புவோம். என்ன முழிக்கிறீங்க நல்ல விசேஷத்துக்கு வந்து கை நனைக்காம போனா நல்லாவா இருக்கும். நம்ம மூர்த்தி பிரதர்ஸ் சாப்பாட்டுக்கு இந்தியாஸ் ஃபேமஸ் கேட்ரிங்க் தான் புக் பண்ணிருக்காங்க... சாப்பாடு அருமையா இருக்கும்... வாங்க வாங்க... நல்லா கூச்சப்படமா சாப்புடுங்க. நம்ம வீட்டு ஃபங்சன் தான்.

ஹீஹீஹீ...

மறக்காம மொய் வச்சிட்டு போங்க...

நிச்சயதார்த்ததுக்கு மொய்யான்னு முழிக்காதீங்க...

நாங்க கேப்போம்....

நன்றி மீண்டும் வருக...

என்றும் அன்புடன்...

விஷாலினி பிரதாப்.

எழுத்தாளர் பற்றி

எழுத்தாளர் விஷாலினி பிரதாப் அவர்களின் இயற்பெயர் செல்வி. அருணா சந்திரசேகர். தமிழகத்தின் குறிப்பிடதக்க வடமாவட்டதில் கிராம பின்னனியில் பிறந்த பெண். இவர் ஒரு வளரும் இளம் எழுத்தாளர். இவரது கதைகள் பெரும்பாலும் காதல், நகைச்சு-வையோடு சேர்த்து சமூக கருத்துக்கள் மற்றும் சுவாரஸ்யமான தகவல்கள் நிறைந்ததாக இருக்கும். இவரது கதை விவரிக்கும் விதம் விறுவிறுப்பாகவும் பல திருப்பங்கள் கொண்டதாக இருக்கும். 2019இல் எழுத்தாளர் உலகில் அடியெடுத்து வைத்த இவர், சில படைப்புகளிலேயே வாசகர்களின் மனதில் இடம் பிடித்துவிட்டார். இவர் மென்மேலும் வளர்ந்து பல படைப்புகளை எழுதி சிறந்து விளங்க மனமார்ந்த வாழ்த்துக்கள்.

www.ingramcontent.com/pod-product-compliance
Lightning Source LLC
LaVergne TN
LVHW090230051026
849517LV00001B/259
9798885305440